ஷோபாசக்தி

fiction

இச்சா

இச்சா – நாவல்
© ஷோபாசக்தி
நான்காம் பதிப்பு: அக்டோபர், 2025
மூன்றாம் பதிப்பு: நவம்பர் 2022
இரண்டாம் பதிப்பு: ஜனவரி, 2020
முதற்பதிப்பு: நவம்பர், 2019
வெளியீடு: கருப்பு பிரதிகள்
பி 55, பப்பு மஸ்தான் தர்கா, லாயிட்ஸ் சாலை
சென்னை 600 005
பேச: 94442 72500
மின்னஞ்சல்: karuppupradhigal@gmail.com
முகப்பு: விஜயன்
உள்வடிவமைப்பு: ஜீவமணி
அச்சாக்கம்: ஜோதி எண்டர்பிரைசஸ், சென்னை 600 005
விலை: ₹ 380.00

Ichaa – Novel
© Shobasakthi
Fourth Edition: October, 2025
Third Edition: November, 2022
Second Edition: January, 2020
First Edition: November, 2019
by Karuppu Pradhigal
B55, Pappu Masthan Darga, Lloyds Road,
Chennai 600 005, Tamil Nadu, South India
Mobile: 94442 72500
Email: karuppupradhigal@gmail.com
Cover: Vijayan
Layout: Jeevamani
Printed by: Jothy Enterprises, Chennai 600 005
Price: ₹ 380.00

ISBN : 978-81-943310-0-1

ஷோபாசக்தி

fiction

இச்சா

கருப்புப் பிரதிகள்

இச்சா – நாவல்
© ஷோபாசக்தி
மூன்றாம் பதிப்பு: நவம்பர் 2022
இரண்டாம் பதிப்பு: ஜனவரி, 2020
முதற்பதிப்பு: நவம்பர், 2019
வெளியீடு: கருப்பு பிரதிகள்
பி 55, பப்பு மஸ்தான் தர்கா, லாயிட்ஸ் சாலை
சென்னை 600 005
பேச: 94442 72500
மின்னஞ்சல்: karuppupradhigal@gmail.com
முகப்பு: விஜயன்
உள்வடிவமைப்பு: ஜீவமணி
அச்சாக்கம்: ஜோதி எண்டர்பிரைசஸ், சென்னை 600 005
விலை: ₹ 350.00

Ichaa – Novel
© Shobasakthi
Third Edition: November, 2022
Second Edition: January, 2020
First Edition: November, 2019
by Karuppu Pradhigal
B55, Pappu Masthan Darga, Lloyds Road,
Chennai 600 005, Tamil Nadu, South India
Mobile: 94442 72500
Email: karuppupradhigal@gmail.com
Cover: Vijayan
Layout: Jeevamani
Printed by: Jothy Enterprises, Chennai 600 005
Price: ₹ 350.00

ISBN : 978-81-943310-0-1

Parts of this book have been written during a residency in Brussels organised by the International House of Literature Passa Porta and the Flemish Literature Fund.

எழுதத் துணையும் தோழமையும்

அனுஷியா சிவநாராயணன், பண்டித வி.சீ. கந்தையா, 'காலம்' செல்வம், தம்பிஜயா தேவதாஸ், எம்.ஆர். ஸ்டாலின், அபிராமி, நொயல் நடேசன், கல்குதிரை சிற்றிதழ், ஓசை மனோ, தர்மினி, தியோ ரூபன், தர்மு பிரசாத், நெற்கொழுதாசன், மொஹமட் ஃபர்ஹான், Editions Zulma.

சூத்திரம்

Jeanne d'Arc

கைதிகள் மற்றும் மகளிர் படையணிகளின் புனிதப் பாதுகாவலாளியும், நூறாண்டுகாலப் போரின் எரி நட்சத்திரமும், தீய அஞ்சனக்காரி என உயிருடன் கொளுத்தப்பட்டவளுமான எளிய விவசாயச் சிறுமியவளை மனதில் இருத்தி இதைத் தொடங்குவேன்!

எழுதிக்கொண்டிருக்கும் நாவலின் கருப்பொருள் எனக்கு மிகவும் பிடித்தமானதாகும். ஆனால் அது மிகச் சிக்கலான கரு என்பதால் அதை நான் நீண்ட காலமாகத் தொடவில்லை. இந்த நாவலின் மையக் கருத்தாக்கம் நேரிய நல்லவரைப் படைப்பதுவே. இதைவிடச் சிரமமான காரியம் உலகில் வேறெதுவுமே இல்லை. நேரிய நல்லோரைப் படைக்க முயன்ற நமது ருஷ்ய எழுத்தாளர்கள் மட்டுமல்லாது அய்ரோப்பிய எழுத்தாளர்களும் ஒவ்வொருமுறையும் தோற்றுப்போனார்கள். நல்லதென்பது ஓர் இலட்சியம். அந்த இலட்சியம் இந்தப் பூமியில் இன்னும் ஈடேறவில்லை. உலகமெங்கிலும் ஒரேயொரு நேரிய மனிதன்தான் இருக்கிறான். அவன் இயேசுக் கிறிஸ்து. கிறிஸ்தவ இலக்கியத்தில் உள்ள வகைமாதிரிகளில் மிகவும் பூரணமானது <டான் க்விக்ஸொட்.> ஆனால் க்விக்ஸொட் அசடனாக இருப்பதாலேயே நல்லவனாக இருக்க முடிகிறது. அதன் காரணமாகவே அந்தப் படைப்பு வெற்றிபெறுகிறது. தனது மதிப்பை உணராத நல்லவன் முட்டாளாக்கப்படுகையில் வாசகரிடம் கருணையுணர்வு எழுகிறது. இந்தக் கருணை எழுவதே நகைச்சுவையின் படைப்பு இரகசியம். விக்டர் ஹியூகோவின் <லே மிஸரபிள்> நாவலின் <ஜோன் வால்ஜோன்> பாத்திரமும் சக்திமிக்க முயற்சியே. அவனது துரதிர்ஷ்டத்தின் அளவால் அவன் வாசகர்களிடையே இரக்க உணர்வை உண்டாக்கிவிடுகிறான். எனது நாவலிலோ இந்த மாதிரியாக எதுவுமில்லை. ஒன்றுமேயில்லை. எங்கே இது முழுத் தோல்வியாகிவிடுமோ என நான் மிகவும் அஞ்சுகிறேன். எனினும் இப்போது நான் இந்தக் கருவைத் தொட காரணம்; மிக மோசமான நிலையில் என்னையே நான் காண்பதுவே.

ஃபியோதர் தஸ்தயேவ்ஸ்கி

இரத்த ஞாயிறு

இறுதி இராப் போசனம் நிகழ்ந்தது புனித வியாழக்கிழமையன்று. அந்தப் பாஸ்கா விருந்தில் தின்றும் குடித்துக் கொண்டுமிருந்த தனது பன்னிரு சீடர்களதும் பாதங்களை, இயேசுக் கிறிஸ்து நீரால் கழுவிச் சுத்தப்படுத்தி வெண்ணிறத் துணியால் துடைத்துவிட்டார். பின்பு அவர் தன் சீடர்களிடம் சொல்லியதாவது:

‹இன்றிரவு என்னைச் சாவுக்குக் காட்டிக்கொடுக்கப் போகிறவன் உங்களிடையேதான் இருக்கிறான்.›

அன்றைய இரவு நான் பாரிஸிலிருந்து புறப்பட்டு, அய்ரோப்பிய யூனியனதும் நேட்டோ அமைப்பினதும் தலைமையகங்கள் அமைந்திருக்கும் பெல்ஜியத் தலைநகரம் பிரஸெல்ஸுக்கு வந்து சேர்ந்தேன். இங்கிருந்து இயங்கிவரும் ‹*Passa Porta*› சர்வதேச இலக்கிய அமைப்பினர், அவர்கள் வழங்கும் எழுத்தாளர் உறைவிடத்தில் ஒரு மாதகாலம் தங்கியிருந்து எழுதுமாறு என்னை அழைத்திருக்கிறார்கள்.

நகரத்தின் மிகப் பழமையான பகுதியில், ‹*Rue vieux marché*› வீதியில் அவர்கள் எனக்கு வழங்கிய உறைவிடம் இருக்கிறது. அடுத்தநாள், புனித வெள்ளிக்கிழமை அதிகாலையில் நான் திட்டமிட்டிருந்த நாவலை எழுதத் தொடங்கினேன்.

நாவலுக்கு வைக்க நினைத்திருந்த தலைப்பு ‹சிவப்பு வஸ்திரம்.› சரியாக ஒரு வாரத்துக்கு முன்பு, பிரான்ஸின் புகழ்பெற்ற ‹*Notre - Dame de Paris*› தேவாலயத்தில் நெருப்புப் பற்றியது. அந்த ஆலய முகப்பிலிருந்த சிலுவையில் தொங்கும் இயேசுக் கிறிஸ்து சொரூபத்தின் அரையில் சிவப்பு வஸ்திரம் கட்டப்பட்டிருக்கும்.

பிரான்ஸில் இப்போது ஒவ்வொரு சனிக்கிழமையும் ‹மஞ்சள் வஸ்திர› போராட்டம் தீவிரமாக நடைபெற்றுக்கொண்டிருக்கிறது.

அரசுக்கு எதிரான கிளர்ச்சியாளர்கள் மஞ்சள் வஸ்திரங்களை அணிந்துகொண்டு பாரிஸின் தெருக்களையும் சதுக்கங்களையும் கைப்பற்றிவிடுகிறார்கள். அந்தப் புனித சனிக்கிழமைகளில் பாரிஸ் நகரத்தின் ஆயிரம் கால்களையும் நெருப்பு கழுவிச் சுத்தம் செய்கிறது.

எரிந்த நகரத்தின் மேம்பாலங்களின் கீழும், பாதாள மெத்ரோ நிலையங்களிலும், நகரத்தின் ஒடுங்கிய குறுக்கு வீதிகளின் இருட்பொந்துகளிலும், கடல் அலைகளின் மீது நடந்துவந்த கருப்பும் பழுப்புமான இயேசுக் கிறிஸ்துகள் தாகத்தாலும் பசியாலும் வருந்திக்கிடக்கிறார்கள். அவர்களைக் குத்தும் குளிரைத் தணிக்க வஸ்திரங்களுமற்றவர்கள்.

பிரஸெல்ஸ் நகரத்தின் நடைபாதைகளிலும் பூங்காக்களிலும் சுருண்டு கிடக்கும் இயேசுக் கிறிஸ்துகளை நான் ஒவ்வொருநாளும் பார்க்கிறேன். சிலரிடம் பேச்சும் கொடுத்திருக்கிறேன். கொந்தளிக்கும் மத்தியதரைக் கடல் அலைகள்மீது நடந்துவந்து அற்புதம் நிகழ்த்தியவர்கள் இவர்கள். கடந்த மூன்று வருடங்களில் மட்டும் பதினான்காயிரம் இயேசுக்கள் மத்திய தரைக் கடலுக்குள் உப்பு நீரினால் அறையப்பட்டுள்ளார்கள்.

புனித சனிக்கிழமை நள்ளிரவில், தெருவிளக்கின் கீழே தனியாக நின்று சத்தமிட்டுக்கொண்டிருந்த, மனநிலை சரிந்திருந்த, மோனார்க் வண்ணத்துப்பூச்சி நிறமுள்ள முதிய இயேசுக் கிறிஸ்துவை, என் உறைவிடத்தின் மாடத்தில் நின்றுகொண்டிருந்தபோது நான் பார்த்தேன். அவருடைய கையில் இருந்த பெரிய அட்டையில் துருக்கிக் கடற்கரையில் மரித்துக் கிடந்த, சிவப்பு வஸ்திரம் அணிந்திருந்த மூன்று வயதுச் சிரியக் குழந்தை ‹அயிலான் குர்தி›யின் படம் இருந்தது.

‹அவர்கள் என் வஸ்திரங்களின் மேல் சீட்டுக் குலுக்கிப் போடுவார்கள்.›

2

அடுத்தநாள் உயிர்த்த ஞாயிறாக இருந்தது. அன்று காலையில் விசில் ஒலிகளும் மேளச் சத்தங்களும் கேட்டு நான் படுக்கையிலிருந்து எழுந்தேன். சாளரம் வழியாகப் பார்த்தபோது, நள்ளிரவில் இயேசுக் கிறிஸ்து நின்றிருந்த இடத்தை, அகதிகளின்

பேரணி கடந்துகொண்டிருந்தது. மோனார்க் வண்ணத்துப்பூச்சி நிறமுள்ள, முதிய இயேசுக் கிறிஸ்து பேரணியின் கடைசியில் போய்க்கொண்டிருந்தார்.

நான் தேநீர்க் கிண்ணத்துடன் எழுதும் மேசையின் முன்னே உட்கார்ந்து மடிக்கணினியை உசுப்பிவிட்டபோது என் கைகளில் இரத்தம் வழியலாயிற்று. கணினித் திரை, இலங்கை ‹ஈஸ்டர்› குண்டுவெடிப்புச் செய்திகளால் நிரம்பிக்கிடந்தது. முதற் தொகுதிச் செய்திகளின்படி, ஈஸ்டர் ஆராதனை நடந்துகொண்டிருந்த மூன்று தேவாலயங்களில் நிகழ்ந்த குண்டுத் தாக்குதல்களால், இருநூறுக்கும் அதிகமான மக்கள் கொல்லப்பட்டதாகத் தெரிந்தது.

இரத்தம் ஒழுகும் கைகளை உடலின் இருபுறங்களிலும் உதறியபடி எழுந்து சாளரம் வழியாக, கடந்த இரவு இயேசுக் கிறிஸ்து நின்றிருந்த இடத்தைப் பார்த்தேன். மனம் முழுவதும் நெருப்புச் சித்திரம் படர்ந்து போயிற்று. முரட்டு நாத்திகனான என்னுடைய நாவு ‹இயேசுவே› எனத் தானாகவே அந்த நேரிய மனிதனின் நாமத்தை உச்சரிக்கலாயிற்று. எனது கை அதுவாகவே நெற்றியிலும் மார்பிலும் தோள்களிலும் திரித்துவ அடையாளங்களை இட்டுக்கொண்டது.

‹செங்கன் விசா› பெறுவதற்காக கொழும்பு நகரத்துக்கு வந்திருக்கும் என்னுடைய அம்மா, இந்த உயிர்த்த ஞாயிறு காலையில் நிச்சயம் ஒரு தேவாலயத்துக்குப் போயிருப்பார். உடனடியாக அம்மாவைத் தொலைபேசியில் அழைக்க முயன்றேன். அம்மாவை மட்டுமல்ல, இலங்கையிலிருந்த யாரையுமே அடுத்த சில மணிநேரங்களுக்குத் தொலைபேசியில் அழைக்க முடியவில்லை. தொலைபேசித் தொடர்புகளும் செத்துக் கிடந்தன.

எனக்குப் பத்துப் பன்னிரண்டு வயதிருக்கும்போது, சாட்டி வெள்ளைக் கடற்கரையில் ஒரு பிரேதம் அடைந்திருக்கிறது என மக்கள் ஓடிச் சென்றார்கள். நானும் அவர்களுக்குப் பின்னால் காற்சட்டையைக் கைகளால் இறுக்கிப் பிடித்தவாறு ஓடினேன். அப்படியொரு கோரக் காட்சியை நான் மறுபடியும் திரைப்படங்களில் கூடப் பார்க்கவில்லை.

ஆறடிக்குள் உள்ள மனித உடல் உப்பு நீரில் நீண்டு வளர்ந்து பத்தடியாக இருந்தது. ஒரு குட்டியானையின் பருமனாக இருந்தது. தோலின் நிறம் சுண்ணாம்பு வெள்ளையாக மாறியிருந்தது.

கண்களை மீன்கள் பிடுங்கியிருக்க வேண்டும். அந்தப் பிரேதம் காற்றடைக்கப்பட்ட இராட்சத வெண்ணிறப் பலூன் போல அலைகளில் துள்ளிக்கொண்டு வந்தது.

அதேபோன்று இலங்கைத் தீவே செத்துக் கடலில் வெள்ளைப் பிரேதமாக மிதந்து வருவதான ஒரு படிமம் இப்போது என் மனதில் தோன்றி என் இருதயத்தை முறித்துப்போட்டது.

நான் மறுபடியும் கணினி முன்னே உட்கார்ந்தேன். விசைத்தட்டு மீது என் விரல்கள் நடுங்கித் தடுமாறுவதைக் கண்டேன். கணினித் திரையைப் புதுப்பித்தபோது, நடந்தவை தற்கொலைத் தாக்குதல்கள் எனவும் தேவாலய ஈஸ்டர் ஆராதனைகளிடையே வெடித்த குண்டுதாரிகளால் கொல்லப்பட்டவர்கள் இருநூற்றைம்பதுக்கும் அதிகமானவர்கள் என்றும் நட்சத்திரத் தங்கும் விடுதிகள் நான்கிலும் வெடித்த தற்கொலைக் குண்டுதாரிகளால் கொல்லப்பட்டவர்களில் முப்பத்தைந்துக்கும் அதிகமானோர் வெளிநாட்டு உல்லாசப் பயணிகள் என்றுமிருந்தன.

கொல்லப்பட்டவர்களது பெயர்களும் உதிரப் படங்களும் இணையத்தை நிறைக்கத் தொடங்கியிருந்தன. அவற்றிடையே எனக்குத் தெரிந்த ஒரு பெயரும் இருந்தது. அந்தப் பெயருக்குக் கீழே ஒரு படத்தில் அவரது பிரேதமும் இன்னொரு படத்தில் அவரது மூன்று குழந்தைகளது பிரேதங்களும் கிடந்தன. ‹மர்லின் டேமி› என்ற அந்தப் பெண்ணை, பாரிஸ் நகரத்தின் ‹*Panthéon*› பகுதியில் நான் ஒருமுறை சந்தித்துப் பேசியிருக்கிறேன்.

கணினித் திரையில் தெரிவது மர்லின் டேமியேதான்! ஒரு மல்யுத்த வீராங்கனை போன்றிருந்த அவரது கட்டுக்கோப்பான தேகம் சிதைந்திருந்தாலும், ரோஜா நிறமான அவரது சருமமும் குட்டையாக வெட்டப்பட்டிருந்த செம்பழுப்பு நிற முடியும் சற்றே ஏங்கித் திறந்திருந்த கண்களில் தெரிந்த நீலக் கண்மணிகளும், துரதிர்ஷ்டம் பிடித்த அந்தப் பெண் காவலதிகாரியை எனக்குச் சந்தேகமில்லாமல் அடையாளம் காட்டின.

Urövan

இந்தக் கதையை முழுவதுமாக அறிவதற்கு ‹உரோவன்› மொழி குறித்தும் சில முக்கியமான உரோவன் சொற்களைக் குறித்தும் நீங்கள் தெரிந்துகொள்வது அடிப்படையாகும்.

உரோவன் மொழி, ‹உரலிக்› மொழிக் குடும்பத்தின் கிளையான தெற்குப் ஃபின்னிக் மொழிகளுள் ஒன்றாகும். உரோவன் மொழியில் 29 லிபிகள் உள்ளன. இவை லத்தீன் லிபியின் வடிவத்தை அடிப்படையாகக்கொண்டவை. இவற்றில் 26 லிபிகள், ஆங்கில மொழியிலுள்ள அதே வடிவத்தைக் கொண்டிருப்பினும் உச்சரிப்பில் வேறுபாடுகளைக் கொண்டுள்ளன. மேலதிக மூன்று லிபிகளுமே ‹ஸெமி› உயிரெழுத்துகளாகும். இன்று உரோவன் மொழி 21.6 மில்லியன் மக்களால் பேசப்படுகிறது. உரோவன் மொழியில் எழுதப்பட்ட முதலாவது (கி.பி. 1200) காவியமாக ‹*Tütred vettas*› கொள்ளப்படுகிறது. சில உரோவன் மொழிச் சொற்களுக்கான தமிழ்ச் சொற்கள் கீழே தரப்பட்டுள்ளன:

Urövan	**தமிழ்**
Länoes	மேற்கு
Mustk tieger	கரும்புலி
Sipelas	சித்திரம்பூச்சி
Mõõduks	கட்டிறம்பூச்சி
Katuleeid	அறுத்தாப்பால் கிழங்கு
Arrme	இராணுவம்
Kensi	சரிசாமம்
Kood	அசப்பியம்
Füdrek	சிறுமி

Tütre	மகள்
Sõdza	போர்
Ilum	ஒசில்
Tänakn	நன்றி
Pomitamie	குண்டு வெடிப்பு
Vetta	நீர்
Seux	பாலுறவு
Mustköi	கருமை
Amorstus	காதல்
Päeva palik	அத்தக்கூலி
Vannaisa	பெத்தப்பா
Vannaema	பெத்தாச்சி
Triulm	மூன்று
Kavs	இரண்டு
Uavs	ஒன்று
Nule	சூழியம்
Surmm	மரணம்

Ichaa

உயிருள்ள ஆலாப் பறவையொன்றை நீங்கள் பார்த்திருக்கிறீர்களா! உரோவன் மொழியில் ஆலாவை ‹*kuldsed*› என்பார்கள். ‹தங்கச் சிறகுகள்› என்றதற்குப் பொருள்.

ஒரு குயிலிலும் சிறிதான ஆலா, பறவையினங்களிலேயே அதிக தூரம் பறக்கும் வல்லமையுடையது. பூமியின் ஒரு துருவத்திலிருந்து எதிர்த் துருவம் வரை பறக்கக் கூடியது. செவ்விந்தியர்களின் உக்கிரப் போர்த் தேவதையான ‹மய இசினா› மனித உடலில் ஆலாப் பறவையின் தலையும் சிறகுகளும் கொண்டவள். வலது சிறகின் மேற்புறத்தில் ஒரு கண்ணும், இடது சிறகின் கீழ்ப்புறத்தில் மறு கண்ணுமுடையள்.

பாரிஸ் நகரத்திலிருந்து முப்பது கிலோ மீற்றர்கள் தொலைவிலுள்ள, வெர்செய்ல் அரச மாளிகையில் காட்சிக்கு வைக்கப்பட்டிருக்கும் ‹சூரியச் சக்கரவர்த்தி› என்றழைக்கப்பட்ட பதினான்காம் லூயியின் பவளச் சிம்மாசனத்தின் உச்சியில் பதப்படுத்திப் பாடம் செய்யப்பட்ட சிவப்பு மூக்கு ஆலாப் பறவையொன்று கண்ணாடிக் கூண்டுக்குள் நின்றிருக்கிறது. தூய வெண்ணிற உடல். பிடரியில் மட்டும் கறுப்புக் கொண்டை. உடலைவிட இருமடங்குகள் நீளமுள்ள சிறகுகளின் ஓரத்தில் மடிப்பு மடிப்பாகச் சாம்பல் வண்ணம். ஒரு பெரிய கடற் சிப்பியை ஒட்டவைத்தது போன்ற வால். செந்நிறக் கூரலகுகள். உளுத்துப் போயிருக்கும் சிவப்புக் கால்கள். அந்தத் தென் துருவ ஆலா ‹*Le Roi - Soleil*› மகா லூயி சக்கரவர்த்தியின் சிம்மாசனத்தில், சூரியக் கொடியின் கீழ் நான்கரை நூற்றாண்டுகளாகப் பிரேதமாக நின்றிருக்கிறது.

கப்டன் ஆலா, ஒரு பறவையைப் போலத்தான் உறைபனிக்குள் செத்துக்கிடந்தாள். அவளுக்கு அப்போது வயது இருபத்தாறு வருடங்களும் பதினொரு மாதங்களும் பதினேழு நாட்களும்.

பூமியின் பனித் துருவத்தின் விளிம்பில் பாதியும், பால்டிக் சமுத்திரத்துக்குள் பாதியுமாகக் கிடக்கும் அந்த நாட்டின் இரண்டாவது பெரிய நகரமான ‹லன்டோ ப்ளான்சே›யின் மத்தியிலிருந்த குடியரசுச் சதுக்கத்தில், நெடியதும் ஒல்லியானதுமான உடலைக்கொண்ட கரிய நிறப் பெண்ணான ஆலா ஒருக்களித்து விழுந்து கிடந்தாள். காவற்துறை வாகனங்களதும் அவசர ஊர்திகளதும் சைரன் ஒலி நகரத்தில் ஒலித்துக்கொண்டேயிருந்தது. காவற்துறையின் ஹெலிகொப்டர், கப்டன் ஆலாவின் உடலுக்கு மேலாக ஆகாயத்தில் வட்டமிட்டுக்கொண்டிருந்தது.

அது 2015-வது வருடத்தின் கிறிஸ்துமஸ்ஸுக்கு முந்தைய தினம். அந்த நகரம் நூறு வருடங்களாகக் கண்டிராத பனிப் பொழிவு. வெப்பநிலை மைனஸ் 36 சென்ரி கிரேடாகயிருந்தது.

ஆலா, முழங்காலைத் தொடும் சாம்பல் நிற ஓரத்தைக் கொண்ட வெண்ணிற மென்மயிர் குளிரங்கியும் செந்நிறத்தில் முழங்காலைத் தொடும் பளபளப்பான நீண்ட காலணிகளும் அணிந்திருந்தாள். அவள் அணிந்திருந்த சிறிய காதுகளைக் கொண்ட வெண்ணிறக் கம்பளிக் குல்லாவுக்குள்ளால், அவளது குட்டையான மயிர்க்கற்றைகள் பிடரியில் வழிந்தன. அவளது கறுப்புநிற உதடுகளிலிருந்து கசிந்த பச்சை இரத்தம் பனியில் நீள ஓடி உறைந்தபோது அது ஆலாப் பறவையின் கூரான அலகுகளை ஒத்திருந்தது.

அகன்ற நெற்றியின் வலது புறத்தில் ‹.338 லபுவா மக்னம்› துப்பாக்கிக் குண்டு துளைத்து அவளது உச்சந்தலையைப் பிளந்துகொண்டு வெளியேறியிருந்தது. அங்கிருந்து வடிந்து வெண்பனியில் உறைந்த இரத்தம் அவளது தலைக்குச் சிவப்புக் கொண்டைபோலச் சித்திரமாக அமைந்துபோனது. ஆலாவின் உடலில் அப்போது பெய்த பனி, படலமாகப் படிந்து அவளைப் போர்த்தியிருந்தது. அது அவளது பிரேதத்தின் வடிவில் இழைக்கப்பட்ட கண்ணாடிச் சவப் பெட்டியொன்றுக்குள் அவள் இறந்துகிடப்பதைப் போன்ற தோற்றத்தைக் கொடுத்தது.

தரையைத் தொடுமளவிற்கான பச்சை நிறக் குளிரங்கியை அணிந்து, கைகளில் வெண்ணிறக் கையுறைகள் மாட்டியிருந்த,

நடுத்தர வயதுள்ள காவற்துறைப் பெண் அதிகாரியொருவர், ஆலாவின் பிரேதத்தின் அருகே நின்று தடயக் குறிப்புகளை எழுதிக் கொண்டிருந்தார். ஆலாவின் உடலைத் தனது கைத்தொலைபேசியில் படங்கள் பிடித்துக்கொண்டார். அந்த அதிகாரியின் நீல நிறக் கண்கள் ஆலாவின் முகத்தை நீண்ட நேரமாக உற்றுப் பார்த்துக்கொண்டேயிருந்தன. ரோஜா நிறமான அதிகாரியின் முகம் கொடுங்குளிரில் மேலும் சிவந்துகிடந்தது.

ஆலாவின் உடலை மருத்துவமனையில் பிரேதப் பரிசோதனைக்காக நிர்வாணப்படுத்திப் பார்த்தபோது, அவளது முதுகிலிருந்த விகாரமான தழும்புகளுக்கு நடுவே உரோவன் மொழியில் அய்ந்து லிபிகள் பச்சை குத்தப்பட்டிருந்தன. அடி வயிற்றிலிருந்த நெத்தலி மீன் போன்ற வடுவுக்குள்ளே ஷெல் துண்டொன்றிருந்தது. அவளது கழுத்தில் தாயத்துப் போலக் கறுப்பு நிறக் கயிறொன்றிருந்தது.

மூன்று சாண்கள் நீளமுள்ள அந்தக் கறுப்புக் கயிற்றால், ஆலாவின் முழு வாழ்க்கையையும் நாம் அளந்துவிட முடியும் என எழுதி வைத்திருக்கிறாள் ‹வெள்ளிப்பாவை.›

2

ஆலா நிர்வாணமாகப் படுக்கையில் படுத்துக்கிடந்து, கைகளையும் கால்களையும் அகல விரித்துப் போட்டபடி கண்களைச் சொருகியவாறே மரணத்தை அனுபவித்துத் திளைத்துக்கொண்டிருந்தாள். மார்புகொள்ள மூச்சுக் காற்றை அடைத்துப் பிடித்துக்கொண்டாள். *Triulm - Kavs - Uavs* என்று மூளையால் எண்களை இறங்கு வரிசையாக எண்ணிக்கொண்டு ஆலா படுத்திருந்தாள். அப்போது அவளது உடல் இம்மி இம்மியாகப் பூமியிலிருந்து உயரே கிளம்பலாயிற்று. அவள் தனது தோள்களைச் சிறகுகள் போல ஏற்றி இறக்கி அசைத்துக்கொண்டாள். சிறகுகளிலிருந்த கண்கள் மேலும் கீழுமாகத் தாழ்ந்து எழலாயின. ஒரு கண்ணில் நிலமும் மறு கண்ணில் வானமும் அவளுக்குக் காட்சியாகின. பிரமாண்டமான ஒளி வெளிக்குள் அவள் பிரவேசித்தாள். அவளது இருதயம் நிர்மலமாயிற்று. ஆலாவின் உடல் பனி வடிவெடுத்து நிலத்தில் தூறத் தொடங்கிற்று.

ஆலா இப்போது மூச்சுக் காற்றை அனலாக வெளியிட்டாள். அது கொடுங்குளிரில் ஆவியாக அவள் முகத்திலேயே

படிந்துபோயிற்று. வலது கையால் தனது வலதுபுற நெற்றியைத் தடவிப் பார்த்தாள். அவள் சற்றுமுன்பு சிவப்பு வண்ண லிப்ஸ்டிக்கால் தனது நெற்றியில் வரைந்து வைத்திருந்த துப்பாக்கிச் சூட்டுக் காயம் பிசுபிசுத்தது. கட்டிலிலிருந்து எழுந்துபோய் ஒப்பனைக் கண்ணாடி முன்னால் நின்று தனது நெற்றியையே விறைப்பாகப் பார்த்துக்கொண்டிருந்தாள். பின்பு சிவப்பு வண்ண லிப்ஸ்டிக்கை எடுத்துத் தனது கழுத்திலும் வயிற்றிலும் துப்பாக்கிச் சூட்டுக் காயங்களை வரைந்துகொண்டாள். வசந்த காலத்தில் லன்டோ ப்ளான்சேயில் நிலமெங்கும் உதிர்ந்து கிடக்கும் சிறிய ரூஜோவ்க் சிவப்புப் பழங்கள் போல ஆலாவின் உடம்பில் சூட்டுக் காயங்கள் தொங்கின.

ஆலா கண்ணாடியில் தெரிந்த கட்டிலைப் பார்த்தாள். குழந்தை பதுமன் வாயில் நீர் வடியத் தூங்கிக்கொண்டிருந்தான். குழந்தையின் அருகே சென்று அவன் வாயில் வடிந்த வீணீரைத் தனது கையால் துடைத்துத் தனது இரு மார்புகளிலும் தடவிக்கொண்டாள். குளிர் சற்றுத் தணிந்துபோயிற்று.

பின்பு, மெல்ல நடந்துசென்று ஜன்னல் திரையைச் சற்றே விலக்கி வெளியே பார்த்தாள். அவளது கணவன் வாமதேவன், பனி அள்ளும் சவளால் வீட்டின் முன்பாக நடைபாதையில் கொட்டிக்கிடந்த பனியை அகற்றிக்கொண்டிருந்தான். அவள் தனது இடுப்பில் கைகளை வைத்தவாறு கண்களை ஜன்னல் கண்ணாடியில் பதித்துக்கொண்டு பார்வையைத் தூர எறிந்தாள். சுற்றுப்புறத்தில் மனிதர்களின் நடமாட்டமேயில்லை. வீதியோரங்களில் வரிசையாக, இலைகளே அற்ற ரூஜோவ்க் மரங்கள் எலும்புக்கூடுகள் போல நின்றன. அந்தப் பகுதியில் மிக அரிதாகக் காணக்கிடைக்கும், கறுப்பு நிறமான ‹*Lguaan*› என்ற சிறியவகை பனி உடும்பொன்று சுவரில் ஊர்ந்து மாடிவரை ஏறிவந்து மாடியறை ஜன்னல் கண்ணாடியில் ஒட்டிக்கொண்டு கண்ணாடிக்கு அந்தப் பக்கமிருந்த ஆலாவின் மார்பில் சாய்ந்து அவளின் முகத்தைப் பார்த்துக்கொண்டிருந்தது. பின்பு அது ஆலாவின் கண்களை நோக்கி மேலே நகர்ந்தது.

ஆலா மறுபடியும் ஒப்பனைக் கண்ணாடி முன்னால் வந்துநின்று கீழ் உதட்டை மடித்துப் பற்களால் கௌவியவாறு தனது உடலைப் பார்த்துக்கொண்டாள். கரு உடும்பு கீச்சிட்டுத் தன்னை அழைப்பதுபோலிருந்தது. குழந்தை பதுமன் விழித்துக்கொண்டு

சிணுங்கும் சத்தம் சில வினாடிகளுக்குப் பின்புதான் அவளுக்கு உறைத்தது.

போய், கட்டிலில் ஏறிப் படுத்துக்கொண்டு பதுமனை அள்ளியெடுத்துத் தனது மார்பில் போட்டுக்கொண்டு தன்னைச் சூடுபடுத்திக்கொண்டாள். கரு உடும்பு இப்போது, ஆலாவின் கண்கள் ஜன்னலில் ஏற்படுத்திய தடத்துக்குள் புகுந்து ஒட்டிக்கொண்டு நின்றது. ஆலா தனது இடது முலைக்காம்பை எடுத்துக் குழந்தையின் வாயில் வைத்தாள்.

சிறிய பதுமன் கண்களை மூடிச் சொக்கிப்போய் ஆலாவின் மார்பில் பால் அருந்திக்கொண்டிருக்கையில், அவள் தனது கையிலிருந்த சிவப்பு வண்ண லிப்ஸ்டிக்கால் குழந்தையின் பிடரியில் சூட்டுக் காயம் வரையத் தொடங்கலானாள். சிறிய பதுமன் தலையை ஒருமுறை மெல்ல அசைத்துக்கொண்டான்.

ஜன்னல் கண்ணாடியில் ஒட்டியிருந்த கரு உடும்பு கீச்சிட்டுக் கீழே தாவிப் பாய்ந்தது. அது ஒட்டியிருந்த பனி படிந்த ஜன்னல் கண்ணாடியில் அதன் உருவம் அச்சாகப் பதிந்திருந்தது,

துருவக் கரு உடும்பின் தலையில் ஆலாவின் கண்கள் என எழுதி வைத்திருக்கிறாள் ‹வெள்ளிப்பாவை.›

Paris

ஆலாவின் மரணம் நிகழ்ந்து, எட்டு மாதங்களுக்குப் பின்வந்த ஒரு கோடை நாளில், இப்போது உயிர்த்த ஞாயிறு குண்டுத் தாக்குதலில் கொல்லப்பட்டிருக்கும் மர்லின் டேமியை பாரிஸ் நகரத்தில் நான் சந்தித்தேன்.

அந்தச் சந்திப்பு நடப்பதற்குப் பதினைந்து நாட்கள் முன்னதாக, எனக்கு மர்லின் டேமியிடமிருந்து முதலும் கடைசியுமான மின்னஞ்சல் வந்திருந்தது. காவற்துறையில் உயரதிகாரியாகக் கடமையாற்றுவதாகத் தன்னை அறிமுகப்படுத்திக்கொண்ட மர்லின் டேமி, என்னுடைய நூலொன்றை ஆங்கில மொழிபெயர்ப்பில் படித்திருப்பதாவும் குறிப்பிட்டு, என்னுடன் சந்திப்புக்கு நேரம் கேட்டிருந்தார். அவர் அனுப்பிய மின்னஞ்சலின் தலைப்பில் ‹Subject: LTTE Aala› என்றிருந்தது.

இலங்கையில் நடந்த யுத்தத்தைச் சற்று உன்னிப்பாகக் கவனித்த யாருக்கும் ஆலாவைத் தெரிந்திருப்பது போலவே எனக்கும் ஆலாவைச் செய்திகள் வழியாக மட்டுமே தெரிந்திருந்தது. இறுதி யுத்தத்தின் போது தமிழீழ விடுதலைப் புலிகளிடமிருந்து ஏராளமான ஆவணங்கள் இலங்கை இராணுவத்தால் கைப்பற்றப்பட்டன. அவற்றில் சிலவற்றை இராணுவம் ஊடகங்களிலும் வெளியிட்டது. அவற்றிலொன்று, தமிழீழ விடுதலைப் புலிகளின் தலைவர் வேலுப்பிள்ளை பிரபாகரனோடு ஆலா இருக்கும் ஒளிப்படம்.

அந்த ஒளிப்படத்தில், கறுப்புத் திரைப் பின்னணியில் ஒரு மேசையில் கப்டன் ஆலாவும் புலிகளின் தலைவரும் உணவருந்திக் கொண்டிருக்கிறார்கள். அப்போதே ‹ஆலா› என்ற விநோதமான பெயரும் ஒளிப்படத்தில் தெரிந்த அந்தச் சிறுமியின் முகத்திலிருந்த உற்சாகமான புன்னகையும் என் மனதின் ஒரு

மூலையில் ஆழப்பதிந்திருந்தன. ஆலாவின் மரணம் குறித்து மேற்கத்திய ஊடகங்களில் ஒன்றிரண்டு சிறிய பெட்டிச் செய்திகள் வெளியாகியிருந்தன. புலம்பெயர்ந்த தமிழர்களின் ஊடகங்கள் ஆலாவின் மரணத்தின் பின்னணியில் மர்மங்கள் இருப்பதாகச் செய்திகளை வெளியிட்டிருந்தன. இவற்றைத் தவிர்த்துத் தனிப்பட்ட முறையில் ஆலாவைக் குறித்து மேலதிகமாக ஓர் எழுத்துக்கூட எனக்குத் தெரியாது.

எதற்கு அந்த அதிகாரி என்னைச் சந்திக்க வேண்டும்? எதற்காகச் சந்திக்கும் விடயம் ‹ஆலா› என்றிருக்க வேண்டும்? என்றெல்லாம் என் மனம் சஞ்சலமடையத் தொடங்கியது. அது நான் என் அகதி வதிவிட உரிமத்தை நீடிப்பதற்காக பிரான்ஸ் காவற்துறையிடம் விண்ணப்பம் செய்துவிட்டுக் காத்துக்கொண்டிருந்த காலமாகயிருந்தது. புலிகள் இயக்கத்துடன் எனக்கிருந்த தொடர்பை மீண்டும் யாராவது கிளறி எடுக்கப்போகிறார்களா? சில மாதங்களுக்கு முன்புதான், புலிகளின் முன்னாள் உறுப்பினர் ஒருவரை ஜெர்மனியின் காவற்துறை விசாரணை வளையத்துக்குள் கொண்டுவந்தபோது அவர் ஜெர்மனியிலிருந்து தப்பித்துச் சென்றார். அவரைப் போலந்து - லித்துவேனியா எல்லையில் வைத்து லித்துவேனியா அதிகாரிகள் கைதுசெய்து இலங்கைக்குத் திருப்பி அனுப்பினார்கள். அய்ரோப்பிய யூனியன் அமைந்ததன் பின்னாகக் காவற்துறைக்கு எல்லைகள் இல்லாமல் போய்விட்டன.

வயதாக வயதாக அச்சம் ஒரு நோயாக என்னில் தொற்றி வருகிறது என நினைத்துக்கொண்டேன். இந்த அகதி வாழ்க்கை ஒரு மனிதனின் சுயத்தை மெல்ல மெல்ல அழித்து, கடைசியில் அவனை அரைத் துண்டு ‹விசா› காகிதமாக உருமாற்றிவிடுகிறது. ஒரு மெல்லிய காற்றுக்கே பறந்துவிடக் கூடியவனாக இருக்கிறான் நாள்பட்ட அகதி.

எனினும் நான் அந்த அதிகாரி மர்லின் டேமியை சந்திக்க ஒப்புக்கொண்டு பதில் மின்னஞ்சல் அனுப்பினேன். உடனடியாகவே நகைமுகம் தவழும் ஒரு ‹ஸ்மைலி› முத்திரை அவரிடமிருந்து வந்தது. அது எனக்குச் சற்று நிம்மதியைக் கொடுத்தது என்றுதான் சொல்லவேண்டும்.

அந்தச் சந்திப்புக்கான நாளும் ஒரு ஞாயிறு காலை ஒன்பது மணியாகவேயிருந்தது. கார்தியே லத்தனில், பந்தியோன் மாளிகைக்கு எதிரேயிருந்த ‹கஃபே› விடுதியொன்றில்

சந்திக்கலாம் என மின்னஞ்சலில் குறிப்பிட்டிருந்தேன். நான் எனது வழக்கப்படி குறித்த நேரத்துக்குப் பதினைந்து நிமிடங்கள் முன்னதாகவே பந்தியோன் மாளிகைக்கு எதிரே வந்துவிட்டேன். பந்தியோன் மாளிகையின் பிரமாண்டமான நிலவறைகளுக்குள்தான் இந்த நிலத்தின் புகழ் வாய்ந்த மனிதர்கள் மண்ணாகவும் எலும்பாகவும் இருக்கிறார்கள்.

வோல்த்தயர், ரூஸோ, விக்டர் ஹ்யூகோ, எமில் சோலா, அலக்ஸாந்தர் டுமா, மேரி க்யூரி எல்லோருடைய கல்லறைகளும் இங்கேதான் உள்ளன. பிரான்ஸின் காலனியான மார்த்தினிக் நாட்டில் நல்லடக்கம் செய்யப்பட்டிருந்த கறுப்பின எழுத்தாளர் எய்மே செஸாரின் எலும்புகளைக் கிளறி எடுத்துவந்து இங்கே புதைத்தது நான் மர்லின் டேமியை சந்திப்பதற்கு முன்பாகவா அல்லது பின்பாகவா என்பது இப்போது என் ஞாபகத்துக்கு வருவதாக இல்லை.

2

சந்திப்புக்காகக் குறிப்பிட்டிருந்த கஃபே விடுதியை நான் நெருங்கியபோது, தாழ்வாரத்தில் தனியாக நின்று சிகரெட் புகைத்துக்கொண்டிருந்த உயரமான ரோஜா நிறப் பெண்ணைக் கண்டேன். அவர் என்னைப் பார்த்ததும் தலையை மெதுவாக அசைத்தார். அவர்தான் மர்லின் டேமியாக இருக்கவேண்டும் என நினைத்துக்கொண்டேன். என்னுடைய ஒளிப்படமொன்றை ஏதாவது ஓர் அரசாங்கக் கோப்பிலோ அல்லது என் புத்தகமொன்றின் பின்னட்டையிலோ அல்லது இணையத்தளங்களிலோ அவர் பார்த்திருக்கக்கூடும்.

மர்லின் டேமி, வெள்ளை நிறத்தில் சிவப்புநிற மலர்கள் அடர்ந்திருந்த கையில்லாத கோடை காலக் கவுன் அணிந்திருந்தார். கால்களில் சிவப்புநிற ரப்பர் செருப்புகள். அவரது செம்பழுப்பு நிற முடிகள் கலைந்திருந்தன. அவரது கவர்ச்சியான நீலக் கண்கள் ஒருமுறை சுற்றுப்புறத்தைத் துழாவிப் பார்த்தன. அவர் முன்னே நீட்டப்பட்ட எனது கையைப் பிடித்துச் சற்றுப் பலமாகவே குலுக்கிவிட்டு ஆங்கிலத்தில் சொன்னார்:

— உங்களைச் சந்திப்பதில் மகிழ்ச்சி! வாருங்கள் கஃபேயின் மாடிக்குப் போவோம்.

மாடி ஆளரவமற்றுக் கிடந்தது. நானும் மர்லின் டேமியும் மட்டுமே அங்கேயிருந்தோம். கஃபே பணியாள் இரண்டு கோப்பைகளில் தேநீர் கொண்டுவந்து வைக்கும்வரை மர்லின் டேமி வேறெதுவும் பேசாமல் தன்னுடைய தோளில் மாட்டியிருந்த சிறிய துணிப்பையையே குடைந்துகொண்டிருந்தார். பணியாள் அகன்றதும் மர்லின் டேமி தேநீர் கோப்பையைக் கலக்கியவாறே பேசத் தொடங்கினார்.

— என்னுடைய காவல் பணியில் உயர் கற்கைநெறி ஒன்றை மேற்கொள்வதற்காக சென்ற வாரம்தான் பாரிஸுக்கு வந்தேன். இங்கே வரத் திட்டமிட்டபோதே உங்களை நிச்சயமாகச் சந்திக்க வேண்டும் என முடிவெடுத்திருந்தேன். ஏனென்றால், இந்த உலகத்திடம் நான் பேச முடியாத சில உண்மைகளை உங்களால் பேச முடியும். உங்கள் புத்தகத்தில் இருந்த சாட்சியங்களே என்னை உங்களிடம் அழைத்துவந்தன.

மர்லின் டேமி சொல்லி முடித்துவிட்டு நாவால் தனது சிவந்த உதடுகளை ஈரப்படுத்திக்கொண்டார். அய்ந்து விநாடிகளுக்கு ஒரு தடவை இப்படிச் செய்யும் பழக்கம் அவருக்கிருந்தது. அவர் சொன்னதைக் கேட்டபோது எனக்கு பிரிமோ லெவியின் கூற்றொன்று நினைவுக்கு வரலாயிற்று. சரியான ஆங்கிலச் சொற்களைத் தேர்ந்தெடுத்து, நான் அவருக்குச் சொன்னேன்:

— உயிர் தப்பிப் பிழைத்திருக்கும் என்னைப் போன்றவர்கள் உண்மையின் சாட்சியங்கள் அல்ல, நாங்கள் ஊமைகளாகவே மீண்டோம். மண்ணில் ஆழப் புதைக்கப்பட்டவர்களே முழுமையான சாட்சியங்கள்.

மர்லின் டெமி, நான் சொல்வது சரி என்பதுபோலத் தலையை மேலும் கீழுமாக அசைத்தவாறு உதடுகளை ஈரப்படுத்திக்கொண்டார். பின்பு தன்னுடைய துணிப்பைக்குள்ளிருந்து, கரும்பச்சை நிறத்தில் மினுங்கிய ஒரு சாதனத்தை எடுத்து என் முன்னே நீட்டினார். அது ஒரு பொன்வண்டு போல அவரது விரல்களிடையே இருந்தது.

— ஒருவேளை இது முழுமையான சாட்சியமாக இருக்கக்கூடும்.

தனது உடலைச் சிறிது முன்னே நகர்த்தி, அந்தப் பொன்வண்டை என்னிடம் கைமாற்றிய மர்லின் டேமி, ஏதோ பெரிய பாரமொன்றை இறக்கி வைத்தவர்போல இப்போது நன்றாகச் சாய்ந்து உட்கார்ந்துகொண்டார். அவரது நீலக் கண்கள் மேலே பார்த்தன. நான் வந்ததிலிருந்தே கவனிக்கிறேன், இந்தப் பெண்

என் கண்களைப் பார்த்துப் பேசுவதைத் தவிர்க்கிறார். அவர் மேலே பார்த்தவாறே சொன்னார்:

— ஆலா தனது சாவுக்கு முந்தைய நாள் வரை எழுதிக் கொண்டிருந்திருக்கிறாள். தலைமைக் காவற்பணிமனையில் பத்திரப்படுத்தி வைக்கப்பட்டிருக்கும் அவள் எழுதிய பக்கங்களை நான் இரகசியமாக இதில் பதித்து எடுத்துவந்தேன்.

— நான் என்ன செய்ய வேண்டும்?

மர்லின் டேமி முதன் முறையாக எனது கண்களைப் பார்த்தார். அவரது நீல விழிகள் இப்போது சிவந்திருந்தன. கண்களிலிருந்த நீர்ப்படலம் எந்த நேரத்திலும் முகிழ்த்துக் கீழே சிந்திவிடும் போலிருந்தது. அவர் மேசையில் வைத்திருந்த கைத்தொலைபேசி அப்போது ஒளிர்ந்தது. அவர் மெதுவாக எழுந்து கம்மிப்போன குரலில் என்னிடம் சொன்னார்:

— மன்னியுங்கள்...

மர்லின் டேமி கைத்தொலைபேசியைக் காதில் வைத்தவாறு அவசரமாக மாடிப்படிகளில் இறங்கிப்போனார். அவர் பேசிவிட்டு வரட்டும் எனக் காத்திருந்த நேரத்தில் என் மனதில் குறுக்குமறுக்காகச் சிந்தனைகள் பின்னிக்கொண்டன. இவர் என்னிடம் என்ன எதிர்பார்க்கிறார்? காவற்துறைக்கு நான் உதவ வேண்டும் எனக் கேட்கப் போகிறாரா? அல்லது இவர் தந்திருக்கும் ஆலாவின் பக்கங்களில் நான் எங்காவது சம்பந்தப்படுகிறேனா? இந்த வாட்டசாட்டமான, மிகையான அதிகாரத் தோரணையுள்ள காவலதிகாரி எதற்கு என் முன்னே திடீரெனக் கண் கலங்குகிறார்? இதில் ஏதாவது சூது இருக்குமா? என்றெல்லாம் நான் யோசிக்கலானேன்.

கஃபேயின் பணியாள் என்னிடம் வந்து ‹வேறு ஏதாவது வேண்டுமா?› எனக் கேட்டான். ‹என்னுடைய நண்பி வரட்டும் சொல்கிறோம்› என்றேன். பணியாள் என் அருகேயிருந்த மேசையைச் சுத்தம் செய்தவாறே சொன்னான்:

— அவர் அப்போதே பில்லுக்குப் பணம் செலுத்திவிட்டுப் போய்விட்டாரே!

எனது மூடிய விரல்களுக்குள்ளிருந்த பொன்வண்டு துடித்தபடி நகர முயற்சிப்பதை நான் உணர்தேன். சடாரென எழுந்து படிகளில் தடதடவென்று கீழே இறங்கிப் போனேன். ஒருவேளை,

தாழ்வாரத்தில் அவர் சிகரெட் புகைத்தபடி நின்றிருக்கலாம் என நினைத்தேன். ஆனால் இப்போது தாழ்வாரத்தில் ஆயுதப்படைப் பொலிஸார் சிலர் நின்றிருப்பது தெரிந்தது. அதுதான் அச்சம் ஒரு நோயாக என்னைப் பற்றியிருக்கிறதே. வீதியை நிறைத்திருந்த சீன உல்லாசப்பயணிகள் கூட்டத்துக்குள் புகுந்துசென்று ‹பந்தியோன்› மாளிகைக்குள் உள்ள கூட்டத்தில் கலந்து அந்த மாளிகையின் நிலவறைக்குள் இறங்கினேன். வரிசையாகப் புதைகுழிகளிருந்தன. ஒருபாதி உண்மைகளைப் பேசிவிட்டு மறுபாதி உண்மைகளோடு ஆழத்தில் மாமனிதர்கள் துயில்கிறார்கள்.

3

அந்த ஞாயிறுக்குப் பிறகு வந்த நாட்கள் எனக்கு மன உத்தரிப்பு நாட்களாக இருந்தன. நான் மர்லின் டேமிக்கு இரண்டு தடவைகள் மின்னஞ்சல் அனுப்பினேன். ஒரே விநாடியில் ‹Delivery has failed› என்ற குறிப்போடு இரண்டுமே திரும்பிவந்தன.

மர்லின் டேமி என்னிடம் கொடுத்திருந்த சாதனத்தில் இருந்தவற்றை என் மடிக்கணினியில் தரவிறக்கம் செய்துகொண்டேன். ‹ஸ்கேன்› செய்யப்பட்ட சிலநூறு பக்கங்களிருந்தன. அரைவாசிப் பக்கங்களைக் கடந்தபோது பக்கங்களின் வடிவங்கள் மாறியிருந்தன. முற்பகுதியில் கையெழுத்து மோசமாகவும் பிற்பகுதியில் மிகவும் மோசமாகவும் இருந்தன. முற்பகுதி ஓரிடத்திலும் பிற்பகுதி வேறொரு இடத்திலும் வைத்து எழுதப்பட்டிருக்கின்றன என்பதை எழுத்து வடிவமும் வார்த்தைகளின் தொனியும் உணர்த்தின.

மிகச் சிறிய கையெழுத்தில் தமிழ் - ஆங்கிலம் - சிங்களம் - நான் அறிந்திராத லத்தீன் லிபிகள் எனப் பல பாஷைகளில் பக்கங்கள் நிறைக்கப்பட்டிருந்தன. அய்ரோப்பியப் பனி நகரமொன்றின் நில வரைபடம் துல்லியமாக வரையப்பட்டு இடங்களும் வீதிகளும் பனிமுகடுகளும் குறித்துக் காட்டப்பட்டிருந்தன. எழுத்துகளுக்கு நடுவே இரகசியக் குறிகளும் இருந்தன. ஒருசில பக்கங்கள் இரகசியச் சொற்களாலும் குறிகளாலும் மட்டுமே முழுவதுமாக நிறைக்கப்பட்டிருந்தன.

அந்தக் குறிகளை அவிழ்க்கும் முயற்சியில், நான் ஒவ்வொரு நாளும் என் மூளையை வருத்திக் கொத்திக் குதறிப்போட்டேன். போகப் போக அதுவொரு ஆர்வமூட்டும் ஆனால் அச்சம் தரும்

சவாலாக மாறிப்போனது. பக்கங்களில் சிதறிச் சிந்திக் கிடந்த வாக்கியங்களைக் கோர்வைப்படுத்தினேன். நில வரைபடங்களுக்கு மேலதிகக் குறிப்புகளைச் சேர்த்தேன். இந்தப் பக்கங்களை என்னிடம் கையளித்த மர்லின் டேமியிடமிருந்து என்றாவது ஒருநாள் எனக்குச் செய்திவரும் என நான் காத்திருக்கலானேன்.

என் காத்திருப்பு இந்த உயிர்த்த ஞாயிறு நாளில் முடிவுக்கு வந்தது! மர்லின் டேமியின் உதிரமேறிய படங்களும் என் மடிக்கணினியில் சேமித்து வைக்கப்பட்டிருக்கும் ஆலா எழுதிய பக்கங்களும் மாறி மாறி என்னை வதைத்தன. இப்போது கணினித் திரையில் இன்னொரு புதிய செய்தியும் ஒளிப்படங்களும் தோன்றின. கொழும்பு நகரில் ஒரு பெண் தற்கொலைக் குண்டுதாரி, தனது இரண்டு குழந்தைகளில் ஒன்றை இடுப்பிலும் மற்றைய குழந்தையை மார்பிலும் அணைத்தவாறே வெடித்து நான்கு பொலிஸ்காரர்களைக் கொன்றிருக்கிறாள். அவள் வயிற்றில் இன்னும் பிறந்திராத குழந்தையொன்றும் உள்ளது. குழந்தைகளின் சிதறிப் போன உடற் துண்டங்களையே பார்த்தவாறிருந்தேன். என்னைச் சூழவரப் புகையும் மாமிசம் வேகும் நாற்றமும் எழுந்தன. அப்போது என் இருதயம் மணல்போல என்னிலிருந்து உதிரலானது. நேரிய மனிதனின் நற்செய்தி என்னைத் தூண்டிற்று:

‹மரித்தோர் தங்கள் மரித்தோரை அடக்கம் பண்ணட்டும்; நீ போய் சத்தியத்தைக் குறித்துப் பிரசங்கி!›

சித்திர முகம்

நமச்சிவாயம்!

நானும் உங்களைப் போலவே அன்பும் காதலும் இச்சையும் இரக்கமும் விளையாட்டுத்தனமும் கொண்டவள்தான். என் உடலிலே சக்தி வாய்ந்த வெடிகுண்டுகளைப் பொருத்திக்கொண்டு வெடித்து, குழந்தைகள், மதகுருக்கள், பெண்கள், ஆண்கள் என நூற்றுக்கணக்கானவர்களைக் கொன்றும் நகரத்தைக் கொளுத்திப்போடவும் தயாராகயிருந்த எனக்கும் அன்பான உறவுகளும், வசந்தன் கூத்துப் பாடல்களைப் பாடி விளையாடிக் கழித்திட இனிய நண்பர்களும், எனக்காகத் துயரத்தைச் சுமக்கும் உறவுகளும் இருக்கிறார்கள். அவர்களிடமிருந்து வெகுதூரம் வந்துவிட்ட நான் நெட்டை மந்திரத்தால் கட்டப்பட்டிருக்கும் பெட்டை.

எனது ஊரிருக்கும் அம்பாறைப் பகுதியில் ‹படுமின்னி› என்றொரு நெட்டை மந்திரமுள்ளது. வேட்டையின் போது பறவைகளையும் மிருகங்களையும் இந்த மந்திரத்தைச் சொல்லிப் பறக்கவோ நகரவோ முடியாதவாறு கட்டிப்போட்டுவிடுவார்களாம்.

இந்தச் சிறைக் கொட்டடியில் அடைக்கப்பட்டிருக்கும் எனது ஒவ்வொரு சொல்லும் ஒரு சிறகு. ஒவ்வோர் எழுத்தும் ஓர் இறகு!

2

‹இரட்டைச் சிறகுகள்› என்பதுதான் தளபதி சுல்தான் பப்பா திட்டமிட்ட அந்தத் தாக்குதல் நடவடிக்கைக்குப் பெயர். ‹Operation Twin Wings› தோல்வியுற்றபோது நான் கைதுசெய்யப்பட்டேன் அல்லது நான் கைது செய்யப்பட்டதால் அந்த நடவடிக்கை தோற்றது. நான் உயிருடன் இன்னுமிருப்பதே, தமிழீழ

விடுதலைப் புலிகள் இயக்கத்தின் தோல்விக் குறிப்புகளில் ‹இரட்டைச் சிறகுகள்› இடம்பெற்றிருப்பதற்குக் காரணம்.

சிறப்பு நீதிமன்றத்தில் என்மீதான வழக்கு விசாரணைகளுக்குப் பிறகு, எனக்கு முந்நூறு வருடங்கள் கடூழியச் சிறைத் தண்டனை வழங்கப்பட்டிருக்கிறது. இதுவரையான இலங்கை வரலாற்றிலேயே அதிக வருடங்கள் சிறைத் தண்டனை பெற்றிருக்கும் பெண் நான்தான். சில வருடங்களுக்கு முன்பு, முன்னாள் ஜனாதிபதி சந்திரிகா பண்டாரநாயக்க மீதான கொலை முயற்சி வழக்கில் இருபத்தைந்து வயது இளைஞன் ஒருவனுக்கும் அறுபத்தைந்து வயதுப் பெரியவர் ஒருவருக்கும் இதே அளவான தண்டனைகள் வழங்கப்பட்டன.

நான் விடுதலையாகி வெளியே வரும்போது எனக்கு முந்நூற்று இருபத்தியிரண்டு வயதாகியிருக்கும். சுக்கிராச்சாரியாரின் சாபத்தால் முதுமையடைந்த யயாதிக்கு அவனின் மகன் புரு தனது இளமையைத் தானமாகக் கொடுத்ததுபோல, நான் விடுதலையாகி வரும்போது உங்களின் இளமையை எனக்குத் தானமாகத் தரப்போவது உங்களில் எவர்?

ஒரேயொரு நாள் இளமை மட்டுமே எனக்குத் தேவை. முள்ளிவாய்க்கால் கடற்கரையின் வெண்மணலில் கலந்திருக்கும் என் தளபதி சுல்தான் பப்பாவிடம் சென்று, நான் அவரை முத்தமிட வேண்டியிருக்கிறது.

3

இலங்கையைக் கடவுள் படைத்தார். இந்தச் சிறையைப் பிரிட்டிஷ்காரர்கள் படைத்தார்கள். ஆங்கிலேயர்களை எதிர்த்துப் போரிட்ட கெரில்லாப் படையின் தலைவன் ‹கெப்பொற்றிபொல திசாவ› இங்கேதான், 1818-வது வருடம் தலைவெட்டிக் கொல்லப்பட்டான். இருநூறு வருடங்கள் பழமையான இந்தச் சிறையில் எந்தப் பொழுதிலும் சரியாக வெளிச்சம் படுவதில்லை. எது பகல் எது இருளென மயக்கமாகயிருக்கும். நான் கண்களை இறுக மூடியவாறு வெளிச்சத்தைக் கற்பனை செய்துகொண்டிருப்பேன். நான் உருவாக்கிய உக்கிரமான வெளிச்சம் என் மனதையும் உடலையும் நிறைத்துத் தகிக்கப்பண்ணிய ஒருகணத்தில் நான் திடீரென என் பெயரை மறந்துபோனேன். எவ்வளவு யோசித்துப் பார்த்தும் அது என் ஞாபகத்துக்கு வருவதாகயில்லை. நான்

கண்களைத் திறந்து வெளிச்சத்தை அங்கிருந்து அகலப் பண்ணிய பின்பும் அது என் ஞாபகத்துக்கு வருவதாகயில்லை.

என்னுடைய இப்போதைய பெயரான ஆலா, என்னுடைய பதினைந்தாவது வயதிலே லெப்டினன்ட் கேணல் மஞ்சரி அக்காவால் எனக்கு வைக்கப்பட்ட பெயராகும்.

சிறப்பு நீதிமன்றத்தில் எனக்கு முந்நூறு வருடங்கள் சிறைத்தண்டனை வழங்கப்படும்போது கூட, அரசாங்க வழக்கறிஞர்களும் நீதிபதியும் என்னை ‹ஆலா› என்றே குறிப்பிட்டார்கள். என்னுடைய உண்மையான பெயர் நீதிமன்ற ஆவணங்களில் இருந்திருக்கலாம். நீதிமன்ற ஆவணங்கள் எனக்கு வழங்கப்படவுமில்லை, எனக்கு வழக்கறிஞரும் இருக்கவில்லை. சிறையில் என் சக கைதிகள் என்னை ‹கம்பளி› என்று கூப்பிடுவார்கள். நான் எப்போதும் என்மீது கனத்ததும் அழுக்கானதுமான ஒரு கம்பளியைப் போர்த்தியிருப்பதால் எனக்கு அந்தப் பெயர்.

கைதிகள் ‹ஆந்தை நோனா› என்றழைக்கும் சிறைக் காவலாளி மட்டும் என்னைப் ‹புளுகுக் கம்பளி› என்றழைப்பாள். அவள் ஆண்கோணி. நிண்டான் பாய்ஞ்சான்தான். கைதிகளை முரட்டுத்தனமாக அடிப்பாள்.

ஆந்தை நோனா இரவுகளில் தூங்கவே மாட்டாள். இரவு நேரத்தில் எப்போதாவது திடுக்கிட்டு விழித்துப் பார்த்தால், சிறைக்கொட்டடியின் கம்பிகளுக்கு வெளியே அவளது முட்டைக் கண்கள் பளபளத்துக்கொண்டிருக்கும். அந்த மனுசிக்குக் கைதிகளிடம் அதிகாரத் தோரணையில் ஏதாவது விசாரணை செய்துகொண்டேயிருக்க வேண்டும். சீனத்து மகாராணி ஒருத்திக்குப் பட்டுத்துணி கிழிக்கப்படும் சத்தம் எப்போதும் காதில் கேட்டுக்கொண்டேயிருக்க வேண்டுமாம். அதில் அவளுக்கொரு ஆனந்தம். பட்டுத்துணிகளை மகாராணிக்கு முன்பாகக் குவித்து வைத்துப் பணியாளர்கள் இரவு பகலாகக் கிழித்துக்கொண்டேயிருப்பார்களாம். அதேபோல ஆந்தை நோனாவுக்கும் இரவும் பகலும் கைதிகள் இறைஞ்சிக் கெஞ்சும் சத்தம் காதுகளில் விழுந்துகொண்டேயிருக்க வேண்டும். அவள் என்னிடம் ஏதாவது கேட்கும் போதெல்லாம் என்னுடைய பதில் வருவதற்கு முன்பே ‹நீ பொய் சொல்கிறாய்› என உறுமுவாள்.

இச்சா | 31

நான் கைது செய்யப்பட்டு, இரண்டு வருடங்கள் வரைக்கும் விசாரணைக் கைதியாக இருந்தபோது, என் மீதான விசாரணைக்குப் பொறுப்பான புலனாய்வு அதிகாரி குமாநாயக்கவும், நான் இட்டுக்கட்டிய தகவல்களை மட்டுமே சொல்வதாக என்முன்னே புலம்புவான். தன் தலையில் தானே கைகளால் ஓங்கி அறைந்துகொள்வான். தனது கால்களைத் தரையில் உதைத்துக்கொண்டு அழுவதுபோல என்னைப் பார்ப்பான். ஒவ்வொரு விசாரணையைத் தொடக்க முன்பும் தனது கைகளைக் குவித்து என்னை வணங்கிவிட்டு ‹இங்கே ஏதாவது பாவம் நிகழ்ந்தால் அது உங்களைத்தான் சேரும், என்னையோ என் குழந்தைகளையோ சேராது› என்பான். அவன் எல்லோரையும் நீங்கள் - நாங்கள் என்று மரியாதையாகத்தான் விளிப்பான். எல்லோருக்கும் ஒவ்வொரு செல்லப் பெயரும் வைத்திருப்பான். குமாநாயக்க எனக்கு வைத்த செல்லப் பெயர் ‹யக்தெஷி.› அந்த வார்த்தைக்கு ‹சூனியக்காரி› எனப் பொருள்.

நான் விசாரணைக் கைதியாக இருந்த காலத்தில், என் நாட்கள் இரகசியச் சித்திரவதை முகாம்களிலேயே கழிந்துபோயின. இலங்கை இரகசியப் புலனாய்வுப் பிரிவினர் எத்தனை இடங்களில் தங்கள் இரகசிய வதைமுகாம்களை வைத்திருக்கிறார்கள் என முதலில் கணக்கிட முயன்றேன். எந்தக் கடினமான சூழ்நிலையிலும் இத்தகைய கூர்ந்த அவதானம் இருக்க வேண்டுமென்பது கரும்புலிகள் பயிற்சியின் அடிப்படைப் பாடம். நான் எத்தனை இரகசிய வதைமுகாம்களுக்குக் கொண்டு செல்லப்படுகிறேன் என்பதை முதல் ஆறு மாதங்கள் வரை ஞாபகம் வைத்திருந்தேன். அதற்குப் பின்பு கணக்குத் தப்பிவிட்டது. மயக்கத்திலேயே தூக்கிப் போய் மயக்கத்திலேயே திரும்பவும் கொண்டுவந்து குமாநாயக்கவின் காலடியில் போட்டார்கள்.

அந்த இரண்டு வருடங்களிலும் என் உடலில் துணி இருந்த நாட்களை ஒற்றைக் கைவிரல்களால் எண்ணிவிடலாம். நான் அடிக்கப்படாதிருந்த நாட்களை மற்றக் கைவிரல்களால் எண்ணிவிடலாம். அநேகமான நாட்கள் நிர்வாணமாகவே வைக்கப்பட்டிருந்தேன். அப்போது மறைவிட உரோமங்கள் கூட என் நிர்வாணத்தை மறைக்கவில்லை. அவை மெழுகுவர்த்தி நெருப்பில் பொசுக்கப்பட்டிருந்தன.

இப்போது, இந்தச் சிறையில் ஆடைகளின் நிழலில் என் உடலின் உரோமங்கள் தழைக்கக் கூடச் செய்யலாம்.

என்னவொன்று, சிறைத் தண்டனைக் காலம் முடிவதற்கு முன்பே நான் மரணமடைந்து விடக்கூடாது. ஒரு கைதியாக நான்கு சுவர்களுக்குள் என்னை மரணத்திற்கு நான் ஒப்புக் கொடுக்கவே மாட்டேன். ஒரு புத்தகத்தைக் கறையான் அரிப்பது போலவோ ஒரு மக்குத் தவளையை அவக்கென ‹கபரக்கொயா› விழுங்குவது போலவோ என் சாவு இருக்கக்கூடாது.

நாடறிந்த சிங்களப் பாடகி மனோலி கூஞ்ஞு, தனது கணவனையும் மாமனாரையும் கொலைசெய்த வழக்கில் மரண தண்டனை பெற்று இங்குதான் இருக்கிறார். அவர் பாடும் ஒரு சிங்களப் பாடல் ‹அப மர தெமுவடா அப நகன ஹந்தா ஸட நொமியனு எற்ற› என்று ஆரம்பிக்கும்.

அந்தப் பாடல் ‹நீங்கள் எனது வாயைத் தைத்திருக்கலாம், குரல்வளையை முறித்துப் போட்டிருக்கலாம், ஆனால் எனது குரலை எப்படி உங்களால் தொட முடியும்?› என்று முடியும்.

போகிற போக்கில் புயற்காற்று செடியைச் சும்மா பிடுங்கிவிட்டுப் போவதில்லை. அங்கு செடிக்கும் காற்றுக்கும் ஒரு சமர் நிகழ்ந்திருக்கும். ஒவ்வொரு இலையும் எதிர்த்த பின்புதான் வீழ்ந்திருக்கும். என் மரணமும் அப்படித்தான் நிகழும்.

4

நூற்றுக்கணக்கான ஆண்களும் முப்பத்தைந்து பெண்களும் அடைக்கப்பட்டிருக்கும் இந்தக் ‹கண்டி ரஜ வீதிய› சிறையின் பெண்கள் பிரிவுக் கட்டடத்திலிருக்கும் ஒரேயொரு தனிமைச் சிறைக் கொட்டடி என்னுடையது. மற்றைய ஐந்து கொட்டடிகளுக்குள்ளும் ஆறேழு பேர்களெனக் கும்பலாக அண்டத்து வைத்திருக்கிறார்கள்.

சிறை என்னும்போது, உங்களுக்கு ஓங்கிய மதிற்சுவர்களும் வரிசையாக அமைக்கப்பட்டிருக்கும் இரும்புக் கொட்டடிகளும் சுவாரஸியமான குற்றவாளிகளும் கண்டிப்பு நிறைந்த காவலர்களும் ஞாபகத்துக்கு வரலாம். சிலவேளைகளில் அநாதையாகக் கிடக்கும் இரக்கத்துக்குரிய கைதிகளையும் நீங்கள் நினைத்துப் பார்ப்பீர்கள். ஓரினக் காதல் காட்சிகள் கூட உங்கள் கற்பனையில் தோன்றக்கூடும். கைதிகளின் சிறைப் போராட்டங்கள் அல்லது உண்ணாவிரதப் போராட்டங்கள் உங்கள் ஞாபகத்துக்கு வந்து

உங்கள் உணர்ச்சி நரம்புகளைத் தட்டியெழுப்பக்கூடும். எத்தனையோ கதைப் புத்தகங்களில் சிறையைப் பற்றிப் படித்து லயித்திருப்பீர்கள்.

ஆனால் உள்ளேயிருக்கும் ஒரு தண்டனைக் கைதிக்கு, சிறை என்பதற்கு ஒரேயொரு பொருள் மட்டுமே உண்டு. அது வெறுமை! நீங்கள் சித்திரவதை செய்யப்படும்போதோ அல்லது பாலியல் வன்புணர்ச்சி செய்யப்படும்போதோ உங்களை வலி, அச்சம், அவமானம், கூச்சம், எதிர்ப்பு அல்லது கீழ்ப்படிவு போன்ற உணர்ச்சிகளுள்ள ஒரு மனுசியாக அவர்கள் கணிக்கிறார்கள். குறைந்தது நீங்கள் ஒரு மனித உயிரென்றாவது அவர்கள் உணர்கிறார்கள். ஆனால் சிறையில் நீங்கள் யாருமேயில்லை. உங்களுக்குப் பெயர் கூட இல்லை. நீங்கள் இங்கே புண்ணிலிருந்து உருவாகிய சிறுபுழு மட்டுமே.

கண்டியின் குளிர், சிறையின் கனத்த மதில்களை ஊடறுத்துக்கொண்டு உள்ளே நுழைந்துவிடுகிறது. வாழ்வில் முதல் முறையாக மலைக் குளிரை இந்தச் சிறையில்தான் நான் எதிர்கொள்கிறேன். என் உடல் நடுங்காத விநாடியில்லை. சாப்பிடும்போதும் மலம் கழிக்கும்போதும் கூட நான் என்னுடலிலிருந்து கம்பளிப் போர்வையை விலக்குவதில்லை.

அந்தக் கனத்த குரல், எனக்கு என்னுடைய அப்பா வைத்த பெயரைச் சொல்லி அழைத்தபோது, நான் எனது கொட்டடிக்குள் தரையில் உட்கார்ந்து கம்பிகளாலான கதவில் முதுகையும் தலையையும் சாய்த்தவாறே கண்களை விரிய விரியத் திறந்து வைத்துக்கொண்டு கனவுகளுக்குள் இருந்தேன். வெறுமையில் அசைவற்று நின்று போயிருக்கும் என் பிரசன்னத்தையும் காலத்தையும் என் கற்பனையின் திறத்தால் முன்னும் பின்னும் அசைத்தவாறிருந்தேன். பெண்ணொருத்தி முழுமையாகச் சிறு புழுவாக மாறிவிடாமலிருப்பதற்கான கடும் எத்தனமது.

அந்த எத்தனத்தில் காமமும் உடலுறவின் பலநிலைச் சித்திரங்களும் என் மனதைத் தூண்டிக்கொண்டிருந்தன. அந்தக் கற்பனை உலகம் எப்போதும் என் மனதைக் கொந்தளிக்க வைத்தவாறேயிருக்கிறது. என் உடல் மரத்துச் சாய்ந்துவிடாமல், அது எனது உடலில் சின்னஞ்சிறு திரிகளை ஏற்றி வைத்திருக்கிறது. என் நிணத்தில் அந்தத் திரிகள் நெய் குடிக்கின்றன. அந்தத் திரிகளின் மெல்லிய நீலச் சுடர்களில் என் இரத்தம் இளஞ்சூட்டுடன்

ததும்புகிறது. அந்தத் திரிகள் கருகி எரியும் நாற்றம் என் நாசி அடைத்துப் போய்விடாமல் கிளர்ச்சியூட்டும் நாற்றத்தை எனக்கு வழங்குகிறது. அந்த நாற்றம் என் நாவின் சுனை வற்றிவிடாமல் ஊற்றெடுக்க வைக்கிறது. நெருப்புச் சுடருக்கு ஓசையுண்டு, அது என் காதுகளை விடைக்கப்பண்ணுகிறது.

என் தேகத்தின் நெய் அருவியாகிறது, என் ஆன்மாவின் அக்னி கோடையாகிறது, என் மூச்சுக்காற்றுச் சுழலாகிறது, என் நாக்கு நீர் உடும்பாகிறது.

காலையில் பல் துலக்கச் செல்லும்போதே கரித்துண்டுகளை எடுத்து வந்துவிடுவேன். எனது கை அவ்வப்போது பாலுறவுநிலைக் கோடுகளை எனது கொட்டடியின் தரையில் அனிச்சையில் வரைந்துவிடுகின்றது. அந்தக் கோடுகளை என்னால் ஆடாமல் அசையாமல் மணிக்கணக்காகப் பார்த்துக்கொண்டிருக்க முடியும். பாலுறவுநிலைக் கோடுகளை வரைந்து முடித்தவுடன் சித்திரம்பூச்சிகளும் கட்டிறம்பூச்சிகளும் எங்கிருந்தோ வந்து அக்கோடுகளில் அப்பிக்கொள்ளும். அக்கோடுகள் அப்போது அசையத்தொடங்கும்.

எழுத்துகளையும் கோடுகளையும் நிறங்களையும் வேண்டியபோது குழப்பிக் கறுப்பு மையாக உருமாற்றி, வேண்டியபோது கறுப்பு மையை மீளவும் எழுத்துகளாகவும் கோடுகளாகவும் நிறங்களாகவும் உருவாக்கும் நெட்டை மந்திரம் ‹சித்திர முகம்› ஆகும்.

5

எத்தனையோ காலங்களுக்குப் பின்பு, என் பெயரை மறுபடியும் யாரோ உச்சரிக்க நான் கேட்கிறேன். சிறைக் கொட்டடிக் கதவு என் முதுகில் தள்ளி அசைக்கப்படுகிறது. மெதுவாகத் திரும்பி முழந்தாள்களில் எழுந்தேன். பின்பு கம்பியொன்றைக் கைகளால் பற்றியவாறே பாதங்களில் எழுந்து நின்றேன். தோள்களிலும் முள்ளந்தண்டிலும் தாளாமல் வலித்தது. அப்படியே பின்னால் நகர்ந்து சென்று படுக்கை மேடையருகே நின்றுகொண்டு, என்னைப் போர்த்தியிருந்த அழுக்குக் கம்பளியை விலக்கினேன். தலைமைச் சிறைக் கண்காணிப்பாளர் வரும்போது கைதிகள் செய்யவேண்டிய நடைமுறையது. நான் படுக்கை மேடைவரை

நடந்துவந்த இடத்தில் கோணல்மாணலாக ஆறு சீழ்த் தடங்கள் இருந்தன.

கனத்த குரலுடைய இந்தத் தலைமைச் சிறைக் கண்காணிப்பாளரை, நாங்கள் ‹லொக்கு நோனா› என்போம். சட்டத்துக்குப் பிறந்த கண்டிப்பான பெண்மணி. சட்டத்துக்குப் புறம்பாக அவரது யோனி முடிகூட உதிராது. வார்த்தைகளை நிறுத்தி நிறுத்தி அளந்து பேசுவார். கண்டிப்பானவர் என்றாலும் சிறைக்கைதிகளின் முறையீட்டை இந்தச் சிறையிலேயே காது கொடுத்துக் கேட்கக் கூடிய ஒரே மனுஷி இவர்தான். புண்ணிலிருந்து உருவாகிய புழுவை எடுத்து உள்ளங்கையில் வைத்து ஆராய்ச்சி செய்யக்கூடியவர். இவருக்குத்தான் அந்த அதிகாரம் இருந்தது.

லொக்கு நோனா எனது கொட்டடியின் கம்பிக் கதவைத் தள்ளியவாறு உள்ளே நுழைந்தார். அவருக்குத் தமிழும் ஓரளவு பேசத் தெரியுமென்றாலும் என்னுடன் சிங்களத்தில்தான் பேசினார்.

— நீ எப்போது பார்த்தாலும் கனவு கண்டுகொண்டிருக்காதே. இப்படியே நீ உன் காலத்தை இங்கே கடத்திவிட முடியாது.

— என் கனவு நீளமானது லொக்கு நோனா, முந்நூறு வருடங்களுக்கும் அது நீளும்.

லொக்கு நோனா என்னைப் பார்த்து மௌனமாகத் தலையசைத்தவாறே கொட்டடி முழுவதையும் தனது கண்களால் அளந்துகொண்டு, நின்ற இடத்தில் நின்றவாறே முன்னும் பின்னுமாகத் தனது உடலை அசைத்தார்.

இந்த உள்ளங்கையளவு கூண்டில் என்னயிருக்கப் போகிறது! படுப்பதற்கு ஒரு சிதைந்துபோன சீமெந்து மேடை, சீலைப் பேன்களால் பின்னப்பட்டு ஓரங்கள் நைந்துபோன ஒரு பழைய கம்பளிப் போர்வை, சாப்பிடத் தகரத் தட்டும் பருகத் தகரக் குவளையும், மலசலம் கழிக்கக் கறள்கட்டிய வாளி, நான் அரையில் உடுத்திருக்கும் முழங்கால் வரைக்குமான ஒரு வேட்டித் துணியும் மேலுக்கு ஒரு தொளதொளத்த கறுப்பு நிறமான வெள்ளைச் சட்டையும் இங்கே இருக்கின்றன. உள்ளாடைகளோ செருப்போ கூட என்னிடம் இல்லை. இப்போது இன்னொன்று இங்கிருக்கிறது. அதை லொக்கு நோனா எடுத்து வந்திருக்கிறார். அது எனது பெயர்!

— உனக்கு ஏதாவது தேவையாக இருக்கிறதா?

இப்போது மறுபடியும் என் பெயரை, லொக்கு நோனா அறுத்துறுத்து உச்சரித்தார்.

நான் தலையைக் குனிந்தவாறு நின்றுகொண்டே, லொக்கு நோனா கட்டியிருந்த நீல நிறச் சேலையினது அகன்ற கறுப்புக் கரையின் கீழே தெரிந்த அவரின் கால்களைப் பார்த்துக்கொண்டிருந்தேன். நீண்ட செவ்வக வடிவமுடைய சுத்தமான கால்கள். கொட்டடிக் கம்பிக் கதவுக்கு வெளியே அவரது செருப்புகளிருந்தன. எனக்கு அன்று மாதவிலக்கு நாள். இப்போதெல்லாம் சூதகப் பெருக்குக்குப் பதிலாக செம்மஞ்சள் நிறத்தில் சீழ்போல பிசுபிசுப்பான திரவம் பெண்ணுறுப்பின் வாசலில் படிவதோடு சரி.

லொக்கு நோனா குனிந்து சிறைக்கொட்டடியின் தரையை உற்றுப் பார்ப்பது தெரிந்தது. அவர் பார்த்த இடத்தில் கரிக் கோடுகளுக்கு மேலே சித்திரம்பூச்சிகளும் கட்டிறம்பூச்சிகளும் வரிசையாக ஊர்ந்துகொண்டிருந்தன.

— ஆம் லொக்கு நோனா...

நான் கைது செய்யப்பட்டு விசாரணைக் கைதியாக இருந்த நாட்களில் என் முன்னே கட்டாகத் தாள்கள் வைக்கப்பட்டு, அவற்றில் என் சுயசாட்சியத்தை எழுதும்படி நான் விசாரணை அதிகாரிகளாலும் புலனாய்வுத்துறையினராலும் திரும்பத் திரும்பக் கேட்கப்படுவேன். அப்போதெல்லாம் நான் மிகுந்த ஆர்வத்துடன் எழுதத் தொடங்குவேன். எழுதி முடிக்கும்வரை என்னை அதிகாரிகள் தொந்தரவு செய்யமாட்டார்கள். குறைந்தது நூறு தடவைகள் என் சுயசாட்சியத்தை எழுதி அவர்களுக்குக் கொடுத்திருக்கிறேன். நூறு சாட்சியங்களும் நூறு விதமாகயிருக்கும்.

ஒவ்வொரு தடவையும் பொறுமையாகப் படித்துப் பார்த்துவிட்டு ‹முன்னுக்குப் பின் முரண் சாட்சியம்› என உறுமும் அவர்கள் என்னைப் படு தூஷண வார்த்தைகளால் பழிப்பார்கள். குமாநாயக்க மட்டும் ‹பாருங்கள் யக்‌தெஷி, உங்களிடமிருந்து உண்மையை வரவழைப்பது மண்ணைக் கசக்கி எண்ணெய் எடுக்கிற காரியமாக இருக்கிறது. அரசாங்கம் என்னை வேலையிலிருந்து நீக்கிவிடுவதற்கு நீங்கள் வழி பார்க்கிறீர்கள். எனக்கு உங்கள் வயதில் ஒரு பெண் பிள்ளையும் அதற்கும் கீழே மூன்று பவாக்களும் இருக்கிறார்கள். என் சம்பளம்

இல்லாவிட்டால் அவர்கள் தின்னக் குடிக்க என்ன செய்வார்கள்› என்று வாயில் எச்சில் தெறிக்கப் புலம்புவான்.

உண்மையில் நான் எழுதிக்கொடுத்த நூறு சுயசாட்சியங்களும் என் மனச்சான்றின்படி உண்மையானவையே. அதை அந்த அதிகாரிகளால் புரிந்துகொள்ள முடியாதிருந்தது. நான் ஏகப்பட்ட விசயங்களை மறைத்தும் மாற்றியும் முரணாகவும் சொல்கிறேன் என்று என்மீது நாய்களையல்லவா அவர்கள் ஏவிவிட்டார்கள்! நான் லொக்கு நோனாவிடம் எழுதுவதற்குத் தாள்களும் பேனாவும் கேட்டேன்.

லொக்கு நோனா தனது உள்ளங்கைகளை ஒன்றுடன் ஒன்று தேய்த்தவாறே என்னை மேலும் நெருங்கிவந்தார். அப்போது என் முகமும் நடுங்குவது எனக்குத் தெரிந்தது. லொக்கு நோனா என் கண்களையே உற்றுப் பார்த்தார்.

— உன் கண்கள் மஞ்சளாக இருக்கிறதே... ஒழுங்காக மாத்திரைகள் சாப்பிடுகிறாயா?

லொக்கு நோனா என் நெற்றியில் தனது புறங்கையை வைத்துப் பார்த்தார்.

— எதற்குத் தாள்கள்? வீட்டுக்குக் கடிதம் எழுதுவதற்கு சிறைச்சாலைக் கடித மடல்கள் உள்ளன. அவற்றில்தான் நீ கடிதம் எழுதி அனுப்ப முடியும்.

லொக்கு நோனா மெதுவாக முணுமுணுத்தார்:

— உனக்குப் பாலைப் பழங்கள் போல அழகான பற்கள்.

நான் லொக்கு நோனாவின் செவ்வக வடிவான கால்களைப் பார்த்தவாறே சொன்னேன்:

— எனக்கு எழுதுவதற்குத் தாள்கள் வேண்டும் லொக்கு நோனா! எனது ஒவ்வொரு நொடியையும் நான் எழுத்தாக மாற்றவேண்டும். புழு ஒன்றுக்கு அதன் பெயரை நீங்கள் ஞாபகப்படுத்தியிருக்கிறீர்கள் லொக்கு நோனா.

லொக்கு நோனா என் கண்களைப் பார்த்துக்கொண்டே பின்னோக்கி நடந்தார். அவர் கொட்டடிக்கு வெளியே போனதும் காவலர்கள் கம்பிக் கதவைப் பூட்டினார்கள். லொக்கு நோனா பூட்டையும் கதவின் கம்பிகளையும் தனது விரல்களால் தடவியும் சுண்டிப் பார்த்தும் பரிசீலித்தவாறே என்னிடம் தமிழில் சொன்னார்:

— ஒவ்வொரு நாளும் ஒரு தாள் கொடுக்கச் சொல்கிறேன்.
— லொக்கு நோனா! நான் இங்கிருக்கப்போகும் முந்நூறு வருடங்களும் ஒருநாள் கூடத் தவறாமல் எனக்குத் தாள்கள் வேண்டும்.

6

சிறைச்சாலையில் தரப்படும் தொட்டால் உடைந்துவிடக்கூடிய சாணித் தாளில் எழுதுவதற்காக, நான் பென்சிலைக் கொட்டடியின் குண்டுங்குழியுமான சீமெந்துத் தரையில் தேய்த்துத் தேய்த்துக் கூர்படுத்திக் கொண்டிருக்கும்போதே எழுத்துகளும் அசப்பியச் சொற்களும் என் ஆன்மாவை நிரப்பி வழியத் தொடங்கிவிடும்.

ஆனால் எழுதும்போது அவை வேறொன்றாக உருமாறித் தாள்களைச் சடுதியில் நிறைத்துவிடும். உண்மை என்பது நாம் முன்கூட்டியே அறிந்திருப்பதல்ல. அந்தக் கணத்தில் நாமாகத் தேடிக் கண்டடைவதே உண்மை. உண்மையை எழுதுவது என்பது சமுத்திரத்தில் கல்வீசி அலைகளில் நீர்வளையங்களை உருவாக்குவதைப் போன்றது. ஒரு பெரிய வளையத்துக்குள் சிறு சிறு வளையங்கள் உருவாகிக்கொண்டேயிருக்கும். பெரிய வளையம் முதலில் அழிந்துபோகும். பெரிய உண்மைகளே முதலில் மறைந்தும் போவன.

எனக்குக் கொடுக்கப்படும் தாளின் இருபக்கங்களினது வலது மூலைகளிலும் ‹கண்டி ரஜ வீதிய பெண்கள் சிறை› என ஊதா நிற மையால் முத்திரை பதிக்கப்பட்டிருக்கும்.

நாளுக்கு ஒன்றாகக் கொடுக்கப்படும் தாளின் இருபக்கங்களிலும் முதலில் எழுதி முடிப்பேன். இதற்கு எனக்கு அதிகபட்சம் பத்து நிமிடங்கள்தான் ஆகும். பின்பு தாள்களின் ஓரங்களை அசப்பியங்களால் நிறைப்பேன். கடைசியாக, ஊதா நிற முத்திரையின் மீது எழுதுவேன். இதற்குத்தான் நிறைய நேரமாகும். பின்பு, நாள் முழுவதும் எழுதியவற்றைப் படித்தவாறிருப்பேன். ஓரங்களில் எழுதப்பட்ட அசப்பியங்களை அவிழ்க்கத் தெரியாதவர்களுக்கும் ஊதா முத்திரைமீது எழுதப்பட்டவற்றைப் புரிந்துகொள்ள முடியாதவர்களுக்கும் நான் தாளில் எழுதியிருப்பவை ஒழுங்கற்ற, பொருளற்ற, நெருக்கியடித்து நிற்கும் வெற்றுச் சித்திரக் குவியல்கள் மட்டுமே.

அடுத்தநாள், ஆந்தை நோனா புதிய தாளைச் சிறை முத்திரையுடன் கொடுக்கும்போது, முதல்நாள் கொடுத்த தாளை வாங்கிப் புரட்டிப் புரட்டிப் பார்த்தபடியே போவாள். அத்தோடு அந்தத் தாளில் எழுதப்பட்டிருப்பவை உண்மையின் வீரியத்தை இழந்துவிட்டிருக்கும். உண்மை எப்போதுமே நமது அந்தரங்கத்தில் மட்டுமே பரிசுத்தமாகவும் முழுமையுடனுமிருக்கிறது. இரண்டாமவரிடம் அது செல்லும்போது சமுத்திரத்து நீரின் பெரிய வளையமாகிக் கலைகிறது.

மெல்ல மெல்ல அழிந்துகொண்டிருக்கும் என் உடல் எழுத்துகளாகவும் ஆன்மா அசப்பியக் குறிகளாகவும் வடிவம் கொள்கின்றன. அன்பும் வெறுப்பும் காதலும் கோபமும் காமமும் அச்சமும் துக்கமும் பொறாமையும் வாதையும் வலியும் எல்லாமே பேச்சாகவும் கதையாகவும் மாறும்போது அவை நமக்குப் பரவசத்தையும் கிளர்ச்சியையுமே ஊட்டுகின்றன. ஒருவரின் கதையில் காணப்படும் இரத்தமும் மரணமும் கூட நமக்குப் பரவசநிலையையே தருகின்றன.

கண்டி அரசன் கூத்தில் மந்திரி பெண்சாதி தன்னுடைய பச்சிளங் குழந்தையை உரலில் போட்டு உலக்கையால் இடித்தவாறு அழுதுபுலம்பிப் பாடும்போது, பரவசம் அடையாமலா அதை மறுபடியும் மறுபடியும் காலங்காலமாக மக்கள் திருவிழாக்களில் பார்த்துக் கொண்டிருக்கிறார்கள்.

7

கண்டி அரசன் ஸ்ரீ விக்கிரம இராஜசிங்கனின் மந்திரியான ‹மகா அதிகாரம் எஹெலபொல நிலமே› அரசனுக்கு எதிராகப் போய் மறைந்திருந்து கலகம் செய்தபோது, மந்திரியின் பெண்சாதி குமாரிஹாமியையும் ‹சாமலிதேவி திக்கிரி மெனிகே› என்ற பத்தே வயதான மந்திரிகுமாரியையும் அவளுக்கு இளையவர்களான காங்கர பண்டாரவையும் மாதும பண்டாரவையும் டிங்கிரி மெனிகேவையும் கண்டி அரசன் பிடித்துவரச் செய்கிறான்.

அரண்மனை முற்றத்தில் மந்திரி குடும்பம் நிறுத்தப்பட்டிருக்கிறது. உப்பரிகையில் நின்று அவர்களைப் பார்வையிடும் கண்டி அரசன், ஒன்பது வயதும் எட்டு வயதுமான இரண்டு ஆண்பிள்ளைகளினதும் தலைகளை வாளால் கொய்ய உத்தரவிடுகிறான். மூத்தவன் காங்கர பண்டார அஞ்சியோடித்

தனது அக்காவான சாமலிதேவியின் பின்னால் பதுங்கிக்கொள்ள, மந்திரிகுமாரி சாமலிதேவி முன்னே வந்து தனது தலையை முதலில் வெட்டுமாறு கண்டி அரசனிடம் சொல்கிறாள். அப்போது அவள் காட்டுக் கொடிகளால் கட்டிப் போடப்பட்டாள்.

இரண்டு ஆண் குழந்தைகளினதும் தலைகளைக் கொலையாளிகள் துண்டித்தார்கள். மந்திரி பெண்சாதி குமாரிஹாமியின் கையிலிருந்த, பிறந்து பத்து நாட்களே ஆகியிருந்த பச்சிளங் குழந்தை டிங்கிரி மெனிகேயைக் கொண்டுபோய் அரண்மனை முற்றத்தில் வைக்கப்பட்டிருக்கும் நெல் குற்றும் உரலுக்குள் போட்டு, தன் குழந்தையின் தலையைத் தானே உலக்கையால் குற்றி நொருக்க வேண்டுமென மந்திரி பெண்சாதிக்கு ஆணையிடுகிறான் கண்டி அரசன்.

தனது குழந்தையை உரலில் போட்டு உலக்கையால் குற்றி இடித்தவாறே அழுது புலம்பிக்கொண்டு மந்திரி பெண்சாதி குமாரிஹாமி பாடுவாள்:

‹அமிர்த சுகிர்த அழகொளிர் விளக்கே
அகக்கடலில் சுமந்த அருமைப் பாலகியே
பொன்னின் மேனிதன்னை உரலில்
பூணின் உலக்கை கொண்டு
ஊனும் பாதி தந்த பாலும் வாயிலோட
அம்மா குத்தி இடித்தாளோ உரல்›

கண்டி அரசன் ஸ்ரீ விக்கிரம இராஜசிங்கனின் அரண்மனை முற்றம், நான் இருக்கும் இந்த ரஜ வீதியச் சிறையிலிருந்து கூப்பிடு தூரத்தில் இருக்கிறது. இந்தச் சிறைக் கட்டடம் உள்ள பகுதி, மந்திரி எஹெலெபொலவின் பெயரால் ‹எஹெலெபொல மகா அதிகாரம் வளவ்வ› என அழைக்கப்படுகிறது.

காட்டுக் கொடிகளால் கைகளும் கால்களும் பிணைக்கப் பட்டிருந்த மந்திரிகுமாரி சாமலிதேவியை, கண்டி ஏரியில் மூழ்கடித்துக் கொல்லுமாறு கண்டி அரசன் உத்தரவிட்டான். சிறிய சாமலிதேவி மூழ்கடிக்கப்பட்ட கண்டி ஏரியின் கரையில் இந்தச் சிறையிருக்கிறது.

அப்பா இந்நேரம் கஞ்சா குடித்துவிட்டு, பட்டிப்பளை ஆற்றின் கரையிலிருந்து, கண்டி அரசன் கூத்தில் மந்திரி பெண்சாதியாகத் தோன்றி அவர் பாடும் பாடல்களைப் பாடிக்கொண்டிருப்பார்.

பதுமர் குடி

மாரி மழையிறங்கி புத்திரிக்குப் பூ வீசும்
மின்னலிடி மிசை மத்தள மேளதாளம்
மயிலாடும் சீதளம் போற்றிப் பாடும்
மந்திரி குமாரியே மலை அரசியே
தகதத் தகதத் தகதத் தகத
தந்தரி நாதரி தகந்தரி தகுந்தரி!

நானும் ஓர் அடைமழைக் காலத்தில் தான் பிறந்தேன். எட்டாம் தேதி, தை மாதம், ஆயிரத்துத் தொள்ளாயிரத்து எண்பத்தொன்பதாம் வருடம், ஞாயிற்றுக்கிழமை இரவு.

அப்போது, பட்டிப்பளை ஆறு பெருக்கெடுத்து ஊருக்குள் வந்திருந்ததாம். அன்றைய இரவில் இந்திய அமைதிப்படை ஊரடங்குச் சட்டம் போட்டிருந்தது. முதல் நாள் ஆசாரிக்குடியில் நடந்த சனிக்கிழமைச் சந்தைக்குள் இந்தியப் படை புகுந்து சுட்டதில் பதினேழு பேர்கள் இறந்து போனார்கள். சந்தையில் தேன் விற்றுக்கொண்டிருந்த என்னுடைய பெரியாத்தை தெய்வகலையும் இறந்துபோனார்.

பெரியாத்தையின் மரண வீட்டில் அம்மா அழுது அழுது மயங்கிக் கிடந்தபோது, அவரது அரையாப்புக்குள் இறங்கி நான்தான் அவரை எழுப்பினேனாம். அம்மாவுக்குப் பிரசவ வலி வந்தபோது, அம்பாறை நகர மருத்துவமனைக்குக் கொண்டுபோக முடியாத நிலை. ஊரிலும் காட்டிலும் ஒவ்வொரு மரத்துக்குப் பின்னாலும் இந்தியப் படை பதுங்கிக்கிடந்தது. ஆற்றங்கரை வெள்ளத்துக்குள் கண்ணிவெடிகளும் மிதிவெடிகளும் மிதந்து திரிந்தனவாம். எங்களது கிராமத்து மருத்துவச்சி மல்காந்தி ஆச்சாவின் கைகளிற்தான், எங்கள் வீட்டுக் கோரைப் புற்பாயில்

நானும் என் சகோதரனும் இரட்டைகளாகப் பிறந்தோம். நான் சில நிமிடங்கள் முன்னதாகப் பிறந்ததால் அக்காவானேன்.

தம்பிக்கு ‹விபுல்› என்று அப்பா பெயர் வைத்தார். ‹சிவஞானம்› என்ற காணாமற்போன தனது அண்ணனின் பெயரைத் தம்பிக்கு வைக்கத்தான் அம்மா விரும்பினாராம். ஆனால் பெத்தாச்சிதான், காணாமற்போன சிவஞானம் அம்மாச்சி கட்டாயம் திரும்பி வருவார் என்று அந்தப் பெயரை வைக்க வேண்டாம் என்றாராம்.

தம்பி பேசிய முதல் வார்த்தை ‹அக்காச்சி› என்றிருந்ததாம். தம்பி என்னை அப்படி அழைப்பதால் வீட்டில் எல்லோருமே என்னை ‹அக்காச்சி› என்றுதான் அழைப்பார்கள். அயலட்டையிலும் இப்படித்தான் கூப்பிடுவார்கள்.

நான் பிறந்த கிராமத்தின் பெயர் ‹இலுப்பங்கேணி.› இலங்கை வரைபடத்தில் இப்போது அது ‹மடுப்பகம› எனச் சிங்களத்தில் குறிப்பிடப்படுகிறது. என் அழகிய கிராமம், பட்டிப்பளை ஆற்றின் கரையிலிருக்கிறது. எங்கள் கிராமத்துத் தமிழ் மக்கள் அதைக் களியோடை ஆறு என்பார்கள்.

ஆறும் தனது பெயரை மறந்துவிட்டது. இந்த ஆற்றின் பெயர் இப்போது ‹கல்லோயா› எனச் சிங்களத்தில் ஆகிவிட்டது.

2

எனது தாய்க் கிராமம் எங்கேயிருக்கிறது என்பதை இப்படிச் சொல்லலாம்:

மடுள்சீமையில் உற்பத்தியாகும் கல்லோயா ஆறு, சேனநாயக்க சமுத்திர நீர்த்தேக்கத்தை நிறைத்து இங்கினியகலவில் மிதந்து பள்ளத்தாக்குகளில் விழுந்து காடுகளுக்குள்ளால் நகர்ந்து, கிழக்கே வங்கக் கடலில் சங்கமிக்கிறது. கல்லோயா அசைந்துவரும் வழியில் ஆற்றின் வடகரையில், இங்கினியகலவுக்கும் வங்கக் கடலுக்கும் சரி நடுவாக இலுப்பங்கேணிக் கிராமம் இருக்கிறது. இங்கிருந்து அம்பாறை நகரம் ஆறு கிலோ மீற்றர்கள் தொலைவிலுள்ளது. இரண்டுக்கும் நடுவே காடு விரிந்து கிடக்கிறது.

எனக்கு ஒன்றரை வயதாக இருக்கும்போது, நானூறு தமிழ் மக்கள், ஊர்காவற்படையால் வெட்டிக்கொல்லப்பட்ட வீரமுனை சிந்தா யாத்திரைப் பிள்ளையார் கோயில், என்னுடைய

கிராமத்திலிருந்து பதினைந்து கிலோ மீற்றர்கள் தூரத்தில்தான் உள்ளது. அந்த ஊர்காவற்படையின் தலைவன் முகமது ரியாஸ் பின்னொரு நாளில் விடுதலைப் புலிகளின் ‹கிளைமோர்› தாக்குதலில் கொல்லப்பட்டான். அப்போது எனக்கு ஏழு வயதிருக்கும்.

3

என்னுடைய கிராமத்தை அழியவிடாமல் நான்கு சாதி நாகபாம்புகளும் காப்பாற்றிய சம்பவமொன்றுண்டு. நான் பிறப்பதற்குச் சரியாக முப்பத்து மூன்று வருடங்களுக்கு முன்பாக அது நிகழ்ந்தது.

கல்லோயா அணைக்கட்டுக் கட்டப்பட்டதைத் தொடர்ந்து, கல்லோயாப் பள்ளத்தாக்கில் குடியேற்றப்பட்ட சிங்களவர்களால் பள்ளத்தாக்கின் பரவணித் தமிழ்க் குடிகள்மீது நிகழ்த்தப்பட்ட உயிர் ஆய்க்கினையே முதலாம் இனப்படுகொலை.

கல்லோயாப் பள்ளத்தாக்கின் கரும்புத் தோட்டங்களுக்குள் நூற்றைம்பது தமிழர்கள், பிள்ளை குட்டிகளுடன் வெட்டியும் எரித்தும் கொல்லப்பட்டார்கள். கொலைகாரர்கள் அத்துடன் ஓய்ந்துவிடவில்லை. அரசாங்க வாகனங்களையும் பேருந்துகளையும் எடுத்துக்கொண்டு அவற்றில் கும்பலாக ஏறி; கத்திகள், வாள்களுடன் எங்களது கிராமம்வரை வந்தார்கள். வரும் வழியிலிருக்கும் தமிழ்க் கிராமங்களையெல்லாம் எரியூட்டிக்கொண்டே வந்திருக்கிறார்கள். எங்கள் கிராமத்துக்குள் அவர்களை நுழையவிடாமல் நாகபாம்புகள் அப்போது தடுத்துப் போட்டன.

கொலைகாரக் கூட்டம் வரும் செய்தி தெரிந்ததுமே எங்கள் கிராமத்தவர்கள் காட்டுக்குள் புகுந்து மறைந்துகொண்டார்கள். கிராமத்தின் தொழிலாளிகள் ‹நாங்கள் மந்திரவாதிகளைத் தொழிலாளிகள் என்போம்› நாக பாம்புகள் மீது மந்திர வலிமையூட்டிக் கிராமத்தின் நான்கு எல்லைகளிலும் காவலுக்கு ஏவிவிட்டார்கள்.

நான்கு சாதி நாகங்களும் கிராமத்தைக் காவல் செய்தன. அநந்தனும் குளிகனும் ஒரு சாதி. வாசுகியும் சங்குபாலகனும் இரண்டாம் சாதி, தக்கனும் மகாபதுமனும் மூன்றாம் சாதி,

பதுமனும் கார்க்கோடகனும் நான்காம்சாதி. நாகங்களின் சங்கு, சக்கர, வில், புள்ளடி குறியிட்ட படங்களின் நிழலில் அன்று கிராமம் பதுங்கிக்கொண்டது.

காளி, காளாத்திரி, நீலி, நீலகண்டி என்னும் நான்கு விஷத் தந்தங்களோடு நாக தெய்வங்கள் எங்கள் கிராமத்தைக் காவல் காத்தபோது கலவரம் செய்யவந்த வம்புக்குட்டிகள் சிதறியோடினார்கள். நாகத்தின் தந்தம் எதிராளியின் மேனியில் தீண்டினால், நாகத்தை ஏவிய தொழிலாளியைத் தவிர வேறு யாராலும் அந்த விஷத்தை முறிக்க இயலாது.

‹அந்தண னாவிமணம் இறையவன் தாழைமணம் வந்திடு செட்டி பாதிரிப்பூ சூத்திரர் இலுப்பையின் பூவாகும் இந்திரம் முதலாந் தேவர் யாவரும் முனிவர் தாமும் கந்தவேளே வந்தாலும் தீராது பதுமன் செய்த கடியேவல்›

பதுமர் என்பது எங்கள் குடிப் பெயராகும்.

4

நான் பிறப்பதற்குப் பத்து வருடங்களுக்கு முன்னால், இலுப்பங்கேணியில் ‹மடுப்பகம சிங்களக் குடியேற்றத்திட்டம்› ஆரம்பிக்கும்போது, இலுப்பங்கேணியில் அறுபது தமிழ்க் குடும்பங்கள் இருந்தன. இலுப்பங்கேணியில் முதலில் குடியேற்றப்பட்ட இருபது சிங்களக் குடும்பங்களில் உமாம்புவ சீயாவின் குடும்பமுமொன்று. சீயாவுக்கும் அவரது மனைவி மல்காந்தி ஆச்சாவுக்கும் ஒரேயொரு பிள்ளை ‹சந்துல் சகோதரயா.› சீயாவின் இரண்டு பெண்பிள்ளைகள் ஒரே நாளில் பொலிடோல் குடித்துச் செத்துப்போனார்களாம். அதற்குப் பிறகுதான் பொலநறுவப் பக்கக் கிராமத்திலிருந்து கிளம்பிவந்து இங்கே உமாம்புவ சீயாவின் குடும்பம் குடியேறியது.

குடியேற்றவாசிகள் பஞ்சத்தின் குழந்தைகளாகயிருந்தார்கள். பொலநறுவயிலிருந்து கொண்டுவரப்பட்ட நிலமற்ற விவசாயிகள் அவர்கள். இலுப்பங்கேணியைச் சுற்றிவர, வேண்டிய அளவிற்கு காடும் நீரும் இருந்தன. குடியேற்றவாசிகளில் ஒருவருக்குக் கூடத் தமிழ் தெரிந்திருக்கவில்லை. எங்கள் மக்களில் யாருக்கும் சிங்களமும் தெரிந்திருக்கவில்லை. ஆனாலும் அவர்கள் ஒன்றாக இருக்கத்தான் வேண்டியிருந்தது. ஒருவருடைய உயிர்

அடுத்தவரின் கையிலிருந்த காலமது. காட்டு விலங்குகளுக்கும் நோய்களுக்கும் வெள்ளத்துக்கும் தீக்கும் எதிராக அவர்கள் ஒன்றாக நின்றுதான் போராட வேண்டியிருந்தது.

குடியேற்றவாசிகள் கடுமையான சுறுசுறுப்பும் உழைப்புமுள்ளவர்களாக இருந்தார்கள். பஞ்சம் அவர்களைக் கடுமையானவர்களாக வனைந்திருந்தது.

அக்காலத்தில் இலுப்பங்கேணியின் பதுமர்கள் கொஞ்சம் மந்தமாயும் சோம்பேறிகளுமாய் இருந்தார்கள் என்பார் பெத்தாச்சி. தேனும் எருமைத் தயிரும் தினையும் குரக்கனும் மான் இறைச்சியும் காட்டுப் பன்றி மாமிசமும் களியாற்று மீனும் அவர்களுக்குத் தாராளமாகக் கிடைத்தன. தேவதைகள் மற்றும் பேய்களைத் தவிர அவர்களுக்கு வெளியுலகத் தொடர்புகள் கிடையாது. அங்கே கேட்ட முதலாவது ரேடியோச் சத்தம், உமாம்புவ சீயா கொண்டுவந்திருந்த ரேடியோவிலிருந்துதான் வந்ததாம்.

குடியேற்றவாசிகள் காடுகளை வெட்டிச் சேனைப் பயிர் செய்தார்கள். ஆற்றில் மீன்பிடித்து அம்பாறைச் சந்தைக்குக் கொண்டுபோய் விற்றார்கள். இரவுகளில் தங்களது குடிசை முற்றங்களிலிருந்து ஆணும் பெண்ணுமாக ரபான் அடித்துக்கொண்டே சிங்கள நாட்டுப்புறப் பாடல்களைப் பாடினார்கள்.

‹அப்போது நீங்கள் என்ன செய்தீர்கள்?› எனப் பெத்தப்பாவைக் கேட்டேன். ‹நாங்கள் திறந்தவாய் மூடாமல் குடியேற்றவாசிகளை வேடிக்கை பார்த்தோம், எல்லாமே எங்களுக்குப் புதினமாக இருந்தன› என்றார் பெத்தப்பா.

5

நான் பெத்தப்பா என்று கூப்பிடும், எனது அம்மாவின் தந்தையை ‹வெள்ளக்குட்டி ஒடாவி› எனக் கிராமத்துத் தமிழ் மக்கள் அழைப்பார்கள். சிங்களவர்களுக்கு அவர் ‹பாஸையா.›

கல்லோயா ஆற்றின் இரு கரைகளிலும் எட்ட எட்டயிருக்கும் ஐந்தாறு கிராமங்களுக்கும் என் பெத்தப்பா தான் பெயர்போன கொல்லரும் தச்சரும். அவருக்குத் தெரியாத வேலைகளே இருக்காது. கத்தி, மண்வெட்டி, மாட்டுவண்டி றோதை, தாக்கத்தி

செய்வதிலிருந்து ஆற்றில் மீன்களை ஓலையால் வசியம்பண்ணிப் பிடிப்பதுவரை அவருக்குத் தெரியும்.

பெத்தப்பா நான்கரையடி உயரம்தான் இருப்பார். எனக்குப் பத்து வயதாகும்போதே நான் அவரது தோள்களுக்கும் மேலாக வளர்ந்துவிட்டேன். கட்டக் கரிய நிறங்கொண்ட உருண்டையான மனிதரவர். தலையில் பிடரிப் பக்கம் மட்டும் நாலைந்து முடிகளிருக்கும். நெற்றியில் பாதியும் மொட்டந்தலையில் பாதியுமாக எப்போதும் திருநீறை அள்ளிப் பூசியிருப்பார். அவரது வலதுபுறக் காது மடலுக்குள் எப்போதும் சின்னி விரல் நீளமுள்ள பென்சிலொன்று செருகப்பட்டிருக்கும்.

உருளுகிற கல்லில் பாசி இருக்காது என்பார்கள். ஆனால் பெத்தப்பாவுக்கு எப்படி இவ்வளவு பெரிய தொப்பை இருக்கிறது எனத் தெரியவில்லை. மூன்று வேளையும் அரிசிச் சோறு சாப்பிடுவதால் இருக்கலாம். காலையிலேயே வீட்டு ஒத்தாப்பில், அவரே செய்த சேவரக்காலின் முன்னே பணிய அமர்ந்து பெரிய வட்டியில் சோறும் தயிரும் வாழைப்பழமும் தேனும் கலந்து பிசைந்து சாப்பிடுவார். மதியமும் இரவும் சோற்றுக்கு உவனியமாக அவரே கண்ணி வைத்துப் பிடித்த முயல், உடும்பு, காட்டு அணில் போன்றவற்றின் ஏதாவதொரு இறைச்சியோ வற்றலோ இருக்கும். நானும் தம்பியும் அவரோடு உட்கார்ந்துதான் சாப்பிடுவோம். உடும்பு இறைச்சி வைத்த ஏனத்தைப் புளிபோட்டு அலசினாலும் நறுமணம் நான்கு நாட்களுக்கு அதிலிருந்து விலகாது. கண்ணித் தடத்தைப் பெத்தப்பா வெகு நேர்த்தியாகச் செய்வார். மாட்டு வாலின் உரோமத்தை எடுத்துத் தடம் பின்னி வைத்துப் பறவைகளைப் பிடிப்பார்.

6

எங்களுக்கு நான்கு பாத்திகள் வயலிருந்தது. பக்கத்தில் ஒரு சிறுதுண்டில் கரும்பும் பயிரிடுவோம். நான் சின்னவளாக இருந்தபோது பகல் நேரங்களில், எங்களின் வீட்டிலிருந்த மண்ணிற நாய் அருச்சுனனையும் கூட்டிக்கொண்டு குருவிக்காரியாகக் காவலுக்குப் போவேன். தம்பி குருவிக்காரனாக வரமாட்டான். அந்த வயதில் அவனொரு கனவுப் பிராணி. எப்போது பார்த்தாலும் வீட்டு ஒத்தாப்பில் சம்மணம் கூட்டி ஆடாமல்

அசையாமல் மணிக்கணக்காக உட்கார்ந்திருப்பான். அவன் பிறப்பிலேயே பலகீனமான உடலைக்கொண்டவன். மூத்தாம்பித் தொழிலாளியைக் கொண்டு எத்தனையோ மந்திரங்களை ஓதியும் நாட்டு மருந்துகளைக் கொடுத்தும் அம்மா அவனைப் பாதுகாத்தார். பன்னிரண்டு வயதுக்குமேல் அவன் ஓரளவு தேறிவிட்டான் என்றாலும் பூஞ்சையான உடல்வாகு அவனுக்கு.

நான் வயலில் பறவைகளை விரட்டிக்கொண்டு ஓடித்திரிவேன். அருச்சுனனும் பறவைகளையும் வெள்ளெலிகளையும் விரட்டிக்கொண்டு ஓடுவான். அந்த வயதிலேயே நான் கல்லிலும் முள்ளிலும் காட்டிலும் அருச்சுனனோடு வேகமாக ஓடிப் பழக்கமானதாலோ என்னவோ இயக்கத்தின் பயிற்சிப் பாசறையில் நானே எல்லோரிலும் சிறந்தவளாக இருந்தேன். அருச்சுனனும் நானும் ஒரே தட்டில் உணவருந்துவோம். அருச்சுனனின் உடலில் உண்ணி பொறுக்குவதும் தெள்ளுப் பூச்சி பிடிப்பதும் என்னுடைய முக்கிய பொழுதுபோக்குகள். எனக்கு அருச்சுனன்தான் நீச்சல் கற்றுத் தந்தான்.

நான் இரகசிய விசாரணை முகாமிலிருந்தபோது போத்துக்கீசர் காலத்துத் தண்டனையொன்றை எனக்கு வழங்குவார்கள். நிர்வாணமான என் உடலின் கைகளைக் கட்டிக் குப்புறப்போட்டுவிட்டு என்னுடைய ஆசனவாய்க்குள் உருக்கிய பன்றிக் கொழுப்பைச் செலுத்துவார்கள். பின் என்மீது இரண்டு நாய்களை ஏவிவிடுவார்கள். அவை என் ஆசனவாயை நக்கியும் உறிஞ்சியும் எனது முதுகுகளில் நகங்களால் கீறியும் விளையாடும். சற்று அசைந்தேனென்றாலும் புட்டத்திலோ தொடையிலோ நாய்கள் சதையைக் கௌவிவிடும். அப்போதெல்லாம் நான் என் அருச்சுனனை நினைத்துக்கொண்டு ஆடாமல் அசையாமல் கிடப்பேன்.

7

வயலைத் தாண்டி குளக்காட்டுக்குள் நுழையக்கூடாது என்பது பெத்தாச்சியின் கண்டிப்பான உத்தரவு. பெத்தாச்சி என்னிடம் கோபப்படும் ஒரேயொரு விசயம் குளக்காடுதான். சிவஞானம் அம்மாச்சி குளக்காட்டுக்குள் சென்றபோதே காணாமற்போனார் என்பதால் பெத்தாச்சிக்கு அப்படியொரு கோபம்.

ஆனால் காட்டுக்குள் போவதென்றால் எனக்கு அவ்வளவு ஆவலாதி. யாருக்கும் தெரியாமல் இரகசியமாக நுழைந்துவிடுவேன். அங்கேதான் தின்ன எத்தனை விதமான பழங்களும் இலைகளும் குருத்துகளும் கிடைக்கும். காட்டில் ‹வலியக்கொழுவி› என்றொரு முட்கொடி, மரங்களிலும் செடிகளிலும் படர்ந்திருக்கும். இலேசில் கண்ணுக்குத் தெரியாது. அருகில் நாம் போகும்போது பற்றி இழுக்கும். அது இழுத்த இடம் தேகத்தில் மெல்லிய இரத்தக் கீறலாகிவிடும். அப்போதெல்லாம் என் தேகம் முழுவதும் தாறுமாறுச் சித்திரமாக அந்தக் கீறல்கள் இருந்துகொண்டேயிருக்கும். நான் பத்து வயது வரைக்கும் பெரும்பாலும் மேலுக்குச் சட்டை போடுவதில்லை. அரையில் வெறும் சீத்தைப் பாவாடை மட்டும்தான். எங்கள் கிராமத்தில் எல்லாப் பிள்ளைகளும் அப்போது அப்படித்தானிருந்தார்கள். சிங்களச் சிறுமிகள் பாவாடை கூடக் கட்டுவதில்லை. தைக்காத துண்டொன்றை இடுப்பில் சுற்றியிருப்பார்கள்.

எனக்கு எந்த வயதிலே மரமேறவும், ஆற்றில் நண்டு அமர்த்தவும், காட்டில் திசையறியவும், பறவைகளினதும் விலங்குகளினதும் குரலை அடையாளம் கண்டுபிடிக்கவும் தெரிந்திருந்தது என்பதை என்னால் இப்போது ஞாபகப்படுத்த முடியவில்லை. அந்த விஷயங்களெல்லாம் பிறப்பிலிருந்தே என் இரத்த அணுக்களில் இருக்கின்றன என்றுதான் நினைக்கிறேன்.

பத்து வயதிலேயே எனக்குச் சோறாக்கவும் ஆணம் காய்ச்சவும் தெரிந்திருந்தது. செவ்வாய், வெள்ளிக்கிழமைகளில் அம்மாவோ பெத்தாச்சியோ மச்சம் - மாமிசம் கையாலும் தொடமாட்டார்கள். நான் பெத்தப்பாவுக்கு கொச்சிக்காயும் வெள்ளை வெங்காயமும் நிறையப் போட்டு கறியோ ஆணமோ தீயலோ செய்து கொடுப்பேன். ஆனால் அப்போது செவ்வாய், வெள்ளிக்கிழமைகளில் நானும் மச்சம் சாப்பிடமாட்டேன்.

இரண்டு வருடங்கள், நான் இரகசிய முகாமில் விசாரணைக் கைதியாக இருந்தபோது ஒவ்வொருநாளும் தவறாமல் பச்சை அரிசிச் சோற்றில் எலிப் புழுக்கைகளும் மனித முடிகளும் போட்டுப் பிசைந்து என் முன்னே வைப்பார்கள். அதைச் சாப்பிடும்படி கட்டாயப்படுத்தியபடியே முன்னால் கையில் தடியோடு நின்றிருப்பார்கள்.

ஒரு கோழி கொத்துவதுபோல கொத்திக் கொத்தி நான் அதை உண்டு முடிப்பேன்.

8

இரவு கரும்புத் தோட்டத்துக்குள் பன்றியோ ஆனையோ ஏறி வரலாம் என்பதால் பெத்தப்பா அங்கே காவலுக்குத் தீப்பந்தத்துடன் போய்விடுவார்.

எப்போதுமே விடியற்காலையில் வீட்டுக்குத் திரும்பிவிடும் பெத்தப்பா, ஒருநாள் காலை ஏழு மணியாகியும் திரும்பி வரவில்லை. நான் பெத்தப்பாவைத் தேடிக்கொண்டு தோட்டத்துக்குப் போனேன். கரும்புத் தோட்டம் அலங்கோலப்பட்டுக் கிடந்தது. காவல் பரணில் பெத்தப்பா மல்லாக்க ஆடாமல் அசையாமல் கிடக்கிறார். நான் என்னால் முடிந்தளவுக்குச் சத்தமிட்டும் உலுக்கியும் அவரை எழுப்ப முயன்றேன். அவரில் ஓர் அசைவுமில்லை. நான் கூக்குரலிட்டுக்கொண்டே வீட்டை நோக்கி ஓடிப்போனேன். பெத்தப்பா செத்துப்போய்விட்டார் என்றே நான் நினைத்தேன்.

அன்று மதியம்வரை பெத்தப்பா அசைவில்லாமல் கிடந்தார். ஆசாரிக்குடிக்குப் போயிருந்த மூத்தாம்பித் தொழிலாளி திரும்பி வந்து ‹முறிப்பு› செய்த பின்புதான் பெத்தப்பா கண் விழித்து மலங்க மலங்கப் பார்த்தார். பெத்தப்பா மீது யாராலோ ‹மூதேவி அழைப்பு› ஏவப்பட்டிருந்தது என்று சொன்னார் மூத்தாம்பித் தொழிலாளி.

மனிதர்களையும் விலங்குகளையும் நித்திரையால் கட்டும் மந்திரமே ‹மூதேவி அழைப்பு› ஆகும். அதே போன்று நாம் காடுகளுக்குள் நுழையும்போது விலங்குகளிடமிருந்து நம்மைப் பாதுகாப்பது ‹உடற்கட்டு மந்திரம்.› நாய் போன்ற பிராணிகளின் வாயைக் கட்டிப் போடுவது ‹உறுக்கு மந்திரம்.› எதிராளியை அவன் நின்ற இடத்திலிருந்து அசைய முடியாதவாறு செயலிழக்கச் செய்வது ‹கவச நெட்டை.› எதிரியைத் தீராத நோயில் வீழ்த்த வேண்டுமென்றால் சேவல், பன்றி ஆகியவற்றின் மீது ஏவல் மந்திரம் முனிந்து ஏவி விடுவார்கள்.

கரும்புத் தோட்டத்தில் அங்குமிங்குமாகப் பிஞ்சுக் கரும்புப் பயிர்கள் வெட்டிச் சாய்க்கப்பட்டிருந்தன. தான் அரை உறக்கத்தில்

இருந்தபோது அண்டங்காக்கையின் வடிவில் இருள் இறங்கிவந்து தன்னை அமுக்கி நித்திரையின் பாதாளத்துக்கு அழைத்துச் சென்றதாகவும், தான் கழுதையில் பயணம் செய்ததாகவும், பாதாளத்துக்குப் போகும் வழியெல்லாம் காக்கைக் கொடிகள் பறந்துகொண்டிருந்ததாகவும் பெத்தப்பா சொன்னார். காக்கைக் கொடி மூதேவி தெய்வத்துடையது.

9

ஏவல் விடும் ‹தொழிலாளிகள்› யாருமே இப்போது இலுப்பங்கேணியில் இல்லை என்பதால், பெத்தப்பாவின் மீது மூதேவி அழைப்பை ஏவிவிட்டவர்கள் வெளியிலிருந்து வந்தவர்களாகத்தானிருக்கும் என்றார் மூத்தாம்பித் தொழிலாளி.

நான் பிறப்பதற்கு ஆறு ஆண்டுகளுக்கு முன்பு, எங்களது இலுப்பங்கேணிக் கிராமம், உறாப்பிட்டியவிலிருந்து கல்லோயா ஆற்றைக் கடந்துவந்த சிங்கள வம்புக்குட்டிகளால் மறுபடியும் தாக்கப்பட்டதற்குப் பின்பாக, எங்கள் கிராமத்தின் முக்கால்வாசித் தமிழ்ச் சனங்களும் கிழக்கு நோக்கி, எழுவான்கரைத் தமிழ்க் கிராமங்களுக்கு நிரந்தரமாகவே இடம்பெயர்ந்து சென்றுவிட்டார்கள். அந்தச் சனங்களின் வயல்களையும் வீடு வாசல் வளவுகளையும் மெல்ல மெல்லச் சிங்களக் குடியேற்றவாசிகள் பிடித்து ஆளத் தொடங்கிவிட்டார்கள். இதற்குப் பின்பு இலுப்பங்கேணியில் தமிழ்க் குடும்பங்களின் எண்ணிக்கை பன்னிரண்டாகக் குறைந்துவிட்டது.

இலுப்பங்கேணியில் எஞ்சிய ஒரேயொரு மந்திரவாதியான மூத்தாம்பித் தொழிலாளி ஏவலோ சூனியமோ செய்வதில்லை. நோயாளிகளுக்கு ஓதிவிடுவது, பாம்புக் கடிவாயிலிருந்து நஞ்சை இறக்குவது போன்றவற்றைச் செய்கிறார். தமிழர்கள், சிங்களவர்கள் எல்லோருக்கும் வைத்தியம் பார்ப்பார். மட்டக்களப்பிலிருக்கும் பறங்கியர்கள் கூடத் தேடிவந்து ஓதிக்கொண்டு, கையில் ஏறணைத் தம்புரானின் கயிறும் கட்டிக்கொண்டு போவார்கள். ‹ஏறணைத் தம்புரான்› பதுமர் குடித் தெய்வம்.

10

காசிப முனிபத்தினியான ‹கத்துரு›வுக்கு நூற்றைம்பது நாகங்கள் குழந்தைகளாகப் பிறந்தன. முதல் ஒன்பது குழந்தைகளான நவ நாகங்களில் பதுமனும் சங்கனும் இருவர். இவர்கள் வளர்ந்து நாகர்களின் அரசர்களானார்கள். சிற்றன்னை வினதையின் மகனான கருடனோடு பதுமனுக்கும் சங்கனுக்கும் போர் மூண்டது. கருடன் திருமாலிடம் அபயம் கேட்டுத் தேவலோகம் போனான். தன்னுடைய வாகனமாகக் கருடன் இருக்கச் சம்மதித்தால் அவனுடைய உயிரைக் காப்பாற்றலாம் என்பது திருமாலின் நிபந்தனை.

பதுமனும் சங்கனும் கருடனைத் தேடிப் பேருருவம் கொண்டார்கள். அவர்களது வால்கள் பூமியில் ஆழப் பதிந்திருக்க, உடல்களோ தேவலோகத்தை நோக்கி நீண்டன. அவர்கள் கருமேகங்களிடையே துப்பிய இரத்தினங்கள் இருபத்தேழு நட்சத்திரங்களாகின. திருமாலால் அந்த இரணை நாகர்களைத் தடுக்கவே முடியவில்லை. கடைசியில் பார்வதியின் ஆலோசனைப்படி திருமாலும் சிவனும் ஒருடலில் இணைந்து ‹சங்கரநாராயணன்› ஆகித் தங்களது கால்களைப் பதுமனின் தலையிலும் சங்கனின் தலையிலும் வைத்து அழுத்தப் பதுமன் பட்டிப்பளை ஆறானான், சங்கன் குடும்பிமலையானான். இரணையே ஏறணை ஆகிற்று.

ஏறணைத் தம்புரான் பதுமர் குடிக்கு எவ்வளவு முக்கியமோ, அதேபோல குறளியும் எங்களுக்கு முக்கியமான பைசாசம். ஒருமுறை காலியிலிருந்து வந்த சிங்கள மாய வித்தைக்காரன் ஒருவன், ஆசாரிக்குடிச் சந்தையில் தனது மத்தளத்தை அடித்துக் கொண்டிருந்தபோது திடீரென மத்தளத்திலிருந்து சத்தம் வரவே மறுத்துவிட்டதாம். அவன் எவ்வளவு ஓங்கி அடித்தும் மத்தளத்திலிருந்து சின்ன அனுங்கல் கூட எழவில்லை. அவன் தன்னைச் சுற்றியிருந்த கூட்டத்துக்குள்ளிருந்த மூத்தாம்பித் தொழிலாளியைப் பார்த்துக் கையெடுத்துக் கும்பிட்டுவிட்டு அங்கிருந்து போய்விட்டான். சிங்கள வித்தைக்காரனின் மத்தளத்தின் ஓசையை மூத்தாம்பித் தொழிலாளி குறளி மந்திரத்தால் தனது வேட்டித் தலைப்பில் முடிந்து வைத்துவிட்டாராம். அவர் அந்த ஓசையை எடுத்துப்போய்க் கல்லோயா ஆற்றைக் கடந்து திகவாபி தாது கோபுரத்தின் மீது அவிழ்த்துவிட்டாராம். இப்படியான குறளி

மந்திரம் வாய்க்கப் பெற்றவர்கள் ஏவற்சூனியமோ மற்றவருக்குத் தீங்குதரும் கொடிய மந்திரங்களோ செய்யமாட்டார்கள். குறளிப் பைசாசத்தை மூத்தாம்பித் தொழிலாளி வாலாயம் செய்து வைத்திருக்கிறார்.

11

அப்போது எனக்கு ஆறேழு வயதிருக்கும். பெத்தப்பாவுடன் ஒரு ‹புலுடு› பேய் எங்கள் வீடுவரை வந்துவிட்டது. பிடாரி› பேச்சி› பிச்சி› இருளன்› மருளன்› கரையாக்கன்› காடேறி› குறுமறையன்› சுடலை வைரவன்› கல்யாண வைரவன்› மோகினி› பிணந்தின்னி› பிள்ளைகொல்லி என்றெல்லாம் பேய்களைப் பற்றிக் கேள்விப்பட்டிருப்பீர்கள். புலுடு பற்றி அதிகமாகக் கேள்விப்பட்டிருக்கமாட்டீர்கள். என்னுடைய இப்போதைய தோற்றத்தைப் பார்த்தால் உங்களுக்குப் புலுடைப் பார்க்கத் தேவையில்லை. என்னவொரு வித்தியாசமென்றால் புலுடு என்னில் பாதியளவு உயரம்தானிருக்கும். குட்டையாகத் தலைவிரி கோலமாகவும் அழுக்குப் பிண்டமாகவும் அது நிற்கும். தூரத்திலிருந்து பார்த்தால் ஒரு சிறுமியைப் போலத் தோன்றும். அதனிலிருந்து பீநாறிச் சங்குச் செடியின் துர்மணம் கடுமையாக வீசும். இந்தப் பீநாறிச் சங்கை, உரோவன் மொழியில் ‹*Amathiya*› என்றழைக்கிறார்கள். இதன் பூக்களை ஆசியாவிலிருந்து இறக்குமதி செய்து, உணர்த்திக் காயவைத்துத் துகள்களாக்கி மருந்தாகக் குப்பிகளில் அடைத்து விற்கிறார்கள். குப்பிகளை மீறியும் துர்நாற்றம் எழும். அப்போதெல்லாம் எனக்குப் புலுடுப் பேயின் ஞாபகம்தான் வரும்.

அன்று பெத்தப்பா அம்பாறை நகரத்துக்குப் போய்விட்டுத் திரும்பிவரும்போது இரவாகிவிட்டது. எங்கள் வீட்டில் ஒரு ‹பறக்கும் புறா› சைக்கிள் இருந்ததுதான். அம்மா வேலைக்குப் போகவர உபயோகிப்பார். ஆனால் இவ்வளவு வேலை தெரிந்த பெத்தப்பாவுக்கு சைக்கிள் ஓட்ட மட்டும் தெரியாது. எங்கு போவதென்றாலும் ‹நடராசா› தான்.

காட்டுப் பாதையில் நடந்துவந்த பெத்தப்பா எதிரே பார்த்தால், பாதையை மறித்து ஐந்து வயதுக் குழந்தையின் உருவ அமைப்புள்ள புலுடுப் பேய் நிற்கிறது. அதனிலிருந்து பீ நாற்றம் வீசுகிறது. புலுடு பெத்தப்பாவிடம் ‹என்னையும் கூட்டிக்கொண்டு

போங்கள் ஓடாவியாரே...› என்று சொன்னவாறு பின்னாலேயே வருகிறது. புலுடு நமக்குக் கிட்டத்தில் வராமலிருக்க ஒரு வழியிருக்கிறது. நிறுத்தாமல் தொடர்ந்து படு தூஷணத்தால் ஏசிக்கொண்டிருந்தால் புலுடு நம்மை நெருங்காது. புலுடுக்குத் தூஷணம் நாணம். பெத்தப்பா தூஷணத்தால் ஏசியபடியே திரும்பியும் பாராமல் வந்திருக்கிறார்.

பெத்தப்பா எங்கள் வீட்டுக்குக் கிட்டமுட்ட வந்த பின்பும் புலுடு பின்தொடர்ந்து வந்துகொண்டேயிருக்கிறது. பெத்தப்பா வீட்டு முற்றத்தில் நின்று படுதூஷணம் சொல்லிக் கொண்டேயிருக்கிறார். ஆனால் புலுடு அங்கிருந்து அசைவதாகயில்லை. பெத்தப்பா ஆற்றாமல்போய் ‹பூமாது... பூமாது› எனப் பெத்தாச்சியைக் கூப்பிட்டு விசயத்தைச் சொன்னார். பெத்தாச்சி வீட்டுக்குள் இருந்தவாறே பெரிய குரலெடுத்துப் படு தூஷணத்தால் புலுடுவை ஏசத் தொடங்கினார். நானும் தம்பியும் திகிலில் அம்மாவுக்குள் சுருண்டுகொண்டோம். பெத்தப்பாவின் தூஷணத்துக்குச் சற்றும் அசையாத புலுடு, பெத்தாச்சியின் தூஷணத்துக்கு நாணிப் போய் அங்கிருந்து அகன்றது.

பெத்தாச்சி கவிதை போலத் தூஷணம் பேசுவார். அந்தாதி போல ஒரு வசனத்தை முடிக்கும் கெட்ட வார்த்தையிலிருந்தே அடுத்த வார்த்தையையும் அவரால் தொடங்க முடியும். சிவஞானம் அம்மாச்சி காணாமற்போகக் காரணமானவர்கள் எனப் பெத்தாச்சி கரவு வைத்திருக்கும் சுபசிங்ஹ, சின்ன நுவன், பெரிய நுவன் இவர்களில் யாரைக் கண்டாலும் பெத்தாச்சி நிறுத்தாமல் பச்சைத் தூஷணத்தால் முனிந்துகொண்டேயிருப்பார். அவர்களது மனைவி, குழந்தைகளைக் கண்டாலும் தூஷணத்தால் சாபம் கொடுப்பார். அவர்களுக்குத் தமிழ் புரியாவிட்டால் கூட, பெத்தாச்சி ராகம் போட்டுப் பேசும் கெட்ட வார்த்தைகளுக்கு நாணிப் போய்விடுவார்கள். அந்த வார்த்தைகள் அவர்களை அழித்துப்போடும் என்பார் பெத்தாச்சி.

வார்த்தைகளுக்குச் சக்தி உண்டென்பதும் அந்த வார்த்தைகளைச் சரியான தொனியில் மறுபடியும் மறுபடியும் உச்சரித்தால் அந்த வார்த்தைகள் செயலாக மாறிவிடும் என்பதுவும் எங்களின் நம்பிக்கை. இரவு நேரங்களில் ஆனை, பேய், சாவு என்றெல்லாம் உச்சரிக்கமாட்டோம். உச்சரித்தால் அவை வீட்டுக்குள் இறங்கிவிடும். இரவு நேரங்களில் ஆனையை

‹சுலுவன்› என்றும் பேயை ‹கூளக்கையன்› என்றும் சாவை ‹நெடும்மின்னி› எனவும் சொல்வோம்.

ஒருநாள் குறுமறையன் பேயொன்று ஆற்றங்கரையில் எனது அப்பாவைப் பின்தொடர்ந்து வந்தபோது, அப்பா ஆற்றங்கரையில் தன்னைச்சுற்றி வட்டமாக மூத்திரம் பெய்துவிட்டு வட்டத்துக்குள் விடியும்வரை இருந்துகொண்டார். குறுமறையனுக்கு மூத்திரம் நாணம்.

அதேபோல துப்பாக்கி, பீரங்கி போன்ற இரும்பு யந்திரங்களுக்கும் எந்தக் கொடும் பேயாகயிருந்தாலும் நாணிப் போய்விடும். அவை இருக்கும் இடத்தில் பேய்கள் இருக்காது.

12

நானும் தம்பியும் பிறக்கும்போது அம்மாவுக்குப் பத்தொன்பது வயது, அப்பாவுக்கு இருபத்துநான்கு வயது. எனது அம்மாவின் பெயர் சிவகலை. பூமரத்தடிச்சேனையில் கல்யாணம் செய்திருக்கும் அம்மாவின் தங்கைக்கு ஞானகலை என்று பெயர். நான் அவரைக் ‹குஞ்சாத்தை› என்றழைப்பேன்.

அம்மா தனது பதினைந்தாவது வயதிலிருந்தே வேலைக்குப் போகிறார். அம்பாறை நகரத்திலிருந்த வாணம் பொலியரின் நாட்டு மருந்துக் கடையில்தான் அம்மா அப்போது வேலை செய்தார். அங்கே மருந்துகள் அரைப்பதும் கலப்பதும் அம்மாவின் வேலை. அம்மாவில் எப்போதும் மூலிகைகளின் நறுமணம் வீசிக்கொண்டேயிருக்கும்.

வாணம் பொலியர்தான் அம்மாவுக்கு ‹உள்ளான்வெளி›யில் மாப்பிள்ளை பார்த்துக் கல்யாணத்தை முன்னின்று நடத்திவைத்தாராம். எனது அப்பாவின் பெயர் மதனராஜா. ஆனால் அவரை யாரும் அந்தப் பெயரால் அழைப்பதில்லை. ‹மந்திரி பெண்சாதி› என்றே அழைக்கிறார்கள்.

அப்பாவின் கிராமமான உள்ளான்வெளி, இலுப்பங் கேணியிலிருந்து தென் கிழக்குத் திசையில் ஆறு கிலோ மீற்றர்கள் தொலைவிலிருக்கிறது. நான் பலதடவைகள் உள்ளான்வெளிக்குப் போயிருக்கிறேன். அந்தக் கிராமத்தில் வருடத்துக்கு ஆறுமாதம் பயிர் செய்வார்கள். மிகுதி ஆறுமாதங்களும் கூத்து அடுக்குப்பார்த்து நடிப்பார்கள்.

என் அப்பா செக்கச் சிவந்த நிறமுள்ள உயரமான மெல்லியவர். அம்மாவையும் அப்பாவையும் சேர்த்தால் பாலும் கோப்பியும்தான். அப்பாவின் பற்கள் போல அழகிய பற்களை இந்தப் பூலோகத்தில் நான் வேறெங்கும் கண்டதில்லை. ஒவ்வொரு பல்லும் ஒரு வெண்சோழி. என்னுடைய பற்கள் பாலைப்பழம் போல இருப்பதாக லொக்கு நோனா சொன்னது உண்மையல்ல. அவை கனிந்த ஈச்சம் பழங்கள் போலாகிக்கொண்டே வருகின்றன. சாப்பிடும் நெளிந்த தகரத் தட்டில் எப்போதாவது என் முகம் கோணல்மாணலாகத் தெரியும். இந்தச் சிறைக்குள் முகம் பார்க்கும் கண்ணாடிக்கு அனுமதியில்லை. கைதிகள் கண்ணாடியை உடைத்து ஆயுதமாக்கிவிடுவார்கள் என்று சிறைவிதிகள் சொல்கின்றன.

பூதத்தம்பி விலாசத்தில் ‹அழகவல்லி› ஏழுபிள்ளை நல்லதங்காளில் ‹நல்லதங்காள்› என அப்பா நடித்தாலும் கண்டி அரசனில் நடித்த ‹மந்திரி பெண்சாதி› வேஷமே அவருக்குப் பட்டமாகிவிட்டது. ஒவ்வொரு வருசமும் கண்டி அரசன் கூத்தில் அரசன் மாறுவான் அல்லது மந்திரி மாறுவான். ஆனால் மந்திரி பெண்சாதி ‹குமாரிஹாமி› எப்போதுமே அப்பாதான்.

அப்பாவைக் கூத்துக்களரியில் பார்க்கவேண்டுமே நீங்கள்!

கால்களில் இரட்டைச் சலங்கை கட்டி, கெறுவாக நடைநடந்து முத்திரைப் பல்லவம் ஆடும்போது பூமாதேவியே தாளம் தீர்ப்பாள்.

‹துட்டி கெட்டி மட்டி போடா - மூடா
துட்டகுணம் பட்டறுக்கும் மதிதேவி யான்›

ஒவ்வொரு சொல்லையும் உணர்ச்சி கொப்பளிக்கப் பாடும் அப்பாவின் குரலின் முன்னே ‹நீரரமகளிர்› தோற்றுப்போவர். அப்பா நாணத்தோடு வெட்கிச் சிரித்தால் சனங்கள் வாயைப் பிளப்பார்கள். அவர் அழுதால் கூத்துப் பார்க்கும் பெண்களெல்லாம் ஒப்பாரி வைத்து அழுவார்கள். கூத்தில் ஆடிப் பெயர் பெற்றவர்கள் மாப்பிள்ளையாவதற்குக் கூடுதல் தகுதி பெற்றவர்கள். அவர்களுக்குப் பெண் கொடுக்கப் பெரிய போட்டியே நடக்குமாம்.

கல்யாண விருந்துக்கு இலுப்பங்கேணிக்கு வந்துவிட்டு, மாலையில் உள்ளான்வெளிக்கு ட்ரக்டரில் திரும்பிச் சென்றவர்களை காட்டுப்பாதையில் வழிமறித்துக் கொலை

செய்தவர்கள் யாரென்று சாட்சி சொல்ல எவருமே உயிருடன் எஞ்சவில்லை. அப்பாவின், அம்மாவும் ஐயாவும் சகோதரர்களும் கொல்லப்பட்டிருந்தார்கள். கொலையாளிகள் யாரென இறுதிவரை தெரியவில்லை. எல்லோரும் எல்லோரையும் கொலை செய்யும் காலமாக அது இருந்தது.

13

அம்பாறை மரக்காலைக்காரர் தனது மகளை அப்பாவுக்குக் கல்யாணம் செய்துவைக்க ஆசைப்பட்டிருந்தும், மரக்காலைக்காரரின் மகளை விட்டுவிட்டு, அப்பா என் அம்மாவைக் கல்யாணம் முடித்ததால் மரக்காலைக்காரர் அப்பாவுக்கு ‹ஊழைச் சூனியம்› செய்துவிட்டார்.

ஒருவரின் காலடி மண்ணை எடுத்து மந்திரித்து ஒரு குஞ்சுப் பெட்டியில் வைத்துமூடி, அந்தப் பெட்டியை ஒரு மரக் கிளையில் கட்டிவிட்டு, அந்தப் பெட்டியை ஆட்டும்போதெல்லாம், எதிராளி மனநிலை குழம்பி விசர்க்கோலம் கொள்வதையே ‹ஊழைச் சூனியம்› என்பார்கள்.

அப்பாவுக்குத் திடீர் திடீரென மனநிலை குழம்பிவிடும். அந்த நேரங்களில் அவர் ஓயாமல் நிறுத்தாமல் பேசத் தொடங்கிவிடுவார். அவர் சொல்வது எல்லாம் உண்மை போலவேயிருக்கும். ஆனால் அவற்றில் எதுவுமே நடந்திருக்காது. திடீர் திடீரென அழுவார். வயிற்றில் புழு வைத்திருக்கிறது என வயிற்றைப் பிடித்துக்கொண்டு கூச்சலிட்டபடியே ஓடுவார். அவரைத் துரத்திப் பிடித்து மந்திரித்த நீரைக் குடிக்கக் கொடுத்து, மந்திரித்த நீரால் குளிப்பாட்டிவிடுவார் அம்மா. இதைத் ‹தண்ணீர் ஓதுதல்› என்பார்கள்.

முதலில் அப்பாவைத் தூங்க வைப்பதற்காகத்தான் பெத்தப்பா கஞ்சா சுற்றிப் புகைக்கக் கொடுத்தார். பின்பு அதுவே அப்பாவுக்குப் பழக்கமாகிவிட்டது. எப்போதும் கஞ்சா ஆத்தலிலேயே இருக்கத் தொடங்கிவிட்டார். அப்போது மட்டுமே தனக்கு வயிற்றுவலி வருவதில்லை எனச் சொல்வார்.

ஆனால் கூத்துக்கு அடுக்குப்பார்த்தல் தொடங்கினால் அப்பா கஞ்சாவை நிறுத்திவிடுவார். அடுக்குப்பார்க்கத் தொடங்கும் நாளில் கூத்துக்காரர்கள், கண்ணகி அம்மனுக்குப் பொங்கலிட்டுக்

கையில் கயிறு கட்டிக்கொள்வார்கள். கூத்து முடிந்த பின்னால்தான் கயிற்றை வெட்டிக் களியோடையின் கரையிலிருக்கும் வேப்ப மரக்கிளையில் காணிக்கை முடிச்சுப் போடுவார்கள். அதுவரை அப்பாவுக்கு மனநிலை குழம்பாமலோ வயிற்றுவலி வராமலோ இருக்கும். காணிக்கை முடிச்சுப் போட்ட அன்றிரவே அப்பாவுக்கு மெல்ல மெல்ல மனநிலை சரியத் தொடங்கிவிடும். யாரிடமும் சொல்லாமல் கொள்ளாமல் வீட்டை விட்டுக் கிளம்பி ஊர் ஊராக அலையத் தொடங்கிவிடுவார். நான்கு நாட்களிலோ ஒரு கிழமையிலோ வீட்டுக்குத் திரும்பிவருவார். அப்படி அவர் வரும்போது ஒருமுறை கூட்டி வந்ததுதான் அருச்சுனன்.

அன்று அவர் ஒரு கதை சொன்னார். அவர் வீரமுனையிலிருந்து நடந்தே இலுப்பங்கேணிக்கு வந்தாராம். ‹புத்தாங்கல› விகாரையைக் கடந்து காட்டுக்குள் வரும்போது, அங்கே சிவஞானம் அம்மாச்சியைச் சந்தித்தாராம். சிவஞானம் அம்மாச்சி ஒரு நாய்க்குட்டியை அப்பாவிடம் கொடுத்து, அதைக் கொண்டுவந்து என்னிடம் தரும்படி சொன்னாராம்.

இதைக் கேட்டவுடனேயே பெத்தாச்சி நாய்க்குட்டியைக் கட்டிப்பிடித்து அரற்றத் தொடங்கிவிட்டார். பெத்தாச்சிதான் ‹அருச்சுனன்› என அவனுக்குப் பெயரும் வைத்தார். பெயர் என்னவோ மிகச் சரிதான். ஆற்று மணலையும் அருச்சுனனுக்கு இசைந்த பெண்களையும் எண்ண முடியாது என்பார்களல்லவா! இலுப்பங்கேணியிலிருந்த தமிழ், சிங்களப் பெண் நாய்கள் எல்லாவற்றினதும் காதலன் அருச்சுனன்தான்.

அப்பா தான் கண்டதாகச் சொல்லி வர்ணித்த சிவஞானம் அம்மாச்சியின் அங்க அடையாளங்கள் எல்லாமே மிகச் சரியாகப் பொருந்திப் போகின்றன என்றார் பெத்தாச்சி. அப்பா, சிவஞானம் அம்மாச்சியைப் புகைப்படத்தில் கூடப் பார்த்ததில்லை. சிவஞானம் அம்மாச்சியின் புகைப்படம் கூட எங்களிடமில்லை. வேலாயுதம் அம்மாச்சியின் புகைப்படமுள்ளது. அவர் வெள்ளைச் சட்டை அணிந்து, டை கட்டி எடுத்த பாஸ்போர்ட் அளவுப் புகைப்படமது. படத்துக்குப் பின்புறம் ‹அம்பாறை விஜயா ஸ்ரூடியோ› என்ற முத்திரை இருக்கும்.

14

தெய்வகலைப் பெரியாத்தைக்கும் எனது அம்மாவுக்கும் நடுவில் பிறந்தவர் சிவஞானம் அம்மாச்சி. நான் பிறப்பதற்கு மூன்று வருடங்களுக்கு முன்னமே குளக்காட்டுக்குப் போகும்போது காணாமற்போய்விட்டார்.

சிவஞானம் அம்மாச்சி திடகாத்திரமான உடல் கொண்டவராம். சீனடி, சிலம்படி, மல்யுத்தம் எல்லாவற்றையும் முல்லைத்தீவு கொட்டான் ஆசானிடம் கற்றவராம். படுத்த பாய்க்குக் கூடச் சொல்லிக்கொள்ளாமல் சின்ன வயதிலேயே வீட்டை விட்டு ஓடிப்போனவர், முல்லைத்தீவில் மீன்பிடிக் கூலியாக வேலை செய்துவிட்டு, பதினெட்டு வயதில் கை நிறையப் பணத்துடன் திரும்பி வந்தார். அந்தப் பணத்தில் அம்மாவுக்கும் ஞானகலைக் குஞ்சாத்தைக்கும் ஆளுக்கு ஒன்றரைப் பவுணில் சங்கிலி செய்துபோட்டார். குஞ்சாத்தை அந்தச் சங்கிலியை இப்போதும் வைத்திருக்கிறார். அம்மாவின் சங்கிலியைக் கொண்டுபோய் அடகு வைத்து, அப்பா ‹அலங்காரரூபன்› கூத்து நடத்தினார் என்று சிவஞானம் அம்மாச்சியின் ஞாபகம் வரும்போதெல்லாம் ஒப்புச்சொல்லி அழுவார் அம்மா.

ஆயிரத்துத் தொள்ளாயிரத்து எண்பத்தாறாம் ஆண்டு, சித்திரைப் புதுவருடம் பிறந்த நான்கு நாட்களுக்குப் பிறகு சிவஞானம் அம்மாச்சி காணாமற்போனார்.

சிவஞானம் அம்மாச்சி ஒருநாள் திரும்பிவருவார் என்று பெத்தாச்சிக்குத் திடமான நம்பிக்கையிருக்கிறது. இன்றுவரை சிவஞானம் அம்மாச்சிக்கு ஆண்டுத் திதியோ படையலோ செய்ய எங்களைப் பெத்தாச்சி அனுமதித்ததில்லை. ‹அவன் வீமராசா, அவனை யாரும் எதுவும் செய்திருக்க முடியாது› என்பார் பெத்தாச்சி.

சிவஞானம் அம்மாச்சி பற்றிக் கதைகதையாகப் பெத்தாச்சியும் ஞானம் குஞ்சாத்தையும் எனக்குச் சொன்னவற்றை வைத்துப் பார்த்தால் என்னுடைய குணாதிசயம், எங்களுடைய குடும்பத்தில் சிவஞானம் அம்மாச்சியோடு மட்டுமே ஒத்துப்போகிறது என நினைக்கிறேன். என்னைச் சிறையில் வந்து பார்த்த கடைசித் தடவை அம்மாவும் அதையே சொன்னார்.

இச்சா | 59

15

சிங்களவர்களுக்கும் தமிழர்களுக்கும் ஒரே நாளில்தானே சித்திரைப் புதுவருடம் பிறக்கிறது. அந்த வருடமும் தமிழர்களும் சிங்களவர்களும் சேர்ந்துதான் புதுவருடத்தைக் கொண்டாடினார்கள். அன்றைக்கு மதியம் ஆற்றைக் கடந்து உறாப்பிட்டியச் சிங்களவர்கள் ஐம்பது பேர்கள் துவக்குகள், கத்திகள், வாள்களுடன் இலுப்பங்கேணிக்குள் நுழைந்துவிட்டார்கள். அவர்கள் தங்களோடு புத்தர் சிலையையும் கொண்டு வந்தார்கள். மூன்றடி உயரமுள்ள அந்தக் கருங்கல் புத்தர் சிலை அதற்குப் பின்பு நிரந்தரமாக இலுப்பங்கேணியில் இருக்கிறது.

உறாப்பிட்டிய, கல்லோயாவின் அக்கரையிலிருந்து மூன்று கிலோ மீற்றர்கள் தொலைவிலிருக்கிற தனிச் சிங்களக் குடியேற்றக் கிராமம். அது எப்போதுமே இலுப்பங்கேணியின் தலைக்கு மேலே தொங்கும் நெருப்பு. எப்போது பற்றிக்கொள்ளும் எனத் தெரியாது.

உறாப்பிட்டியச் சிங்களவர்கள் தமிழ் வீடுகளை இலக்குவைத்துத் தாக்கி எரித்தார்கள். அந்தப் புதுவருட தினத்தில் நான்கு பெண்கள், ஐந்து குழந்தைகள் உட்பட, பதினேழு தமிழர்கள் வெட்டிக் கொல்லப்பட்டார்கள். எங்களது குடும்பம், உமாம்புவ சீயாவின் வீட்டுக்குள் போய் ஒளிந்துகொண்டது. வாணம் பொலியர் மூலம் இராணுவத்துக்குச் செய்தி போய், கடைசியில் அம்பாறையிலிருந்து இராணுவம் வரவும் ஊறாப்பிட்டியச் சிங்களவர்கள் திரும்பி ஓடிவிட்டார்களாம்.

காலையில் தமிழர்களோடு புது வருடம் கொண்டாடிய இலுப்பங்கேணியிலிருந்த சிங்களவர்கள், ஏன் தமிழர்களைக் காப்பாற்றவில்லை? என ஒருநாள் உமாம்புவ சீயாவிடம் கேட்டேன்.

உறாப்பிட்டியச் சிங்களக் கூட்டத்திற்குத் தலைமைதாங்கி வந்தவன் சண்டி குடுமி வீரக்கோன். அவனுடைய பெயரைக் கேட்டால் அப்போது அம்பாறையே நடுங்குமாம். உஹன முக்கொலை வழக்கில் சிறையிலிருந்தவன். ‹அவனுடைய துவக்கு யாரை வேண்டுமானாலும் சுடும்› என்றார் உமாம்புவ சீயா.

‹உறாப்பிட்டியச் சிங்களவர்களுக்கு தமிழர்களின் வீடுகளை அடையாளம் காட்டி அழைத்துப்போனவன் களிசடை சுபசிங்ஹ› என்றார் கேட்டுக்கொண்டிருந்த மல்காந்தி ஆச்சா.

தாக்குதல் நடந்ததற்கு இரண்டாம் நாள் காலையில் ஆற்றில் குளிக்கத் தனது கூட்டாளிகள் சின்ன நுவன் பெரிய நுவனுடன் வந்த சுபசிங்ஹவுக்கும் சிவஞானம் அம்மாச்சிக்கும் நடுவில் சண்டை மூண்டிருக்கிறது. முல்லைத்தீவில் கொட்டான் ஆசானிடம் கற்ற முழு வித்தையையும் அந்த மூவரிடமும் வலுவாகவே அம்மாச்சி காட்டியிருக்கிறார். ஒரு கட்டத்தில் சுபசிங்ஹ ஓடிப்போய் உமாம்புவ சீயாவின் வீட்டுக்குள் புகுந்துகொண்டான். ‹யார் சொல்லுக்கு சிவஞானம் கட்டுப்படுவான் எனத் தெரிந்திருந்தது சுபசிங்ஹவுக்கு› என்றார் உமாம்புவ சீயா.

ஆற்றில் அந்தச் சண்டை நடந்து இரண்டு நாட்களுக்குப் பின்பு, எங்கள் வீட்டைத் திருத்தி அமைப்பதற்காகக் குளக்காட்டுக்குள் கம்பு வெட்டப்போன சிவஞானம் அம்மாச்சி திரும்பி வரவேயில்லை. அன்று சுபசிங்ஹ, சின்ன நுவன், பெரிய நுவன் ஆகியோருடன் குடுமி வீரக்கோனின் ஆட்கள் சிலரும் தனது வெள்ளாமையைக் கடந்து காட்டுக்குள் போனதைத் தான் கண்டதாக வேடப்பிள்ளை பெரியப்பு சொல்லியிருக்கிறார். பொலிஸ் விசாரணையிலும் அதைச் சொன்னாராம். ஆனால் எதுவும் நடக்கவில்லை. சுபசிங்ஹ, சின்ன நுவன், பெரிய நுவன் மூவரும் இரண்டு நாட்கள் அம்பாறை பொலிஸ் நிலையத்தில் இருந்ததோடு பொலிஸ் விசாரணை முடிந்து போயிற்று.

பெத்தாச்சி ஊர் ஊராகப் போய் எத்தனையோ தொழிலாளிகளிடம் அஞ்சனம் போட்டுப் பார்த்தார். சொல்லிவைத்தாற் போல எல்லோருமே, சிவஞானம் அம்மாச்சி மண்ணுக்குள் இருக்கிறார் என்றுதான் சொல்லியிருக்கிறார்கள். பெத்தாச்சியால் அவர்கள் சொல்வதை ஏற்க முடியவில்லை. ஆமையிடம் இறகு கேட்பதுபோல, ஒவ்வொரு தொழிலாளி வீடாகப் பெத்தாச்சி ஏறி இறங்கிக்கொண்டிருந்தார்.

வீமராசா போன்றவர் எனப் பெத்தாச்சி சொல்லும் என் அம்மாச்சி காணாமற்போன போது அவருக்குப் பத்தொன்பது வயதுதான். நான் ஆயுதப்படையால் கொழும்பில் கைதுசெய்யப்படும் போது எனக்கும் அதே பத்தொன்பது வயதுதான்.

இச்சா | 61

16

உறாப்பிட்டியாரின் வெறியாட்டத்திற்குப் பிறகு எங்களது வீடு முக்கால்வாசி எரிந்திருந்ததாம். வீடு, மண்சுவரும் தகரக் கூரையும் கொண்டது. ஒரு வீடுபோல அது நேர்சீராக இப்போதும் இராது. பெத்தப்பா அவ்வப்போது எதையாவது உடைத்தும் பொருத்தியும் கழற்றியும், செய்யும் வேலையைப் பாதியிலேயே கைவிட்டும் வீட்டை ஓர் அமைப்பில்லாமல் வைத்திருப்பார். அது இரண்டு கற்களால் அடுப்புச் செய்தது போலிருக்கும். ‹ஓடாவி வீடு ஓட்டை வீடு› என்று முனகுவார் பெத்தாச்சி.

வாணம் பொலியரின் பெரிய கல்வீட்டை உறாப்பிட்டியார் முழுவதுமாக எரித்திருந்தார்கள். இது நடந்தபோது, வாணம் பொலியர் அம்பாறையில் தனது நாட்டு மருந்துக் கடையில் புது வருட வியாபாரத்தில் மும்முரமாக இருந்திருக்கிறார். எனது அம்மாவும் கடையில்தான் இருந்தாராம். உறாப்பிட்டியார் வருவதைக் கேள்விப்பட்டவுடனேயே பொலியர் குடும்பம் காட்டுக்குள் ஓடிவிட்டது. பொலியரின் மகன் காட்டுக்குள்ளால் ஓடிப்போய் அம்பாறையில் செய்தி சொன்னதன் பின்பாகத்தான் பொலியர் தனக்குத் தெரிந்தவர்கள் மூலம் இராணுவத்துக்குத் தகவல் சொல்லியுள்ளார்.

கிராமத்துத் தமிழ் மக்களில் வாணம் பொலியரிடம் மட்டுமே கல்வீடு இருந்தது. பெரும்பாலான சிங்களவர்களிடம் சிறிய கல்வீடுகள் இருந்தன. அவை வீடமைப்புத் திட்டத்தில் அரசாங்கத்தால் கட்டிக்கொடுக்கப்பட்ட வீடுகள். தமிழர்களின் வீடுகள் எல்லாவற்றையுமே பற்ற வைத்திருக்கிறார்கள். ‹விபுலானந்தர் தமிழ் ஆரம்பப் பாடசாலை› முற்றாக எரிந்து தரைமட்டமாகியிருந்தது. அதற்குப் பிறகு அந்தப் பள்ளிக்கூடம் கட்டப்படவேயில்லை. அந்தப் பாடசாலையின் முன்னாலிருந்த ஆலமரத்தின் கீழ் உறாப்பிட்டியார் வைத்துவிட்டுப் போன மூன்றடி புத்தர் சிலை, இப்போது பன்னிரண்டு அடியாக வளர்ந்துவிட்டது.

புதுவருடத் தாக்குதலுக்குப் பிறகு, வாணம் பொலியர் நிரந்தரமாகவே அம்பாறை நகரத்தில் குடியேறிவிட்டார். இதற்கு மூன்று வருடங்கள் கழித்து நான் பிறக்கும்போது இலுப்பங்கேணியிலிருந்த தமிழ்க் குடும்பங்கள் ஐந்துதான்.

அதிலும் ஒரு குடும்பம் அகதிகளாக இந்தியாவுக்குப் போய்விட, இலுப்பங்கேணியில் மிஞ்சியிருந்தது நான்கு குடும்பங்கள்தான்.

வாணம் பொலியர் வெளியேறிய பின்பு, அவரது வீடிருந்த காணியில்தான் முதல் சிங்கள ஆரம்பப் பாடசாலை கட்டப்பட்டது. கிழக்குப் பக்கத்து ஊரி வீதியால் கிராமத்துக்குள் நுழையும்போது முதலில் அந்தப் பள்ளிக்கூடம்தான் வரும்.

அந்தப் பாடசாலைக்கும் எங்கள் வீட்டுக்கும் நடுவாக மற்றைய மூன்று தமிழ் வீடுகளும் அடுப்புக் கற்கள் போல, ஆனால் எட்ட எட்டயிருந்தன. வீடுகளென்றால் மண்ணும் ஓலையும் தகரமும் கொண்டு இணக்கப்பட்ட குடிசைகள்தான். எங்கள் வீட்டுக்கு நேர் தெற்கே உமாம்புவ சீயாவின் சிறிய கல்வீடு. அங்கிருந்துதான் சிங்களக் குடியேற்றம் மேற்குத் திசை நோக்கிப் பட்டிப்பளை ஆற்றின் கரையில் விரிகிறது. குடியேற்றத் திட்டத்தில் நூறுக்கும் மேலான கல்வீடுகளுள்ளன. புதிதாகக் குடியேறியவர்களின் ஓலைக் குடிசைகள் ஐம்பது வரையிருக்கும். அதற்கு அப்பால் பெருங்காடு விரிகிறது. இந்தக் குடியேற்றத் திட்டத்தின் வடக்குத் திசையில் வெள்ளாமைகளும் தோட்டக் காணிகளுமுள்ளன.

சிங்களப் பாடசாலையிலிருந்து தெற்காக ஆற்றை நோக்கிப் போகும் பாதை வெறும் ஊரிப் பாதையாகத்தான் இருந்தது. அங்கே காணி பிடித்துக் குடியேறிய ரன்தெனிய முதலாளி, இலுப்பங்கேணியில் முதன் முதலாக மாடி வீடு கட்டினார். ஊரிப் பாதையும் தார் வீதியாகிவிட்டது. எனக்கு ஏழெட்டு வயதிருக்கும்போது அது நடந்தது. மாடி வீடு கட்டப்பட்டுக்கொண்டிருக்கும் போதே நாங்கள் படிகளில் ஏறிப்போய் மாடியில் நின்று விளையாடுவோம்.

ரன்தெனிய முதலாளி உறாப்பிட்டியவிலிருந்து வந்து இங்கே குடியேறியவர். நெல்லையும் கரும்பையும் மொத்தமாகக் கொள்முதல் செய்து கொழும்புக்கு அனுப்புவார். அவரது வீட்டில் உர மூடைகளையும் கிருமிநாசினிகளையும் அடுக்கிவைத்துக் கிராமத்து விவசாயிகளுக்கு விற்பார்.

ரன்தெனிய முதலாளியின் மாடி வீடு கட்டி முடிக்கப்பட்டு, புதுமனைப் புகுவிழா நடந்தபோது அது இன்னொரு ‹வெசாக்› போலயிருந்தது. மாடி வீடு முழுவதும் வண்ண வண்ண விளக்குகளால் சோடிக்கப்பட்டிருந்தது. அவற்றை எரியச் செய்த மண்ணெண்ணெய் ஜெனரேட்டர் ஆற்றங்கரையில்

இச்சா | 63

வைக்கப்பட்டிருந்தது. அதைப் பார்க்க ஒரு கூட்டம் பிள்ளைகள் ஆற்றங்கரைக்கு ஓடினார்கள். அன்றிரவு ரன்தெனிய முதலாளி வீட்டின் முன்பாக அமைக்கப்பட்டிருந்த பந்தலில் முழுக் கிராமமும் சபை அமர்த்தப்பட்டு விருந்தளிக்கப்பட்டது. நாங்களும் குடும்பத்தோடு போயிருந்தோம்.

விருந்து முடிந்ததும், கொழும்பிலிருந்து அழைத்து வரப்பட்டிருந்த நடுத்தர வயதுள்ள பாடகி பாடத் தொடங்கினார். உதட்டுக்குச் சிவப்புச் சாயம் பூசுபவர்களை நான் அதுவரை கூத்தில்தான் கண்டிருக்கிறேன். இந்தப் பெண்ணும் உதட்டுச் சாயம் பூசித் தலையை ஆண்கள் போலக் கத்தரித்திருந்தார். என் அப்பாவை விட இரண்டு மடங்கு சிவந்த நிறமாயிருந்தார். அன்று அவர் பாடிய ஒரு பாடல் என்னால் எப்போதுமே மறக்கமுடியாத பாடலாக மாறிப்போனது:

அக்கே அக்கே அர பலான்னகோ
வெஸ்ஸக் நொவே என்னே

சிங்களப் பாடசாலைக்கு அருகே, கிழக்குப் பார்த்ததுபோல வீதியில் ஐந்தடி உயரமுள்ள கற்பலகை ஒன்றுண்டு. அந்தக் கற்பலகையில் பிரேமதாஸவின் படம் பொறிக்கப்பட்டிருக்கும். பிரேமதாஸவுக்கு மட்டும் இன்னும் கொஞ்சம் முடி கொட்டியிருந்தால் என் பெத்தப்பா போலவேயிருப்பார் என எனக்குத் தோன்றும். அந்தப் படத்தின் கீழே பொன் எழுத்துகளில் சிங்களத்தில் ‹மடுப்பகம› என எழுதப்பட்டிருக்கும். அதன் கீழே சிறிய எழுத்துகளில் ‹கெளரவ பிரதம மந்திரி ரணசிங்க பிரேமதாஸவின் வீடமைப்புத் திட்டம்› எனக் குறிப்பிடப்பட்டிருக்கும்.

17

பெத்தப்பாவின் முதல் கல்யாணத்தில் பிறந்தவர் சாம்பசிவம் அம்மாச்சி. அவர் திருக்கோவிலில் இருக்கிறார். இலுப்பங்கேணிக்குள் உறாப்பிட்டியச் சிங்களவரின் அநியாயம் வலுத்துக்கொண்டே வரும்போது, எங்களைத் தன்னோடு வந்து திருக்கோவிலில் இருக்குமாறு சாம்பசிவம் அம்மாச்சி கேட்டார்.

பெத்தப்பா, இலுப்பங்கேணியிலிருந்து அசையவே மறுத்துவிட்டார். ‹ஆண்நிழலில் நின்று போ பெண் நிழலில்

இருந்துபோ› என்பது பெத்தப்பா அடிக்கடி சொல்லும் வாக்கு. இந்தக் குழப்பங்களெல்லாம் விரைவில் தீர்ந்துவிடும் என அவர் பல வருடங்களாக மனதார நம்பிக்கொண்டிருந்தார். பதுமர் குடி, களியோடை ஆறும் காடும் நீங்கிப் போகலாது எனப் பெத்தப்பா சொல்வார்.

பெத்தாச்சி அதற்கும் மேலே. காணாமற்போன சிவஞானம் அம்மாச்சி தன்னைத் தேடி இலுப்பங்கேணிக்கு வருவார் என்பது அவரது நம்பிக்கை. இலுப்பங்கேணியில் பிரச்சினை வந்தால் இராணுவம் வந்து காப்பாற்றும், எண்பத்தாறாம் ஆண்டு இராணுவம் வந்துதான் உறாப்பிட்டியக் காடையர்ளை விரட்டியது என்பார். தெய்வகலை பெரியாத்தையை இராணுவம்தானே கொன்றது என்றால் ‹அது வடக்கத்தியப் பட்டாளக்காரர்கள், நம்முடைய பட்டாளக்காரர்கள் அப்படி அட்டாதுட்டி இல்லை› என்பார்.

இந்தியாவுக்கு அகதிகளாகப் போய்விடலாமா என அப்பா ஒரு முறைகேட்டாராம். அப்பாவுக்கு இந்தியாவுக்குப் போய் அங்குள்ள கூத்து ஆட்டக்காரர்களைப் பார்த்துவிட வேண்டுமென்பது ஒரு தீராத ஆசை. அங்கே போய்வந்த யாரோ இந்த ஆசையை அப்பாவிடம் சின்ன வயதிலேயே ஊன்றிவிட்டிருக்கிறார்கள். ‹புதுக்கோட்டை› என்றொரு ஊரின் பெயரை அடிக்கடி அப்பா சொல்லக் கேட்டிருக்கிறேன்.

அம்மாவுக்கு எங்கள் வீட்டையும் வயலையும் விட்டுவிட்டு ஒருநாள்கூட இருக்க முடியாது. பூமரத்தடிச்சேனையில் இருக்கும் ஞானகலை குஞ்சாத்தை வீட்டில் கூட ஓர் இரவுக்கு மேல் தங்கமாட்டார். பட்டிப்பளை ஆற்றின் தண்ணீர் குடிக்காவிட்டால் மனுசி வாடிப்போய்விடுவார்.

ஞானகலை குஞ்சாத்தை மட்டும் என்னிடம் எப்போதும் ‹அக்காச்சி நீ என்னுடன் இங்கேயே இருந்துவிடு, உன் அம்மாவும் அப்பாவும் உன் தலையைச் சிங்களவனின் உரலுக்குக் கொடுக்கத்தான் பிடிவாதமாக நிற்கிறார்கள்› என்று வெடுக்கெனச் சொல்வார். அடுப்புக்குள் உப்புக்கல்லைப் போட்டதுபோல பேசுவதுதான் அவரின் குணம். என்னுடைய பேச்சு எனக்கு அவரிடமிருந்துதான் வந்திருக்க வேண்டும்.

சிங்களத்தி

ஞானகலை குஞ்சாத்தை, அம்மாவுக்கு ஒரு வயது இளையவர். வாணம் பொலியர்தான் குஞ்சாத்தைக்கும் கல்யாணம் செய்துவைத்தார். வெருகலாற்றுக்கு அக்கரையிலுள்ள பூமரத்தடிச்சேனையில் குஞ்சாத்தையின் வீடுள்ளது. அங்கிருந்து திருகோணமலை நகரம் நாற்பத்தைந்து கிலோ மீற்றர்கள் தொலைவு. நான் என்னுடைய பதினைந்தாவது வயது வரை அம்பாறைக்கு வெளியே போன ஒரேயொரு இடம் குஞ்சாத்தையின் வீடுதான்.

என்னுடைய ஒன்பதாவது வயதிலே, பாடசாலைத் தவணை விடுமுறைக் காலத்தில், முதற்தடவையாக குஞ்சாத்தை வீட்டுக்குப் போனேன். அம்பாறையிலிருந்து கிட்டத்தட்ட ஆறு மணிநேர நீண்ட பேருந்துப் பயணத்தின் பின்பாக, பேருந்து பாலத்தால் ஓர் ஆற்றைக் கடந்தது.

ஆற்றைக் கடக்கும்வரை பல இராணுவச் சோதனைச் சாவடிகளில் பேருந்து நிறுத்தப்பட்டது. சில இடங்களில் சோதனைச் சாவடியில் இறங்கி நடக்க வேண்டியிருந்தது. ஒரு சோதனைச் சாவடியில், எங்களோடு பேருந்தில் பயணித்துக்கொண்டிருந்த முப்பது வயதுள்ள ஒரு மனிதர் இராணுவத்தால் தடுத்துவைக்கப்பட்டார். பேருந்து புறப்பட்டதும் நான் எழுந்துநின்று பேருந்தின் ஜன்னலுக்குள்ளால் தலையை வெளியே விட்டுப் பார்த்தபோது, அந்த மனிதர் சோதனைச் சாவடியருகே நிலத்தில் குந்திக்கொண்டிருந்தார். அவரது பார்வை பேருந்து மேலேயே இருந்தது.

ஆற்றைப் பேருந்து கடந்ததும் கடகடவெனக் காட்சிகள் மாறிப் போயின. தூரத்தே பற்றைகளின் மறைவுகளில் சிலரின் தலைகள் தெரிந்தன. ‹மாங்கேணி› என்ற இடத்தில் பேருந்து

நிறுத்தப்பட்டது. அங்கே விடுதலைப் புலிகளின் சோதனைச் சாவடி இருந்தது. அதுதான் என் வாழ்வில் நான் முதன் முதலாக விடுதலைப் புலிகளைக் கண்ட தருணம்.

இங்கே நாங்கள் பேருந்திலிருந்து இறக்கப்படவில்லை. பேருந்து ஜன்னல் வழியாக நான் பார்த்தபோது சோதனைச் சாவடியில் இளம் பெண்களும் ஆண்களும் கைகளில் துப்பாக்கிகளுடன் சிரித்துப் பேசியவாறு சிறு சிறு கூட்டமாக நின்றிருப்பதைக் கண்டேன். பேருந்துக்குள் ஆணும் பெண்ணுமாக ஏறிய இரு விடுதலைப் புலிகள் அந்தப் பேருந்திலேயே எங்களுடன் பயணித்தார்கள். வெருகலாற்றின் கரையில் அவர்கள் இறங்கிக்கொண்டார்கள்.

பட்டிப்பளை ஆறுடன் ஒப்பிட்டால் வெருகலாறு வெறும் வாய்க்கால்தான். அந்த வாய்க்காலைக் கடப்பதற்கு நீரில் மிதக்கும் பாதை இருந்தது. அந்த வகையான மிதவையையும் நான் அப்போதுதான் முதன் முதலில் கண்டேன். அந்த மிதவையில் நாங்கள் பயணம் செய்த பேருந்து ஏறியதும் மிதவை அக்கரை நோக்கி நகர்ந்து போயிற்று.

ஆற்றைக் கடந்த சிறிது நேரத்திலேயே, நாங்கள் இறங்கவேண்டிய பூமரத்தடிச்சேனை சந்தி வந்துவிட்டது. அங்கே இறங்கி, குஞ்சாத்தையின் வீட்டை நோக்கி நடந்துபோன வழியிலும், சைக்கிள்களிலும் மோட்டார் சைக்கிள்களிலும் துப்பாக்கிகளுடன் போய்க்கொண்டிருக்கும் புலிகளைக் கண்டேன். அந்தப் பிரதேசம் முழுவதும் புலிகளின் கட்டுப்பாட்டிலிருந்தது.

அம்மா, என்னைக் குஞ்சாத்தையின் வீட்டில் விட்டுவிட்டு அடுத்தநாளே இலுப்பங்கேணிக்குத் திரும்பிவிட்டார். குஞ்சாத்தைக்கு அப்போதுதான் பெண்குழந்தை பிறந்திருந்தது. அவருக்கு ஒத்தாசையாகக் கூடமாட இருக்கத்தான் நான் வந்திருந்தேன். பிறந்திருந்த என்னுடைய தங்கச்சிக்குப் பெயர் ‹மிதுனா.›

நாள் முழுவதும் நான் மிதுனாவுடன் விளையாடியவாறிருப்பேன். அதுவரை நான் கண்டே அறியாத தின்பண்டங்களை எல்லாம் குஞ்சாத்தை வீட்டில்தான் சாப்பிட்டேன். குஞ்சாத்தை கொஞ்சம் கண்டிப்பானவர். யார் எவரென்று பார்க்காமல் எடுத்தெறிந்து பேசக் கூடியவர். அது என்னவோ அவருடன் எனக்குக் கடைசிவரை நெருக்கம் வரவேயில்லை. ‹சூடு என்பதால்

இச்சா | 67

குடிக்கவும் ஏலாது, பால் என்பதால் வீசவும் ஏலாது› என்ற கதைதான்.

சித்தப்பா, வீட்டின் முன்புறத்திலேயே சிறிய பலசரக்குக் கடை வைத்திருந்தார். அதிகம் பேசமாட்டார். இரவில் வெளியே சென்று சாராயம் குடித்துவிட்டு, தாமரையிலையில் காட்டுக்கோழி நடப்பதுபோல நடந்து வருவார். அவர் வந்தவுடனேயே குஞ்சாத்தைக்கும் அவருக்கும் சண்டை தொடங்கிவிடும். குஞ்சாத்தை ‹கிணற்றுக்குள் பாய்ந்து சாகப்போகிறேன்› என்று கூச்சலிட்டுக்கொண்டே, மிதுனாவையும் தூக்கிக்கொண்டு தென்னந்தோப்பை நோக்கி ஓடுவார். ‹நீ சாகாதே நானே சாகிறேன்› என்று அரற்றிக்கொண்டு சித்தப்பா குஞ்சாத்தையை முந்திக்கொண்டு ஓடுவார். குஞ்சாத்தை திரும்பிவந்து படுத்துவிடுவார்.

சித்தப்பா காலையிலே சாதுவான மனிதராகிவிடுவார். ஒவ்வொருநாள் காலையிலும் என்னிடம் ‹எத்தனையாவது வகுப்புப் படிக்கிறாய் அக்காச்சி?› எனக் கேட்க மறக்கமாட்டார். நானும் சலியாமல் ‹நான்காம் ஆண்டு› எனச் சொல்லிக்கொண்டிருப்பேன். தலையைத் தலையை ஆட்டுவார்.

— ம்... நன்றாகப் படிக்க வேண்டும்.

சொல்லிவிட்டு அங்கிருந்து நகர்ந்து விடுவார். நான் இலுப்பங்கேணிக்குத் திரும்பும்போது, பென்சில்கள், பேனாக்கள், கொப்பிகள் போன்றவற்றைக் கடையிலிருந்து எடுத்து ஒரு பையில் போட்டு என்னிடம் கொடுப்பார். அப்போதும் ஒருமுறை ‹எத்தனையாம் வகுப்புப் படிக்கிறாய் அக்காச்சி?› எனக் கேட்க மறக்கமாட்டார்.

பூமரத்தடிச்சேனை பெயருக்கேற்றது போல அழகான ஊர். எந்தப் பக்கம் பார்த்தாலும் ஓங்கிய தென்னை மரங்கள் வானத்தை மறைத்து நின்றன. குஞ்சாத்தைக்கும் ஒரு தென்னந்தோட்டமிருந்தது. வீட்டிலிருந்து அரைக் கிலோமீற்றர் தூரத்தில் அந்த அடர்ந்த தோட்டமிருந்தது. குளிப்பதென்றால் அந்தத் தென்னந்தோட்டத்திலிருந்த கிணற்றுக்குத்தான் போக வேண்டும். குடி தண்ணீரை ஊர்ப் பொதுக் கிணற்றில் எடுப்பார்கள். எனக்குக் கிணற்றுத் தண்ணீரைக் குடித்தால் உண்மையிலேயே குமட்டிக்கொண்டு வரும். கிணற்று நீரில்

மணமுமிருக்காது நிறமுமிருக்காது. பட்டிப்பளை ஆற்றின் நீருக்கு மீனின் நிறம்! மாதுளை மணம்!!

2

சித்தப்பாவின் தந்தையின் பெயர் நன்னித்தம்பி. பென்ஷன் எடுத்த வாத்தியார். அவரை ‹அப்பாச்சி› எனக் கூப்பிடுவேன். அந்த அப்பாச்சி குஞ்சாத்தையின் வீடிருந்த வளவுக்குள்ளேயே, வீட்டுக்குப் பின்னால் ஒரு குச்சிக் குடிலைக் கட்டிக்கொண்டு இருக்கிறார். சமையலும் தனிச் சமையல்தான். மச்சம், மாமிசம் புழங்கமாட்டார். எப்போதும் சோறும் கீரைக் கடையலும்தான் அவரது உணவு. மிதுனாவைப் பார்ப்பதற்காக எப்போதாவது குஞ்சாத்தையின் வீட்டுக்குள் நுழைவார்.

அவரைப்போல உயர்ந்து வளர்ந்த ஒரு மனிதரை நான் பார்த்ததில்லை. ஏழடி உயரம் இருப்பார். மெலிந்த உறுதியான தேகம். வழுக்கைத் தலை. நல்ல நிறமாகயிருப்பார். நெற்றியில் எப்போதும் சந்தனப் பொட்டிருக்கும். வெள்ளை வேட்டி மட்டும்தான் கட்டுவார். படுக்கும்போதும் அந்த உடையில்தான் இருப்பார். எல்லாவற்றிலும் மிகச் சுத்தமாகயிருப்பார். அடிக்கடி கைகால்களைக் கழுவிக்கொள்வார். சாப்பிட்டவுடன் அவர் தனது ஒட்டலி வயிற்றைத் தடவியவாறு விடும் ஏப்பம் யானையின் பிளிறல் போலயிருக்கும். அந்தச் சத்தம் பத்து வீட்டுக்குக் கேட்கும். வெறும் கீரைக்கே இந்த ஏப்பமென்றால் ஆடு, மாடு சாப்பிட்டால் என்னவாகும் என நான் யோசித்ததுண்டு.

‹அடியே சிங்களத்தி› என்றுதான் அந்த அப்பாச்சி என்னைக் கூப்பிடுவார். அவர் அப்படிக் கூப்பிடும்போது எனக்குச் சர்வாங்கமும் நடுங்கும். கிடங்குக்குள் விழுந்த மட்டக் குதிரை கனைப்பது போல அவரது குரல் இருக்கும்.

அவர் சொல்வதைக் கேட்டு நானொரு சிங்களத்தி என்றே நானும் நம்பத் தொடங்கினேன். எனக்குத்தான் அப்போது தமிழ் எழுத வாசிக்கத் தெரியாதே. அந்த நன்னித்தம்பி அப்பாச்சிதான் எனக்கு விரல் பிடித்து, ‹நமச்சிவாயம்› சொல்லித் தனது குடிலின் முற்றத்து மணலில் எனது பெயரைத் தமிழில் எழுதவைத்து எனக்கு ஏடு தொடக்கிவைத்தவர். கடைசியில் என் கையால்தான் அந்த அப்பாச்சிக்குச் சாவு வந்தது.

3

மந்திரம், வாகடம், சித்து, கூத்துப் பாடல்கள் எல்லாவற்றையும் இப்போது கடகடவென உருப்போட்டுச் சொல்கிறேனே தவிர, நான் எனது பதினோராவது வயதுவரை தனிச் சிங்களத்தில் மட்டுமே படித்தேன்.

எண்பத்தாறாம் ஆண்டில் இலுப்பங்கேணி விபுலானந்தர் தமிழ் ஆரம்பப் பாடசாலை எரிக்கப்பட்ட பின்பு, இலுப்பங்கேணியில் தமிழ்ப் பாடசாலையே கிடையாது. நான்கு தமிழ்க் குடும்பங்களுக்காக யாருமே புதிய தமிழ்ப் பாடசாலையைத் தொடங்கப் போவதுமில்லை. அதைவிட்டால் ஆறு கிலோ மீற்றர்கள் தொலைவில் அம்பாறையில்தான் தமிழ்ப் பாடசாலை இருக்கிறது. குழந்தைகளை அவ்வளவு தூரம் அனுப்ப யாரும் தயாராகயில்லை.

நானும் எனது தம்பியும் பொலியர் தாழ்வில் புதிதாகக் கட்டப்பட்டிருந்த சிங்கள ஆரம்பப் பாடசாலையில் தான் பாலர் வகுப்பில் சேர்க்கப்பட்டோம்.

அந்தப் பள்ளியில் ஏழு தமிழ்ப் பிள்ளைகள் படித்தபோதும், அங்கே தமிழ் மொழிப் பாடத்திற்கான வகுப்பு இல்லை. தம்பி மூன்றாம் ஆண்டைத் தாண்டவில்லை. அவனுக்குப் படிக்கவே பிடிக்கவில்லை. அவனின் உலகம் வேறு. அவனுக்குப் பசித்தாலும் வாயைத் திறந்து தீனி கேட்கமாட்டான். நாள் முழுவதும் ஒத்தாப்பில் ‹சோங்கல்› போலவே உட்கார்ந்திருந்து அங்குமிங்கும் பார்த்துக்கொண்டிருப்பான். அம்மா எவ்வளவோ சொல்லியும் அவன் பள்ளிக்கு வருவதாகயில்லை. உமாம்புவ சீயா, தம்பியிடம் ‹எழுதத் தெரியாதவனின் பேனா கஜபா மன்னனின் இரும்புக்கோலிலும் பாரமானது› என்று சொல்லிப் பார்த்தார். ஆனால் தம்பியின் விரல்கள் ஊசியிலும் இலேசானதும் கூர்மையானதும் என்பது எங்களுக்கு ஒருநாள் தெரியத்தான் வந்தது.

பன்னிரண்டு வயதிருக்கும்போது தம்பியில் மாற்றம் வந்தது. தன்னுடைய ஒத்தாப்பு இருப்பிடத்தைப் பெத்தப்பாவின் கம்மாலைக்கு மாற்றிக்கொண்டான். பெத்தப்பாவிடம் தொழில் பழக ஆரம்பித்துவிட்டான். மரம், தடி, மூங்கில், தேங்காய்ச் சிரட்டை எனக் கையில் எது கிடைத்தாலும் அதில் தனது கைவினைத் திறனைக் காட்டினான். அவனுடைய பகற்கனவுகள்

எல்லாம் கைகளின் வழியே இறங்கிவந்தன என்றுதான் நினைக்கிறேன். வேலாயுதம் அம்மாச்சியின் புகைப்படத்தைப் பார்த்து அவரைப்போலவே அச்சு அசலாகச் சந்தனக் கட்டி வாசச் சவுக்காரத்தில் ஒரு முகச் சொரூபம் செய்தான்.

4

வேலாயுதம் அம்மாச்சி கடைக்குட்டி. என் அம்மாவிலும் ஏழு வயது குறைந்தவர். அவர் இறக்கும்போது அவருக்கு வயது இருபத்தொன்று. எனக்கு அப்போது எட்டு வயது. எனினும், எனக்கு வேலாயுதம் அம்மாச்சியை நன்றாக ஞாபகமிருக்கிறது. அவருடைய சுருங்கிய இருண்ட கண்களும் மூசாப்பு முகமும் என் மனதில் கல்வெட்டாகப் பதிந்திருக்கிறது.

எங்களது கரும்புத் தோட்டத்தில் பாதியை, ரன்தெனிய முதலாளிக்கு அறாவிலைக்கு விற்றுக் கிடைத்த பணத்தை எடுத்துக்கொண்டு, ஜப்பானுக்கு வேலைக்குப் போவதற்காக அம்மாச்சி கொழும்புக்குக் கிளம்பிய நாளும் எனக்குத் தெளிவாக ஞாபகமிருக்கிறது. என்னையும் தம்பியையும் தூக்கி முத்தமிட்டு, பெத்தாச்சியினதும் பெத்தப்பாவினதும் கால்களில் விழுந்து வணங்கிவிட்டு அம்மாச்சி புறப்பட்டார். பெத்தாச்சிக்கோ வேலாயுதம் அம்மாச்சியை அனுப்பவே விருப்பமில்லை. ஆனால் நாட்டில் பிரச்சினைகள் பெருகிக்கொண்டே இருந்ததால் பெத்தாச்சியும் மறுப்புச் சொல்லவில்லை. உழைத்துக்கொண்டு இரண்டே வருடங்களில் நாடு திரும்புவதாகத்தான் வேலாயுதம் அம்மாச்சியின் எண்ணமிருந்தது. அதற்குள் நாட்டுப் பிரச்சினை முடிந்துவிடும் எனப் பெத்தப்பாவும் எப்போதும் போலவே உறுதியாகச் சொன்னார். வாணம் பொலியர் ஏற்பாடு செய்து கொடுத்திருந்த கல்முனை ஏஜெண்ட் காரில் வந்து அம்மாச்சியைக் கூட்டிக்கொண்டு போனார்.

ஜப்பானுக்குப் போன அம்மாச்சியிடமிருந்து எந்தத் தகவலுமில்லை. வாணம் பொலியரிடம் சொல்லிக் கல்முனை ஏஜெண்டை விசாரித்தால், அம்மாச்சியை ஜப்பானுக்கு அனுப்பிவிட்டதாகவே அவர் சொன்னார். கடைசியாக, ஆறு மாதங்களுக்குப் பிறகு எலும்பும் தோலுமாக வேலாயுதம் அம்மாச்சி வீட்டுக்குத் திரும்பிவந்தார். அவர் ஜப்பானிலிருந்து

திரும்பி வரவில்லை. பூஸா தடுப்புமுகாமிலிருந்து திரும்பி வந்தார்.

அம்மாச்சி, விமானம் ஏறச் சென்றபோது விமான நிலையத்திலிருந்த புலானாய்வுத்துறை அதிகாரிகள் அம்மாச்சியைச் சந்தேகத்தின் பேரில் கைது செய்திருக்கிறார்கள். அரசனிடமிருந்து தப்பினாலும் அரண்மனை நாய்களிடமிருந்து தப்பிக்க முடியாது. அம்மாச்சியின் ஆடைகளை அவிழ்த்துப் பார்த்தபோது அம்மாச்சியின் முழங்கைகளிலும் முழங்கால்களிலும் காய்ப்பு இருந்ததாம். எனவே அம்மாச்சி ஒரு பயிற்சி பெற்ற பயங்கரவாதி என்ற சந்தேகத்தில் அவரைக் கைது செய்தார்களாம். காட்டிலே தவழ்ந்து, ஓங்கிய மரங்களில் ஏறியிறங்கி, ஆற்றிலே மீன்குத்தும் மனிதனுக்கு முழங்கையிலும் முழங்காலிலும் காய் இல்லாமல் பூவா பூத்திருக்கும்?

பூஸா தடுப்புமுகாமிலிருந்து அம்மாச்சி விடுதலையானபோது, அவர் எடுத்துச் சென்றிருந்த பணமோ, பயணப்பையோ, பாஸ்போர்ட்டோ திருப்பிக் கொடுக்கப்படவில்லை. அவையெல்லாம் எங்கேயென்று தெரியாது என அதிகாரிகள் சொல்லிவிட்டார்களாம். பேருந்துக் கட்டணத்துக்குக் கூட வழியில்லாத அம்மாச்சி பத்துக் கிலோ மீற்றர்கள் நடந்தே காலி நகரத்துக்குப் போய் அங்கிருந்த சிவன் கோயிலைக் கண்டுபிடித்து, அங்கு சாப்பிட்டுவிட்டுப் பேருந்துக்கும் காசு வாங்கிக்கொண்டு ஊருக்குத் திரும்பிவந்தாராம். பயணம் செய்வதற்கு அடையாள அட்டைகூட இல்லாமல், பூஸாவிலிருந்து விடுதலையான பத்திரத்தை இராணுவச் சோதனைச் சாவடிகளில் காட்டிவிட்டுப் பயணம் செய்தாராம். அதுகூட அம்மாச்சிக்கு அப்போது தேவைப்பட்டிருக்காது. அவர் பூஸாவிலிருந்து திரும்பிவந்த கோலத்தைப் பார்த்தால் அவர்மீது இராணுவத்தினருக்குச் சந்தேகம் வரவே வராது. அம்மாச்சி அப்போது ஓணான் கடித்த நாய் போல இருந்தார்.

பூஸாவிலிருந்து வந்ததன் பின்பாக, வேலாயுதம் அம்மாச்சி எப்போதும் கவலை கக்கிசத்திலும் தனிமையிலுமே இருந்தார். அவருக்கு வெளிநாட்டுக்குப் போய் உழைப்பதென்பது நீண்டகாலக் கனவாக இருந்தது. இனி அதை நினைத்துப் பார்க்கவே முடியாது. ஆகாயக் கப்பல் என்ற பெயரைக் கேட்டாலே அவர் நடுங்கினார். ஒருமுறை புலனாய்வுத்துறையின் கண்களில் விழுந்தவர்கள் இரண்டாம் முறை விமான நிலையத்தைக் கடக்க

முடியாது என்று கல்முனை ஏஜெண்ட் சொல்லிவிட்டாராம். கட்டிய காசைத் திருப்பித் தருவது சாத்தியமில்லை, திருப்பித் தன்னிடம் கேட்பதும் நியாயமில்லை என்றும் அந்த ஏஜெண்ட் சொன்னாராம்:

— நான் என் ஏஜெண்ட் வேலையைச் சரியாகத் செய்தேன், சி.ஐ.டி. அவர்களது வேலையைச் சரியாகச் செய்யவில்லை.

அழுகிறவன் கண்ணுக்குள் விரலைவிட்டுக் குத்தும் வேலையைச் செய்வதெற்கென்றே சில சனமிருக்கிறது. அம்மாச்சி திரும்பிவந்த சேதியைக் கேள்விப்பட்டு ‹எங்கே சப்பானிலிருந்து திரும்பி வந்த கிளி?› என்று கேட்டவாறே உள்ளான்வெளியிலிருந்து சீனியப்பு வந்தார். அன்று மாலையில் கரும்புத் தோட்டத்துக்குள் வேலாயுதம் அம்மாச்சி செத்துக் கிடந்தார்.

அம்மாச்சிக்கு, சோடாப் போத்தலுக்குள் பின்னேரத் தேத்தண்ணீர் எடுத்துக்கொண்டு போன நான்தான் அந்தக் கிரிகோலத்தை முதலில் பார்த்தேன். ஒருக்களித்து விழுந்துகிடந்த அம்மாச்சியைச் சுற்றி மணலில் கையாலும் காலாலும் பிறாண்டிய அடையாளங்கள் இருந்தன. அம்மாச்சியின் வாயிலும் மூக்கிலும் வாந்தியும் இரத்தமும் கலந்து வந்திருந்தன. அவரது முகத்தில் இலையான்கள் செத்துக்கிடந்தன.

என் ஆசை வேலாயுதம் அம்மாச்சிக்கு அருகே, நெல்வயலுக்கு விசிறும் கிருமிநாசினிப் போத்தல் கிடந்தது. சில விசயங்களை நம்மால் அனுமானிக்கவே முடிவதில்லை. அந்தக் கிருமிநாசினிக்கு எங்கள் பக்கத்தில் பெயரே ‹ஜப்பான் மருந்து›தான்.

5

இலங்கை மூன்று விசயங்களில் உலகத்திலேயே முதலாவது இடங்களைப் பிடித்திருக்கிறது என்று ஒருமுறை பாடகி மனோலி கூஞ்ஞ என்னிடம் சொன்னார்.

ஒன்று: தற்கொலை

இரண்டு: பாம்புக் கடியால் சாவு

மூன்று: கண்தானம்

மூன்றாவது விசயம் பெருமைப்படக் கூடிய விசயமென்றாலும் நீங்கள் மூன்றாவதுவரை எண்ணுவதற்கு ஒன்றிலிருந்துதான் ஆரம்பிக்கவேண்டும்.

எங்களது கிராமத்தில் தற்கொலையால் செத்தவர்கள் எத்தனை பேர்களென்று எண்ணிக் கணக்கிட எனதும் உங்களதும் கைவிரல்களும் கால்விரல்களும் போதாது. இந்த விசயத்தில் மட்டும் தமிழென்றும் சிங்களமென்றும் எந்த வேறுபாடும் கிடையாது. எல்லோரும் தற்கொலை செய்தார்கள். அதுவொரு தேசிய அடையாளம் என்று வைத்துக்கொள்ளுங்கள்.

கிருமிநாசினி குடித்தல், அரளிவிதை அரைத்து விழுங்குதல், ஆற்றுக்குள் விழுந்து சாகுதல், தனக்குத்தானே நெருப்புப் பற்றவைத்துக்கொள்ளல், முகட்டிலும் மரத்திலும் தூக்குப்போடல், கத்தியால் தனது கழுத்தை அறுத்துப் போடல், மெனக்கெட்டு பஸ் பிடித்து மட்டக்களப்பு வரை போய்க் காத்திருந்து ரயில் முன்னே குதித்தல் என விதம் விதமான முறையில் தற்கொலை செய்தார்கள். உமாம்புவ சீயாவின் இரண்டு பெண்பிள்ளைகளும் ஒரேநாளில் மருந்து குடித்துச் செத்ததைப் பற்றி முன்னமே சொன்னேன்.

அம்மா ஏசினாலும் தற்கொலை, அப்பா அடித்தாலும் தற்கொலை, காதல் தோல்வியென்றால் தற்கொலை, காதலே இல்லையென்றாலும் தற்கொலை, புருஷன் அடித்தால் தற்கொலை, பிள்ளை குழப்படியென்றால் அதற்கும் தற்கொலை, குடித்தால் தற்கொலை, குடிக்கக் கிடைக்காவிட்டாலும் தற்கொலை, பரீட்சையில் பெயிலானால் தற்கொலை, வயிற்றுவலி வந்தால் தற்கொலை, வாங்கின கடன் கொடுக்க முடியாவிட்டால் தற்கொலை, களவு கொடுத்தால் தற்கொலை, களவெடுத்துப் பிடிபட்டாலும் தற்கொலை, பொலிஸ் தேடி வந்தால் தற்கொலை, கோர்ட்டுப் படியேறினால் தற்கொலை, மழை பெய்து வயல் அழிந்தால் தற்கொலை, வெயிலடித்துப் பயிர் கருகினால் தற்கொலை!

வேலாயுதம் அம்மாச்சி தற்கொலை செய்து சாகும்போது, எனக்கு எட்டு வயதென்றாலும் எனக்குத் தற்கொலை மீது தீராத வெறுப்பு அந்த வயதிலேயே ஏற்பட்டுவிட்டது. பிரேதப் பெட்டிக்குள் இருந்த வேலாயுதம் அம்மாச்சியின் உடலை நான் அடித்தேனாம். அது எனக்குத் தெரியாது. ஆனால் அதைப் பெத்தாச்சி அடிக்கடி ஞாபகமாகச் சொல்லுவார். அவருக்கு வேலாயுதம் அம்மாச்சியின் பிரேதத்தில் மொய்த்த ஈக்களின் எண்ணிக்கை கூட ஞாபகத்திலிருக்கும்.

இப்போது யோசித்துப் பார்க்கையில், அன்று நான் பிரேதப் பெட்டிக்குள் இருந்த சாவைத்தான் அடித்திருக்கிறேன் என்று நினைக்கிறேன். அதுதானே அங்கேயிருந்தது! உண்மையைச் சொன்னால் தன்னுடன் தானே சண்டை செய்து சாகும் அந்தச் சவுத்துப்போன வேலையை நான் வெறுத்தேன். நம் சாவுக்கு ஓர் அர்த்தம் இருக்க வேண்டுமா இல்லையா!

எனக்கு இயக்கத்தில் சயனைட் குப்பி வழங்கியபோது அதை வாங்கி, மூன்று சாண்கள் நீளமுள்ள கறுப்புக் கயிற்றில் கட்டி எனது கழுத்தில் மாட்டிக்கொண்டேன். ஆனால், நான் ஒருபோதும் சயனைட் அருந்திச் சாகமாட்டேன் என்பது எனக்குத் தெரியும்.

இந்த உயிர் பேராற்றலுள்ளது. இந்த ஆற்றலைத் திருட்டு நாய் இருட்டில் கஞ்சி குடிப்பதுபோலச் சாவு குடித்துவிடக் கூடாது.

6

வேலாயுதம் அம்மாச்சி இறந்து ஒரு வருடமாகவில்லை, அதற்குள் இங்கே குஞ்சாத்தையினதும் சித்தப்பாவினதும் கூட்டு ஒப்பாரி. எந்த நேரத்தில், எந்தக் கிணற்றில் எவருடைய பிரேதம் மிதக்கும் என எனக்கு அச்சமாகத்தானிருந்தது. ஒரு கோபத்தினால் கிணற்றுக்குள் பாய்ந்தால் பத்துக் கோபத்தாலும் வெளியேற முடியாது. மிதுனாவையும் இவர்கள் கொன்றுவிடலாம். ஏழு பிள்ளை நல்லதங்காள் கூத்துப் பார்க்கவா வெருகல் ஆறுதாண்டி நான் இங்கே வந்தேன். அந்தக் கூத்தில் ஏழு குழந்தைகளும் நல்லதங்காளாக நடித்த என் அப்பாவின் கைகளுக்கு அகப்படாமல் களரி முழுவதும் சுற்றிச் சுற்றி ஓடுவார்கள். ஒவ்வொரு குழந்தையாகத் துரத்திப் பிடித்துக் கிணற்றுக்குள் தள்ளுவார் அப்பா. இந்தப் பாவத்தைச் செய்வதற்குப் பதிலாக மூளி அலங்காரியைப் பிடித்துக் கிணற்றுக்குள் தள்ளிவிட்டிருந்தால் ஒரு சாவோடு கதை முடிந்திருக்குமே. முக்கியமாக, அந்தக் கூத்தில் மூளி அலங்காரிக்கு நடிக்கும் மனிதரை எனக்குப் பிடிப்பதேயில்லை. மாசிலாமணி என்ற அந்த மனிதர் எப்போது பார்த்தாலும் வேடிக்கை காட்டுகிறேன் என்ற பெயரில் என்னை மிரட்டி அழ வைப்பதிலேயே குறியாகயிருப்பார்.

குஞ்சாத்தை வீட்டுக்குப் போய் மூன்று நாட்களிருக்கும். அங்கே இரண்டு, மூன்று நாட்களுக்கு ஒருமுறைதான் குளிப்பு முழுக்கு நடக்கும். குளிப்பதற்காக என்னை அந்த நன்னித்தம்பி

அப்பாச்சி தென்னந்தோட்டத்திலிருந்த கிணற்றுக்கு அழைத்துச் சென்றார்.

துலாவில் தண்ணீர் இறைக்கும் முறையை நான் முதன் முதலில் அங்குதான் கண்டேன். என்னைக் கிணற்றடியில் நிற்க வைத்து, எனது ஆடைகளை முழுவதுமாகக் களையச் சொன்னார் அந்த அப்பாச்சி. எனக்கு வெட்கமாகயிருந்தது. நான் தயங்கியவாறே நின்றேன். நான் என்ன மிதுனா போல கைக்குழந்தையா! எனக்கும் ஒன்பது வயது ஆகிறதல்லவா.

— அடியே சிங்களத்தி இங்கே யாரும் வர மாட்டார்கள், நீ உன் ஊத்தைச் சட்டையைக் கழற்று!

நான் வெட்கத்துடன் எனது கவுனை மட்டும் கழற்றிப் போட்டேன்.

— யங்கியையும் கழற்றடி சிங்களத்தி, அப்போதுதான் ஊத்தை போகத் தேய்த்துக் குளிக்க முடியும்!

அந்த அப்பாச்சி உறுக்கிச் சொன்னார்.

அந்தச் சத்தத்தைக்கேட்டு நான் நடுங்கியபடியே மெதுவாகக் குனிந்து எனது இடுப்பு உள்ளாடையையும் அவிழ்த்துவிட்டுக் கைகளால் எனது மறைவிடத்தை மறைத்து நின்றேன். அப்பாச்சி தனது வேட்டியை அவிழ்த்துப் போட்டுவிட்டுக் கச்சையோடு நின்றார். கிணற்றுக்குப் பக்கமாயிருந்த துவைக்கும் கல்லில் என்னை உட்காருமாறு சாடை செய்தார் அப்பாச்சி.

அந்தக் கிணறு கட்டுச் சுவர் இல்லாதது. குழந்தைகள் அதில் புழங்குவது பாதுகாப்பற்றது. கால் இடறினால் நேராக உள்ளே போய்விட வேண்டியிருக்கும். கிணற்றின் ஆழம் அதிகமென்றாலும் தண்ணீர் அதிகமில்லை. கிணற்றின் அடியில் மட்டும் கலங்கலாய் உப்பு நீரிருக்கும்.

அப்பாச்சி துலாவால் தண்ணீர் இறைத்து ‹நமச்சிவாயம்› என்று சொல்லியபடியே முதல் வாளி நீரை என் தலைமீது ஊற்றினார். அப்பாச்சி என் தலைமீது ஒரு வாளி தண்ணீரும் தன் தலைமீது ஒரு வாளி தண்ணீருமாக மாறி மாறி வார்த்தார். அவ்வப்போது தனது உரமேறிய கைகளால் என் உடலைத் தேய்த்துக்கொடுத்தார். நான் கூச்சத்தோடு கைகளை எனது அரையாப்பில் குவித்து வைத்திருந்தேன்.

— பார்! சிங்களத்தியின் ஊத்தை எப்படிக் கரையுதென்று...

அந்த அப்பாச்சி தண்ணீர் இறைப்பதை நிறுத்திவிட்டு, வாசனைச் சவுக்காரமொன்றை எடுத்து என் உடலில் அழுந்தத் தேய்க்கத் தொடங்கினார். அதுவொரு புதினமான வாசனைதான். நாங்கள் இலுப்பங்கேணியில் உடலைத் தேய்ப்பதற்கு ‹ஊத்தைக் கல்› என்றொரு உள்ளங்கையளவான கல் வைத்திருப்போம். அந்த வளவளப்பான கல்லைப் பட்டிப்பளை ஆற்றில் பொறுக்கியெடுப்போம்.

இருவரும் குளித்து முடிந்ததும், கிணற்றுக்குச் சற்றுத் தூரத்திலிருந்த குடிசைக்குள் என்னை நிர்வாணமாகவே அழைத்துச் சென்றார் அப்பாச்சி. அந்தக் குடிசைக்குள் உரித்த தேங்காய் மட்டைகள் குவிந்து கிடந்தன. குடிசையின் மூலைக்குள் அந்த அப்பாச்சி என்னைத் தனது தொடையால் நெட்டித் தள்ளினார்.

— உன்னில் நல்ல வாசம் வீசுகிறது, எனச் சொன்னவாறு அப்பாச்சி தனது ஏழடி உடலை வளைத்துக் குனிந்து எனது முகத்தை முகர்ந்து பார்த்தார். பின்பு தனது முகத்தை எனது கழுத்து, மார்பு என்று தேய்த்தார். தனது கையால் எனது பின்புறத்தை அழுத்திப் பிசைந்தார். விரலால் எனது மறைவிடப் பகுதியில் மேலும் கீழுமாக நிமிண்டினார். நான் கூச்சத்தால் நெளிந்தேன். அப்பாச்சி தேங்காய் மட்டைக் குவியலில் உட்கார்ந்துகொண்டு என்னை இழுத்துத் தனது மடியில் போட்டுக்கொண்டார். எனது தலையை மெதுவாக எடுத்துத் தனது மார்பில் சாய்த்துக்கொண்டார்.

— சிங்களத்தி பால் குடி!

அந்த அப்பாச்சி இரகசியமாக என் காதுக்குள் முணுமுணுத்தார்.

நான் என்ன செய்வதென்று தெரியாமல் விழித்தேன். அப்பாச்சி ஒரு கையால் என் தலையைத் தனது மார்பில் அழுத்திக்கொண்டே மறு கையால் எனது பின்புறத்தை றொட்டிக்கு மாவு பிசைவதுபோல அழுத்திப் பிசைந்தார். ‹வலிக்கிறது அப்பாச்சி› என்று சொல்லக்கூட எனக்குப் பயமாக இருந்தது.

அப்பாச்சி என்னை எழுந்து தனக்கு முன்னால் தன்னைப் பார்த்தவாறே நிற்குமாறு சொன்னார். எனது கைகளை மேலே உயர்த்திக்கொண்டும் கால்களை விரித்துக்கொண்டும் நிற்குமாறு அடுத்த உறுமல் பிறந்தது. பாடசாலையில் உடற்பயிற்சி நேரத்தில் அப்படித்தான் நிற்கவேண்டியிருக்கும்.

அந்த அப்பாச்சி தனது கச்சையைத் திறந்து எனக்குக் காட்டினார்.

— அடியே இங்கே பாரடி சிங்களத்தி... சரியாகப் பாரடி! இது என்ன சொல் பார்ப்போம்!

நாங்கள் வீட்டுக்குத் திரும்பி வந்துகொண்டிருக்கும்போது, எனக்கு முன்னால் நடந்துகொண்டிருந்த அந்த அப்பாச்சி என்னைப் பார்க்காமலேயே கேட்டார்:

— குடிசைக்குள் என்ன நடந்தது என்பதை நீ உன் குஞ்சாத்தையிடம் சொல்வாயா?

நான் என்ன சொல்வது எனத் தெரியாமல் ஒருகணம் அப்படியே நின்றேன். அந்த அப்பாச்சி அவக்கெனத் திரும்பி என்னை எரித்து விடுவதுபோலப் பார்த்தார். அவரது கண்களில் அப்போது அருவருப்பு வழிந்தது. ஒருமுறை ஓங்காளித்துக் காறிக் கீழே துப்பினார்.

— யாரிடமாவது சொன்னாயென்றால் நீ சிங்களத்தி என்ற உண்மையை நான் புலிகளிடம் சொல்லிவிடுவேன். அவர்கள் உன்னைத் துண்டு துண்டாக வெட்டி வெருகல் ஆற்றில் கபரக்கொயாவுக்கு வீசிவிடுவார்கள்.

அந்தச் சொற்களைக் கேட்டு நான் உண்மையிலேயே பயந்து போனேன். சிங்களவர்களைப் புலிகள் வெட்டிக் கொல்வார்கள் என்று நான் கேள்விப்பட்டிருக்கிறேன். நான் தமிழச்சி என்று எப்படி என்னால் புலிகளிடம் நிரூபிக்க முடியும்? எனக்குத்தான் தமிழ் எழுதப் படிக்கத் தெரியாதே. என்னுடைய குட்டி மூளை அந்த நேரத்தில் அப்படித்தான் யோசித்தது. தவிரவும் அப்பாச்சி குடிசைக்குள் என்னோடு விளையாடியது அவசியம் வெளியில் சொல்ல வேண்டிய விசயம்தானா? அதைச் சொல்ல வெட்கமாகயிருக்காதா என்ன! நான் யாரிடமும் அதைப் பற்றிச் சொல்லப்போவதில்லை. இது எல்லாவற்றை விடவும் நான் அதிகமும் யோசித்தது, வெருகல் ஆற்றுக்குள் ‹கபரக்கொயா› இருக்குமா இல்லையா என்பதைப் பற்றித்தான்.

நான் அங்கிருந்த ஒருமாத காலமும், நான் குளிக்கப் போகும் போதெல்லாம் அந்த அப்பாச்சி இப்படியே செய்வார். என்ன நடக்கிறதென்று எனக்குச் சரிவரப் புரியாத வயது. அதுவொரு விளையாட்டுப்போலத்தான் எனக்குத் தோன்றிற்று. போகப் போக கோலாடக் குரங்காடுவது போல நான் அந்த

அப்பாச்சிக்குக் கீழ்ப்படிந்தேன். குளிப்பதற்காகக் கிணற்றடிக்குப் போனவுடனேயே, அந்த அப்பாச்சி சொல்லாமலேயே நான் என் ஆடைகளை முழுவதுமாகக் களைந்துவிட்டு கல்லில் உட்கார்ந்துகொள்வேன். குளித்து முடிந்ததும் நானாகவே குடிசைக்குள் சென்று மூலையில் நிற்பேன்.

வீட்டிலிருக்கும் நேரமெல்லாம் என்னில் அந்த அப்பாச்சி கண் வைத்துக்கொண்டேயிருந்தார். ஞானகலை குஞ்சாத்தையோடு ஒரு முறை பேசும்போது, ‹இந்தச் சின்ன இலுப்பங்கேணியாள் கற்பனையிலேயே கதைகள் சொல்கிறாள்› என்று என் குறித்து அந்த அப்பாச்சி சொல்வதைக் கேட்டேன்.

அப்படி என்ன நான் கற்பனையாகச் சொல்லிவிட்டேன்!

ஒருமுறை நான் கரும்புத் தோட்டத்துக்குள் விளையாடிக் கொண்டிருந்தபோது எனக்குச் சுருட்டைப் பாம்பு கடித்துவிட்டது. முதலில் காலில் ஏதோ முள்ளுத் தைத்துவிட்டது என்றுதான் நினைத்தேன். கெண்டைக்காலில் இரத்தம் பொட்டாகத் துளிர்த்திருந்தது. குனிந்திருந்து அந்தக் காயத்துக்குத் துப்பலைப் போட்டுத் தேய்த்துக்கொண்டிந்த போதுதான், ஒரு கரும்பின் அடியில் சுருண்டு கிடந்த பாம்பைப் பார்த்தேன். உடனேயே குழறியடித்துக்கொண்டு கடிபட்ட காலை நொண்டியபடியே வீட்டை நோக்கி ஓடினேன்.

அப்போது வீட்டில் அம்மா மட்டும்தான் இருந்தார். அவர் நான் சொன்னதை நம்பவில்லை. நான் அடிக்கடி தேவையில்லாமல் பொய்கள் சொல்வதாகச் சலித்துக்கொண்டார். விசமேறிச் செத்துவிடுவேன் எனப் பயந்துபோன நான் முற்றத்து மண்ணில் விழுந்துபுரண்டு அழுதேன். என் கூக்குரல் கேட்டு பெத்தப்பா எங்கிருந்தோ ஓடி வந்தார். என்னைத் தூக்கிக்கொண்டு கரும்புத் தோட்டத்துக்குப் போனார். அங்கே, நான் சொன்ன இடத்தில் அந்தச் சுருட்டைப் பாம்பு அப்படியே கிடந்தது. அதற்குப் பின்புதான் என்னை மூத்தாம்பித் தொழிலாளியிடம் மந்திரிப்பதற்காகக் கொண்டு சென்றார்கள்.

ஒருநாள் இரவு குஞ்சாத்தை வீட்டு முற்றத்தில், வெற்றிலை சப்பியபடியே சாய்மனைக் கட்டிலில் சாய்ந்திருந்து எனக்குத் தமிழ் அரிவரி சொல்லிக் கொடுத்துக்கொண்டிருந்த நன்னித்தம்பி அப்பாச்சி நல்ல உற்சாகமான மனநிலையிலிருந்தார். பாடத்தை நிறுத்திவிட்டுச் சொன்னார்:

— அடியே சிங்களத்தி... ஒரு பாட்டுப்பாடு!

7

எனக்கு ‹கண்டி அரசன்› கூத்தில் சிறிய மந்திரிகுமாரி சாமலிதேவி பாடும் எல்லாப் பாடல்களும் மனப்பாடம். இதை யாரும் எனக்குச் சொல்லித்தரவில்லை. அந்தக் கூத்தைப் பார்த்தும், அப்பா உள்ளான்வெளிக்கு அடுக்குப்பார்க்கப் போகும்போது அவருடன் கூடச் சேர்ந்து பலதடவைகள் போயிருப்பதாலும் அந்தப் பாடல்கள் தாமாகவே என் மனதில் பதிந்துவிட்டன. கண்டி அரசன் கூத்து நடத்துகையில் தரையில் உட்கார்ந்திருக்கும் பார்வையாளர்களிடையே ஒரு குட்டி நாற்காலியை வைப்பார்கள். அந்த நாற்காலியில் சிறிய திண்டு வைத்துப் பட்டுத்துணியால் போர்த்தியிருப்பார்கள். உரலில் போட்டு இடிக்கப்பட்ட பாலகி டிங்கிரி மெனிகே, அங்கு எழுந்தருளிக் குட்டி நாற்காலியில் உட்கார்ந்து கூத்தைப் பார்ப்பாள் என்பது நம்பிக்கை.

அந்த அப்பாச்சியின் முன்னால் உட்கார்ந்து நான் பாடலானேன்:

மட்டபனை ஓலை
மயில் அடையும் பூஞ்சோலை
மயிலு விடுங் கண்ணீரு - இந்த
மாளிகையில் சுத்துதம்மா

குட்டைப் பனையோலை
குயிலடையும் பூஞ்சோலை
குயிலு விடுங் கண்ணீரு - இந்தக்
கோட்டையிலே சுத்துதம்மா

இந்தப் பாடலைப் பாடுமாறு மல்காந்தி ஆச்சாவும் என்னிடம் அடிக்கடி கேட்பார். நான் பாடும்போதெல்லாம் அவரது அழுது வற்றிய கண்களிலிருந்து கரகரவென்று உப்புத் தூளாய்ச் சொரியும். அவரது மகன் சந்துல் சகோதரயாவை நினைத்து அவர் கண்ணீரும் சோறும் தின்னாத நாளில்லை.

8

‹சகோதரயா› என்றால் இலுப்பங்கேணியில் அது இன்றுவரை சந்துலைத்தான் குறிக்கும்.

உமாம்புவ சீயாவினதும் மல்காந்தி ஆச்சாவினதும் ஒரே மகன் அவர். அவர்கள் வீட்டில் சமைக்கும் கிரிபத்தின் வாசனை எட்டும் தூரத்தில்தான் எங்கள் வீடிருந்தது. நான் சிலவேளைகளில் இருட்டுப்படும்வரை மல்காந்தி ஆச்சாவுடன் அவரது வீட்டிலே இருந்துவிட்டு, பேய்களுக்கு விலத்தி வீட்டை நோக்கி மான்போல ஓட்டம் பிடித்தேனென்றால், என் மனதிற்குள் நூறுவரை எண்ணி முடிப்பதற்குள் நான் எங்களது வீட்டுக்கு வந்துவிடுவேன்.

நானும் தம்பியும் பிறந்த சில மாதங்களுக்குப் பின்புதான் சந்துல் சகோதரயா கொல்லப்பட்டார். அவர் கொல்லப்பட்ட இடம் எங்கள் வீட்டிலிருந்து அதிக தூரத்திலில்லை. மனதிற்குள் எண்ணிக்கொண்டு ஓடினேன் என்றால் முந்நூறுவரை எண்ணி முடிப்பதற்குள் அங்கே போய்ச் சேர்ந்துவிடலாம்.

— சந்துல் சுருள் முடியும் நிலா முகமும் கொண்ட அழகன், என மல்காந்தி ஆச்சா அடிக்கடி சொல்வார். நான் ஆச்சா வீட்டில் தொங்கிக்கொண்டிருக்கும் சகோதரயாவின் கறுப்பு வெள்ளைப் புகைப்படத்தைப் பார்த்திருக்கிறேன். தாடி மீசையற்ற வசீகரமான முகம். தலைமுடி சுருள் சுருளாகத் தோள்கள் வரை தொங்கும். சற்றே பெருத்த ஆனைக் காதுகள். இருளத் தொடங்கும்போது சகோதரயாவின் படத்துக்கு முன்னே ஆச்சா விளக்கேற்றிவிடுவார். அந்தத் தேங்காயெண்ணெய் விளக்கின் சுடரொளியில் பார்க்கும்போது, சந்துல் சகோதரயா புத்தரைப் போல எனக்குத் தோன்றுவார். குணமும் அப்படித்தான் என்பார் என்னுடைய அம்மா.

இலுப்பங்கேணிக்கு குடிவரும்போது சந்துல் சகோதரயாவுக்குப் பன்னிரண்டு வயதிருக்குமாம். சிவஞானம் அம்மாச்சிக்கும் சகோதராயாவுக்கும் கிட்டத்தட்ட ஒரே வயதுதான். இருவரும்தான் கள்ளும் மரவள்ளிக் கிழங்கும்போல ஒன்றாகவே திரிவார்களாம். ஒருமுறை சந்துல் சகோதரயாவை ஆற்றில் வெள்ளம் இழுத்துக்கொண்டு போனபோது சிவஞானம் அம்மாச்சிதான் காப்பாற்றினாராம்.

சிவஞானம் அம்மாச்சி காணாமற்போனபோது, சகோதரயா காட்டுக்குள்ளும் அயற் கிராமங்களிலும் இராணுவ முகாம்களிலும் அம்மாச்சியைத் தேடித் திரிந்தார். புதைக்கப்பட்ட மாணிக்கக் கல்லை மின்மினிப் பூச்சி வெளிச்சத்தில் தேடியதுபோல, மாதக்கணக்கில் அலைந்து திரிந்தார் சகோதரயா என்பார் அம்மா.

இச்சா | 81

திருகோணமலைத் துறைமுகத்தில் வேலையிலிருந்த சகோதரயா வேலை நிறுத்தத்தில் பங்குகொண்டதால் பணியிலிருந்து நீக்கப்பட்டாராம். பின்பு சொந்தமாக மீன் வியாபாரம் தொடங்கிவிட்டார். அவரது சைக்கிளில் கட்டப்பட்டிருந்த மீன்பெட்டி பெத்தப்பா செய்து கொடுத்தது. உஹன பகுதிக்கு வியாபாரத்துக்குப் போன ஒரு நாள், அவர் சைக்கிளையும் மீன்பெட்டியையும் பறிகொடுத்துத் திரும்பிவந்தார். உஹன சந்தைப் பகுதியில் ‹சே குவேரா› இயக்கத்தினர் பொலிஸார்மீது நடத்திய துப்பாக்கிச் சூட்டில் ஏற்பட்ட குழப்பத்தில் அவரது சைக்கிளும் மீன்பெட்டியும் சந்தையில் காணாமற்போயிருந்தனவாம்.

சந்துல் சகோதரயா பெத்தப்பாவின் பட்டறைக்கு வந்து அடிக்கடி பேசிக்கொண்டிருப்பாராம். ஒரு மதியம் பெத்தப்பாவின் பட்டறையில் சகோதரயா அமர்ந்து பேசிக்கொண்டிருக்கும் போதுதான் சேனைவெளிக்குள்ளால் ஏறிவந்த இலங்கை இராணுவத்தினர் சகோதரயாவைச் சுற்றிவளைத்தார்கள். சகோதரயா அங்கிருந்து தப்பித்துக் காட்டுக்குள் ஓடியிருக்க முடியுமென்றும், ஆனால் அப்படி ஓடினால் எங்களது குடும்பத்துக்கு இராணுவத்தினரால் ஆபத்து நேரிடும் என்பதாலேயே சகோதரயா தப்பியோடாமல் அமைதியாகப் பட்டறையிலேயே அமர்ந்திருந்தார் என்றும் அம்மா எனக்குச் சொல்லியிருக்கிறார்.

இராணுவத்தினர் சகோதரயாவுடன் பெத்தப்பாவையும் பிடித்துச் சென்றிருக்கிறார்கள். அழுது குழறியவாறே ஓடிப்போய் இராணுவத்தினரைத் தடுத்த பெத்தாச்சிக்கு முதுகில் துப்பாக்கிக் கட்டையால் அடி விழுந்திருக்கிறது. இராணுவத்தினர் அன்று மாலையே பெத்தப்பாவை விடுவித்துவிட்டார்கள். சகோதரயாவையும் சில மணிநேரங்களில் அனுப்பிவைப்பதாக இராணுவத்தினர் பெத்தப்பாவிடம் சொல்லி அனுப்பியிருக்கிறார்கள். அன்றிரவு முழுவதும் கிராமத்தில் நாய்கள் குரைத்துக்கொண்டும் காட்டில் ஓநாய்கள் ஊளையிட்டவாறுமிருந்தன என்பார் மல்காந்தி ஆச்சா.

அதுவரை இலுப்பங்கேணியில் யாருக்கும் தெரியாதிருந்த ஓர் இரகசியம் எல்லோருக்கும் தெரியவர, அடுத்தநாள் காலைவரை காத்திருக்க வேண்டியிருந்தது. அக்காலத்தில் உஹன பகுதியில் பரபரப்பாகப் பெயர் அடிபட்ட ஜே.வி.பி ஆளான ‹பொடி

நந்தா› என்பது சந்துல் சகோதரயாதான் என அந்த விடியல் அறிவித்திருந்தது.

காலை விடிந்தபோது, பிரேமதாஸவின் படமிருந்த கற்பலகையின் கீழே சந்துல் சகோதரயாவின் நிர்வாண உடல் கிடந்தது. சகோதரயாவின் தலையை வெட்டி அவரது பாதங்களில் வைத்துவிட்டுப் போயிருக்கிறார்கள்.

9

2001-ம் ஆண்டுத் தொடக்கத்தில் என்னுடைய படிப்புச் சம்பந்தமாக வீட்டில் ஒரு பிரச்சினை வந்தது. நான் படித்துக் கொண்டிருந்த மடுப்பகம சிங்கள ஆரம்பப் பாடசாலையில் ஆறாம் ஆண்டு வரையே வகுப்புகளிருந்தன. விடுமுறைக் காலம் முடிந்ததும் நான் ஏழாம் ஆண்டில் சேரவேண்டும்.

பொதுவாக எங்கள் கிராமத்தில் ஆறாம் ஆண்டுடனேயே படிப்பை முடித்துக்கொள்வார்கள். சில சிங்கள மாணவர்கள் மட்டுமே உறாப்பிட்டிய சித்தார்த்தா மகா வித்தியாலயத்துக்குச் சென்று படிப்பைத் தொடர்வார்கள். கடந்த வருடம் எங்களது பாடசாலையில் ஆறாம் ஆண்டு முடித்த ஒரே தமிழ்ப் பிள்ளை நான்தான்.

நான் உறாப்பிட்டியவுக்குப் போய்ப் படிப்பதாகச் சொன்னேன். பள்ளிக்கூடத்துக்குப் போவதைவிட என் வகுப்புத் தோழிகள் நில்மினியுடனும் நெவின்காவுடனும் ஒவ்வொருநாளும் தோணியில் பயணம் செய்யலாம் என்பதுவே எனக்கு அதிக ஆனந்தத்தை அளித்தது. ஆனால் ஆற்றைக் கடந்து என்னை அனுப்ப முடியாது என அம்மா சொல்லிவிட்டார்.

உறாப்பிட்டிய, தனியே சிங்களவர்கள் வசிக்கும் ஊர். அந்த ஊருக்குப் போன இரண்டு தமிழ் மாட்டு வியாபாரிகளும் ஒரு சாத்திரியும் காணாமற்போயிருந்தார்கள். சின்னப் பெண்ணான என்னை யாரும் எதுவும் செய்யமாட்டார்கள், எனக்குத் தமிழைக் காட்டிலும் சிங்களம் நன்றாகப் பேசத் தெரியும், துணைக்கு நில்மினியும் நெவின்காவும் இருக்கிறார்கள் என அம்மாவிடம் கண்களைக் கசக்கினேன். எனக்கு முதுகில் இரண்டு சாத்துகள் கிடைத்தன.

நான் குழறி அழும்போதெல்லாம், மல்காந்தி ஆச்சாவின் வீட்டுக்கு என் கர்ண கடூரக் குரல் எட்டி மல்காந்தி ஆச்சா எனக்கு சப்போர்ட் செய்ய வருவார். ஆனால் இந்த விசயத்தில் ஆச்சாவும் அம்மாவின் பக்கமே நின்றார். விடுமுறைக் காலம் முடிந்ததும் அம்பாறை தமிழ் மகா வித்தியாலயத்தில் என்னைச் சேர்த்துவிடுவது என அம்மா முடிவெடுத்தார். எனக்குத் தமிழ் எழுதப் படிக்கத் தெரியாது எனச் சொல்லி, நான் முற்றத்து மணலை அள்ளி எனது தலையில் போட்டுக்கொண்டே விக்கி விக்கி அழுதேன். இந்த விசயத்தில் பெத்தப்பா, பெத்தாச்சி, ஆச்சா, அப்பா எல்லோரும் அம்மாவோடு கூட்டுச் சேர்ந்துவிட்டார்கள்.

தைப்பொங்கலன்று கண்ணகி அம்மனுக்கு நேர்த்திப் படையலிட, ஞானகலை குஞ்சாத்தை குடும்பத்துடன் அம்பாறைக்கு வந்திருந்தார். தங்கச்சி மிதுனா சுரைக்காய்ப் பூப்போல மதாளித்து வளர்ந்திருந்தாள். குஞ்சாத்தை திரும்பிப் போகும்போது என்னையும் தன்னுடன் கூட்டிக்கொண்டு போனார். அம்பாறை தமிழ் மகா வித்தியாலயத்தில் வகுப்புகள் தொடங்க இன்னும் இரண்டு கிழமைகள் இருந்ததால், அம்மாவும் மறுப்பில்லாமல் என்னை அனுப்பிவைத்தார்.

எனக்கும் மனம் எப்படியோ மாறிவிட்டது. குஞ்சாத்தை வீட்டுக்குப் போனால் புதிய கொப்பிகளும் பேனாக்களும் வண்ணப் பென்சில்களும் கிடைக்கும். அவற்றை எடுத்துக்கொண்டு அம்பாறை தமிழ் மகா வித்தியாலயத்துக்கு நான் வெள்ளைச் சீருடை அணிந்து போகும் காட்சிகள் என் கற்பனையில் வரத் தொடங்கிவிட்டன.

10

குஞ்சாத்தை வீட்டுக்குப் போவதில் இன்னொரு மகிழ்ச்சியான காரியம் தங்கச்சி மிதுனா. அவளைவிட்டுப் பிரியவே எனக்கு மனமிருக்காது. அவளுக்குப் பேச்சு வருவதில் தடங்கலிருந்தது. அவளது நாக்கு நான்குமுறைகள் புரண்டால் ஒருமுறை ஒலிவரும். அவள் அவ்வளவு சிரமப்பட்டு என்னை ‹அக்காச்சி› என அழைப்பது தலையில் பூப் பூத்தது போன்ற மகிழ்ச்சியை எனக்குக் கொடுக்கும்.

குஞ்சாத்தை வீட்டுத் தின்பண்டங்களும் வெல்லம் கலந்த தயிரும் எத்தனை வேண்டுமானாலும் குடிக்கக்கூடிய

செவ்விளநீரும் கூட என்னைக் கவர்ந்து இழுத்தன என்பதையும் சொல்லத்தான் வேண்டும்.

இன்னொரு முக்கியமான காரணமுமுள்ளது. குஞ்சாத்தையின் வீட்டில் வண்ணத் தொலைக்காட்சிப் பெட்டியுள்ளது. தொலைக்காட்சி பார்ப்பதென்றால் எனக்கு அவ்வளவு பிடிக்கும். தொலைக்காட்சியில் ஆடும் பெண்கள் போல இரகசியமாக ஒயில் செய்வதுகூட எனக்குப் பிடிக்கும்.

என்னைக் குளிக்கவைக்க நன்னித்தம்பி அப்பாச்சி அழைத்துப் போகத் தேவையில்லை. இப்போது நான் கடினமான வேலைகளைச் செய்யுமளவுக்கும் துலாவால் தண்ணீர் இறைக்குமளவுக்கும் பெரியவளாகிவிட்டேன். நல்லது கெட்டதும் தெரியத் தொடங்கிவிட்டது.

அந்த அப்பாச்சி என் மீது எப்போதும் ஒரு கண்வைத்து அலைவதை என் பிடரியும் முதுகும் உணர்ந்தன. முடிந்தளவுக்கு அவருக்கு முன்னால் போவதைத் தவிர்த்தேன். ஆனால் அந்தச் சிறிய வீடு வளவுக்குள் அவரை எவ்வளவுதான் நான் தவிர்க்க முடியும்.

ஒருநாள் குஞ்சாத்தைக்கு உடல்நலமில்லை என்று சித்தப்பா குஞ்சாத்தையை அழைத்துக்கொண்டு ஆஸ்பத்திரிக்குப் போக, தங்கச்சி மிதுனாவைப் பார்த்துக்கொண்டு வீட்டில் இருக்கும் பொறுப்பு எனக்குத் தரப்பட்டது. அப்போது அந்த அப்பாச்சி வீட்டில் இல்லாதது எனக்குச் சற்று நிம்மதியாகயிருந்தது. அவர் காலையிலேயே எங்கோ போய்விட்டிருந்தார்.

குஞ்சாத்தையும் சித்தப்பாவும் மோட்டார் சைக்கிளில் சென்றபோது, வீதியில் நின்று நானும் மிதுனாவும் கையசைத்துவிட்டுத் திரும்புகையில் வீதியின் மறுமுனையில் மெதுவாக நடந்து அந்த அப்பாச்சி வருவது தெரிந்தது. எப்போது குஞ்சாத்தையும் சித்தப்பாவும் வெளியே போவார்கள் எனக் காத்துக்கொண்டிருந்திருக்கிறார் கிழவர்.

நான் தங்கச்சி மிதுனாவைத் தூக்கி எனது இடுப்பில் வைத்துக்கொண்டேன். குஞ்சாத்தை திரும்பி வரும்வரை நான் அவளைக் கீழே இறக்கிவிடுவதாக இல்லை. வீட்டு முற்றத்தில் சுற்றிச் சுற்றி நடந்துவந்தேன். என்னைப் பார்த்துக்கொண்டே வீட்டுக்குள் நுழைந்த அப்பாச்சியின் குரல் என்னை அழைத்தது:

— அடியே சிங்களத்தி... குழந்தையை வெயிலுக்குள் வைத்திருக்காதே. உள்ளே வா!

நான் தயங்கித் தயங்கி வீட்டுக்குள் நுழைந்து தொலைக்காட்சிப் பெட்டிக்கு முன்னால் தரையில் உட்கார்ந்தேன். அந்த அப்பாச்சி வாசற்கதவைத் தாழிட்டார். பின்பு வந்து என்னை உரசிக்கொண்டு அவரும் தரையில் உட்கார்ந்தார்.

— அடியே சிங்களத்தி ஒரு பாட்டுப் பாடு!

நான் திணறலுடன் தலையைக் குனிந்துகொண்டிருந்தேன்.

— எப்போதும் போல செத்த வீட்டுப் பாட்டுப் பாடாதே... ஒரு சோக்கான காதல் பாட்டுப் பாடு!

நான் மிதுனாவின் முகத்தைப் பார்த்தவாறே இருந்தேன். அவளது கண்கள் சொக்குகின்றன. என் கஷ்டகாலத்திற்கு அவள் அப்படியே என் மடியில் சட்டென உறங்கிப்போனாள். எனினும் நான் அவளை என்னிடமிருந்து விடுவதாகயில்லை.

அந்த அப்பாச்சி புன்னகையுடன் என்னைப் பார்த்தவாறேயிருந்தார். எழுந்துபோய் சொம்பிலிருந்த தண்ணீரைக் கடகடவெனக் குடித்துவிட்டு மறுபடியும் வந்து என் முன்னால் ‹நமச்சிவாயம்› என முனகியவாறே தரையில் உட்கார்ந்தார். அவரது கைகள் எனது பாதங்களை அழுத்தத் தொடங்கின. அப்பாச்சி என் மார்பைப் பார்த்தவாறு மெதுவாக முணுமுணுத்தார்.

— சிங்களத்தி ஒட்டலி என்றாலும் மொண்ணியைப் பார்... மாலைதீவுக் குரும்பை மாதிரி வளர்ந்துகிடக்கிறது, அவரது வலது கை என் உதடுகளைப் பிளந்து அவரது சுட்டு விரலை என் வாயினுள் நுழைத்தது.

— அடியே சிங்களத்தி, இந்த விரலில் தென்னம் ஈர்க்கு குத்திவிட்டது. கடுக்கிறது... கொஞ்சம் சூப்பிவிடு.

விரலில் அடி, நோவு என்றால் வாயில் வைத்துச் சூப்புவது இயல்புதான். ஆனால் அதை அவரது வாயில் அல்லவா வைக்க வேண்டும்.

— சப்படி சிங்களத்தி, அந்த அப்பாச்சியின் குரல் கிறங்கியது. உண்மையிலேயே வலி அதிகமாகயிருக்கிறதோ என்று கூட என் சின்ன மூளை நினைத்துக்கொண்டது.

அந்த அப்பாச்சியின் வலுவான ஒரு கை என் வாயைத் திறக்க, அடுத்த கை நடுவிரல் என் தொண்டைக்குள் இறங்கியது. அந்த விரல் எனது உள்நாக்கு வரை நீண்டதை உணர்ந்தேன். அப்பாச்சி மந்திரம் போல வாயில் முணுமுணுத்துக்கொண்டிருந்தது என் காதில் தெளிவாகக் கேட்டது:

— எளிய சிங்கள வேசை! உன்னுடைய வாய் பலாச்சுளை போல பிசுபிசுக்கிறது.

அவரது இடது கை என் மடியில் உறங்கிக்கொண்டிருந்த மிதுனாவைத் தொட்டு எழுப்பிவிடாமல் மெதுவே என் தொடை நடுவே புகுந்தது.

— அட இங்கே பார் புதினத்தை... சிங்களத்திக்கு ரம்புட்டானில் மயிர் முளைக்கத் தொடங்கிவிட்டது...

அன்று இரவு படுக்கையில் எனக்கு உதிரம் பெருகியது.

11

சந்துல் சகோதரயாவின் ஞாபகமாக மல்காந்தி ஆச்சாவிடம் எஞ்சியிருந்தவை ஒரு கறுப்பு வெள்ளைப் புகைப்படமும் சதுரக் கோடுகள் போட்ட ஒரு காகிதத்தில் சகோதரயா தனது கைப்படச் சிங்களத்தில் எழுதி வைத்திருந்த சில வரிகளும்தான்.

மல்காந்தி ஆச்சாவுக்கு எழுதப் படிக்கத் தெரியாது. அவர் அடிக்கொரு தரம் என்னைக் கூப்பிட்டு, ப்ளாஸ்டிக் தாளில் சுற்றிப் பத்திரமாக அவர் பாதுகாத்துவந்த அந்தச் சதுரக் கோடுகள் போட்ட காகிதத்தை எடுத்து என்னிடம் தந்து படிக்கச் சொல்லிவிட்டுக் கேட்டுக்கொண்டிருப்பார். நான் ஆயிரம் தடவைகளுக்கு மேல் அந்தக் காகிதத்தை ஆச்சாவுக்குப் படித்துக் காட்டியிருப்பேன் என்பதை நீங்கள் நம்பலாம். எனக்கு இப்போது கூட அந்தக் காகிதத்தில் இருந்தவற்றில் ஓர் எழுத்தோ ஒரு புள்ளியோ மறந்து போய்விடவில்லை. அந்தக் காகிதத்தில் இப்படி எழுதப்பட்டிருக்கும்:

‹ மார்க்ஸிய லெனினியவாதிகளான நாம் லூசிபரின் நேசர்களல்ல. ஆயுதங்களைச் சேகரிக்கவும் அவற்றைப் பயன்படுத்தப் பழகாததுமான ஒடுக்கப்பட்ட வர்க்கமொன்று அடிமைகளாக் கணிக்கப்படுவதற்கே தகுதியானதாகும். நாம் ஜைன வேதத்தினரோ மோகனதாஸ் காந்தியைப் பின்பற்றுபவர்களோ

இச்சா | 87

அல்ல. வர்க்க எதிரிக்கு முன்னால் அஹிம்சையாளர்களாக இருக்கவேண்டுமென்றோ எதிரி வர்க்கத்திற்குக் கருணை காட்ட வேண்டுமென்றோ நாம் உபதேசிக்கமாட்டோம். நாம் லியோ டால்ஸ்டாயின் மாணவர்களோ சாந்திவாத காவியத்தில் வரும் தவுஷரைப் பின்பற்றுபவர்களோ அல்ல. மார்க்ஸியவாதிகளாகிய நாங்கள் பிலென்கிவாதிகளல்ல. மென்ஷ்விக்குகளும் அல்ல. போல்ஷ்செவிக் சம்பிரதாயத்தைக் கடைப்பிடிப்பவர்கள் நாங்கள்.›

நான் படித்து முடிக்கும்வரை காதுகளைக் குவித்துக் கவனமாகக் கேட்டுக்கொண்டிருப்பார் மல்காந்தி ஆச்சா. எனக்கோ அவருக்கோ அந்தத் தாளில் எழுதியிருப்பவற்றில் ஒரு சொல் கூடப் புரியாது. ஆனாலும் அதை மறுபடியும் மறுபடியும் வாசிக்கச் சொல்லிக் கண்களில் உப்போடு கேட்டுக்கொண்டிருப்பார் மல்காந்தி ஆச்சா.

அந்தத் தாளை இப்போதும் மல்காந்தி ஆச்சா வைத்திருப்பார். நில்மினியோ நெவின்காவோ அதை ஆச்சாவுக்குப் படித்துக்காட்டுவார்கள்.

12

நான் பெரிய பிள்ளையானதும், நன்னித்தம்பி அப்பாச்சி செய்தியை எடுத்துக்கொண்டு இலுப்பங்கேணிக்குப் போய் அம்மாவையும் பெத்தாச்சியையும் அழைத்துவந்தார். அப்பாவும் தம்பியும் வரவில்லை. அந்த நாட்களில் இளவயது ஆண்கள் நீண்டதூரம் பயணம் செய்வது ஆபத்தான ஒன்றாக மாறியிருந்தது.

ஏழு நாட்களுக்கு நான் வெளியே போகக் கூடாது. எட்டாம் நாள் எனக்குக் குப்பைத் தண்ணீர் வார்த்து மஞ்சள் நீரால் குளிக்க வைத்தார்கள்.

குஞ்சாத்தை வீட்டில், பதுமர் குடிவிருதாகிய கூரைமுடி வைக்கப்பட்டிருந்தது. வீட்டின் முன்கதவுக்கு நேர் உயரே ஓட்டுக் கூரையில் நீண்ட வெள்ளைச் சேலை விரித்து அதன்மேல் ஒரு நிறைகுடத்தை வைத்து, வெள்ளைச்சேலையின் இரு தலைப்புகளும் கூரையிலிருந்து கீழ்நோக்கிக் கொய்துவிடப்பட்டிருந்தன. கீழே நிலத்தில் இன்னொரு நிறைகுடமும் குத்துவிளக்கும் வைக்கப்பட்டிருந்தன.

தன்னுடைய பட்டுச் சேலையொன்றைக் கட்டிவிட்டு, தன்னுடைய நகைகளுடன் ஊரில் இரவல் வாங்கிய பூணாரங்களையும் போட்டு ஒரு மந்திரிகுமாரி போல என்னைக் குஞ்சாத்தை அலங்காரம் செய்திருந்தார். அப்போது சித்தப்பா தன்னுடைய கமெராவினால் என்னை எடுத்த புகைப்படத்தை ஏழுவருடங்கள் கழித்துத்தான் நான் பார்த்தேன்.

நீதிமன்றத்தில் அரசாங்க வழக்கறிஞர் அனுத் டி அல்விஸ் அந்தப் புகைப்படத்தைக் காட்டி ‹இது நீதானே ஆலா?› எனக் கேட்டார். நான் முதலில் இல்லையென்றுதான் மறுத்தேன். ஏனென்றால் எனக்கே என்னை அந்தப் படத்தில் அடையாளம் தெரியவில்லை. ஆனால் வழக்கறிஞர் அனுத் டி அல்விஸை எனக்கு நன்றாகவே தெரிந்திருந்தது. அம்பாறை மாவட்டப் பாராளுமன்றத் தேர்தலில் ஜே.வி.பி. சார்பாகத் தேர்தலில் நின்ற மனிதரிவர். நீதிமன்றத்தில் அவரைப் பார்க்கும் போதெல்லாம் ‹நாம் லியோ டால்ஸ்டாயின் மாணவர்களோ சாந்திவாத காவியத்தில் வரும் தவுஷரைப் பின்பற்றுபவர்களோ அல்ல› என என் வாய் தானாகவே முணுமுணுக்கும்.

13

சடங்கு நடந்த அன்று முழுவதும் நன்னித்தம்பி அப்பாச்சி அங்குமிங்கும் உற்சாகமாகச் சுற்றிக்கொண்டிருந்தார். சபை நடுவே என் கழுத்தில் ஒரு மெல்லிய தங்கச் சங்கிலி அணிவித்து என் இரண்டு கன்னங்களிலும் அழுந்த முத்தமிட்டார். அவரது காலில் விழுந்து வணங்கினேன். அடுத்தநாள் காலையில் அம்மாவுடனும் பெத்தாச்சியுடனும் நான் இலுப்பங்கேணிக்குத் திரும்பினேன். அம்மா மறக்காமல் அந்த தங்கச் சங்கிலியை வாங்கித் தன்னிடம் வைத்துக்கொண்டார். அப்பாவின் கண்களில் சங்கிலி காணக்கிடைத்தால், அதைக் கொண்டுபோய் அடகு வைத்துக் கூத்து நடத்துவார்.

வரும் வழியெல்லாம், நன்னித்தம்பி அப்பாச்சியைப் பற்றி அம்மாவிடம் சொல்லலாமா என யோசித்துக்கொண்டே வந்தேன். எனக்குப் பாம்பு கடித்ததையே நம்பாத அம்மா ஒரு கிழவர் பற்றி நான் சொல்வதையா நம்பப்போகிறார்! நம்பினாலோ இதனால் குடும்பத்துக்குள் சண்டைவரும். இந்த விசயம் என்னோடேயே இருக்கட்டும். ஆனால், இனி எக்காரணம் கொண்டும் நான்

இச்சா | 89

குஞ்சாத்தையின் வீட்டுக்குத் திரும்பி வரப்போவதில்லை என்று முற்றெடுத்தேன்.

வாகரை என்ற ஊரில் பஸ் நிறுத்தப்பட்டபோது, உள்ளே ஏறிக்கொண்ட ஒரு பெண் பெத்தாச்சிக்கு அருகே அமர்ந்துகொண்டார். நானும் அம்மாவும் இருந்த இருக்கைக்கு முன்னுள்ள இருக்கையில் பெத்தாச்சி இருந்ததால், அவர் அந்தப் பெண்ணுடன் பேசிக்கொள்வது எனக்குச் சாடைமாடையாகக் கேட்டது. ஒவ்வொரு சொல்லுக்கும் இடையே ஒரு தடவை உகந்தை முருகனை அந்தப் பெண் அழைத்தார்.

அந்தப் பெண்ணின் பதினான்கு வயது மகளைப் புலிகள் இரண்டு மாதங்களுக்கு முன்பு பிடித்துக்கொண்டு போய்விட்டார்களாம். தன்னுடைய மகளைத் தேடித் திருக்கோவிலிலிருந்து வாகரைக்கு வந்தாராம். நீண்டுபோன கதையில், நான் சடங்கானதைத் தெரிந்துகொண்டதும் அந்தப் பெண் பின்பக்கமாகத் திரும்பி எனது தலையில் தனது இரண்டு கைகளையும் வைத்து ஆசீர்வதித்தார். என் கையில் இருபது ரூபாய் காசும் கொடுத்தார்.

பெத்தாச்சி அந்தப் பெண்ணிடம் திரும்பத் திரும்பக் கேட்டுக் கொண்டிருந்தார்:

— உனக்குச் சரியாகத் தெரியுமா கிளி, புலிகள்தான் மகளைப் பிடித்தார்களென்று? அவளை வைத்து அவர்கள் என்ன செய்வார்கள்!

14

விடுமுறைக் காலம் முடிந்ததும், அம்பாறை தமிழ் மகா வித்தியாலயத்தில், ஏழாமாண்டு வகுப்பில் நான் சேர்க்கப்பட்டேன். காலையில் அம்மா அம்பாறைக்கு வாணம் பொலியரின் மருந்துக் கடைக்கு வேலைக்குப் போகும்போது, அம்மாவின் சைக்கிளில் நானும் ஏறிப் போவேன். பாடசாலை முடிந்ததும் பொலியரின் மருந்துக்கடைக்கு நடந்தே போய்விடுவேன். மாலை ஐந்து மணியளவில் கடை அடைத்ததும் சைக்கிளில் வீடு திரும்புவோம். இருட்டுவதற்குள் வீடு திரும்பவேண்டுமென்று அம்மா சைக்கிளை வேக வேகமாக மிதிப்பார். ஆறு மணிக்குள் வீட்டுக்கு வந்துவிடுவோம்.

ஒருகாலத்தில் ஆயிரக்கணக்கான மாணவர்கள் படித்ததற்கான சான்றுகளுடன், பெரிய பெரிய வகுப்பறைகளும் விசாலமான இறைவணக்க மண்டபமும் அம்பாறை தமிழ் மகா வித்தியாலயத்தில் இருக்கின்றன. ஆனால் இப்போது எல்லா வகுப்புகளிலுமாகச் சேர்த்து முப்பது மாணவ மாணவிகள்தான் இருந்தோம். ஒரு தலைமையாசிரியரும் இரண்டு ஆசிரியர்களுமே மாறி மாறி எல்லா வகுப்புகளுக்கும் பாடங்களை நடத்தினார்கள். பதினோராம் ஆண்டு வரைதான் வகுப்புகளிருந்தன. பதினோராம் ஆண்டுப் பொதுப் பரீட்சையில் நான் பாஸ் செய்தவுடன், ஞானகலை குஞ்சாத்தை வீட்டுக்கு அனுப்பி என்னை மேலே படிக்கவைப்பதாக அம்மா சொன்னார்.

— ஏன் என்னைப் புலிகள் பிடித்துத் தங்களுடன் கூட்டிக்கொண்டு போகவா? என்று அவக்கெனக் கேட்டேன்.

அம்மா தனது இரு கைகளையும் குவித்துத் தனது வாயை மூடியவாறு ஏங்கிப்போய் என்னைப் பார்த்தார்.

15

நான் எப்போது பருவமடைவேன் எனச் சுமன்லால் காத்துக்கொண்டிருந்திருப்பான் போலிருக்கிறது. எனக்குப் பதின்மூன்று வயதுதான் ஆகியிருந்தது. அவனுக்குப் பதினேழு வயதிருக்கும். அவனுடைய அப்பாதான் ஸ்ரீ லங்கா சுதந்திரக் கட்சியின் ‹மடுப்பகம› கிளைத் தலைவராக இருந்தார். சுமன்லாலின் அண்ணனின் பெயர் பிரேம்லால் என்றாலும், அவன் எப்போதும் காக்கிச் சட்டையும் காக்கி அரைக் களிசானும் அணிந்து சுற்றுவதால், அவனைக் ‹காக்கிலால்› என்றுதான் ஊருக்குள் கூப்பிடுவார்கள். அவனுக்கு இருபது வயதிருக்கும். ஆள் வாயாலும் கையாலும் சண்டியன். அவன்தான் ‹மடுப்பகம› ஊர்காவல் தொண்டர் படைத் தலைவன்.

கிராமத்தில் ஊர்காவல் தொண்டர் படை தொடங்கி ஒரு வருடமிருக்கும். உறாப்பிட்டியவுக்குள் பாய்ந்து புலிகள் முப்பத்தைந்து குடிமக்களை வெட்டிக்கொன்றதன் பின்பாக, மடுப்பகமவிலும் ஊர்காவல் தொண்டர் படை ஆரம்பிக்கப்பட்டது. இராணுவம் வந்து சில நாட்கள் தொண்டர் படைக்குப் பயிற்சி கொடுத்துவிட்டுப் போனது. இரவு நேரங்களில் காக்கிலாலும் இன்னும் பத்துச் சிங்கள இளைஞர்களும் கிராமத்துத் தெருக்களில்

சற்றுநேரம் சுற்றித் திரிவார்கள். அவர்களிடம் ரிப்பீட்டர் ரகத் துப்பாக்கிகள் இரண்டு இராணுவத்தால் கொடுக்கப்பட்டிருந்தன. அது சும்மாவே ஆடிய பிசாசுக்குக் கையில் சாம்பிராணித் தூபத்தைக் கொடுத்தது போலயிருந்தது.

கெடுகாலத்திற்கு, எனது தம்பியும் இந்த ஊர்காவல் தொண்டர் படைக் காவாலிகளுடன் சேர்ந்து சுற்றித் திரியத் தொடங்கிவிட்டான். அவர்களுக்கு இதுவொரு விளையாட்டாகயிருந்தது. நான்கு தமிழ்க் குடும்பங்கள் இங்கு வசிப்பதால் புலிகள் இந்தக் கிராமத்துக்குள் பாயவே மாட்டார்கள் என்பது எல்லோருடைய நம்பிக்கையாகவுமிருந்தது.

அழுகிய மீன் சுற்றிய காகிதம்போல, தம்பியும் ஊர்காவல் தொண்டர் படையுடன் சேர்ந்து நாறத் தொடங்கிவிட்டான். அவன் ஏமஞ்சாமத்தில் வீட்டுக்குத் திரும்பிவரும்போது அவனில் கஞ்சா வாசம் வீசியது. அம்மா எவ்வளவோ புத்திமதி சொன்னார். தம்பி எல்லாவற்றையும் அமைதியாகக் கேட்டுக்கொண்டிருப்பான். காலையில் பூனைபோல எழுந்து, அமைதியாகப் பட்டறைக்குள் உட்கார்ந்து ஏதாவது செதுக்கிக்கொண்டிருப்பான். இரவுகளில் காணாமற்போவான்.

இந்தச் சுமன்லால் ஊர்காவல் தொண்டர் படை ஆள் கிடையாது. அவனிடம் ஓர் அழகான சைக்கிளிருந்தது. அந்தச் சைக்கிளை ரதம் போல அலங்கரித்து வைத்திருந்தான். அந்த ரதத்தில் அம்பாறை டியூசன் சென்டருக்கு ஒழுங்காகப் போய் வந்துகொண்டிருந்தான். என்னவொன்று, நான் கோயிலுக்குப் போனாலும் ஆற்றுக்குக் குளிக்கப் போனாலும் வெள்ளாமைக்குள் போனாலும் என்னை விடாமல் பின்தொடரத் தொடங்கினான். அம்பாறை நகரத்தில் தமிழ்ப் பாடசாலை முடிந்து நான் வெளியே வரும்போது என் கண்களில் படுமாறு தலையைக் குனிந்தபடியே நின்றிருப்பான். பக்கத்தில் அவனது ரதம் நின்றிருக்கும்.

ஒருநாள் பாடசாலை முடிந்து, நான் வாணம் பொலியரின் மருந்துக்கடைக்கு நடந்து போய்க்கொண்டிருக்கையில் என் பின்னாலேயே சைக்கிளைத் தள்ளியபடி சுமன்லால் நடந்து வந்தான். ஏதாவது பேசப் போகிறானாக்கும் என்று காதுகளை என் பின்புறமாகச் சுழற்றிக் குவித்தேன். அவன் வாயிலிருந்து ஒரு வார்த்தையும் வரவில்லை. அவன் இப்போது என் நிழல்போல. நிழலுக்குக் குரல் இல்லைத்தானே.

நிழல்மீது யாருக்கும் காதல் தோன்றவும் வாய்ப்பில்லை. இந்தச் சனியன் பிடிப்பானை என்ன செய்வதென்று தெரியாமல் நான் தவித்தேன். தம்பியிடம் சொன்னால் அவன் என்னைக் கிண்டல் மட்டுமே பண்ணுவான். அவனுக்கு இந்தச் சூடு சுரணையெல்லாம் கொஞ்சம் குறைவுதான். அம்மாவிடம் சொன்னால் ஊருக்குள் அதுவொரு பிரச்சினையாகலாம் என நினைத்தேன். என்னுடைய அருச்சுனன் வேறு இந்தச் சுமன்லாலுக்கு நெருங்கிய நண்பனாகிவிட்டான்.

இந்தத் தொல்லை ஏறணைத் தம்புரான் புண்ணியத்தில் அதிக நாட்கள் நீடிக்கவில்லை. ஆற்றங்கரையில் என்னைப் பின் தொடர்ந்து மௌனமாக வந்துகொண்டிருந்த சுமன்லால், அண்ணன்காரன் காக்கிலாலிடம் வகையாகச் சிக்கிக்கொண்டான். இரண்டுபேரும் ஆற்றங்கரையில் கட்டிக்கொண்டு உருள, நான் வீட்டைப் பார்த்து ஓட்டம் பிடித்தேன். எனக்கு முன்னால் அருச்சுனன் எட்டுக்காலில் ஓடிக்கொண்டிருந்தான்.

16

தமிழை எழுத வாசிக்கக் கற்றுக்கொள்வது அவ்வளவு சிரமமாக இருக்கவில்லை. நான் ஒன்பதாம் ஆண்டுக்கு வரும்போது எழுத்துப் பிழையில்லாமல் எழுதத் தொடங்கிவிட்டேன். எப்போது தமிழ் எழுத ஆரம்பித்தாலும் ‹நமச்சிவாயம்› சொல்லி ஆரம்பிப்பேன். நன்னித்தம்பி அப்பாச்சியிடம் கற்றுக்கொண்ட பழக்கம்.

2004-ம் வருடம், நான் பத்தாம் ஆண்டு படித்துக்கொண்டிருந்தபோது நாட்டில் சமாதான காலம் வந்திருந்தது. பெரிய சண்டைகள் ஒன்றும் நடைபெறாவிட்டாலும் ஆங்காங்கே சிறிய முறுகல்கள் நடந்துகொண்டிருந்தன. எங்கள் கிராமத்திலோ போர்க்காலமும் சமாதான காலமும் ஒரே மாதிரியாகத்தானிருந்தன.

காடுகளுக்குள் சமாதானம் வரவேயில்லை. சனங்கள் காடுகளுக்குள்ளே உயரப் போவதில்லை. காடுகளுக்குள் வைத்து மக்கள் கொல்லப்படுகிறார்கள். கொலைகளுக்குச் சாட்சியமோ தடயங்களோ இருக்காது. மிருகங்களால் தசையும் கண்களும் தின்னப்பட்ட எலும்புக் கூடுகள் மட்டுமே சமாதானத்தின் சாட்சியங்களாகயிருந்தன.

ஆனால், அம்பாறை நகரத்தில் வேறுமாதிரியாகத்தான் இருந்தது. சனங்களும் வியாபாரிகளும் நகரத்தை நிறைக்கத் தொடங்கினார்கள். இரவு பத்து மணிவரையும் கடைகள் திறக்கப்பட்டன. புலிகள் இயக்கப் போராளிகள் ஆயுதங்கள் இல்லாமல் ஆணும் பெண்ணுமாக நகருக்குள் சுற்றித் திரிந்தார்கள். இராணுவத்துடன் சிரித்துப் பேசினார்கள். அம்பாறை நகரத்தில் புலிகள் இயக்கம் ஒரு பொதுக் கூட்டம் போட்டதாகப் பள்ளிக்கூடத்தில் பேசிக்கொண்டார்கள்.

நீரரமகள்

மட்டக்களப்பு வாவியிலே மாலைவேளைகளில் எழும் இன்னிசையை ‹ஊரிபாடுதல்› என்பார்கள். மீன்கள் பாடுகின்றன எனவும் சொல்வார்கள். ஊரியும் மீனும் எப்படிப் பாடும்? வாவிக்குள்ளிருக்கும் ‹நீரரமகளிர்› எனும் சலதேவதைகளே அந்த இன்னிசையை எழுப்புகிறார்கள் என்பதே எங்கள் சனங்களின் நம்பிக்கை. பட்டிப்பளை ஆற்றின் கரையிலும் எப்போதாவது நீரரமகளிரின் குரல் கேட்கும். அடுத்தநாள் ஆற்றங்கரையில் பதுமர்கள் பொங்கலிடுவார்கள்.

பாடசாலைத் தமிழ் விழாவில் நடந்த நாடகத்தில், எனக்கு நீரரமகள் வேடம். நாடகத்தில் நாங்கள் நான்கு பெண்கள் சேர்ந்து இசைத்தோம்:

நீல வானிலே நிலவு வீசவே
மாலை வேளையே மலைவு தீருவோம்
சால நாடியே சலதி நீருளே
பாலை பாடியே பலரோடு ஆடுவோம்

இந்த நாடகத்தைப் பார்ப்பதற்கு இரண்டு பெண்கள் வந்திருந்தார்கள். ஒருவருக்கு இருபது வயதிருக்கும். கறுப்பு நிறத்தில் நீளக் காற்சட்டை அணிந்து, நீலக் கோடிட்ட வெள்ளைச் சட்டை போட்டு அதன்மேல் கறுப்பு நிறத்தில் தடித்த இடுப்புப் பட்டி அணிந்திருந்தார். மற்றைய பெண்ணுக்கு ஐம்பது வயதிருக்கும். அவர் சிவப்பு நிறச் சேலை அணிந்து, அந்தச் சேலைத் தலைப்பாலே முக்காடு போட்டிருந்தார். கறுப்பான குட்டைப் பெண்மணி. கண்டிப்பாக அவர் என் அம்மாவிலும் மூத்தவர். அவரை ‹உம்மா› என அழைப்பார்கள் என நான் பின்பு தெரிந்துகொண்டேன்.

நாடகம் முடிந்ததும் உம்மா என்னிடம் வந்து, கட்டியணைத்துக் கன்னத்தில் முத்தமிட்டுச் சொன்னார்:

— பிள்ளை, இந்தச் சலதேவதைகள் என்ன நிறத்திலிருப்பார்கள் என நான் யோசிப்பதுண்டு. கறுப்பு நிறம்தான் என்று நீ காட்டிவிட்டாய்!

சனி, ஞாயிறு கழிந்ததா! திங்கட்கிழமை நான் பாடசாலைக்குச் சென்றபோது அங்கே உம்மாவும் அவருடன் வந்த பெண்ணும் நின்றிருந்தார்கள். வகுப்புத் தொடங்குவதற்கு முன்பு எல்லோரும் பள்ளியின் முற்றத்தில் நின்று தேவாரம் பாடுவோம். தேவாரம் முடிந்ததும், வந்திருக்கும் இரண்டு பெண்களும் மாணவர்களிடம் ஏதோ பேச இருக்கிறார்கள் என்று சொல்லிவிட்டுத் தலைமை ஆசிரியர் விடுவிடுவெனத் தனது அறைக்குள் புகுந்துவிட்டார். மற்றைய இரண்டு ஆசிரியர்களும் எங்களுடனேயே நின்றனர்.

வந்திருந்த இரண்டு பெண்களும் விடுதலைப் புலிகளின் அரசியற்துறைப் பெண்கள். அவர்கள் எங்களுடன் பேச வந்திருக்கிறார்கள். அன்று உம்மா பேசினார்:

இன விடுதலை, சிங்களக் குடியேற்றம், தமிழர்களுக்கு என்றொரு இராணுவம், தலைவர் வேலுப்பிள்ளை பிரபாகரனின் வழிகாட்டுதல், கிழக்குச் சிறப்புத் தளபதி கருணா அம்மானின் வீரம் என்றெல்லாம் உம்மா சரசரவெனப் பேசிக்கொண்டே போனார். மினி பஸ் கொண்டக்டர் போல அவருக்கு ஊர், நாடு, ரோடு எல்லாம் அத்துப்படியாகியிருந்தது. திருகோணமலை கொட்டியாரக்குடா மூதூர் இலம்பித்துறை வெருகல் கதிரவெளி கற்குடா வாழைச்சேனை சித்தாண்டி வந்தாறுமூலை ஏறாவூர் சத்துருக்கொண்டான் தாண்டவன்வெளி மட்டக்களப்பு கல்லடி காத்தான்குடி மண்முனை செட்டிப்பாளையம் களுவாஞ்சிக்குடி பட்டிருப்பு குறுமண்வெளி கல்லாறு நீலாவணை சொறிக்கல்முனை வீரமுனை ஆசாரிக்குடி அம்பாறை என அவர் பிரச்சாரம் செய்துவரும் பாதையை மூச்சுவிடாமல் சொன்னார்.

படிப்பை விட்டுவிட்டு முதலில் போராட்டத்தில் இணையச் சொன்னார். அதனால் மட்டுமே எங்களைப் பாதுகாத்துக்கொள்ள முடியுமென்றும் குறிப்பாக, மாணவிகளின் மானத்தையும் கற்பையும் பாதுகாக்க முடியுமென்றார். அல்லது சிங்களவர்களுக்கும் முஸ்லிம்களுக்கும் பிள்ளை பெற்றுக்கொடுக்கும் அடிமைகளாக நீங்கள் மாற்றப்படுவீர்கள்,

என்று எங்களைப் பார்த்து இரண்டு கைகளையும் விரித்துச் சொல்லி அது உண்மை என்பதுபோலத் தலையை மேலும் கீழுமாக அசைத்தார். கிருஷாந்தி என்ற பாடசாலை மாணவி, யாழ்ப்பாணத்தில் இராணுவத்தால் வல்லுறவு செய்யப்பட்டுச் செம்மணியில் இரகசியமாகப் புதைக்கப்பட்டதை உணர்ச்சி மேலிட்டுக் கண்கள் சிவக்கச் சொன்னார். அவரது உடல் நடுங்கிக்கொண்டிருந்தது. கேட்டுக்கொண்டிருந்த நாங்களும் கண்ணீர் விட்டோம்.

அடுத்தநாள், கம்சியும் தேனகாவும் பாடசாலைக்கு வரவில்லை. அவர்கள் புலிகள் இயக்கத்துக்குப் போய்விட்டதாகப் பள்ளிக்கூடத்தில் பேசிக்கொண்டார்கள். நான் மாலையில் மருந்துக்கடைக்குப் போனதும் அம்மாவிடம் விசயத்தைச் சொன்னேன். அம்மா சற்று நேரம் யோசித்தவாறிருந்தார், பின்பு மூலிகை மணம் வீசும் தனது கைகளால் என்னை அணைத்துக்கொண்டார்:

— அக்காச்சி! நீ அம்மாவை விட்டுவிட்டு எங்கேயும் போகக் கூடாது.

நான் அம்மாவை இறுக அணைத்துக்கொண்டேன்.

— அம்மா! நான் உங்களுடன்தான் எப்போதும் இருப்பேன். உங்களை வைத்து நன்றாகப் பார்ப்பேன்.

2

எங்கள் பாடசாலைக்கு அந்தப் புலிகள் இயக்கப் பெண்கள் வந்துபோய் ஒரு கிழமையிருக்குமா!

புலிகள் இயக்கம் பிளவுபட்டு, கருணா அம்மானின் தலைமையில் கிழக்கு மாகாணப் புலிகள் பிரிந்து வந்துவிட்டார்கள் என்பதே பாடசாலையிலும் அம்பாறை நகரத்திலும் பேச்சாக இருந்தது.

மாலையில் நான் வாணம் பொலியரின் மருந்துக்கடைக்குப் போனபோது கடையிலும் இதே பேச்சாக இருந்தது.

மறுபடியும் அம்பாறை நகரத்தில் மாலை ஐந்து மணிக்குக் கடைகள் அடைக்கப்பட்டன.

வாணம் பொலியர் திரும்பத் திரும்பக் கடையில் இருந்தவர்களிடம் சொல்லிக்கொண்டார்:

— நாங்கள் அழியப் போகிறோம்!

3

2004-ம் ஆண்டு வைகாசிப் பூரணையன்று ‹அம்பாறைவில்› குளத்துக் கண்ணகி அம்மன் கோயிலில் திருக் குளிர்த்தி நடந்தது.

எனக்கு நன்றாக ஞாபகமுள்ளது, நான் மஞ்சள் நிறத்தில் நீளப்பாவாடை அணிந்து, பச்சை நிறத்தில் தாவணி போட்டிருந்தேன். தம்பி வெள்ளை வேட்டி, பச்சை நிறத்தில் அரைக்கைச் சட்டை, தலைப்பாகைக் கோலத்திலிருந்தான். கொம்புமுறி விளையாட்டில் அவன் தென்சேரியான்.

நானும் தம்பியும் சைக்கிளில் ‹அம்பாறைவில்› குளத்துக்குப் போக; அம்மா, பெத்தப்பா, பெத்தாச்சி, மல்காந்திப் பாட்டி ஆகியோர் உமாம்புவ சீயாவின் டயர்ச் சக்கர மாட்டுவண்டியில் வந்தார்கள். அந்த வட்டாரத்திலேயே, டயர்ச் சக்கரம் பூட்டிய மாட்டுவண்டி உமாம்புவ சீயாவிடம் மட்டுமேயுள்ளது. அப்பா நான்கு நாட்களாக வீட்டுப் பக்கமே வரவில்லை. குளிர்த்திக்கு ஒருவேளை வருவார்.

அது கோலாகலமான திருவிழா. சிங்களவர்களிடமும் கண்ணகி அம்மனை வழிபடும் வழக்கமிருக்கிறது. கண்ணகி அம்மனை அவர்கள் ‹பத்தினி தெய்யோ› என்பார்கள். நிறைந்த சனக்கூட்டம். மதியம் படையலிட்ட பிறகு, போர்த் தேங்காய் உருட்ட ஆரம்பித்தார்கள்.

சினம்கொண்டு மதுரையை எரித்ததன் பின்னாகக் கண்ணகி, அவள் தங்கியிருந்த ஆயர் சேரிக்கு உக்கிரத் தெய்வமாக வந்தபோது, அங்கிருந்தவர்கள் வசந்தன் கூத்துப் பாடியும் போர்த் தேங்காய் அடித்தும் கொம்பு முறி விளையாடிக் காண்பித்தும் கண்ணகியை மகிழ்வித்து, அவளது உக்கிரத்தைத் தணியப்பண்ணிக் குளிர்த்தி செய்தார்களாம்:

தட்டான் பொடியாக
தார்வேந்தன் நீறாக
சுட்டெரித்துப் போட்ட
தேவி குளிர்ந்தருள்வாய்
எச்சேரி வெந்தாலும்
இடைச்சேரி வேகாமல்

உன்முலை குளிர்ந்தாற்போல்
தாயே குளிர்ந்தருள்வாய்!

அப்பா குளிர்த்திக்கு வந்திருந்தார். உள்ளான்வெளியில் கூத்து அடுக்குப்பார்க்கத் தொடங்கிவிட்டார்களாம். இந்தமுறை ‹அருச்சுனன் வில்வளைவு› நாடகம். அப்பா துரோபதை!

அப்பா என்னை அழைத்துச் சென்று சர்பத் வாங்கித் தந்தார். அதைக் குடிக்கும்போதுதான் சுமன்லாலைக் கவனித்தேன். அவன் என்னையே பார்த்தவாறு தூரத்தில் நின்றிருந்தான். கையிலிருந்த சர்பத் கிளாஸைச் சற்றே முன்னால் அசைத்து ‹வேண்டுமா?› என்பதுபோலச் சைகை செய்தேன். தலையைக் குனிந்துவிட்டான்.

4

போர்த்தேங்காய் அடிக்கும்போது அல்லது கொம்பு முறி விளையாடும்போது தென்சேரி, வடசேரி என இரு அணிகளாகப் பிரிந்துகொள்வார்கள். தென்சேரி கண்ணகியுடையது, வடசேரி கோவலனுடையது. பதுமர் குடி எப்போதும் தென்சேரிதான்.

கொம்பு முறி விளையாட்டுத் தொடங்குவதற்கு முதல் கும்மியடி நடந்தது. தம்பியும் இன்னும் பத்திருபது ஆண்களும் வட்டமாகச் சுற்றிக் கும்மியடித்து ஆடினார்கள். மேளங்களும் சல்லாரிகளும் தூள் பறத்தின. கொம்பு முறி விளையாட்டு முடியும்போது மாலை நான்கு மணியிருக்கும். முன்பென்றால் இரவிலே வண்ண விளக்குகள் போட்டு, ஆலயத்தின் முகப்பிலே சிகரம் கட்டி, கோயிலுக்கு எதிரே களரி அமைத்து விடிய விடியக் கூத்து நடக்கும். அப்பாவே இங்கே மந்திரி பெண்சாதிக்கு ஆடியிருக்கிறார். இப்போதோ பொழுது இருள்வதற்குள் விழாவை முடித்துவிடுகிறார்கள். சூரியன் படுவதற்குள் அவரவர் வீடுகளுக்குள் பதுங்கிக்கொள்ள வேண்டியிருந்தது.

நானும் தம்பியும் சைக்கிளில் வீடு திரும்பினோம். எங்களுக்குப் பின்னால் உமாம்புவ சீயாவின் மாட்டுவண்டி புறப்பட்டது. தம்பி கொம்பு முறி விளையாட்டில் வெற்றிபெற்ற மிதப்பில் உற்சாகமாகச் சைக்கிளை மிதித்து, குறுக்கு ஒற்றையடிப் பாதையில் காட்டுக்குள்ளால் சைக்கிளை விட்டான். மாட்டுவண்டி அந்தப் பாதையால் வரமுடியாது.

இச்சா | 99

இலுப்பங்கேணிக்கு ஒரு மைல் தூரமிருக்கும் போது, காட்டுக்குள் வித்தியாசத்தை நான் உணர்ந்தேன். என் பறவைகள் ஆள் காட்டிக் கத்துகின்றன.

பாதையின் குறுக்கே, துப்பாக்கியுடன் ஓர் இளைஞன் திடீரெனக் காட்டுக்குள்ளிருந்து தோன்றினான். சாறன் கட்டியிருந்தான். முகத்தில் இளம் தாடி அரும்பியிருந்தது. எங்களுடைய உடைகளைப் பார்த்த அவனுக்கு நாங்கள் தமிழர்கள் என்பதைக் கண்டுபிடிப்பதில் பிரச்சினை இருந்திருக்காது. சைக்கிளை நிறுத்தும்படி சைகை செய்தான். தம்பி சைக்கிளை நிறுத்திக் கால்களை நிலத்தில் ஊன்றிக்கொண்டான்.

சைக்கிளின் குறுக்குத் தண்டில் உட்கார்ந்திருந்த நான் கீழே இறங்க முயற்சித்தபோது தம்பியின் இடதுகால் எனது தொடையை இலேசாகத் தட்டி ‹அசையாமலிரு› என்று என்னைத் தடுத்தது. எனது கையிலிருந்த ஓலைப் பெட்டியில் குளிர்த்தியில் வழங்கப்பட்ட குழையல் அமுதும் அவலும் சுண்டலும் கலந்திருந்தன.

அந்தத் துப்பாக்கி இளைஞன் சைக்கிளையும் எங்களையும் என் கையிலிருந்த ஓலைப் பெட்டியையும் ஒருமுறை கவனமாகப் பார்த்துவிட்டுச் சொன்னான்:

— தங்கச்சி பயப்பட வேண்டாம், நாங்கள் எழுவான்கரையிலிருந்து வருகிறோம். குடிக்கத் தண்ணீர் இருக்கிறதா?

இப்போது இன்னும் நான்கு இளைஞர்கள் காட்டுக்குள்ளிருந்து வெளிப்பட்டார்கள். எல்லோருக்குமே இருபது வயதுக்குள் தானிருக்கும். ஒரு சிறுவனைத் தவிர மற்றவர்கள் துப்பாக்கிகள் வைத்திருந்தார்கள். அந்தச் சிறுவன் இடைவிடாமல் ‹கா... கா...› என இருமிக்கொண்டிருந்தான். அவர்களைப் பார்த்தாலே பல நாட்கள் சாப்பிடாமல் பட்டினிக்களையில் இருப்பதாகத் தெரிந்தது.

எங்களிடம் தண்ணீர் இருக்கவில்லை. அந்த இளைஞர்கள் தம்பியிடம் காட்டுக்குள்ளால் தெற்கு நோக்கிப் போகும் வழி குறித்தும் மிருகங்களின் நடமாட்டங்கள் பற்றியும் கேட்டுக்கொண்டிருந்தார்கள். பின்பு அவர்களது தலைவனைப் போலிருந்த ஓர் இளைஞன் தங்களோடிருந்த சிறுவனைக் காட்டிச் சொன்னான்:

— இவனுக்கு உடல் நலமில்லை. எங்களிடம் குடிக்க நீர் கூட இல்லை. நாங்கள் காட்டிலிருந்து வெளியே வர முடியாது. குடிப்பதற்கு நீர் கொண்டுவந்து தருகிறீர்களா?

நான் அந்தச் சிறுவனைக் கவனித்தேன். நிலத்தில் நிற்கவே முடியாதவாறு சோர்ந்து போயிருந்தான். அவனின் தோற்றத்தை வைத்துப் பார்த்தால் அவனுக்குப் பதின்மூன்று அல்லது மிஞ்சி மிஞ்சிப் போனால் பதினான்கு வயதுதானிருக்கும். அவன் அட்டைக் கரிநிறம். உடல் மிகவும் மெலிந்து அடுப்புக் கரியால் சுவரில் கீறப்பட்ட கோடு போலயிருந்தான். அவனது தலைமுடி கட்டையாக வெட்டப்பட்டிருந்தாலும் நடுமண்டையில் மயிர்கள் சிலிர்த்துக்கொண்டு நின்றன. அவனது கண்களில் பீளை அப்பிக் கிடந்தது. வாயில் வீணீர் வடிந்து காய்ந்து அசிங்கமாகக் கிடந்தது. அவன் தலையை அங்கும் இங்கும் திருப்பிப் பார்க்கும் விதம் காகம் தலையைத் திருப்புவது போலிருந்தது. ஒரு காகம் மனிதவுருவில் இருப்பதுபோல அவனின் அசைவுகள் இருந்தன.

தம்பி, ‹தண்ணீர் கொண்டுவந்து தருகிறேன்› என்றான். குடிக்கத் தண்ணீர் கேட்பவர்களுக்கு எப்படி இல்லையெனச் சொல்வது. நான் என் கையிலிருந்த ஓலைப் பெட்டியை அவர்களுக்குக் கொடுத்தேன். அம்மா கேட்டால், வழியில் கண்ட ஏழைக்கோ சாதுவுக்கோ கொடுத்துவிட்டதாகச் சொல்லிச் சமாளித்துகொள்ளலாம்.

— உங்கள் இருவரைத் தவிர வேறு யாருக்கும் நாங்கள் இங்கே இருப்பது தெரியக் கூடாது, இதைப் பற்றி நீங்கள் யாரிடமும் சொல்லக்கூடாது, என்று சொல்லி அந்த இளைஞர்கள் எங்களை அனுப்பிவைத்தார்கள்.

தம்பி இப்போது சைக்கிளை இன்னும் வேகமாக மிதித்தான். நாங்கள் பேசுவது அந்த இளைஞர்களுக்குக் கேட்காத தூரம்வரை வந்தவுடன் நான் கேட்டேன்:

— இப்போது என்ன செய்வது?

— வீட்டுக்கு அம்மாவும் மற்றவர்களும் திரும்பிவருவதற்கு முன்பாகத் தண்ணீரை எடுத்துவந்து கொடுத்துவிடுகிறேன்.

— நீ அவர்களை ஆற்றுக்குப் போய்த் தண்ணீர் எடுக்கச் சொல்லியிருக்கலாமே... துவக்கைக் கண்டவுடன் பயந்துபோனாயா?

— ஆற்றுக்கு இன்னும் ஒன்றரை மைல் தூரமிருக்கிறதே. தவிரவும் அவர்கள் காட்டிலிருந்து வெளியே வரமாட்டார்கள்.

தம்பியின் சைக்கிள் கல்லிலும் மேட்டிலும் பள்ளத்திலும் குதிரை போலத் தாவியது.

வீட்டுக்கு வந்ததும், தம்பி பட்டறைக்குள்ளிருந்து எடுத்துவந்த ப்ளாஸ்டிக் கொள்கலனை, குடத்திலிருந்த குடிநீரால் நிரப்பினான். நான் அவசர அவசரமாக அடுப்பை மூட்டிப் பானையில் நீரைக் கொதிக்கவைத்து, இஞ்சி தட்டிப் போட்டுத் தேநீர் தயாரித்து, ஒரு வெற்றுச் சாராயப் போத்தலில் நிறைத்து மூடினேன்.

காகம் போன்ற அந்தச் சிறுவனின் முகம் என் மனதை அலைக்கழித்துக்கொண்டேயிருந்தது. குசினித் தட்டிலிருந்த ‹அசமத்தாகம்› தூளை எடுத்துச் சுடுநீரில் கலக்கி ஒரு யானைச் சோடாப் போத்தலில் நிரப்பிப் போத்தலின் வாயைக் காகிதச் சுருளை வைத்து அடைத்தேன். சாப்பிடக் கொடுத்தனுப்புவதற்கு வீட்டில் எதுவும் இருக்கவில்லை. தேடிப் பார்த்ததில் கள்ளறையில் இரண்டு கோழி முட்டைகள் கிடைத்தன. அதையும் எடுத்துத் தம்பியிடம் கொடுத்தேன். அவன் தன் மடியில் முட்டைகளைக் கட்டிக்கொண்டான். அம்மா வந்து முட்டைகளைத் தேடினால் அருச்சுனன் மீது பழியைப் போட்டுவிட வேண்டியதுதான்.

நான் தயங்கியவாறு தம்பியிடம் கேட்டேன்:

— பிரச்சினை ஒன்றும் வராதா தம்பி?

— முதலில் தாகத்துக்குத் தண்ணீர் கொடுப்போம், பிரச்சினைகள் வராமல் பிறகு பார்த்துக்கொள்வோம்.

தம்பி போத்தல்களை ஒரு நார்க் கூடைக்குள் வைத்துக் கவனமாகச் சைக்கிளில் மாட்டிக்கொண்டு புறப்பட்டான். நான் அடுப்பு மூட்டிய தடயங்களைக் கவனமாக அழிக்கத் தொடங்கினேன்.

அம்மா திரும்பிவரும் முன்பாகவே, தம்பி திரும்பி வந்துவிட்டான். காட்டுக்குள்ளிருந்த போராளிகள் நன்றி தெரிவித்ததாகச் சொன்னான். அவர்கள் கதைக்கும் கதையைப் பார்த்தால் இன்றிரவே ஆற்றைக் கடந்து தெற்கு நோக்கி நகர்ந்துவிடுவார்கள் எனத் தோன்றுகிறது என்றான். பின்பு வேட்டி, சட்டையை மாற்றிச் சாறனைக் கட்டிக்கொண்டு வெளியே புறப்பட்டான்.

5

அன்றிரவு, நான் பதினொரு மணிவரை ஒத்தாப்பில் மண்ணெண்ணெய் விளக்கில் படித்துக்கொண்டிருந்தேன். அருச்சுனன் என் அருகிலேயே கிடந்து எனது கை கால்களை நக்கிக்கொண்டிருந்தான். எங்கள் வீட்டில் மட்டுமல்லாது கிராமத்தின் எல்லா வீடுகளிலுமே இரவு எட்டு மணிக்குள் தூங்கி விடுவார்கள். எட்டு மணிக்குமேல் செய்வதற்கு ஒன்றுமிருக்காது. விளக்கு எரிக்கும் எண்ணெய்ச் செலவும் மிச்சமாகும்.

நான் படித்து முடிக்கும் தறுவாயில் தம்பி வந்தான். நான் வாயைத் திறக்க முன்பே தனது சுட்டுவிரலை வாயில் வைத்துச் சைகை செய்தான். சந்திர மண்டலத்தில் நடப்பதுபோல மிக மெதுவாக நடந்து வந்தான். எல்லாவற்றிலும் மிகக் கவனம். எல்லாவற்றையும் கூர்ந்து கவனித்தான். அருச்சுனன் தரையில் தோண்டி வைத்திருந்த விளாம்பழம் அளவுள்ள குழியைக் குனிந்து நின்று உற்றுப் பார்த்துவிட்டு, ஓர் ஆற்றைக் கடப்பதுபோல அதை மிகக் கவனமாக எட்டிக் கடந்துவந்து சம்மணம் கூட்டித் தரையில் உட்கார்ந்து கொண்டான்.

நான் வட்டியையும் சோற்றுப் பானையையும் ஆணச் சட்டியையும் அவனுக்கு முன்னால் வைத்தேன். மூன்று பேர்களுக்குத் தாராளமாகப் போதுமான அந்த உணவைப் பொறுமையாகத் தனியாளாகத் தின்று முடித்தான். அவன் கஞ்சா குடிக்காத வேளைகளில் இப்போது சாப்பிட்டதில் கால்வாசி கூடச் சாப்பிடமாட்டான். கைகழுவிய பின்பு சாப்பிட்ட கையைத் திரும்பத் திரும்ப முகர்ந்து பார்த்துக்கொண்டே, மண்ணெண்ணெய் விளக்கை எடுத்துவந்து தனக்குப் பட்டறை வரை வழிகாட்டுமாறு சைகை செய்தான்.

கண்ணைக் கட்டிவிட்டால் கூட, ஒத்தாப்பிலிருந்து பட்டறைக்குப் போய்விடக் கூடிய தூரத்தில் பட்டறை நான்கு எட்டிலிருந்தது. பூரணை வெளிச்சமோ முற்றத்தைப் பகலாக்கியிருந்தது. ஆனால் தம்பியருக்கு விளக்கு வெளிச்சமும் ஒரு வழிகாட்டியும் தேவைப்படுகின்றன. எல்லாம் பச்சைக் கஞ்சாவின் மகிமை.

நான் முன்னே நடக்க, என் கையிலிருந்த மண்ணெண்ணெய் விளக்கை உற்றுப் பார்த்தவாறே தம்பி அடிமீது அடிவைத்து மெதுவாகவும் எச்சரிக்கையாகவும் நடந்து வந்தான். பட்டறை

வாசலுக்கு வந்ததும் வலது காலைப் பட்டறைக்குள்ளும் இடது காலை முற்றத்திலும் அகல விரித்து வைத்தவாறு அசையாமல் நின்று, தனது முதுகை மட்டும் வளைத்துத் தலையை விளக்குக்கு மிக அருகாகக் கொண்டுவந்து சுடரைப் பார்த்துச் சொன்னான்:

— காட்டில் நான் ஐந்து திரி விளக்கைக் கண்டேன், காடு ஆபத்து என்று சொல்லியிருக்கிறேன்.

அவன் என்ன அனர்த்துகிறான் என அப்போது எனக்கு உண்மையிலேயே புரியவில்லை. அவனைப் பட்டறைக்குள் தள்ளிவிட்டேன். பட்டறைக்குள் பலகைமீது புற்பாயை விரித்துத் தம்பியைப் படுக்க வைத்து, தண்ணீர்ப் பானையை அவனருகே நகர்த்தி வைத்துவிட்டு வீட்டுக்குள் வந்தேன். மூத்தாம்பித் தொழிலாளியிடம் சொல்லி ஏதாவது முறிப்பு வசியம் செய்து, தம்பியைக் கஞ்சாப் பழக்கத்திலிருந்து மீட்க வேண்டும் என நினைத்துக்கொண்டே தூங்கிப் போனேன்.

இந்தச் சிறையில் ஒரு தடவை எனக்குக் கஞ்சா புகைக்கக் கிடைத்தது. அது எனக்கு நிறுத்த முடியாத இருமலைத் தவிர வேறெதையும் தரவில்லை. கனலும் கஞ்சாக் குழலைக் கொடுத்து, புகையை நன்றாக உள்ளே இழுக்கச் சொன்னார் நிலுகா அக்கே. நான் புகையை முண்டி முண்டி வயிற்றுக்குள் விழுங்கிக் கூடப் பார்த்தேன். எதுவும் நடக்கவில்லை.

மனம் மட்டுமல்ல உடலும் மரத்துக்கொண்டே வருகிறது. எழுதி எழுதித்தான் இரண்டையும் வளையப் பழக்க வேண்டும். என் தளபதி சுல்தான் பப்பா கலந்திருக்கும் மணலை மரத்த உதடுகளால் முத்தமிடக் கூடாது. அவர் என்னை முத்தமிட்ட ஈரம் என்னில் காயாதிருக்கட்டும்!

6

காலையில் என்னை அம்மாவின் குரல் எழுப்பியது:

— இரவு தம்பி வந்தானா?

— வந்தான், நல்ல கஞ்சா வெறி, பட்டறைக்குள் படுத்திருக்கிறான்.

— பட்டறைக்குள் அவனைக் காணவில்லையே...

அம்மா சொல்லிச் சொன்ன வாய் மூடவில்லை, மல்காந்தி ஆச்சாவின் வீட்டுப் பக்கமாக ஓலம் எழுந்தது. நான் துள்ளி

எழுந்து வெளியே வந்து பார்த்தேன். ஆச்சா இரண்டு கைகளையும் இறக்கைகள் போல அடித்தவாறு கரைந்துகொண்டே எங்கள் வீட்டை நோக்கி ஓடிவந்தார். அவருக்குப் பின்னே உமாம்புவ சீயா தள்ளாடித் தள்ளாடி மெதுவாக நடந்து வந்தார். ஆச்சா அம்மாவைப் பார்த்துக் குழறினார்:

— என் மகளே! தம்பியை வெட்டிப் பொலியர் தாழ்வுக்குள் போட்டிருக்கிறார்களாம்.

அம்மா ஒருகணம் தன் இடமும் வலமும் தலையைத் திருப்பிப் பார்த்துக்கொண்டார். அவருக்கு நின்ற இடத்திலேயே மூச்சு இரைக்கத் தொடங்கியது. மல்காந்தி ஆச்சா அம்மாவைக் கட்டிப் பிடிக்க வரும்போது, அம்மா துள்ளிப் பாய்ந்து அவரிடமிருந்து விலகிப் பொலியர் தாழ்வை நோக்கி ஓடத் தொடங்கினார். நான் அம்மாவின் பின்னால் ஓடினேன். என் கூட அருச்சுனன் ஓடிவந்துகொண்டிருந்தான். என் வாய் ‹தம்பி... தம்பி› என்று அரற்ற கண்கள் இரண்டும் உடைந்து என் முகம் நீராலாகி நான் ஓடிய பாதையெங்கும் முகம் ஒழுகிக்கொண்டே வந்தது.

பிரேமதாஸவின் உருவமும் பெயரும் பதித்த கற்பலகையின் கீழே தம்பியின் உடல் கிடந்தது. அவனது வாயும் கைகளும் அவனது சாறனிலிருந்து கிழித்த துணியால் கட்டப்பட்டிருந்தன. தம்பியின் இடுப்பில் பாதிச் சாறன்தான் கிடந்தது. அவனது தலை கழுத்தோடு வெட்டப்பட்டு அவனது பாதங்களில் வைக்கப்பட்டிருந்தது.

அம்மா மூச்சிரைத்துக்கொண்டே தம்பியின் உடலைப் பார்த்தார். அவர் கத்துவதற்குக் குரலெடுக்கிறார், ஆனால் குரல் வெளியே வரவில்லை. அம்மா தனது கைகள் இரண்டையும் பொத்திப் பிடித்தவாறு குனிந்துநின்று பூமியைப் பார்த்து மூச்சிரைத்தார்.

வாயிலிருந்து எச்சில் தாரையாகப் பூமிக்கு வடிய நிமிர்ந்த அம்மா, ஆங்காரமாகத் தனது இரண்டு கைகளையும் இடுப்பில் வைத்துக்கொண்டு, தலையை அண்ணாந்து வானத்தைப் பார்த்துக் கொடுத்த குரலைக் கேட்கையில் என் அடிவயிற்றில் இரத்தம் உறைந்தது:

— சகோதரயா இது நீங்கள் பார்த்த வேலையா!

மல்காந்தி ஆச்சா ஓடிவந்து அம்மாவைக் கட்டிப் பிடித்துக் கொண்டார். ஆச்சாவின் கைகளுக்குள் அம்மா அசையாமல்

வானத்தைப் பார்த்தவாறு நின்றிருந்தார். நான் தலைசுற்றிக் குப்புற விழுந்தேன். எனது உடல் தம்பியின் உடலுக்கு மேலால் கிளம்பிப் போவதை உணர்ந்தேன். வாயில் முட்டிய மண்ணை விழுங்கினேன்.

7

தம்பியின் உடலை வைப்பதற்குப் பெத்தப்பா தனது பட்டறையிலேயே சவப்பெட்டி செய்தார். இருள்வதற்கு முன்பாகத் தம்பியைப் பட்டிப்பளை ஆற்றின் கரையில் புதைத்துவிட்டோம். இளைய பதுமன் ஒருவன் அவனுடைய காட்டிடையே சுழித்துக் கொண்டோடும் ஆற்றோடு கலந்துவிட்டான்.

தம்பி கொல்லப்பட்ட அன்று முழுவதும், அறிவு கெட்டு விழுவதும் சில நிமிடங்கள் நனவுக்கு வருவதாகவுமே இருந்தேன். அன்றைய காட்சிகள் எல்லாமே தெளிவற்றும் கலங்கலாயுமே என் மனதில் படிந்துள்ளன.

அப்பாவைத் தேடிச் சென்று, பகல் பதினொரு மணியளவில்தான் உள்ளான்வெளியிலிருந்து அழைத்து வந்தார்கள். அப்பா அமைதியாக நடந்துவந்து தம்பியின் உடலைப் பார்த்துக்கொண்டு நின்றவர் சடாரெனத் திரும்பி, தரையில் உட்கார்ந்திருந்த அம்மாவைக் காலால் மிதிக்கத் தொடங்கினார். அப்பாவின் குரல் அழுகையும் சீறலுமாக வெடித்தது:

— இந்த நாசமாய்போன ஊரைவிட்டு இந்தியாவுக்குப் போவோம் போவோம் என்று சொன்னேனே... கேட்டியா தட்டுவாணி நீ கேட்டியா...

அம்மா எதுவும் சொல்லாமல் தனது முகத்தை இரு கைகளாலும் மூடியவாறு மரத்துப்போய் மண்ணில் உட்கார்ந்திருந்தார்.

மதியத்துக்கு மேல்தான், அம்பாறையிலிருந்து பொலிஸாரையும் மரண விசாரணை அதிகாரியையும் கூட்டிக்கொண்டு வாணம் பொலியர் வந்தார். தம்பியின் உடல் கிடந்த இடத்துக்குச் சற்றுத் தள்ளியிருந்த வேப்ப மரத்தின் கீழே போடப்பட்ட நாற்காலிகளில் பொலிஸாரும் மரண விசாரணை அதிகாரியும் உட்கார்ந்திருந்தார்கள். பொலிஸார், சிலரைக் கூப்பிட்டு விசாரித்து எழுதிக்கொண்டார்கள். ஊர்காவல் தொண்டர் படைத் தலைவன் காக்கிலாலோடு நீண்ட நேரம் பேசினார்கள். உடலை

அதிக நேரம் வைத்திருக்கவேண்டாம் எனச் சொல்லிவிட்டுப் பொலிஸார் போய்விட்டார்கள்.

அந்தக் கொடுமையை என்னவென்று எழுத! தம்பியின் தலையைக் கழுத்தோடு சேர்த்து பெத்தப்பாதான் பொருத்தித் தைத்தார். பொருத்தப்பட்ட இடத்தைக் கற்பூரத்தைத் தூள் செய்து பூசி அடைத்தார். எனக்கு இப்போதும் தம்பியை நினைத்தால் கற்பூரமே உறைக்கிறது. எழுதிக்கொண்டிருக்கும் இந்தத் தாளில் இதோ கற்பூரம் நாறுகிறது.

பதுமர் குடி இறந்தவர்களின் உடலை எரிப்பதில்லை. ஆற்றங்கரையில் புதைத்துவிடுவார்கள். உடலைப் புதைக்கும் இடத்துக்குப் பெண்களும் போவோம். அன்று ஆணும் பெண்ணுமாக மரணவீட்டுக்கு பத்துப் பேர்கள்தான் வந்திருப்பார்கள். சிங்களச் சனங்களில் உமாம்புவ சீயாவும் ஆச்சாவும் மட்டுமே வந்திருந்தார்கள்.

தகவல் அறிந்து, அடுத்தநாள் காலையில்தான் பெத்தப்பாவின் மூத்த மகன் சாம்பசிவம் அம்மாச்சி வந்து சேர்ந்தார். அவர் திரும்பிப் போகும்போது எப்போதும் கேட்பது போல, எங்களைத் தனது வீட்டில் வந்திருக்குமாறு இந்தமுறை கேட்கவில்லை.

8

வெருகலாற்றுப் பகுதியில் புலிகளின் இரண்டு பிரிவினருக்குமிடையே சண்டைகள் விட்டு விட்டு நடந்துகொண்டிருப்பதால் ஆற்றில் போக்குவரத்தில்லை. இரண்டு தரப்பும் மோதுவதை, இலங்கை இராணுவம் அமைதியாகயிருந்து இரசித்துக்கொண்டிருப்பதாக வாணம் பொலியர் சொல்லிக்கொண்டிருந்தார். அவர் ஞானகலைக் குஞ்சாத்தைக்குத் தம்பியின் சாவுச் செய்தியை அனுப்பியிருந்தும், அங்கிருந்து யாரும் இதுவரை வரவில்லை.

இந்த மூன்று நாட்களில் செத்த நாயிலிருந்து உண்ணி கழருவது போல, எங்கள் குடும்பத்தோடு அதுவரை ஆதரவாகவும் பாசமாகவும் இருந்தவர்கள் கழன்றுகொண்டிருந்ததை எங்களால் நம்பவே முடியவில்லை. தம்பி கொல்லப்பட்டிருந்த முறை அவர்களை அச்சத்திலும் சந்தேகங்களிலும் ஆழ்த்தியிருக்கிறது.

அப்பா, ‹இலுப்பங்கேணியிலிருந்து எல்லோரும் கிளம்பும் நேரம் வந்துவிட்டது› என்றார். பெத்தப்பாவும் பெத்தாச்சியும் எதுவும் பேசாமல் அமைதியாக இருந்தனர். தம்பியின் எட்டாம் நாள் செலவுச் சடங்குகளை முடித்துவிட்டுச் சாமான் சக்கட்டுகளைக் கட்டிக்கொண்டு நாங்கள் உள்ளான்வெளிக்குப் போவதாக அப்பா முடிவாகச் சொன்னார். அம்மா இம்முறை அப்பாவுக்கு எதிராக ஒன்றும் பேசவில்லை.

தம்பி இறந்ததிலிருந்து எட்டாம் நாள்வரை வீட்டில் அடுப்பு மூட்டக்கூடாது. இலுப்பங்கேணியிலிருந்த மற்றைய மூன்று தமிழ்க் குடும்பங்களும் எங்களுக்கு மாறி மாறி சாவீட்டு அமுது அனுப்பிக்கொண்டிருந்தார்கள். மல்காந்தி ஆச்சா இருவேளையும் தேநீர் தயாரித்துக் கொண்டுவந்து தந்தார்.

ஆனால் அவரது கண்களில் படர்ந்திருந்த அச்சத்தையும் சந்தேகத்தையும் நான் கவனிக்கத்தான் செய்தேன். அது இந்தக் கிராமம் முழுவதும் பறவைக் காய்ச்சல் போல பரவியிருக்கிறது.

9

நான் தம்பியின் மரணத்தைத் தவிர வேறு எதையும் சிந்திக்காத நாட்களாக அந்த நாட்களிருந்தன. தம்பியைக் கொன்றவர்கள் யார்? இராணுவமா அல்லது நாங்கள் தண்ணீர் கொடுத்துத் தாகம் தணித்த புலிகளா? தம்பி தேநீரும் நீரும் புலிகளுக்கு எடுத்துச் சென்றதை யாராவது கவனித்திருப்பார்களா? ஒருவேளை நாங்கள் பார்த்தது புலிகளின் வேடத்திலிருந்த வேறு யாரையுமா? இதையெல்லாம் நான் அம்மாவிடம் சொல்லலாமா வேண்டாமா? எனக்குத் தலை கிறுகிறுத்துக்கொண்டிருந்தது.

தம்பியின் சாவின் மணம் என்னைச் சூழ்ந்திருந்தது. ஒரு சித்திரம்பூச்சிக்குக் கூடத் தீங்கு நினைக்காத பிள்ளையல்லவா அவன். தம்பி கோபப்பட்டு ஒருநாள் கூட நான் பார்த்ததில்லையே. நான் அவனை எத்தனையோ தரம் முரட்டுத்தனமாக அடித்திருப்பேன். அவன் என்னிடமிருந்து தப்பித்து ஓடுவானே தவிர, என்னைத் திருப்பி அடிப்பதோ அம்மாவிடம் புகார் சொல்வதோ அவன் வழக்கமில்லை. அவனது தலையை வெட்டிப் பாதங்களில் வைக்க யாருக்கு மனம் வரும்!

மல்காந்தி ஆச்சா வீட்டிலிருக்கும் சந்துல் சகோதரயாவின் புகைப்படமும் என் ஞாபகத்துக்கு வந்துகொண்டேயிருந்தது. அந்தப் படத்தை நான் உடனே பார்க்கவேண்டும் போலிருந்தது. ஆனால் எட்டு நாட்களுக்கு நாங்கள் தீட்டு அனுஷ்டிக்க வேண்டும். யாருடைய வீடுகளுக்கும் நாங்கள் போகக் கூடாது.

ஒன்பதாவது நாளில் முதல் வேலையாக, மல்காந்தி ஆச்சா வீட்டுக்குப் போகவேண்டும் என நினைத்துக்கொண்டேன்.

10

தம்பி இறந்த மூன்றாவது நாள் பின்னேரம், அம்மா காய்ச்சலில் விழுந்து, பாயில் குறண்டிக்கொண்டு படுத்துக் கிடந்தார். தொடர்ந்து வாந்தி எடுத்துக்கொண்டேயிருந்தார். அம்மாவின் கண்ணீர்தான் மஞ்சள் நிறத்தில் வாந்தியாக ஒழுகிக்கொண்டிருந்தது. அப்பாவும் பெத்தப்பாவும் வீட்டில் இல்லை. அம்மாவுக்கு இஞ்சிச் சோடா குடிக்கக் கொடுத்தால் வாந்தி நிற்கும் என நினைத்தேன். சைக்கிளையும் வெற்றுப் போத்தலையும் எடுத்துக்கொண்டு கடைக்குப் புறப்பட்டேன். அப்போது நேரம் மூன்று மணிக்குக் கிட்டமுட்டயிருக்கும்.

இலுப்பங்கேணியில் பியசிறி கடைதான் பெரிய கடை. அங்கேதான் இஞ்சிச் சோடா கிடைக்கும். சிங்களக் குடியேற்றத்தின் மேற்கு எல்லையையொட்டி பியசிறி கடையிருந்தது. எங்கள் வீட்டிலிருந்து இரண்டு கிலோ மீற்றர்கள் தூரம் போகவேண்டும். நான் பெடல் கட்டைகளை உந்தி உந்தி மிதித்தாலும் சைக்கிள் வேகமாகப் போவதாகயில்லை. அழுது அழுது எனது கால்களும் களைத்துவிட்டன என நினைத்துக்கொண்டேன்.

பிரேமதாஸ கற்பலகையைத் தாண்டும்போது, தம்பியைக் கொன்றுபோட்ட இடத்தில் அப்பா ஆடாமல் அசையாமல் உட்கார்ந்திருப்பது தெரிந்தது. சைக்கிளில் அப்பாவை நெருங்கும்போதே கஞ்சா வாசம் என்னில் மோதியது. அப்பாவின் வாய் மட்டும் சத்தம் வராமல் அசைகிறது. இப்போது அவரை நான் குழப்ப வேண்டாம். சந்திரமதியின் பாடல் அவர் நாவில் இருக்கும்.

இச்சா | 109

11

எதுவுமே வழமை போலில்லை. பியசிறியின் கடையில் அவர் மனைவி மரியசெல்லே மட்டுமேயிருந்தார். மரியசெல்லே எப்போதும் என்னுடன் அன்பாகப் பேசக் கூடியவர். ஆனால் இன்று ஒரு வார்த்தை அவர் என்னிடம் பேசவில்லை. எங்கோ பார்த்தவாறு சோடாவையும் மிகுதிக் காசையும் தந்தார். என்னதான் ஆயிற்று இந்த ஊருக்கு?

சோடாப் போத்தலைப் பையில் போட்டு சைக்கிள் ஹாண்டிலில் மாட்டிக்கொண்டு கடும் யோசனையுடன் சைக்கிளை மிதித்தேன். நாவலடி மதகுக் கட்டை நெருங்கும்போது, மதகுக் கட்டில் நான்கைந்து பேர்கள் உட்கார்ந்திருப்பது தெரிந்தது. இவர்களாவது என்னுடன் பேச மாட்டார்களா என்று உண்மையிலேயே என் மனம் ஏங்கியது.

மதகுக் கட்டில், ஊர்காவல் தொண்டர் படைத் தலைவன் காக்கிலாலும் அவனது கூட்டாளிகளும் உட்கார்ந்திருந்தார்கள். நான் வருவதையே பார்த்துக்கொண்டிருந்த காக்கிலால் சடாரென எழுந்து சைக்கிளை நிறுத்துமாறு சைகை செய்தான். காக்கிலால் என் தம்பியின் நெருங்கிய கூட்டாளி. இவனாவது எனது துயரைப் பகிர்ந்துகொள்வான் என்றெண்ணினேன்.

நான் சைக்கிளை நிறுத்தியதும், காக்கிலால் சைக்கிள் ஹாண்டிலைத் தனது கையால் பிடித்துக்கொண்டான். அவனது முகத்தில் ஒரு மாய்மாலச் சிரிப்பிருந்தது. அவன் மற்றக் கையால் தனது வாயைத் துடைத்தவாறே இரகசியமாகச் சொன்னான்:

— எனக்கும் இஞ்சித் தேநீர் கொண்டுவந்து தருகிறாயா? நானும் இந்த ஊரைக் காப்பாற்றத்தான் போராடிக்கொண்டிருக்கிறேன்.

அதைக் கேட்டதும் ஒருகணம் என் இருதயம் வயிற்றுக்குள் நழுவிப் பின்பு மார்புக்கு ஏறியது உண்மைதான். ‹என்ன கதைக்கிறாய்?› என்று என் உதடுகள் முணுமுணுக்கவும் என் கால்கள் சைக்கிளை மிதிக்கவும் சரியாகயிருந்தது. காக்கிலால் என் கண்களை உற்றுப் பார்த்தவாறே ஹாண்டிலிலிருந்து கையை எடுத்தான். என்னுடைய முதுகில் சிங்களத்தில் ஆகச் சிறந்த சில கெட்ட வார்த்தைகள் வீசப்பட்டன. நான் அவற்றைச் சுமந்துகொண்டே சைக்கிளை வேகமாக மிதித்தேன். சைக்கிள் என்னையறியாமலேயே காக்கிலாலின் வீட்டை நோக்கிப்

போனது. எனக்கு அவனின் தம்பி சுமன்லாலைப் பார்க்க வேண்டும்.

சுமன்லால், வீட்டு முற்றத்தில் தனது சைக்கிளைத் துடைத்தவாறிருந்தான். நான் எனது சைக்கிளின் மணியை ஒலித்ததும் நிமிர்ந்து பார்த்து, வீட்டை நோக்கியும் ஒரு பார்வை பார்த்துவிட்டு விறுவிறென்று என்னை நோக்கி நடந்து தெருவுக்கு வந்தான்.

நான் சைக்கிளிலிருந்து இறங்காமல் கால்களை நிலத்தில் ஊன்றியிருந்தேன். நான் அவனிடம் பேசியபோது என்னுடைய குரல் நடுங்கிக்கொண்டிருந்தது. ஆனால், அது அச்சத்தால் ஏற்பட்ட நடுக்கமல்ல. அந்த உணர்வுக்கு எப்படிப் பெயரிடுவதென்றே தெரியவில்லை. நீச்சல் தெரியாதவன் நீருக்குள் மூழ்கிக்கொண்டிருக்கும் உணர்வெனச் சொல்லலாம்.

— சுமன்லால் உண்மையைச் சொல்! என் தம்பிக்கு என்ன நடந்தது? அவனைக் கொன்றது யார்?

சுமன்லால் குனிந்து நிலத்தைப் பார்த்தவாறு நின்றிருந்தான். பின்பு தலையைத் தூக்கிக் கேட்டான்:

— நீயும் உன் தம்பியும் புலிகளுக்கு உதவி செய்தீர்களா?

எனக்கு மயக்கம் வரும் போலயிருந்தது. கால்களை வலுவாக நிலத்தில் ஊன்றிக்கொண்டேன்.

— யார் சொன்னது சுமன்லால்?

— உன்னுடைய தம்பியே சொல்லியிருக்கிறான். காட்டுக்குள் போக வேண்டாம் என்று சொல்லி என் அண்ணனை அவன் எச்சரித்திருக்கிறான்.

‹காட்டில் நான் ஐந்து திரி விளக்கைக் கண்டேன், காடு ஆபத்து என்று சொல்லியிருக்கிறேன்› எனத் தம்பி கஞ்சா வெறியில் சொல்லிக்கொண்டிருந்ததன் அர்த்தம் இப்போது எனக்கு முழுவதுமாகப் புரிந்தது. சுமன்லால் மீண்டும் தலையைக் குனிந்துகொண்டு சொன்னான்:

— உங்கள் குடும்பம் இங்கே இருக்க வேண்டாம். எங்காவது தமிழ்க் கிராமத்திற்குப் போய்விடுங்கள். இந்த நாட்களில் இங்கே நிலைமை சரியில்லை.

அவன் என்ன சொல்கிறான் என்பது முழுமையாக எனது மண்டைக்குள் ஏறுவதற்கு முன்பே, எங்களை நோக்கிக்

காக்கிலால் நடந்துவருவதைக் கண்டேன். இவன்தான் என் தம்பியைக் கொன்றவன். இவன்தான் என் தம்பியின் தலையை வெட்டிப் பாதங்களில் பொருத்தியவன்.

காக்கிலாலைப் பார்த்ததும் சுமன்லால் ‹நீ போய்விடு› என என்னிடம் முணுமுணுப்பாகச் சொல்லிவிட்டுத் திரும்பி நடந்து வீட்டுக்குள் போய் ஒளிந்துகொண்டான். நான் அசையாமல் நின்ற இடத்திலேயே நின்றேன். காக்கிலால் என்னருகே வந்ததும் நடுங்கும் குரலால் சொன்னேன்:

— நீ ஒரு நம்பிக்கைத் துரோகி! புலிகளிடம் காட்ட முடியாத வீரத்தை என் அப்பாவித் தம்பியிடம் காட்டியிருக்கிறாய்!

காக்கிலால் அப்படியே அசையாமல் நின்றான். நின்றவாக்கில் ‹சக்கிலியத் தமிழ் வேசை› என்று அவன் என்னைப் பார்த்துக் கூச்சலிட்டான். எனக்குக் கண்ணீர் முட்டிக்கொண்டு வந்தது. அவன் முன்னே அழக்கூடாது என்ற வைராக்கியம் கண்ணீரைக் கட்டிபட வைத்தது. என் நாவு கோபத்துடன் சுழன்றது:

— என் தம்பியை இரண்டு துண்டாக்கிய உன் உடல் எட்டுத் துண்டுகளாகும்!

இதைக் கேட்டதும் காக்கிலாலின் முகம் இருண்டுபோனது. அவன் அச்சப்படுகிறான் எனத் தெரிந்ததும் என் ஆங்காரம் மேலும் கிளர்ந்தது. நான் அவன் கண்களையே உற்றுப்பார்த்தேன். உண்மையில் அந்த வார்த்தைகள் அந்தக் கணத்தில் எப்படி என் நாவில் வந்தன என்பதே தெரியவில்லை. அந்த வார்த்தைகளைச் சொல்லி முடித்த பின்புதான், நான் என்ன பேசினேன் என்பதையே நான் உணர்ந்தேன்.

அந்த வார்த்தைகள் என்னுடைய வார்த்தைகளல்ல. இன்று அதிகாலையில், ஏங்கி அழும் சத்தம் கேட்டு நான் விழித்தபோது, பெத்தாச்சி விரித்த பாயில் இருட்சிலைபோல குந்தியிருந்து சுவரைப் பார்த்துப் பேசிக்கொண்டிருந்தார். ‹என் பிள்ளையை இரண்டு துண்டாக வெட்டியவன் ஒப்பாய் எட்டாக வெட்டப்பட்டுச் சாவான்› என அவர் சுவருக்குத் திரும்பத் திரும்பச் சொல்லிக்கொண்டிருந்தார். அந்த வார்த்தைகள்தான் இப்போது இங்கே என் நாவிலிருந்து வீழ்ந்தன.

சத்தம் கேட்டு வீட்டுக்குள்ளிருந்து காக்கிலாலின் அம்மா யசோதா வெளியே வந்தார். நான் சைக்கிளை மிதித்துக்கொண்டு அங்கிருந்து வேகமாக வந்துவிட்டேன்.

12

நான் வீட்டுக்குத் திரும்பியபோது, பெத்தப்பா பட்டறைக் குந்தில் உட்கார்ந்து வெறுமனே பார்த்துக்கொண்டிருந்தார். பதுமர் குடி இங்கிருந்து வெளியேறிப் போவதென்பதை அவரால் தாங்கிக்கொள்ளவே முடியாது. யார் போனாலும் தான் இந்தக் காட்டையும் ஆற்றையும் விட்டு வரமாட்டேன் என்று அவர் சொல்லிவிட்டார். பெத்தாச்சி முற்றத்து மணலில் உட்கார்ந்திருந்து மணலைக் கைகளால் அளைந்துகொண்டு தனக்குள் ஏதோ பேசியவாறிருந்தார். இந்த வீட்டை ‹நிப்பிலி› ஆட்டுகிறது!

நான் வீட்டுக்குள் நுழைந்து, அம்மாவின் கையைப் பிடித்து எழுந்திருக்கச் செய்து மண் சுவரோடு சாய்த்து உட்கார வைத்து, இஞ்சிச் சோடாவைச் சிரட்டையில் ஊற்றிக் குடிக்கக் கொடுத்தேன். அம்மா குடித்து முடித்து ஒரு மெல்லிய ஏப்பம் விட்டதும், காய்ச்சல் சூரணத்தைத் தேனில் குழைத்துப் புகட்டிவிட்டேன். அம்மாவால் உட்கார்ந்திருக்க முடியவில்லை. அவரை மீண்டும் படுக்க வைத்துவிட்டு ஆதியோடந்தமாக எல்லாக் கதைகளையும் அம்மாவிடம் சொன்னேன். காட்டில் புலிப் போராளிகளைப் பார்த்தது முதல் சுமன்லாலைச் சந்தித்துப் பேசியதுவரை சொன்னேன்.

அம்மா எதுவும் சொல்லவில்லை. அவரது கண்களிலிருந்து நீர் வழிந்துகொண்டிருந்தது. அவரை நெருங்கி உட்காருமாறு சைகை செய்து எனது கையைப் பிடித்துக்கொண்டார்.

நான் அம்மாவின் கையைப் பிடித்தவாறே இருந்தேன். தம்பியின் நினைவுகள் அல்லாது அவனின் சாவின் மணமே இந்த வீடு முழுவதையும் நிறைத்திருக்கிறது. எவ்வளவு நேரம் அப்படி இருந்திருப்பேன் எனத் தெரியாது. வெளியே கூச்சல்கள் கேட்டுத் திடுக்குற்றுக் கண்களை உன்னி விரித்தேன். பெத்தாச்சி வீட்டுக்குள் ஓடி வந்தார்.

— துவக்குகள் சாமான்களோடு கொஞ்சப்பேர்கள் இங்கே வருகிறார்கள், சத்தம் போடாமல் வீட்டுக்குள்ளேயே இரு!

பெத்தாச்சி என் பதிலுக்குக் காத்திருக்காமல் டக்கெனத் திரும்பி வெளியே போனார். வெளியே நின்று வாசற்கதவை அடைத்தார். வெளியே கதவில் ஆமைப் பூட்டுப் போடும் சத்தம் கேட்டது. கதவை அடைத்ததும் வீட்டுக்குள் வெளிச்சம்

குறைந்தது. மயண்டை நேரமாகியிருந்ததே அப்போதுதான் எனக்கு உறைத்தது. நான் வெளியே கேட்கும் சத்தங்களைக் கூர்ந்து கவனித்தேன். அம்மா எழுந்து என்னருகே உட்கார்ந்துகொண்டார்.

வெளியே பெத்தப்பாவும் பெத்தாச்சியும் சத்தம் போடுவது கேட்டது. பின்பு, திடீரென ஒரு வெடிச் சத்தம் எழுந்தது. நான் எழுந்து ஓடிப்போய், மண்சுவரிலிருந்த அரை இறாத்தல் பாண் அளவான ஜன்னலை ஒட்டி நின்று வெளியே பார்த்தேன். வீட்டினுள்ளே ஒளி குறைவாகயிருப்பதால் வெளியிலிருப்பவர்கள் என்னைப் பார்ப்பது கடினம். அம்மா என் பின்னே வந்து என்னைப் பின்னாலிருந்து கட்டிப் பிடித்துக்கொண்டார்.

என்னிலிருந்து பத்தடி தூரத்தில் காக்கிலாலோடு ஐந்தாறு புதியவர்கள் நிற்கிறார்கள். பெத்தப்பாவும் பெத்தாச்சியும் அவர்களின் முன்னே நிற்கிறார்கள். அவர்களில் காக்கிலாலும் நீலநிறத் தொப்பி அணிந்திருந்த உயரமானவனும் துப்பாக்கிகளும், மற்றவர்கள் கைகளில் நீண்ட வாள்களும் வைத்திருக்கிறார்கள். எல்லோரும் கோணல்மாணலாக இராணுவ உடை தரித்திருக்கிறார்கள். அவர்களுக்கு நடுவே அருச்சுனன் மல்லாந்து விழுந்து கிடக்கிறான். அவனது நான்கு கால்களும் வானத்தைப் பார்த்து நிமிர்ந்திருக்கின்றன.

துப்பாக்கி வைத்திருந்த நீலத் தொப்பிக்காரன் பட்டறைக்குள் புகுந்து ஒரு சுற்றுச் சுற்றி வெளியே வந்து, துப்பாக்கியை இப்போது என் பெத்தப்பாவுக்கு நேரே நீட்டிப்பிடித்தான். காக்கிலால் தலையைக் குனிந்துகொண்டு பெத்தப்பாவிடம் சொன்னான்:

— பாஸையா, உன் பேத்தி உள்ளேதான் இருக்கிறாள். அவளை வெளியே அனுப்பிவிடு! அவளுக்குப் பயங்கரவாதிகளோடு தொடர்பு இருக்கிறது. விசாரணைக்காக அவளை உறாப்பிட்டிய பொலிஸ் நிலையத்திற்குக் கொண்டுபோகவேண்டும். உறாப்பிட்டியவிலிருந்து ‹வஸபா› ஊர்காவற்படை அவளைத் தேடி வந்திருக்கிறது.

அதைக் கேட்டதும் பெத்தாச்சி பெரும் குரலெடுத்துக் கத்தினார்:

— என்னயிது மகனே? ஊறாப்பிட்டிய ஆட்களை என் வீட்டு முற்றத்துக்குக் கொண்டுவந்து வாண வேடிக்கை காட்டுகிறாய். அவள் பதினைந்து வயதுக் குழந்தை. அவளுக்கா

பயங்கரவாதிகளோடு தொடர்பு என்கிறாய்? நீ வீட்டுக்குப் போ! நான் வந்து உன் அம்மாவுடன் பேசுகிறேன். சீய்... என்ன பிள்ளையைப் பெத்து வளர்த்து வைத்திருக்கிறாள் யசோதா!

பெத்தாச்சியின் சிங்களம் அரைகுறைதான். பெத்தப்பாவுக்கும் சிங்களம் சரியாகப் பேச வராது. அவர்கள் எப்படியாவது எதையாவது பேசி, அந்தக் கூட்டத்தைச் சமாளிக்கும் எத்தனத்திலிருந்தார்கள்.

துப்பாக்கி வைத்திருந்த நீலத் தொப்பிக்காரன் தன்னுடைய துப்பாக்கியைத் திருப்பித் துவக்குச் சோங்கால் பெத்தப்பாவின் தோளில் இடிப்பதைக் கண்டதும் நான் ஜன்னலிலிருந்து விலகி அம்மாவிடம் ‹ஐயோ பெத்தப்பாவை அடிக்கிறார்கள்› என்றேன். அதே வேளை வீட்டுக் கதவில் இருக்கும் ஆமைப் பூட்டை இடிக்கும் சத்தம் கேட்டது. அம்மா என்னை இன்னும் இறுகக் கட்டிப் பிடித்துக்கொண்டார். நான் அம்மாவின் கைகளுக்குள் நடுங்கிக்கொண்டிருந்தேன். அதென்ன பெரிய தலதா மாளிகைப் பூட்டா! இரண்டு இடிகளில் தெறித்துப் பறந்துவிட்டது.

அதற்குப் பின்பு அங்கே நடந்தவை ஒரு குட்டி இனக்கலவரத்தை ஒத்தவை. போன நிமிடம்வரை கைகால்கள் நடுங்கிக்கொண்டிருந்த அம்மாவுக்கு இப்போது தாய்க் கோழியின் வலு வந்துவிட்டது. என்னை இறுகக் கட்டிப்பிடித்துக்கொண்டே என்னைக் கீழே தள்ளி என்மீது கவிழ்ந்து படுத்துக்கொண்டார். வெளியே பெத்தாச்சியும் பெத்தப்பாவும் ஊராரிடம் உதவி கேட்டுக் கூச்சலிடும் சத்தம் கேட்டது. நான் அம்மாவின் கருவில் கிடக்கும் குழந்தைபோல அம்மாவுக்குள் குறண்டிப்போய் ஒடுங்கிக்கொண்டேன். அம்மாவின் கர்ப்பப் பைக்குள்ளேயே போய்விட்டால் எவ்வளவு நல்லது!

அவர்கள், அம்மாவை என்னிடமிருந்து பிய்த்து எடுத்துப் போட்டுவிட்டு, என்னைத் தூக்கி வெளியே முற்றத்தில் போட்டார்கள். ஓடிவந்த பெத்தாச்சியையும் பெத்தப்பாவையும் பிடித்துத் தள்ளி மணலில் எறிந்தார்கள். நான் அருச்சுனனுக்கு அருகே போய் விழுந்தேன். அருச்சுனனின் தலை இரண்டாகப் பிளந்து இரத்தம் வடிந்துகொண்டிருக்கிறது. என்னில் அதுவரை ஒட்டிக்கிடந்த அற்ப சொற்பத் தைரியமும் அப்போது என்னைக் கைவிட்டது.

முற்றத்தில் தூக்கியெறியப்பட்ட வேகத்தில் என்னுடைய பாவாடை இடுப்புக்கு மேலே ஏறிவிட்டது. கையை அசைத்துப் பாவாடையைச் சரிசெய்யக் கூடத் தைரியமில்லாமல் அப்படியே முற்றத்தில் உயிருடன் உரித்த கோழிபோலக் கிடந்து நடுங்கிக்கொண்டிருந்தேன். இரண்டு மணிநேரத்துக்கு முன்புதான் உக்கிரத்துடன் காக்கிலாலை ஏசினேன். இப்போதோ அவனைப் பார்க்கவே என் மனம் நடுங்கியது. எனக்குச் சிறுநீர் வெளியே வந்துவிடும் போலிருந்தது. துப்பாக்கி வைத்திருந்த நீலத் தொப்பிக்காரனிடமிருந்து உத்தரவு பிறந்தது:

— எழுந்து நட! அல்லது இங்கேயே உன் ஆடைகளை முழுவதுமாக அவிழ்த்து மனம்பேரி போல நடக்க வைப்பேன்!

13

நான் சிறைக்கு வரும்வரை ‹மனம்பேரி› குறித்து எனக்கு எதுவும் தெரியாது. பாடகி மனோலி கூஞ்ஞு, ஒருநாள் கதையோடு கதையாக மனம்பேரியின் கதையை எனக்குச் சொன்னார். மனோலி கூஞ்ஞு குடும்பமே சேகுவேரா குடும்பம்தான். மனம்பேரி கொல்லப்பட்ட காலத்தில் மனோலியின் அப்பாவும், சேகுவேரா இயக்கத் தலைவர் ரோகண விஜேவீர கொல்லப்பட்ட காலத்தில் மனோலியும் சேகுவேரா இயக்கத்தில் இருந்தவர்கள்.

நான் பிறப்பதற்குப் பதினெட்டு வருடங்கள் முன்னதாக அது நடந்திருக்கிறது. கதிர்காமத்தில் நடந்த உள்ளூர் அழகிப் போட்டியில் வென்றவர் பிரேமவதி மனம்பேரி. அவருக்கும் சேகுவேரா இயக்கத்துக்கும் தொடர்பு இருந்தது. சேகுவேரா இயக்கம், கதிர்காமப் பொலிஸ் நிலையத்தைத் தாக்குவதற்கு மனம்பேரியும் உதவி செய்தார் என அரசாங்கம் குற்றம் சாட்டியது. அப்போது மனம்பேரிக்கு இருபத்திரண்டு வயதுதான்.

மனம்பேரியை அவரது வீட்டில் வைத்துக் கைதுசெய்து இழுத்துச் சென்ற இராணுவத்தினர், ஓரிரவு முழுவதும் அவர்மீது கூட்டாகப் பாலியல் வல்லுறவு நடத்தி அவரைச் சிதைத்தார்கள்.

மறுநாள், மனம்பேரியின் ஆடைகளை முழுவதுமாகக் களைந்து, எந்தக் கதிர்காமத்தின் வீதிகளில் அவர் அழகுராணியாக முடி தரித்து ஊர்வலம் போனாரோ, அதே வீதிகளில் முழு நிர்வாணமாக நடத்திச் சென்றனர். கடைசியாக மனம்பேரியைச்

சுட்டுக் குழியில் போட்ட போது, அரை உயிருடன் இருந்த மனம்பேரி தன்னுடைய காதுத் தோடுகளைக் கழற்றி எடுத்து ஓர் ஆர்மிக்காரனிடம் கொடுத்துவிட்டுச் சொன்னாராம்:

— இவற்றைக் கொண்டு போய் என் அம்மாவிடம் கொடுத்துவிடுங்கள்.

14

நான் நீலத் தொப்பிக்காரனின் துப்பாக்கியின் முனையில் நின்றேன். நான் இங்கிருக்கும்வரை இவர்கள் மாறி மாறி அம்மாவையும் பெத்தாச்சியையும் பெத்தப்பாவையும் அடிக்கப்போகிறார்கள். நான் முன்னே நடக்கத் தொடங்கினேன். பின்னால் திரும்பிப் பார்க்கவேயில்லை. என்னால் என்னுடைய குடும்பம் சாக வேண்டாம்.

மல்காந்தி ஆச்சாவின் வீட்டை நான் கடக்கும்போது, எனது உள்மனம் சொன்னதுபோலவே ஆச்சாவின் வீட்டுக் கதவு திறந்தது. உமாம்புவ சீயா வாசலில் நின்றார். அவரின் பின்னே மல்காந்தி ஆச்சா நின்றார். உமாம்புவ சீயா கேட்டார்:

— காக்கிலால் மகனே! எங்கே இந்தப் பிள்ளையைக் கொண்டுபோகிறாய்?

— நான் என் கடமையைச் செய்கிறேன் சீயா! இவளுக்குப் புலிகளுடன் தொடர்பு இருக்கிறது. பிடித்துக் கொடுக்கும்படி உறாப்பிட்டிய பொலிஸிருந்து உத்தரவு சீயா.

நான் சீயாவையும் ஆச்சாவையும் பார்த்தேன். அவர்கள் அசையாது நின்றிருந்தார்கள். திறந்திருந்த வாசல் கதவு வழியே உள்ளேயிருக்கும் சந்துல் சகோதரயாவின் புகைப்படம் தெரிகிறதா எனப் பார்க்க ஒருகணம் நின்றேன். என் பிடரியில் ஓங்கி ஓர் அடி விழுந்தது. நிலைதடுமாறி விழப்போய் சுதாகரித்துக்கொண்டு நிமிர்ந்து, மல்காந்தி ஆச்சாவின் வாசற்கதவைப் பார்த்தேன். அது இப்போது மூடப்பட்டிருந்தது.

நான் பிரேமதாஸ கற்பலகை அருகே வரும்போதும், அப்பா அப்படியேதான் தலையைக் கவிழ்ந்துகொண்டு குந்திக்கொண்டிருந்தார். இந்த மனிதருக்கு வெடிச் சத்தமாவது கேட்டதா இல்லையா? கஞ்சா காதைச் செவிடுபடுத்துமா?

இச்சா | 117

எனக்கு வேதனையும் அவமானமும் அச்சமும் கலவையாகப் பீறிட்டுவர ஏங்கிக் கத்தினேன்:

— அப்பா! என்னைப் பிடித்துக்கொண்டு போகிறார்கள்!

அப்பாவுக்கு என் குரல் கேட்டது. கண்களை மலர்த்திக்கொண்டு மெதுவாக எழுந்தார். என்னை நோக்கிக் காற்றில் நடப்பது போலக் கால்களை உயர்த்தி உயர்த்தி மெதுவாக இரண்டு அடிகள் எடுத்துவைத்தார். அப்போது துப்பாகிச் சன்னம் வெடித்துப் பறந்தது. மேலேதான் சுட்டார்கள். ஆனால், தன்னைத்தான் சுட்டுவிட்டார்கள் என அப்பா நினைத்திருக்கவேண்டும். ஒரு காய்ந்த சருகு காற்றில் ஆடி விழுவதுபோல அப்பா மெல்ல மல்லாந்து விழுந்தார். அவர் அசையவேயில்லை.

என்னைப் பிடித்து முன்னே தள்ளினார்கள். என்முன்னே ஒரு துப்பாக்கி நடக்கப் பின்னேயொரு துப்பாக்கி தொடர நான் பதுமர்களின் வீதியிலே நடக்கலானேன். என்னை வேடிக்கை பார்க்கக் கூட யாரும் வரவில்லை. இந்தக் கிராமமே திடீரென ஆள் இல்லாத நிலமாகிவிட்டது.

நான் சாவைக் கற்பனை செய்து பார்த்துக்கொண்டேன். கண்டி அரசன் கூத்தில், ஒரே வாள்வீச்சில் தன்னைக் கொன்றுவிடுமாறு சிறிய மந்திரிகுமாரன் மாதும பண்டார தனது அடர்ந்த தலைமுடியைக் கையால் ஒதுக்கிக் கொலையாளிக்குக் கழுத்தின் பின்புறத்தைக் காட்டுவான். எனது தலையை இவர்கள் வெட்டும்போது மறக்காமல் தலைமுடியை ஒதுக்கிக் கழுத்தைக் காட்டவேண்டும் என்று நினைத்துக்கொண்டேன். அம்மாவுக்குக் கொடுத்து அனுப்புவதற்குக் காதுத் தோடுகள் கூட என்னிடமில்லை. தம்பியின் தலையையும் உடலையும் பெறுவதற்காக அவற்றைத்தான் பொலிஸாருக்கு இலஞ்சமாகக் கொடுத்திருந்தோம்.

சின்ன விகாரையைக் கடந்ததும், என் முன்னே போய்க்கொண்டிருந்த காக்கிலால் என்னை நோக்கித் திரும்பி என்னருகே வந்தான். நான் நடப்பதை நிறுத்தினேன். அவன் என்னை முகர்ந்து பார்ப்பவன்போல நெருங்கி வந்தான். எனக்கும் அவனுக்குமிடையே துப்பாக்கி மட்டுமேயிருந்தது. அவன் என்ன செய்கிறான் என நான் உணரும் முன்பாகவே அவன் எனது முலையொன்றைச் சட்டையோடு சேர்த்துப் பிடித்துப் பலமாகத் திருகினான். நான் மார்பை இரு கைகளாலும் பொத்திக்

காத்தவாறு அப்படியே நிலத்தில் குந்திவிட்டேன். காக்கிலால் என் முகத்தில் காறி உமிழ்ந்தான்:

— சக்கிலிய வேசை... என்னையா எட்டுத் துண்டுகளாக்கப் போகிறாய்! வா உன் சின்னப் புண்டையைப் பதினாறாகக் கிழித்துவிடுகிறேன்.

காக்கிலால் என் தலைமுடியைப் பற்றிப் பிடித்திழுத்து என்னை நிற்க வைத்தான். அச்சத்தால் என் கால்கள் பிணைந்து நான் நடக்கத் தயங்கிய போதெல்லாம் கன்னத்திலோ முதுகிலோ அடி விழுந்தது. நான் ஏற்கனவே இறந்துவிட்டேன். இந்த வீரர்கள் ஒரு பிணத்தைக் கொண்டுபோய் அதன் தலையை வெட்டப் போகிறார்கள்.

இவ்வாறாக எனது சவ ஊர்வலம் பட்டிப்பளை ஆற்றங்கரையை நோக்கிப் போய்க்கொண்டிருந்தது. ஆற்றைக் கடந்து என்னை உறாப்பிட்டியவுக்குக் கொண்டுபோகப் போகிறார்கள். ரன்தெனிய முதலாளியின் மாடி வீட்டு முடக்கால் வீதி வளைந்து திரும்பியபோது, எங்களுக்கு எதிரே சைக்கிளில் ஒரு சிறுவன் வருவதைக் கண்டேன். அந்தச் சிறுவன் சைக்கிளில் உல்லாசமாகவும் பராக்குப் பார்த்தபடியும் வந்துகொண்டிருந்தான்.

எங்களுக்கு அருகே சைக்கிள் நெருங்கியபோது ‹சைக்கிளை நிறுத்து!› எனக் காக்கிலால் சத்தம்போட்டான். சைக்கிளில் வந்தவன், சைக்கிள் ஓடிய வேகத்திலேயே சைக்கிளிலிருந்து தாவிக் குதித்து விளையாட்டாகச் சைக்கிளோடு ஓடி வந்தான். அவனது தலை இடமும் வலமுமாகக் காகம் ஒன்று பார்ப்பது போல, கடிகாரத்தின் விநாடி முள்போல டக் டக்கெனத் திரும்பிக்கொண்டது. நான் காட்டுக்குள் பார்த்த, அடுப்புக் கரியால் கோடு கீறியதுபோலிருந்த அதே சிறுவன். இவன் ஏன் இப்போது இங்கே வந்து மாட்டிக்கொள்கிறான் என என் மனம் இரங்கியது. எனக்காக இரங்கத்தான் யாருமில்லை.

காக்கிலால், அந்தச் சிறுவனை நோக்கித் தோளில் துப்பாக்கியை வைத்தவாறு போகையில் அந்தச் சிறுவன் சிரித்துக்கொண்டே நின்றான். காக்கிலால் கீழே விழுந்த பின்புதான் எனக்கு வெடிச் சத்தம் கேட்டது. அந்தச் சிறுவன் தன் கையிலிருந்த பிஸ்டலால் சிரித்துக்கொண்டே சுட்டான். உறாப்பிட்டியர்கள் கடுதாசி போலக் கீழே விழுந்தார்கள். சிதறி ஓடியவர்களை நின்ற இடத்தில் நின்றவாறே அந்தச் சிறுவன் பொறுமையாகச் சுட்டான்.

உறாப்பிட்டியவுக்குச் சாவுச் செய்தியை எடுத்துப் போக ஒருத்தன் கூட மிச்சமில்லை.

என் உடலின் மீது எல்லாத் திசைகளிலிருந்தும் இரத்தம் பீச்சியடித்தது. நான் இரத்தச் சொரூபம் போலாகிவிட்டேன். அந்தச் சிறுவன் சிரித்தவாறே போய்த் தரையில் கிடந்த நீலத் தொப்பியை எடுத்துத் தன் தலையில் அணிந்துகொண்டான். பின்பு என்னைப் பார்த்து ‹ஓடு!› என்றான். என் கால்கள் மரத்துப்போய் அசைய மறுத்தன. அந்தச் சிறுவன் கீழே கிடந்த ஒரு நீண்ட வாளை எடுத்து, அந்த வாளால் காக்கிலாலின் உடலைத் துண்டு துண்டாகப் பிளக்கத் தொடங்கினான். நான் கண்களை மூடிக்கொண்டு சிறிது தூரம் ஒரு பொம்மை போல நடந்தேன். ‹ஓடு!› என்ற சத்தம் என் பின்னாலிருந்து மறுபடியும் கேட்டது. நான் ஆற்றங்கரையை நோக்கி ஓடி அங்கிருந்து வலப்புறமாகத் திரும்பி, கரும்புத் தோட்டங்களுக்குள் புகுந்து வீட்டை நோக்கி என் இருதயத்தைக் கையில் பிடித்தவாறே ஓடினேன்.

நான் வீட்டுக்கு ஓடிவந்தபோது இருள் கவியத் தொடங்கியிருந்தது. முற்றத்தில் அம்மா, பெத்தாச்சி, பெத்தப்பா உட்கார்ந்திருந்தார்கள். அப்பா முற்றத்தில் கால்களை உயர்த்தி உயர்த்தி மெதுவாக நடந்துகொண்டிருந்தார். நான் அவர்களருகே போகாமலும் என் ஓட்டத்தின் வேகத்தைக் குறைக்காமலும் ஓடிப்போய் வீட்டுக்குள் புகுந்துகொண்டேன். முற்றத்தில் இருந்தவர்களுக்கு ஒரு பேய்தான் வீட்டுக்குள் புகுந்திருப்பது போலத் தோன்றியிருக்கும். நான் வீட்டுக்குள் நின்று கத்தினேன்:

— கதவை மூடிவிடுங்கள்!

15

அழுவதற்கோ கேள்விகள் கேட்பதற்கோ அங்கே நேரமிருக்கவில்லை. கைக்குக் கிடைத்த பொருட்களை எடுத்துக்கொண்டு, நாங்கள் காட்டை நோக்கிப் போனோம். அப்பாவைப் பெத்தப்பா இழுத்துக்கொண்டு வந்தார். அப்பா அப்போதும் ஏதோ கூத்துப் பாடலை முணுமுணுத்துக்கொண்டே வந்தார்.

காட்டுக்குள் அரைக் கிலோமீற்றர் சென்றதன் பின்பாகத்தான், நான் சீரான மூச்சை வெளிவிட்டேன். காட்டுக்குள்

ஏறணைத் தம்புரான் புற்றடியில் மற்றைய மூன்று தமிழ்க் குடும்பங்களையும் சந்தித்தோம். அவர்களுக்கு நடந்தது எதுவுமே தெரிந்திருக்கிவில்லை. உறாப்பிட்டிய ஊர்காவற்படை வருவதைப் பார்த்திருக்கிறார்கள். வெடிச் சத்தம் கேட்டதுமே காட்டுக்குள் ஓடி வந்துவிட்டார்கள்.

என்னை இரவோடு இரவாக, அம்பாறை நகரத்திலுள்ள வாணம் பொலியர் வீட்டுக்கு அனுப்பிவிடுவதெனவும் அங்கிருந்து, பூமரத்தடிச்சேனை குஞ்சாத்தையின் வீட்டுக்கு அனுப்பிவைப்பதெனவும் முடிவு செய்யப்பட்டது. பூமரத்தடிச்சேனை புலிகளின் கட்டுப்பாட்டுப் பிரதேசத்திற்குள் இருப்பதால், அங்கே இராணுவம், பொலிஸ், சிங்கள ஊர்காவற்படைகளின் தொல்லை இருக்காது.

நாங்கள் பேசிக்கொண்டிருக்கும்போதே ஊருக்குள் வெடிச் சத்தங்கள் கேட்டன. எங்களோடிருந்த ஒரு சிறுவன் உயர்ந்த மரமொன்றில் ஏறி நின்று பார்த்துச் சொன்னான்:

— நான்கு இடங்களில் நெருப்பு எரிகிறது.

வேறென்ன! நான்கு தமிழ்க் குடும்பங்களதும் வீடுகளாகத்தான் அவை இருக்கும்.

அன்றைய இரவில் நான் பிரிந்த என் அம்மாவை, ஆறு வருடங்கள் கழித்து இந்தச் சிறையில்தான் மறுபடியும் பார்த்தேன்.

ஏறணைத் தம்புரானின் புற்றடியில் நான் என் அம்மாவைப் பிரியும்போது, ஒருவரையொருவர் கட்டித் தழுவக்கூடத் தோன்றவில்லை. அங்கிருந்து வெளியே போவதில் மட்டுமே எல்லோருடைய நினைப்புமிருந்தது. பறவைக்கு, தான் எவ்வளவு ஏழை எனத் தெரிந்தால் அது இனிமையாகப் பாடாது என்பார் மனோலி கூஞ்ஞ. அந்தக் கையறு இரவில் உயிரச்சம் என்ற உணர்ச்சி மட்டுமே எனக்கிருந்தது.

16

காட்டுப் பாதைக்குள்ளால் பெத்தப்பா என்னை அம்பாறை நகரம் நோக்கி அழைத்துச் சென்றார். மிகவும் எச்சரிக்கையுடன் காட்டை அவதானித்து நடந்து சென்றோம். பறவைகள் வித்தியாசமாகச் சத்தம் எழுப்பும்போது, பாதையிலிருந்து விலகிப் பதுங்கிக்கொண்டோம். பேய்களைப் பற்றி இப்போது

கவலையில்லை. துப்பாக்கிச் சூட்டுச் சத்தங்களுக்கு அஞ்சி அவை ஒளிந்திருக்கும்.

விடிவதற்கு முன்பாக வாணம் பொலியரின் வீட்டுக்குப் போய்விட்டோம். நடந்தது எல்லாவற்றையும் பெத்தப்பா சொல்ல, பொலியர் பெருமூச்சு விட்டுக்கொண்டே கேட்டார். பின்பு சொன்னார்:

— இனி இலுப்பங்கேணி எங்களுக்கு இல்லை. மிச்சமிருந்த பதுமர் குடியையும் அங்கிருந்து துரத்த அவர்கள் முயன்றுகொண்டேயிருந்தார்கள். அது இவள் மூலம் நடக்க வேண்டியிருந்தது.

பொலியர் உடனடியாகவே அலுவல் பார்க்கத் தொடங்கினார். ஒய்த்தா மாமிக்கு ஆள் அனுப்பிக் கூப்பிட்டார். அந்த ஒய்த்தா மாமியை நான் முன்பும் சில தடவைகள் பொலியரின் மருந்துக் கடையில் கண்டிருக்கிறேன். வெள்ளைவெளேரென்றும் வெற்றிலை வாயோடுமிருக்கும் அவருக்கு ஐம்பது வயதிருக்கும். சிரிக்கச் சிரிக்கப் பேசுவார்.

நான் நீண்ட நாட்களாக 'ஒய்த்தா' என்பது அவரது பெயரென நினைத்துக்கொண்டிருந்தேன். இங்கே ஆயுள்தண்டனைக் கைதியாகயிருக்கும், சம்மாந்துறைப் பெண்ணான பல்கீஸ் மூலம்தான் அந்தப் பெயரின் உண்மையான அர்த்தம் எனக்குத் தெரிய வந்தது. பல்கீஸ் தனது கணவனின் இரண்டாவது மனைவியான சிங்களப் பெண்ணை எரித்துக் கொன்றவள். இங்கிருக்கும் பெண் கைதிகளில் என்னைத் தவிர எல்லோருமே பல்கீஸைக் கண்டு அஞ்சுவார்கள். அது அவள் கொலைகாரி என்பதால் அல்ல! இங்கிருப்பவர்களில் முக்கால்வாசிப் பேர்களும் கொலைகாரிகள்தானே. பல்கீஸின் கண்களிலும் வாயிலும் எப்போதுமே வெறுப்பு நிரம்பி வழியும். அவள் யாருக்காவது சாபம் கொடுத்துவிட்டால் அது உடனேயே பலித்துவிடுகிறது எனச் சிறைக்குள் ஒரு நம்பிக்கையே இருக்கிறது. ஆந்தை நோனாவே பல்கீஸுக்குக் கொஞ்சம் மடக்கம்தான்.

சோனகர்களிடையே சில ஊர்களில் ஒரு சடங்கு உள்ளது. பெண் குழந்தை பிறந்த நாற்பதாம் நாளில், குழந்தையின் யோனியிலுள்ள செக்ஸ் தூண்டலுக்கான முடிச்சுப் பகுதியை பிளேடால் வெட்டி அகற்றிக் காயத்தின் மீது வெண்சாம்பல் போட்டு மூடிவிடுவார்களாம். அந்தச் சடங்கைச் செய்பவருக்குப்

பெயர்தான் ஒய்த்தா மாமி. பல்கீஸ் குழந்தையாக இருந்தபோது அவளுக்கும் இந்தச் சடங்கு நடந்திருக்கிறது.

பல்கீஸ் இதைச் சொன்ன அன்று முழுவதும் நான் இதைப் பற்றியே யோசித்துக்கொண்டிருந்தேன். காமத்தை என் மனது விசிறியபடியேயிருக்கிறது. அது மட்டும்தானே என்னை இன்னும் மனித உயிரியாகவே வைத்திருக்கிறது. அன்பு, பாசம், காதல், நட்பு போன்ற உணர்வுகள் நம்மில் உருவாவதற்குக் கண்டிப்பாக இன்னொரு உயிரி நமக்குத் தேவைப்படுகிறது. ஆனால் காமம் சுயம்!

17

ஒய்த்தா மாமிக்கு பொலியர் விபரத்தைச் சொல்லி அனுப்பியிருப்பார் போலிருக்கிறது. ஒய்த்தா மாமி வரும்போதே தயாரிப்புகளுடன்தான் வந்தார். அவர் எடுத்துவந்த சுடிதார் உடையை எனக்கு அணியத் தந்தார். அதை எப்படி அணிவதென்றே எனக்குத் தெரியவில்லை. அதை அணிவதற்குப் பொலியரின் மகள் உதவினார். ஒய்த்தா மாமி எனது தலையிலும் துணியால் முக்காடு போட்டுவிட்டார். என் நெற்றியில் பொட்டு இல்லையென்பதை ஒருமுறைக்கு இருமுறை சரி பார்த்துகொண்டார். ஒய்த்தா மாமியுடன் என் பயணம் பூமரத்தடிச்சேனையை நோக்கித் தொடங்கியது.

ஒய்த்தா மாமி, அந்த வெட்டும் சடங்கு செய்வதற்காக அடிக்கடி திருகோணமலைப் பக்கமும் போய் வருபவர் என்பதால், அவருக்குப் பழகிய பாதையில் எங்களது பயணம் குழப்பமில்லாமலிருந்தது.

கதிரவெளி என்ற ஊரிலே பஸ் நிறுத்தப்பட்டது. அதற்கு அப்பால் போக்குவரத்துக் கிடையாது. அந்த இடம் சூனியப் பிரதேசம் போலத்தானிருந்தது. வெருகலாறுவரை நாங்கள் நடந்து போனோம். நாங்கள் நடந்துகொண்டிருக்கும்போதே எனது முக்காட்டுத் துனியை ஒய்த்தா மாமி கழற்றி எடுத்துக்கொண்டார். தனது மணிப்பேர்ஸிலிருந்து ஒரு கறுப்புநிற ஸ்டிக்கர் பொட்டை எடுத்து என் நெற்றியில் ஒட்டிவிட்டார். கிட்டத்தட்ட ஒரு மணிநேரம் நடக்க வேண்டியிருந்தது. ஆற்றில் மிதக்கும் பாதைச் சேவை நிறுத்தப்பட்டிருந்தது. நீண்ட நேரம் காத்திருந்ததன்

பின்பாகப் படகு கிடைத்தது. ஆற்றைக் கடந்து அக்கரை போனவுடன் வேறு காட்சியாகயிருந்தது.

ஆற்றின் கரை முழுவதும் விதம் விதமான துப்பாக்கிகளுடன் புலிகள் குவிந்திருந்தார்கள். என் வயதொத்த பிள்ளைகளிலிருந்து முப்பது நாற்பது வயதானவர்கள் வரை ஆயுதங்களுடன் அங்குமிங்கும் பெரிய சத்தமாகக் கத்திக்கொண்டும் சிரித்துக்கொண்டும் திரிந்தார்கள். அவர்களுக்கு இடையால் நானும் ஒய்த்தா மாமியும் நடந்து சென்றோம். எங்களை யாருமே எதுவுமே கேட்கவில்லை. வெருகலாற்றங்கரையிலிருந்து பூமரத்தடிச்சேனைக்கு ஒன்றரை மணிநேரத்துக்கும் அதிகமாக நடக்க வேண்டியிருந்தது.

காலையில் கிளம்பும்போது, வாணம் பொலியர் வீட்டில் சாப்பிட்டதற்குப் பிறகு நான் எதுவும் சாப்பிட்டிருக்கவில்லை. கதிரவெளியில் ஒரு கடைக்கு வெளியில் வைத்திருந்த குடத்திலிருந்து ஒரு டம்ளர் பச்சைத் தண்ணீர் குடித்ததோடு சரி. இப்போது பசி வயிற்றைப் பிறாண்டியது. ஒய்த்தா மாமி பச்சைத் தண்ணீர் கூடக் குடிக்காமல் இருக்கிறார். தண்ணீர் குடிக்கவில்லையா எனக் கேட்டதற்கு ‹உன் சின்னம்மா வீட்டுக்குப் போனதும் சுடுசோறே தின்னுகிறேன்› என்றார்.

ஞானகலை குஞ்சாத்தையின் வீட்டைக் கண்டுபிடிப்பதற்குக் கொஞ்சம் தடுமாறினேன். நான்கு வருடங்களுக்குள் ஊர் கொஞ்சம் மாறியிருந்தது. தெருக்களில் தோப்புகளில் ஒழுங்கைகளில் என எல்லா இடங்களிலும் புலிகளின் பாதுகாப்பு அரண்கள் தோன்றியிருந்தன. கடைசியில், குளிக்கும் கிணறிருக்கும் தென்னந்தோப்பைக் கண்டதும் எனக்கு வழி புரிந்துவிட்டது. அதற்குப் பின்பு தடுமாற்றமில்லாமல் குஞ்சாத்தையின் வீட்டுக்குப் போய்விட்டோம். என்னை அங்கே விட்டதுமே ஒய்த்தா மாமி கிளம்பிவிட்டார்.

அவரை ஒருவாய் சோறு தின்னுமாறு கூடக் குஞ்சாத்தை கேட்காதது எனக்குப் பெரிய மனவருத்தமாகயிருந்தது. ஒய்த்தா மாமி எதையும் சமாளித்துக்கொள்ளக் கூடியவர் என்பதால் அந்த மனவருத்தமும் எனக்கு அதிக நேரம் நீடிக்கவில்லை. ‹வாயில் ஓதல் இருந்தால் வழியெல்லாம் சோறு› என்பாள் பல்கீஸ்.

18

ஒய்த்தா மாமி போனதும், நான் நடந்தவை எல்லாவற்றைப் பற்றியும் குஞ்சாத்தையிடம் விபரமாகச் சொன்னேன். மிதுனாவுக்குப் பள்ளிக்கூடத்துக்குச் செல்லும் வயதாகியிருந்தது. இனி அவளுடன்தான் நான் இருக்கப்போகிறேன் என அவளிடம் சொன்னேன். சித்தப்பா வழமைபோல தலையை ஆட்டிவிட்டுத் தன் வேலையைப் பார்க்கப் போய்விட்டார். குஞ்சாத்தை என்னிடம் கதைகளைக் கேட்டபடியே எனக்குச் சாப்பாடு போட்டுக்கொண்டிருக்கும்போது, அந்த நன்னித்தம்பி அப்பாச்சி வந்து சேர்ந்தார்.

இந்த நான்கு வருடங்களுக்குள் மிதுனா எவ்வளவு வளர்ந்திருக்கிறாளோ, அவ்வளவுக்கு அப்பாச்சி தேய்ந்திருந்தார். முதுமை அவர்மீது முழுமையாகக் கவிந்திருக்கிறது. அவரது கைகள் நடுங்குவதை நான் கவனித்தேன். முதலில் அவருக்கு என்னை அடையாளமே தெரியவில்லை. நான் யாரெனச் சொன்னதும், என் தலைமீது கைவைத்து ஆசீர்வாதம் செய்து ‹நமச்சிவாயம்› எனச் சொன்னார். மட்டக் குதிரை கனைப்பதைப் போன்றிருந்த அவரது குரல், பூனையின் குரல்போல மாறியிருந்தது.

குஞ்சாத்தை எல்லாக் கதைகளையும் கேட்டுவிட்டு, யாரோ ஒரு சாத்திரியிடம் என்னைக் கூட்டிக்கொண்டுபோய் சாமுத்திரியம் கேட்க வேண்டுமென்றார். நான் பூமிக்கு வந்த நாள் கோள் நிமித்தம், நான் பருவத்துக்கு வந்ததும் எங்களது குடும்பத்தில் துர்மரணங்கள் சம்பவிக்கும் என நான் பிறந்தபோதே மூத்தாம்பித் தொழிலாளி சொன்னாராம். இதைக் கேட்டதும் எனக்குக் கொஞ்சம் எரிச்சலும் வந்தது. இந்த நாட்டில் நட்சத்திரங்களும் கிரகங்களுமா சண்டை போட்டுக்கொண்டிருக்கின்றன!

நான் குஞ்சாத்தை வீட்டுக்கு வந்து நான்கு நாட்களாகிவிட்டன. குஞ்சாத்தை என்னிடம் வேண்டா வெறுப்பாக நடந்துகொள்வது போன்று உணர்ந்தேன். மிதுனாவை என்னுடன் சேர விடுவதில்லை. முன்பு மாதிரி எனக்கு வேலைகளும் சொல்வதில்லை. முன்பு இங்கு வந்தபோதெல்லாம் பிறத்தியார் வீட்டில் இருப்பதுபோல நான் உணர்ந்ததில்லை. ஆனால் இந்தமுறை அப்படித்தானிருந்தது. சோறு மட்டும் வேளா வேளைக்குத் தவறாமல் கிடைத்தது.

இங்கே பள்ளிக்கூடத்தில் என்னைச் சேர்த்துவிடுவார்களா என யோசித்துக்கொண்டிருந்தேன். அடுத்த வருடம் நான் பொதுத்

தராதரப் பரீட்சை எழுதவேண்டும். இன்னும் இரண்டொரு நாள் பார்க்கலாம். குஞ்சாத்தை அதுபற்றி ஏதும் பேசாவிட்டால் நானே பேசிவிட வேண்டியதுதான். குஞ்சாத்தை ஒருவேளை பாடசாலையில் சேர்த்துவிட மறுத்தால் எங்காவது வேலையில் சேர்த்துவிடுமாறு கேட்டுவிட வேண்டும். உண்மையில் எனது மனம் வேலையில் சேர்வதையே விரும்பியது. குஞ்சாத்தைக்குப் பாரமாக இருக்க வேண்டாம்.

19

அன்று காலை விடிந்ததிலிருந்தே இலுப்பங்கேணியின் ஞாபகம் என்னைக் கடுமையாக அலைக்கழித்துக்கொண்டிருந்தது. என்னுடைய குடும்பத்துக்கு என்ன நடந்திருக்கும்? அவர்கள் எல்லோரும் பத்திரமாக உள்ளான்வெளிக்கோ அல்லது சாம்பசிவம் அம்மாச்சியிடமோ போய்ச் சேர்ந்திருப்பார்கள் என என்னை நானே தேற்றிக்கொண்டேன். ஏதாவது நடக்கக் கூடாதது நடந்திருந்தால் வாணம் பொலியர் எந்த வழியிலாவது குஞ்சாத்தைக்குச் சேதி அனுப்பியிருப்பார்.

மதியம் பன்னிரண்டு மணியிருக்கும். மிதுனா பள்ளிக்கூடத்துக்குப் போயிருந்தாள். குஞ்சாத்தை தனியாகச் சமைத்துக்கொண்டிருந்தார். குஞ்சாத்தைக்குச் சமையலில் ஏதாவது உதவி செய்யலாம் எனப் போனேன். ‹வேண்டாம்› என்ற ஒரே ஒரு வார்த்தைதான் குஞ்சாத்தை சொன்னார். அவர் என்னிடம் நாளொன்றுக்குப் பத்து வார்த்தைகளுக்குள்தான் பேசுகிறார். அப்போது அந்த நன்னித்தம்பி அப்பாச்சி கையில் வாளியோடு முற்றத்தில் வந்து நின்று பூனைக் குரலில் சொன்னார்:

— குளிக்கப் போகிறேன் என்னோடு வா!

— நான் காலையிலேயே குளித்துவிட்டேன் அப்பாச்சி.

— நான் குளிக்கப் பேத்திதான் எனக்குத் தண்ணீர் அள்ளித் தரவேண்டும். அப்பாச்சியால் இப்போது துலாவால் நீர் இறைக்க முடிவதில்லை. முன்பு உனக்கு எத்தனை நூறு வாளித் தண்ணீர் அள்ளி இறைத்திருப்பேன். இப்போது அது பேத்தியின் முறை.

இங்கே தின்னுகிற சோற்றுக்கு இப்பிடியாவது ஒரு வேலை வந்ததே என எனக்கு ஒருவிதச் சமாதானம் மனதில் வந்தது. நான் அப்பாச்சியிடம் வாளியை வாங்கிக்கொண்டு முன்னே நடந்தேன்.

அப்பாச்சி என் பின்னே மெதுவாக நடந்து வந்தார். நடந்து போகும்போது தேங்காய் மட்டைகள் குவிக்கப்பட்டிருக்கும் அந்தக் கொட்டிலும் அதற்குள் நடந்தவையும் எனக்கு மனதில் வந்தும் போய்க்கொண்டும்தானிருந்தன. இப்போது நான் சிறுமியல்ல, வளர்ந்த பெண். புத்தி அறிந்தவள். எது விளையாட்டு, எது வினை என்பது எனக்குத் தெரியும். இவை எல்லாவற்றையும் விட, நான் உரலுக்குள் அகப்பட்டு உலக்கைக்குத் தப்பி வந்த பாவப்பட்ட பெட்டை என்பதும் அப்பாச்சிக்குத் தெரியும்.

கிணற்றடிக்குப் போனதும் துலாக் கயிற்றில் வாளியைக் கட்டிவிட்டு நீர் அள்ளத் தயாரானேன். அப்பாச்சி வேட்டியைக் களைந்துவிட்டுக் கச்சையோடு நின்றார். நான் தண்ணீரை இறைத்துக் கொடுக்க அதை வாங்கித் தலையில் ஊற்றிக்கொண்டார். முதல் வாளி நீரை ஊற்றியதுமே, அவர் உடல் முழுவதும் நடுங்கியது.

நான்கு வாளிகள் நீரை அள்ளிக்கொடுத்திருப்பேன். அடுத்த வாளி நீரை அள்ளும்போது, என் பின்னாலிருந்து கரடி போல நன்னித்தம்பி அப்பாச்சி என்னைக் கட்டிப்பிடித்தார். அவரது கை எனது முலையொன்றைத் திருகியது. காக்கிலால் திருகிய அதே முலை. நான் திடுக்குற்றுத் துலாக் கயிற்றை அப்படியே விட்டுவிட்டு, என் முலையை இறுகப் பற்றியிருந்த அப்பாச்சியின் கையைப் பிடித்து வேகமாகத் தள்ளினேன். அப்பாச்சி நிலை தடுமாறி நேராகக் கிணற்றுக்குள் போய் விழுந்தார்.

நான் ‹அப்பாச்சி... அப்பாச்சி› எனக் கத்தினேன். அப்பாச்சி தட்டுத் தடுமாறிக் கிணற்றுக்குள் எழுந்து நின்றார். அவரது மார்புவரை தண்ணீர் நின்றது. நான் உடனே துலாக் கயிற்றைப் பிடித்து வாளியை உள்ளே இறக்கினேன்.

— அப்பாச்சி கயிற்றைப் பிடியுங்கள்... நான் மேலே இழுக்கிறேன்...

அப்பாச்சி உள்ளேயிருந்து ஏதோ சொல்கிறார். எனக்கு எதுவுமே கேட்கவில்லை. அப்பாச்சியின் பூனைக் குரல் கிணற்றுக்குள்ளேயே சுற்றிக்கொண்டிருந்தது.

நான் அவசரமும் அழுகையுமாக உள்ளே இறக்கிய துலாக் கயிற்றை அப்பாச்சி பிடித்துக்கொண்டதும் நான் கயிற்றை மேலே இழுக்க முயன்றேன். என் முழுப் பலத்தையும் கொடுத்து மேலே இழுத்தேன். துலாக் கயிறு அறுந்துபோய்ப் பாதிக் கயிறு அப்பாச்சியின் கையிலிருந்தது. கிணற்றுக்குள்ளிருந்து

இச்சா | 127

மேலே ஏறுவதற்குப் படிகள் எதுவுமில்லை. இருந்தாலும் அப்பாச்சியால் ஏற முடியாது. அவர் நடுங்கிக்கொண்டிருந்தார். அவர் செத்துவிடுவார் போல எனக்குத் தோன்றியது. நான் தலைதெறிக்கத் தோட்டத்திலிருந்து வெளியே ஓடினேன்.

நான் அதிக தூரம் ஓடியிருக்கவில்லை. எதிரே மோட்டார் சைக்கிளில் இரண்டு பெண்கள் வந்தார்கள். அவர்கள் புலிகள் இயக்கச் சீருடையில் இருந்தார்கள். எனக்கு அவர்களிடம் உதவி கேட்கத் தோன்றவில்லை. என்னுடைய நோக்கமெல்லாம் குஞ்சாத்தை வீட்டுக்கு ஓடிப்போய், அப்பாச்சி கிணற்றுக்குள் இருக்கும் சேதியைச் சொல்வதுதான். வேறுமாதிரி யோசிக்கவெல்லாம் என் சின்ன மண்டை இடம் கொடுக்கவில்லை.

அந்தப் பெண்கள் மோட்டார் சைக்கிளை நிறுத்தி என்னைத் தங்களருகே கூப்பிட்டார்கள். நடுங்கியபடியே அவர்களிடம் போனேன். அந்தப் பெண்களில் மோட்டார் சைக்கிளின் பின் சீட்டில் இருந்தவர் என்னை விட உயரமான ஒரு துப்பாக்கி வைத்திருந்தார். மோட்டார் சைக்கிளைச் செலுத்தி வந்தவர்தான் லெப்டினன்ட் கேணல் மஞ்சரி அக்கா. எங்களது முதல் சந்திப்பு இப்படித்தான் நிகழ்ந்தது.

மஞ்சரி அக்கா, ‹எங்கே ஓடுகிறாய் பெட்டை?› எனக் கேட்டார். எனக்குக் குரல் வெளியே வர மறுத்தது. நன்னித்தம்பி அப்பாச்சியை நான் கிணற்றுக்குள் தள்ளியது தெரிந்தால் இவர்கள் என்னைக் கொன்றுவிடக் கூடும் என நினைத்தேன். நான் ‹அப்.. அப்பா.. அப்› என்று தடுமாறினேன். மஞ்சரி அக்கா என் நாடியைப் பிடித்து வருடியவாறு கேட்டார்:

— என்ன பெட்டை! ஆலாப் பறவையைப் போல அகவுகிறாய்?

இப்படித்தான் எனக்கு ஆலாவென்று பெயர் வந்தது. ஆனால், மஞ்சரி அக்கா இதைச் சொன்னபோது எனக்கு ஆலா என்ற பறவையையே தெரியாது.

நான் முட்டி வரும் கண்ணீரை முண்டிக் கண்களுக்குள் விழுங்கியவாறு ‹அப்பாச்சி கிணற்றுக்குள் விழுந்துவிட்டார்› எனத் தட்டுத் தடுமாறிச் சொன்னேன். ஆனால் உடனேயே சுதாகரித்துக்கொண்டு ‹அப்பாச்சி சாகவில்லை தண்ணீர் அவரின் இடுப்புவரைதான் இருக்கிறது› என்றேன். ஆனால் உண்மையில் தண்ணீர் அப்பாச்சியின் மார்பளவு இருக்கிறது. குற்றத்தைக்

குறைத்துக்கொள்ளும் என் சிறிய முயற்சியே அந்த நீர் மட்டக் குறைப்பு.

மஞ்சரி அக்கா என்னை மேலும் கீழுமாக நிதானமாகப் பார்த்தார். மோட்டார் சைக்கிளிலிருந்து இறங்கி என்னைத் தனியாகச் சற்றுத்தூரம் அழைத்துச் சென்றார். எனது நடுங்கிக்கொண்டிருக்கும் கையைத் தனது இடது கையால் பிடித்து, எனது புறங்கையைத் தனது வலது கையால் தடவியாறு கேட்டார்:

— என்ன நடந்தது பெட்டை?

நான் என்ன நடந்தது எனக் கடகடவென ஒப்பித்தேன். என்னுடைய மார்பைத் திடீரென அப்பாச்சி பிடித்ததால் தடுமாறி அவரைத் தள்ள வேண்டியதாகிவிட்டது என்றேன்.

— இதுதான் முதற் தடவையா? என்று கேட்டார் மஞ்சரி அக்கா. ‹இல்லை› என்று தலையசைத்தேன்.

— சரி கவலைப்படாதே, வா உன் அப்பாச்சியிடம் போவோம்.

மஞ்சரி அக்கா என்னை அழைத்துக்கொண்டு தென்னந் தோட்டத்துக்குள் வந்தார். நான் அவருக்கு முன்னால் கிணற்றை நோக்கி ஓடினேன். கிணற்றுக்குள் குனிந்து பார்த்தேன். நமச்சிவாயம்! நன்னித்தம்பி அப்பாச்சி உயிருடன் தானிருக்கிறார்.

நான் திரும்பி மஞ்சரி அக்காவைப் பார்த்துக் கத்தினேன்:

— அப்பாச்சி உயிருடன் இருக்கிறார்!

மஞ்சரி அக்கா மெதுவாக நடந்து வந்து நின்றவாக்கிலேயே அப்பாச்சியைப் பார்த்தார். மஞ்சரி அக்காவைக் கண்டதும் அப்பாச்சி தனது இரண்டு கைகளையும் தூக்கித் தலையில் வைத்துக் கும்பிட்டார். அவர் ஏதோ சொல்கிறார். ஆனால் அவரது குரல் கிணற்றுக்குள்ளேயே சுற்றிக்கொண்டிருக்கிறது.

மஞ்சரி அக்கா அப்பாச்சியைப் பார்த்துக்கொண்டே, ஒருமுறை கிணற்றைச் சுற்றி வலம் வந்தார். பின்பு ஓர் இடத்தைத் தேர்வு செய்து அங்கே உட்கார்ந்து தனது கால்களைக் கிணற்றுக்குள் விட்டுக்கொண்டார். பின்பு தனது இடுப்பிலிருந்த பிஸ்டலை நிதானமாக எடுத்துக் கிணற்றுக்குள் குனிந்து மூன்று தடவைகள் சுட்டார்.

நான் கிணற்றுக்குள் பார்த்தபோது மஞ்சரி அக்கா சுட்ட மூன்று குண்டுகளின் சத்தமும் முதலில் நூற்றுக்கணக்கான

சத்தங்களாகவும் பின்பு ஆயிரக்கணக்கான சத்தங்களாகவும் பெருகி அந்தக் கிணற்றை நிரப்பிப்போட்டன.

குளிர்த்திப் பாடல் - 55

தென்னம் பழம்சொரிய
தேமாங் கனியுதிர
வன்னி வழிநடந்த
மாதே குளிர்ந்தருள்வாய்

வன்னிப் பெருநிலம்

கடைசியில் நான் ஓர் ஆலாப் பறவையைக் கண்டேவிட்டேன். சிறிய ‹பொயின்ட் 22› ரிவோல்வரால் சுட்டாற் கூட ஆனையிறவு இராணுவ முகாமுக்குக் கேட்கக் கூடிய தூரத்தில், சுண்டிக்குளம் கடல் நீரேரியை அண்டிக் கிடந்த அலையாத்திக் காட்டுக்குள் அதைக் கண்டேன். கூட வந்த குணத்தீ ‹அதுதான் உன்னுடைய பெயர்› என்று ஆலாவை எனக்கு அடையாளம் காட்டித் தந்தாள். பதுமர்களின் காடுகளிலும் ஆற்றிலும் இந்தப் பறவையை நான் கண்டதில்லை.

ஆலாப் பறவை எப்படி அகவுகிறது, அதன் குரலுக்கும் என்னுடைய குரலுக்கும் ஏதாவது ஒற்றுமையுள்ளதா என்றெல்லாம் கவனிப்பதற்காக நான் காத்திருக்க முடியவில்லை. எங்களது அணி இன்னும் பத்துக் கிலோ மீற்றர்கள் ஓடிச் சென்றுதான் புலிகளின் ‹இண்டியா சார்லி› பயிற்சி முகாமை அடையமுடியும். எல்லோருக்கும் முன்னால் நான்தான் ஓடிக்கொண்டிருந்தேன். எங்களது அணி முழங்காலளவு உப்பு நீருக்குள் அலையாத்திக் காட்டின் மறைவில் கிழக்கு நோக்கி ஓடிக்கொண்டிருந்தது. என் கைகளிலே நான்கு கிலோ பாரமுள்ள T-56 தாக்குதல் துப்பாக்கியிருக்கிறது. சீனத் தயாரிப்பான இந்தத் துப்பாக்கிக்கு ‹*Type 56 Assault Rifle*› என்பதுதான் முழுப் பெயர். ஆனால் நான் இதற்கு ‹குறளி› எனப் பெயரிட்டிருக்கிறேன்.

நான் பயிற்சி முகாமுக்கு வந்து ஐந்தரை மாதங்கள் முடிகின்றன. அம்மா என்னைத் தேடிப் படுவான்கரைக் கிராமங்களிலோ குடும்பிமலைக் காட்டிலோ அலைந்துகொண்டிருக்கக் கூடும், அல்லது நான் மஞ்சரி அக்காவுடன் கூடிக்கொண்டு வன்னிக்கு வந்துவிட்டேன் என்பதை யார் மூலமாவது அறிந்து தனது மனதைக் கல்லாக்கிக்கொண்டிருக்கவும் கூடும். அம்மாவை எக்காலத்திலும் பிரியமாட்டேன் என நான் அவருக்குக் கொடுத்த

வாக்கை மீறிவிட்டேன். நான் அம்மாவை மறுபடியும் காண நேர்ந்தால் அவருக்குச் சில உண்மைகளைச் சொல்லவேண்டும். அப்போது அம்மா நான் வாக்கு மீறியதை மனமிரங்கி மன்னிப்பார்.

அன்று காக்கிலாலும் உறாப்பிட்டியக் காவாலிகளும் என்னைப் பிடித்துச் சென்றபோது, என்னைக் காப்பாற்ற பதுமர் குடியில் எவராலும் முடியாமற்போனது. ஒட்டுமொத்த ஊருமே என்னைக் கைவிட்டிருந்தது. பதுமரின் தெய்வங்களும் காவற் தேவதைகளும் கையாலாகாத பிணங்கள். பைசாசங்களுக்கோ இரும்பு நாணம். நான் காணாப் பிணமாகப் போகாமல் ஒரு சின்னஞ் சிறிய துப்பாக்கி மட்டுமே என்னைக் காப்பாற்றியது. என்னை ஒரு கோழிக் குஞ்சாக நினைத்துச் சிறுகச் சிறுகத் தின்றுகொண்டிருந்த நன்னித்தம்பி அப்பாச்சியிடமிருந்து எனக்கு விடுதலை பெற்றுக்கொடுத்ததும் ஒரு சிறிய துப்பாக்கியே. என்னை அவமானத்திலிருந்தும் ஆபத்திலிருந்தும் காப்பாற்ற ஒரு துப்பாக்கியால் மட்டுமே முடிந்திருக்கிறது.

இப்போது துப்பாக்கியோடு இருக்கும் என்னை, எவரும் பணியவைக்கவோ, அவமானப்படுத்தவோ, அழவைக்கவோ முடியாது. வலது கையில் துப்பாக்கியை வைத்திருப்பவள் இடது கையில் சாவை வைத்திருக்கிறாள் என்பது உண்மைதான். ஆனால், துப்பாக்கி வைத்திருப்பவளின் உடலை அவளது அனுமதியில்லாமல் யாரும் தீண்டப்போவதில்லை. துப்பாக்கி வைத்திருப்பவளின் சாவு ஒருபோதும் அவமானகரமாக நிகழப் போவதுமில்லை. மற்றைய எந்தவகைச் சாவும் அவமானம் அல்லது வீழ்ச்சி. என் சாவு நிமிர்ந்த பார்வையுடன் எதிரியைப் பார்க்கவேண்டும். சாவின் கண்கள் தாழக் கூடாது. என் உடலில் வழிந்தோடப்போகும் குருதி என் ஆன்மாவின் நிறம். புலிகள் இயக்கத்தின் கல்லறைகளில் காணப்படும் ‹வீர மரணம்› என்ற எழுத்துகள், வீழ்ந்ததற்கான குறிப்பல்ல. எப்படி நின்றோம் என்பதற்கான அடையாளம்.

எனது கழுத்தில் தொங்கும் சயனைட் குப்பியை எந்தத் தருணத்திலும் நான் அருந்திவிடக் கூடாது என எனக்குள்ளேயே இரகசிய உறுதியெடுத்திருக்கிறேன். சிறு பொறி பெருங்காட்டை விழுங்குவது போல இந்தக் குப்பி என்னை விழுங்கிவிடக் கூடாது. அது சாவின் குறுக்குவழி. என் சாவு சிறிய் மந்திரிகுமாரி சாமலிதேவியின் சாவுபோல தலை குனியாது இருக்கட்டும்.

முதன் முதலாகத் துப்பாக்கியால் சுட்ட அந்தக் கணம் இப்போதும் என் நெஞ்சில் அழியாமல் இருக்கிறது. செந்தூரி அக்காதான் என் கைகளில் சன்னங்கள் நிரப்பிய துப்பாக்கியைத் தந்தார். சுடும் பயிற்சிக்கு வழங்கப்பட்டது ‹ஹங்கேரி ஏ.கே 63› துப்பாக்கி. ஓர் இலக்கை நோக்கி ஒவ்வொரு பயிற்சியாளரும் மூன்று நிலைகளில் இரண்டிரண்டாக ஆறு சன்னங்கள் சுடலாம்.

துப்பாக்கியைத் தோளில் அணைக்கும்போது வரும் தைரியம், வலக்கையைத் தோளுக்குச் சமாந்தரமாக வைத்துக்கொண்டு அந்தக் கையின் ஆள்காட்டி விரலால் துப்பாக்கியின் விசையை தொடும்போது உடலில் ஏற்படும் சமநிலை, இடது கண்ணை மூடிக்கொண்டு வலது கண்ணால் இலக்கு முள்ளையும் இலக்கையும் நேர்கோட்டுக்குக் கொண்டுவரும்போது மனதில் தோன்றும் நிதானம், விசையை அழுத்தும்போது நம்மில் தோன்றக் கூடிய நிச்சயத்தன்மை இன்னும் துப்பாக்கி வெடித்த கணத்தில் தோள் உணரும் உதைப்பால் ஏற்படும் மனக் கிளர்ச்சி என எல்லாமே என் இருப்பை உறுதி செய்தன. என் இருப்பு கந்தக மணத்தாலும் ஓசையாலும் தீயாலுமானது என நினைத்துக்கொண்டேன்.

நான் என் துப்பாக்கியைவிட்டுப் பிரிவதேயில்லை. மலங்கழிக்கச் செல்லும்போதும் உண்ணும்போதும் உறங்கும்போதும் அது என்னுடனேயே இருக்கும். அது என்னில் தைரியத்தையும் ஆன்மாவில் ஒளியையும் என் உடலின் ஒவ்வோர் அங்குலத்திலும் நிறைந்துபோகும் நிம்மதியையும் எனக்குக் கொண்டுவந்துள்ளது. அதனால்தான் அதற்குக் குறளி எனப் பெயர்.

பெண் குறளி அற்புதங்களின் பைசாசம். குறளி நம் கண்களுக்குத் தென்படாள். அழுகுணித் தேவாங்கின் கண்ணீரை எடுத்து நம் கண்களில் பூசிக்கொண்டால், அந்த ஈரம் காயும்வரை நம்மால் குறளியைப் பார்க்க முடியும். இரவு வேளைகளில் ஆற்றங்கரைக்கு நீரருந்தக் குறளி கையில் மந்திரக்கோலோடு வருவாள். அவள் வரும் வழியில், நாம் தாயில்லாத நாய்க்குட்டியையோ பூனைக்குட்டியையோ பட்டினியாகப் போட்டுவிட வேண்டும்.

பட்டினியால் கிடக்கும் குட்டியைக் கண்டவுடன், தனது மந்திரக்கோலைக் கீழே வைத்துவிட்டு, குட்டியைத் தூக்கித் தனது முலையில் பால் அருந்தக் கொடுப்பாள் குறளி. அந்தத் தருணம் பார்த்து நாம் குறளிக்குத் தெரியாமல் மந்திரக்கோலை

எடுத்துக் கொண்டு மெதுவாக நடக்கவேண்டும். பால் கொடுத்து முடித்ததும் குறளி மந்திரக்கோலைத் தேடும்போது அது நம் கையிலிருக்கும். அந்தக் கோலில்லாமல் அவளால் அற்புதங்கள் நிகழ்த்த முடியாது. தன்னுடைய கோலைக் கொடுத்துவிடுமாறு கெஞ்சிக்கொண்டே குறளி நம்மைத் தொடர்ந்து வருவாள். அந்தக் கோலில் பாதியையும் அதன் சக்தியையும் நமக்குத் தருவதானால் கோலைத் திருப்பித் தரலாம் என நாம் சொல்ல வேண்டும். அப்போது குறளி வாதிற்கு அழைப்பாள். தான் குறளியோடு செய்த வாது பற்றி மூத்தாம்பித் தொழிலாளி சொன்னவற்றில் ஒரு வாக்கியம் என் மனதில் இன்றளவும் அழியாதுள்ளது:

— மூத்த பதுமரே! மனமும் ஆத்மாவும் ஒன்றா?

— ஆத்மாவும் மனமும் வேறுவேறு. மனதிற்கு இறப்புண்டு. ஆத்மாவிற்கு இறப்புமில்லைப் பிறப்புமில்லை. ஆத்மா நாமரூபங்களில்லாதது. யாராலும் கொல்லப்படாது, யாரையும் கொல்லாது!

2

சாவைக் கண்டு அஞ்சி, உறாப்பிட்டியச் சிங்களவர்களின் முன்னால் நடுங்கிக்கொண்டு நின்றிருந்த அந்தக் காட்டுச் சிறுமியை நினைத்தால் எனக்கே இப்போது சற்று ஆச்சரியமாகத்தானிருக்கிறது. இந்தப் பயிற்சி முகாமில் நான் காலடி வைத்த நாள்முதல் என்னை அச்சம் தீண்டவேயில்லை. அச்சத்தை விரட்டிவிட்டால் அது இருந்த இடத்தில் சாவு வந்து உட்கார்ந்துகொள்ளும். இவை இரண்டுக்கும் நடுவில் இங்கே வேறொன்றுமில்லை.

பயிற்சி முகாமின் சூழல் நம்மை மாற்றிவிடுகிறது. இது நம்மை மாட்சிமையான முழு மனிதர்களாக உணரச் செய்கிறது. வாழுவது கலை என்றால் சாவதும் கலைதான். அதையும் பயிலத்தான் வேண்டியிருக்கிறது. நாமாகத் தெரிவு செய்யாத சாவு அர்த்தமற்றதாகிவிடுகிறது.

இங்கே தரப்படும் கடுமையிலும் கடுமையான பயிற்சிகள், இந்தக் காட்டுச் சிறுமிக்கு இனிய விளையாட்டுகள் போன்றவைதான். நான் தரையில் நடப்பது போல மரங்களில் நடக்கக் கூடியவள். பாயில் உறங்குவதுபோல நீரில் உறங்கக்

கூடியவள். ஓர் ஆலாப் பறவையைப் போல களைப்பே அறியாத சிறகுடையவள். ஒரு பாம்பு போல எந்த இடத்திலும் ஓசையில்லாமல் நுழையக் கூடியவள். மீனைப் போல தடயங்கள் இல்லாமல் நகர்பவள்.

3

‹இண்டியா சார்லி› என்றழைக்கப்படும் இந்தப் பெண்கள் பயிற்சி முகாமிலிருக்கும் நூற்று முப்பது பெண்களின் கதைகளும் வித்தியாசம் வித்தியாசமானவை. என்னுடைய கதையை விடத் துயரமானதும் பயங்கரமானதுமான கதைகளைக் கொண்டவர்களே இங்கு அதிகம். பதின்மூன்று வயதிலிருந்து முப்பத்தைந்து வயதானவர்கள் வரை இங்கேயிருக்கிறோம். கட்டாய ஆள் சேர்ப்பு மூலம் கொண்டுவரப்படுபவர்கள் இந்த முகாமுக்கு அனுப்பப்படுவதில்லை. கவனமாகப் பொறுக்கி எடுத்த, தனித் திறன் வாய்க்கப்பெற்ற போராளிகளே இங்கே செந்தூரி அக்காவின் கீழே பயிற்றுவிக்கப்படுகிறார்கள்.

இவ்வளவு பெண்கள் சேர்ந்திருக்கும்போது அங்கே இயல்பாக நட்பும் அன்பும் உருவாகுமல்லவா. இந்தக் கண்டி ரஜ வீதியச் சிறையில் கூட அது உள்ளதே. ஆனால் இண்டியா சார்லி பயிற்சி முகாமில் அது உருவாகவில்லை என்பதே என் அனுபவமாகயிருக்கிறது. அப்படியானால் அங்கிருந்தவர்கள் இயல்பிலேயே அன்பும் இரக்கமுமற்ற வெறும் சண்டைக் கோழிகளா?

நிச்சயமாக இல்லை. நாங்கள் வாழப்போவது இன்னும் சில காலங்களுக்கு மட்டுமே என்பது எங்களுக்குத் தெளிவாகத் தெரிந்திருந்தது. எந்த வினாடியிலும் இப்போதைய சமாதான காலம் முடிந்து சண்டை தொடங்கலாம். எங்களது இலக்குகள்; சமர்க்களமும் வெற்றியும் மரணமும் மட்டுமே. அதனால் எங்களிடையே உணர்ச்சிகரமான நட்போ அன்போ உருவாவதற்கான சாத்தியங்கள் மிகக் குறைவு. இந்தப் பயிற்சி முகாம் அப்படித்தான் கட்டமைக்கப்பட்டிருக்கிறது. இயக்கத்தின் உளவுத்துறை தண்ணீரில் போட்ட உப்புப் போல எங்குமிருக்கிறது. தேவையற்ற உணர்வுகளும் சிந்தனைகளும் பேச்சுகளும் எங்களுக்கு அவமானகரமான மரணத்தை மட்டுமே கொண்டுவருவன.

சற்றுக் காலத்துக்கு முன்பாக வேறொரு பெண்கள் முகாமில் நிகழ்ந்த சம்பவத்தை எப்போதும் செந்தூரி அக்கா எங்களுக்கு ஞாபகமூட்டியபடியே இருப்பார்:

முகாமிலிருந்த பெண்களில் இருவருக்கு, வெளியிலிருந்த இரண்டு இளைஞர்களுடன் இரகசியக் காதல் ஏற்பட்டுவிட்டது. அந்த இளைஞர்கள் இயக்கத்துடன் தொடர்பற்றவர்கள். இந்த இரண்டு பெண் போராளிகளும் அந்த இளைஞர்களை வெளியில் சந்தித்திருக்கிறார்கள். இந்த இரண்டு சோடிகளில் ஒரு சோடிக்கும் இன்னொரு சோடிக்கும் தொடர்பில்லை. உளவுத்துறையும் இதைக் கண்டு பிடிக்கவில்லை. ஆனால், சம்பந்தப்பட்ட பெண்களே பயிற்சி முகாமிலிருந்த தோழிகளுக்கு அரசல்புரசலாகத் தங்கள் காதல் விவகாரத்தைத் தெரிவித்திருக்கிறார்கள். இப்படித்தான் விசயம் வெளியே வந்தது.

முகாமிலிருந்த அனைத்துப் பெண்களையும் மைதானத்தில் அணிவகுத்து நிற்க வைத்து, அவர்களின் முன்னே இந்தப் பெண்களின் ஒப்புதல் வாக்குமூலங்கள் பெறப்பட்ட பின்பாக, அந்த இரண்டு பெண்களுக்கும் மரணதண்டனை விதிக்கப்பட்டு, அவ்விடத்திலேயே சுட்டுக் கொல்லப்பட்டார்கள்.

என்னவொரு வெறுக்கத்தக்க சாவு!

4

26-ம் தேதி டிசம்பர் மாதம், நாங்கள் இண்டியா சார்லி பயிற்சி மைதானத்தில் நின்றபோதுதான் அந்தச் செய்தி கிடைத்தது. முதலில் பூகம்பம் வந்து விட்டது என்றார்கள். சில நிமிடங்களிலேயே கிழக்குக் கடற்கரை முழுவதும் கடல் நீர் உள்ளே வந்துவிட்டதென்றும் ஆயிரக்கணக்கான மக்கள் இறந்துவிட்டார்கள் என்றும் செய்தி வந்தது.

கடல் நீர் உள்ளே வந்தால் எப்படி இவ்வளவு தொகையாக மக்கள் இறப்பார்கள் என்பது எங்களது முகாமிலிருந்த யாருக்குமே முதலில் புரியவில்லை. கரையோரங்களில் குடியிருக்கும் மக்களுக்கு நீச்சல் கண்டிப்பாகத் தெரிந்திருக்கும். என்ன நடக்கிறது என்றே தெரியாமலிருந்தது.

அடுத்த ஒருமணி நேரத்தில் கிடைத்த செய்திகளால் முகாம் திணறியது. எங்களது போராளிகளிலும் பலர் கடலுக்குள்

இழுத்துச் செல்லப்பட்டுவிட்டார்கள், எங்களது கடலோர முகாம்கள் முழுவதுமாக அழிந்துவிட்டன, கடற்புலிப் படகுகளில் ஏறக்குறைய எல்லாமே கடலோடு போய்விட்டன என்றெல்லாம் ஒன்றிற்குப் பின் ஒன்றாக இடைவெளியில்லாமல் செய்திகள் வந்துகொண்டேயிருந்தன.

கடல் நிகழ்த்திய கொடூரம் என்னவென்று, அன்று மதியத்திற்கு மேல்தான் எங்களுக்கு முழுமையாகப் புரிந்தது. கடலில் வந்தது ‹சுனாமி› என்றார்கள். யாரும் முன்பின் கேட்டிராத பெயர். அரசி என்ற போராளி நயினாதீவு என்ற சிறு தீவிலிருந்து இயக்கத்துக்கு வந்தவள். தனது குடும்பத்துக்கு என்னவானதோ எனத் துடித்துக்கொண்டிருந்தாள். அரசி என்னிடம் வந்து, சுனாமி என்பது சிங்களப் பெயரா? எனக் கேட்டாள். எந்த அழிவு வந்தாலும் அது சிங்களவரால்தான் வரும் என நினைக்கக் கூடிய போராளி அவள்.

எங்களது முகாமிலிருந்து அணி அணியாகக் கிளம்பிக் கிழக்குக் கடற்கரைப் பகுதிக்குப் போனோம். கடற்கரையை நெருங்க நெருங்க மக்கள் அழுது குழறிக்கொண்டே அங்குமிங்குமாக அலைந்துகொண்டிருந்தார்கள். இறந்து போன நிறையப்பேருக்கு அழுவதற்கு யாருமேயில்லை. குடும்பமாகச் செத்துக் கரையில் ஒதுங்கிக் கிடந்தார்கள்.

சாவு தண்ணீராகவா வரவேண்டும்! திருக்கோவிலுக்கும் போன அந்தச் சுனாமியில் எனது பெத்தப்பாவும் பெத்தாச்சியும் சாம்பசிவம் அம்மாச்சியின் மனைவியும் அவரது மூன்று குழந்தைகளும் இறந்துபோனது ஆறு வருடங்கள் கழித்துத்துத்தான் எனக்குத் தெரிய வந்தது.

5

அம்பாறை தமிழ்ப் பாடசாலையில் நான் சந்தித்த ‹உம்மா› என்ற அந்தப் பெண், ஒருநாள் எங்களது முகாமுக்கு வந்தார். தேர்ந்தெடுக்கப்பட்ட இருபது போராளிகளுக்கு வாரயிறுதி நாட்களில், அரசறிவியல் நெறி கற்பிப்பதற்காக உம்மா வந்திருக்கிறார். அந்த இருபது பேர்களில் நானுமொருத்தி.

உம்மா என்னை மறந்திருக்கவில்லை. என்னைப் பார்த்தவுடனேயே அவருக்கு அடையாளம் தெரிந்துவிட்டது.

வகுப்பை ஆரம்பிப்பதற்கு முன்னே ஒரு பாட்டுப் பாடுமாறு உம்மா என்னிடம் கேட்டுக்கொண்டார். நான் ‹மீன்மகள் பாடுகிறாள் வாவி மகள் ஆடுகிறாள்› என்றுதான் ஆரம்பித்தேன்.

— இந்தக் காசி ஆனந்தன் கதையெல்லாம் எங்களுக்குத் தெரியும்... நீயொரு சிங்கள பைலாப் பாட்டுப் பாடு, என்றார் உம்மா.

எனக்குப் பயிற்சி முகாமிலேயே உம்மாவோடு மட்டும்தான் நெருக்கம் உண்டானது. தன்னுடைய நாற்பதாவது வயதிலே புலிகள் இயக்கத்தில் சேர்ந்தவர் உம்மா. எங்களுடையே தலைவரையே ‹தம்பி› என்று சர்வசாதாரணமாகக் கூப்பிட்டுக் கதைப்பாராம்.

உம்மாவே எனக்கு வாசிக்கும் பழக்கத்தை ஏற்படுத்தினார். புத்தகங்கள் வாசித்து வாசித்துத்தான் நான் சரளமாகத் தமிழை வாசிக்கவும் எழுதவும் கற்றுக்கொண்டேன். உம்மா கேட்டுக்கொண்டதன் பெயரில், சிங்களப் பத்திரிகையொன்றில் வந்திருந்த கதையொன்றின் முதல் மூன்று பந்திகளை, நான் தமிழில் மொழிபெயர்த்து உம்மாவுக்குக் கொடுத்தேன்.

அந்தக் கதையை எழுதியவரது பெயர் இப்போது மறந்துபோய்விட்டது. ஒருவேளை ஜெயத்திலக்க கம்மல்வீரவாக இருக்கக்கூடும். ஆனால் நான் மொழி பெயர்த்த பந்திகள் ஞாபகம் இருக்கின்றன:

‹புலிகள் தங்களுக்குத் தேவையான சில பொருட்களை வன்னிக்குக் கடத்திச் செல்வதற்கு, தங்களுக்கு ஆதரவான பெண்களையும் முதியவர்களையும் உபயோகப்படுத்துகிறார்கள். ஒருமுறை அவர்கள் சயனைட்டைக் காட்டிலும் பல மடங்குகள் வீரியமான ஓர் இராசயன அமிலத்தை வன்னிக்குக் கடத்திச் செல்லத் திட்டமிடுகிறார்கள்.

கொழும்புக்குக் கைக்குழந்தையோடு வந்திருந்த புலிகளின் ஆதரவாளரான பெண் ஒருவரிடம் அந்த அமிலத்தைக் கடத்தும் வேலை ஒப்படைக்கப்படுகிறது. குழந்தைக்கு பால் புகட்டும் புட்டியினுள் அந்த அமிலம் நிரப்பப்பட்டுப் பெண்ணின் கையிலே கொடுக்கப்படுகிறது.

அந்தப் பெண் பயணப்பட்ட பேருந்து, இராணுவச் சோதனைச் சாவடியில் வழமையான சோதனைக்காக நிறுத்தப்படுகிறது. உச்சி வெயிலில் அந்தப் பெண் சோதனைச் சாவடி முன்பாக நீண்ட

வரிசையில் வலது கையில் குழந்தையுடனும் இடது கையில் பாற்புட்டியுடனும் காத்திருக்கிறாள். தகிக்கும் வெயிலைத் தாங்க முடியாமல் குழந்தை திடீரென வீறிட்டுக் கத்த ஆரம்பிக்கிறது. அங்கேயிருந்த இராணுவ வீரன் ஒருவனுக்கு குழந்தையின் அழுகையைப் பொறுக்க முடியவில்லை. குழந்தைக்குப் பால் புகட்டுமாறு சிங்களத்தில் சொல்கிறான். இந்தப் பெண் அவன் சொல்வது புரியாதது போல பாவனை செய்கிறாள். குழந்தை இப்போது இன்னும் அதிகமாக அழுகிறது. இராணுவ வீரன், அந்தப் பெண்ணின் கையிலிருக்கும் பாற்புட்டியைச் சுட்டிக்காட்டிப் பால் புகட்டுமாறு சைகை காட்டுகிறான். அந்தச் சைகையும் புரியாததுபோல இந்தத் தாய் பாவனை செய்கிறாள். இராணுவ வீரன் அந்தப் பெண்ணை நெருங்கி வருகிறான்.›

நான் மொழி பெயர்த்த பந்திகளை உம்மாவிடம் கொடுத்துவிட்டு, உம்மா படித்து முடிக்கும்வரை காத்திருந்தேன். அதற்கு மேல் மொழி பெயர்க்கத் தேவையில்லை என்று உம்மா சொன்னார்.

அந்தச் சிங்கள - தமிழ் மொழிபெயர்ப்புப் பந்திகள் உம்மாவின் மூலம் சுல்தான் பப்பாவிடம் போய்ச் சேர்ந்தன.

6

நான் ஒருவருடம் வரைக்கும் இண்டியா சார்லி பயிற்சி முகாமில் இருந்தேன். ஏழு மாதங்களில் என்னுடைய பயிற்சி முடிந்துவிட்டது. அதன் பின்பு, நான் செந்தூரி அக்காவுக்கு உதவியாளரானேன். நான் எல்லாப் பயிற்சிகளிலும் சிறந்து விளங்கியதால், இண்டியா சார்லி முகாமில் பயிற்சியைத் தொடங்கிய அடுத்த அணியின் பயிற்றுவிப்பாளர்களில் ஒருத்தியாக நான் நியமிக்கப்பட்டேன்.

ஒருநாள் கிளிநொச்சிக்குப் போயிருந்த செந்தூரி அக்கா திரும்பி வரும்போது ஒரு புத்தகப் பார்ஸலுடன் வந்து அதை என்னிடம் தந்தார். என்னவென்று கேட்டதற்கு, ‹உனக்குத்தான்› என ஒற்றை வார்த்தை பேசிவிட்டுப் போய்விட்டார்.

அந்தப் பார்ஸலில் ஆறு புத்தகங்களிருந்தன. ‹இஸ்ரேல் உருவான வரலாறு›, ‹தான்பிரீன் பயணம்› இவற்றோடு எங்களது போராளிகள் எழுதிய நான்கு கவிதை நூல்களுமிருந்தன.

அவற்றோடு ஒரு காகித உறையுமிருந்தது. உள்ளே இருந்த அட்டையில் இந்த வாசகங்கள் இருந்தன:

‹உங்கள் மொழிபெயர்ப்புப் படித்தேன். உங்கள் தூவல் மென்மேலும் சிறக்க வாழ்த்துகள்! புலிகளின் தாகம் தமிழீழத் தாயகம், இவ்வண்ணம் சுல்தான்.›

எனக்குத் ‹தூவல்› என்றால் என்னவென்று தெரியவில்லை. ஆனால் அதை உடனடியாகத் தெரிந்துகொள்ள வேண்டுமென்று நான் துடித்தேன். எப்பேர்ப்பட்ட தளபதியிடமிருந்து எனக்கு வாழ்த்து வந்திருக்கிறது! நான் வாழ்த்து அட்டை கிடைத்த விசயத்தை யாருக்கும் சொல்லவில்லை. ஏன் நான் அதை யாருக்கும் சொல்லாமலிருக்கிறேன் என்ற கேள்விக்கு, எனக்கு விரைவிலேயே விடை கிடைத்தது. அந்த மகிமை வாய்ந்த கள்ளம் என் உள்ளத்தில் வாழ்த்து அட்டை கிடைத்தபோதே தோன்றிவிட்டது.

நான் விசயத்தைச் சொல்லாமல், ஏறக்குறைய முகாமிலிருந்த எல்லோரிடமும் தூவல் என்றால் என்னவென்று கேட்டுவிட்டேன். பெரும்பாலானோரின் கருத்து அது துப்பாக்கியைக் குறிக்கும் சொல் என்பதாகவே இருந்தது. அது எனக்கு மேலும் உற்சாகத்தைக் கொடுத்தது. ஒருநாளைக்கு எத்தனை தடவைகள் அந்த வாழ்த்து அட்டையைப் படித்தேன் என்பதற்குக் கணக்கில்லை. அதைப் படிக்கும்போது என் முகம் மலர்ந்து போவதை நானே உணர்ந்தேன். புஞ்சிநோனாவின் பானையில் குரக்கன் இருப்பது அவளது பல்லில் தெரியுமாம்.

ஆனால், நாங்கள் நினைத்திருந்ததுபோல தூவல் என்பது துப்பாக்கியல்ல. அடுத்த வாரயிறுதியில் முகாமுக்கு வந்திருந்த உம்மா, தூவல் என்றால் ‹எழுதுகோல்› என எனக்குச் சொன்னார்.

உம்மா பெரிய தமிழ்ப் பண்டிதை. என்மீதான நீதிமன்ற வழக்கு விசாரணையில், எதிரிகள் வரிசையில் உம்மாவுக்கு ஆறாவது இடம். அப்படியாகத்தான் உம்மாவின் உண்மையான பெயர் புவனராணி என எனக்குத் தெரிய வந்தது. என்னுடைய வழக்கு விசாரணை நடந்தபோது உம்மா தலைமறைவானவர்கள் பட்டியலில் இருந்தார்.

செந்தூரி அக்கா கிளிநொச்சிக்குப் போய்விட்டு வரும்போது, எனக்குச் சுல்தான் பப்பாவிடமிருந்து புத்தகப் பார்ஸல் கொண்டுவருவார். சிலவேளைகளில் கொண்டு வராமலுமிருப்பார்.

புத்தகம் வராத வேளைகளில் நான் சோர்ந்துவிடுவேன். புத்தகம் வாசிக்கும் ஆர்வத்தைவிடச் சுல்தான் பப்பாவிடமிருந்து வாழ்த்து அட்டை வருமா என்பதே உண்மையில் எனது பேரார்வமாகயிருந்தது. ஆனால் முதற் தடவை வந்த அட்டைக்குப் பின்பு வேறு அட்டைகள் வரவில்லை.

எனக்கான வாழ்த்துகளை என்னிடமிருந்த ஒரேயொரு வாழ்த்து அட்டையில் நானே எழுதி நிரப்பிக்கொண்டேன்.

7

2005-ம் ஆண்டு கரும்புலிகள் நினைவு தினத்திற்கு அடுத்தநாள், ஆடிமாதம் எட்டாம் தேதி, கிளிநொச்சிக்குப் போய்விட்டு வந்த செந்தூரி அக்கா என்னைத் தனியாக அழைத்தார். என்னைப் பற்றி அடிக்கடி சுல்தான் பப்பா விசாரித்து வந்ததாகவும் அவரது அலுவலகத்தில் பணியாற்ற என்னை அனுப்பிவைக்குமாறு கேட்டிருப்பதாகவும் சொன்னார்.

அன்றிரவே நான் உம்மாவோடு கிளம்பி, அவரது மோட்டார் சைக்கிளிலே கிளிநொச்சிக்குப் போய்ச் சேர்ந்தேன். கிளிநொச்சி நகரத்தில் இருந்த பெண் புலிகளின் முகாமொன்றில் தங்க வைக்கப்பட்டேன். அங்கிருந்து பத்து நிமிட நடைதூரத்தில்தான் சுல்தான் பப்பாவின் அலுவலகம் இருப்பதாக உம்மா சொன்னார்.

அந்தச் சிறிய முகாமில் இருபது பேர்கள் வரையான பெண்கள் இருந்தார்கள். அவர்கள் எல்லோருமே ஏதாவதொரு புலிகளின் பணிமனையில் கடமையிலிருந்தார்கள். முகாமுக்குப் பொறுப்பாளராக ரஞ்சிதம் அக்கா இருந்தார். ரஞ்சிதம் அக்காவுக்கு முப்பது வயதிருக்கும். தடித்த மூக்குக் கண்ணாடி போட்டிருந்தார். வெள்ளைவெளேரென்று குண்டாக அறுத்தாப்பால் கிழங்கு போலயிருப்பார். மிகவும் கண்டிப்பானவர் போலத் தெரிந்தது.

அன்றைய சரிசாமம் வரை எனக்குத் தூக்கம் வராததற்கு இரண்டு காரணங்கள் இருந்தன என நினைக்கிறேன். முதலாவது, என்னுடைய குறளியைப் பயிற்சி முகாமிலேயே ஒப்படைத்துவிட்டு வர வேண்டியதாக இருந்தது. இரண்டாவது, சுல்தான் பப்பாவைச் சந்திக்கப்போகும் குறுகுறுப்பு. சரிசாமத்திற்குப் பின்பு மெல்ல அயர்ந்து போனேன். அன்றைக்கு முதல் நாள் என்பதால் எனக்கு இரவுக் காவல் கடமையிலிருந்து விலக்களிக்கப்பட்டிருந்தது.

8

உம்மா சொன்ன வழிக் குறிப்பை வைத்துக் காலையில் ஆறு மணிக்கெல்லாம் சுல்தான் பப்பாவின் அலுவலகத்துக்குப் போய்விட்டேன். மதிற்சுவரால் சூழப்பட்ட, மரங்கள் நிறைந்திருந்த பெரிய வளவொன்றிற்குள் தனித்திருந்த ஒரு பெரிய கல்வீடே சுல்தான் பப்பாவின் அலுவலகமாகயிருந்தது.

நுழைவாயிலில் காவற்கடமையில் இருந்த போராளியிடம் என்னை அறிமுகப்படுத்திக்கொண்டேன். சுல்தான் பப்பா வெளியே போயிருப்பதாகவும் உள்ளே போய்க் காத்திருக்குமாறும் அந்தப் போராளி சொன்னான்.

வீட்டின் வாசற்படிக்கட்டில் ஒரு போராளி துப்பாக்கியோடு குந்திக்கொண்டிருந்தான். அவனிடமும் என்னை அறிமுகம் செய்துகொண்டேன். அவன் எங்கோ பார்த்தவாறு தலையை ஆட்டினான். வீட்டின் வாசற்கதவு மூடியிருந்தது. நான் எதுவும் பேசாமல் வாசலை ஒட்டியிருந்த கொய்யா மரத்தின் கீழே மணலில் அமர்ந்துகொண்டேன்.

பத்து நிமிடங்கள்தான் ஆகியிருக்கும். வீதியில் இரைந்துகொண்டே வந்த பிக்கப் ரக ஜீப் வாகனம், அந்த வேகத்திலேயே வளவுக்குள் நுழைந்தது. வண்டியின் பின்புறம் சுல்தான் பப்பாவின் மெய்ப்பாதுகாவலர்கள் நான்குபேர்கள் நின்றிருந்தார்கள். வண்டியின் கதவைத் திறந்துகொண்டு, சுல்தான் பப்பா என்னைப் பார்த்தவாறே நிதானமாக இறங்கினார். என்னிலிருந்து பப்பா தனது பார்வையை எடுக்கவேயில்லை என்பதுபோலத்தான் எனக்குத் தோன்றியது.

நான் பத்திரிகைகளிலும் புலிகளின் சில வீடியோக்களிலும் சுல்தான் பப்பாவைப் பார்த்திருக்கிறேன். அந்தப் படங்களில் சுல்தான் பப்பா, புலிகளின் சீருடை அல்லது வெள்ளை நிற அரைக்கைச் சட்டை அணிந்து, பின்னோக்கிப் படியவாரிய தலையுடன் நேர்த்தியாகவும் கம்பீரமாகவும் இருப்பார். குறிப்பாக எல்லாப் படங்களிலும் கழுத்துவரை சட்டைப் பொத்தான் போட்டிருப்பார்.

ஆனால், நேரில் அப்படியே எதிர்மாறாக இருக்கிறார். என்னை விடக் கரிய நிறம். தலை கலைந்துபோய் மாடு சூப்பிய பனங்காய் போலிருந்தது. ஒழுங்காகக் கத்தரித்திராத அடர்த்தியான

மீசை. நீல நிறத்தில் ஜீன்ஸ் அணிந்து அதை முழங்கால்வரை சுருட்டி விட்டிருந்தார். காலில் செருப்புகள் இல்லை. சிவப்பு நிறத்தில் வெள்ளைக் கோடுகளுள்ள, அளவில் பெரிதானதும் பார்த்ததுமே அழுக்கெனக் கண்டுபிடிக்கக் கூடியதுமான தடித்த சட்டை போட்டிருந்தார். ஆள் உயரமென்றும் சொல்ல முடியாது கட்டையெனவும் சொல்லிவிட முடியாது. முப்பத்தைந்து வயது மதிக்கத்தக்க தோற்றம். நடக்கும்போது வலது பக்கக் கால் சிறிது இழுத்தது. ‹பூநகரிச் சண்டையிலே அவருக்குக் காலிலே வெடிபட்டது, அவரது உடம்பிலே காயப்பட்ட வடுக்கள் நூறாவது இருக்கும்› என்று உம்மா சொல்லியிருக்கிறார்.

பப்பா என்னிடம் ‹உள்ளே வாருங்கள் ஆலா› எனச் சொல்லிவிட்டு முன்னே நடந்தார். மனிதரின் உடலிலே குண்டுகள் தைத்துத் தைத்து மனிதர் உலோகமாகவே மாறிவிட்டாரோ என நினைக்குமாறு அவரது குரல், நெருப்பில் இளக்கிய இரும்பில் சுத்தியலால் அடித்த ஓசை போலிருந்தது.

அந்த வீட்டின் கதவுகள் திறந்துகொண்டன.

9

சுல்தான் பப்பா இயக்கத்தின் முதல்நிலைத் தளபதிகளில் ஒருவர். யாழ்ப்பாணப் பல்கலைக் கழகத்தில் படித்தவர். இயக்கத்தால் வெளிநாடொன்றுக்கு அனுப்பப்பட்டு, அங்கே தொலைத் தொடர்புத் தொழில்நுட்பமும் கற்றவர்.

எனக்கு அவரால் தரப்பட்ட வேலை, சிங்கள மொழியிலிருந்து தமிழுக்கு மொழிபெயர்த்துத் தட்டச்சு செய்து கொடுப்பதாகும். இண்டியா சார்லி முகாமிலேயே எனக்குக் கணினியோடு பரிச்சயம் இருந்தாலும் தமிழில் தட்டச்சிடும் முறையை அதுவரை நான் அறிந்திருக்கவில்லை. தமிழில் தட்டச்சிடுவது ஒன்றும் நான் நினைத்திருந்ததுபோல சிரமமான காரியமாக இருக்கவில்லை. ஒரே நாளிலேயே தட்டச்சுச் செய்வதற்கான முறையைக் கற்றுக்கொண்டேன். சைக்கிள் ஓட்டப் பழகுவதை விட இது சுலபமான காரியம்தான்.

சிங்கள மொழியிலிருந்து தமிழில் பெயர்ப்பதற்குப் பத்திரிகைச் செய்திகள் வரும், சில ஆவணங்கள் வரும், சில இராணுவக் குறிப்புகள் வரும், சில வரைபடங்களும் வரும். தொடக்க

நாட்களில் தமிழில் தட்டச்சிடுவதில் அடிக்கடி பிழைகள் நேரிடும். அச்சு எடுத்துக் கொடுக்கப்பட்ட பக்கங்களில், பப்பா பொறுமையாகத் தவறுகளைச் சுட்டிக்காட்டிப் பச்சை மை பேனாவால் வட்டமிட்டுத் தருவார். மறுபடியும் சரியாகத் தட்டச்சுச் செய்து கொடுப்பேன்.

இதைத்தவிர இன்னொரு சுவாரசியமான வேலையுமிருந்தது. குறிப்பிட்ட சிங்கள - தமிழ் வானொலிச் சேவைகளின் முக்கியமான நிகழ்ச்சிகளைச் செவிமடுத்து அவற்றைக் குறித்து நான் அறிக்கை எழுதித் தாரணி அக்காவிடம் கொடுக்க வேண்டும். குறிப்பாக *BBC* வானொலியின் சிங்களச் செய்திச் சேவை. அதேபோன்று வெளிநாடுகளிலிருந்து இன்டர்நெட் மூலமாக ஒலிபரப்பாகும், சில தமிழ் வானொலிகளின் நிகழ்ச்சிகள் குறித்தும் அறிக்கை எழுதிக்கொடுக்க வேண்டும்.

என்னைத் தவிர அந்த அலுவலகத்தில் தாரணி அக்காவும் வேலவன் என்ற போராளியும் பணி செய்தனர். எங்கள் மூவருக்குமெனத் தனியாக ஓர் அறையும் ஆளுக்கொரு கணினியுமிருந்தன. அதற்குப் பக்கத்து அறை பப்பாவின் அறை. மிச்சமிருந்த அறைகளில் போராளிகள் வருவதும் போவதும் தங்குவதுமாக இருப்பார்கள்.

நான் காலையில் ஆறுமணிக்கே, அலுவலகத்துக்கு முதல் ஆளாகப் போய்விடுவேன். முதல் வேலையாக, சுல்தான் பப்பாவின் அறையில் ஜன்னல்களைத் திறந்து வைத்து, தரையைக் கூட்டித் துடைத்து, பப்பாவின் மேசையை ஒழுங்குபடுத்தி வைப்பேன். அவற்றைச் செய்யத் தேவையில்லை என்று பப்பா இரண்டொரு தடவைகள் சொல்லியிருந்தபோதும் நான் அவற்றைச் செய்தேன்.

பப்பாவின் மேசையைத் துடைத்துவிட்டு, வீட்டு வளவுக்குள் அன்று மலர்ந்திருக்கும் செவ்வரத்தமோ செவ்வந்தியோ தேமாவோ ஏதாவதொரு மலரை ஆய்ந்து வந்து பப்பாவின் மேசையில் வைப்பேன். அதனுடன் ஒரு சிறிய வெள்ளை அட்டையில் ஒவ்வொருநாளும் ஏதாவது கவிதை வரிகள் எழுதி வைப்பேன். அந்த வரிகள் இயற்கை அல்லது ஆற்றல் பற்றியே அநேகமாக இருக்கும். ஒவ்வொரு நாளும் எனக்குப் பப்பாவிடமிருந்து தவறாமல் பாராட்டுக் கிடைக்கும்.

10

அடுத்து வந்த நாட்களில், நானே நினைத்துப் பார்த்திருக்காத வேகத்தில், என் துப்பாக்கிக் குறளியை நான் மறந்து போனேன். நான் இப்போது மாபெரும் தளபதி சுல்தான் பப்பாவின் நிழலில் இருக்கிறேன். இதைவிடப் பாதுகாப்பு உணர்வையும் பெருமையையும் தரும் வேறொன்று உண்டா என்ன!

மாலையில் அலுவலகத்தில் வேலை முடிந்து, தாரணி அக்காவும் வேலவனும் புறப்பட்டுச் சென்ற பின்னும் எனக்கு அங்கிருந்து அகல மனமிருக்காது. பப்பாவின் கண்களில் படும்படியாக அங்கேயே சுற்றித் திரிந்துகொண்டிருப்பேன். இந்தக் காலத்தில்தான் நான் நிறைய வாசித்தேன். பப்பாவின் அலுவலகத்திலிருந்த நூற்றுக்கும் மேற்பட்ட புத்தகங்களை வாசித்து முடித்திருந்தேன். அவற்றில் அநேகமானவை, உலகத்தின் முக்கியமான போராட்டத் தலைவர்களது வாழ்க்கை வரலாறுகளாகவும், மொழிபெயர்ப்பு நாவல்களுமாகவேயிருந்தன. என்னதான் வாசித்துக்கொண்டிருந்தாலும் எனது கவனம் பப்பாவிலேயே இருக்கும். ‹பட்டாம்பூச்சி›யில் ஒரு கண் பப்பாவில் ஒரு கண். ‹பிர்சா முண்டா›வில் ஒரு கண் பப்பாவில் மறு கண்.

பப்பா, முகாமுக்குப் போகுமாறு என்னிடம் சொன்னதன் பின்பாகத்தான் அங்கிருந்து அரைகுறை மனதோடு கிளம்பி முகாமுக்கு வருவேன்.

முகாம் பொறுப்பாளர் ரஞ்சிதம் அக்கா எவ்வளவு கோபக்காரியோ அவ்வளவுக்கு நல்லுள்ளமும் கொண்டவர். என்னவொன்று, அவர் வாயில் பத்துச் சொற்கள் வந்தால் எட்டுச் சொற்கள் கெட்ட வார்த்தைகளாகயிருக்கும். கோபம் வந்தால் அவர் கொட்டும் தூஷணத்தைக் காட்டிலும் அன்பு பெருகினால் அவர் சொல்லும் தூஷண வார்த்தைகளே வீரியமாகயிருக்கும். அவருக்கு ஏகப்பட்ட வேலைகள். அப்போது கிளிநொச்சியே எங்களது மையமாக இருந்ததால் ஆளாளுக்கு அழைத்து அவருக்கு வேலை சொல்வார்கள். ‹ஊருக்கொரு தேவடியாள் ஆருக்கென்று ஆடுவாள்› எனச் சொல்லிக்கொண்டே எல்லா வேலைகளையும் கச்சிதமாகச் செய்து முடிப்பார்.

பப்பாவின் அலுவலகம் எனக்கு எவ்வளவு மகிழ்ச்சியைக் கொடுத்ததோ, அதற்கு எதிர்மாறாக இந்த முகாம் வாழ்க்கை

எனக்குச் சலிப்பைக் கொடுத்தது. விடிந்தால் பப்பாவின் அலுவலகத்துக்குப் போகலாம் என்ற எண்ணம் மட்டுமே எனக்கு உற்சாகத்தைக் கொடுக்கும் அருமருந்து.

இருபத்து நான்கு மணிநேரமும் எனக்குச் சுல்தான் பப்பாவின் நினைப்பாகவே இருந்தது. அவரது பார்வையில் படுவது அல்லது அவரைப் பார்ப்பது மட்டுமே எனக்குப் போதுமானதாகயிருந்தது. சுல்தான் பப்பா என்னைக் கட்டியணைத்து முத்தமிடுவதுபோல, ஏறக்குறைய ஒவ்வொரு நாளுமே கனவு வந்தது. விழித்துக் கொண்டிருந்தாலும் அது வந்தது.

முகாமில் இரவுக் காவற்கடமை சுற்றில் வரும். ஏதாவது ஒரு மணிநேரம் காவற் கடமையில் இருக்கவேண்டும். நடுநிசியில் என்னை எழுப்பினாலும் அல்லது அதிகாலை மூன்று மணிக்கு எழுப்பினாலும், நான் சோம்பற்படாமல் உற்சாகத்துடன் எழுந்து துப்பாக்கியையும் வாங்கிக்கொண்டு காவற்கடமைக்குப் போய்விடுவேன். துப்பாக்கியை அணைத்துக்கொண்டு சுல்தான் பப்பாவைப் பற்றி நினைத்துக்கொண்டிருப்பேன்.

நினைப்பதென்றால் ஏதோ அவரது முகத்தை நினைத்துப் பார்ப்பதல்ல. அவரோடு நான் பேசுவதுபோல, அவருக்கு கூத்து நடித்துப் பாடிக் காட்டுவதுபோல, அவரோடு அவரது பிக்கப் ஜீப் வண்டியில் போவதுபோல, அவரோடு அவரது வீட்டுக்குச் சென்று அவருடைய பெற்றோர்களைச் சந்திப்பதுபோல, சண்டையில் காயப்பட்டு நான் படுக்கையில் இருக்க எனக்கு அவர் சோறு ஊட்டுவது போலவெல்லாம் எனக்குக் காட்சிகள் தெட்டத் தெளிவாகத் தோன்றும்.

11

ஒருநாள் நான் அலுவலத்தைச் சென்றடைந்தபோது, அலுவலகத்தில் ஏற்கனவே சுல்தான் பப்பா இருந்தார். அவர் இரவு அங்கேயே தூங்கியதற்கு அடையாளமாக அவரது அறையில் பாய் விரிக்கப்பட்டிருந்தது. இடுப்பில் சாறன் கட்டி, மேலுக்கு ஓட்டை பனியன் மட்டுமே போட்டுப் பாயில் பப்பா உட்கார்ந்திருந்தார். அவரின் முன்னே தாள்களும் குறிப்புகளும் சிதறிக் கிடந்தன.

நான் தேநீர் தயாரித்துக்கொண்டு போய் பப்பாவுக்குக் கொடுத்தேன். ‹உனக்கு?› என்று கேட்டார் பப்பா. சமையலறைக்குப் போய் எனக்கும் ஒரு கோப்பையில் தேநீர் ஊற்றிக்கொண்டு வந்தேன். இங்கே வந்ததற்கு, அன்றுதான் பப்பா என்னிடம் நெடுநேரம் பேசினார். என்னுடைய ஊர், பின்னணி, குடும்பம் எல்லாவற்றைப் பற்றியும் விபரமாகக் கேட்டார்.

எனக்கு எப்படித் தைரியம் வந்ததெனத் தெரியவில்லை. நானும் அவரிடம், அவரது பின்னணி குறித்து விசாரிக்கத் தொடங்கிவிட்டேன். பொதுவாகத் தளபதிகளிடம் போராளிகள் அவ்வளவு அன்னியோன்னியமாகப் பேசுவது கிடையாது. பப்பா, என்னையொரு கள்ளங் கபடமற்ற சின்னப் பெட்டை என நினைத்து, நான் கேட்கும் கேள்விகளுக்கு மேலோட்டமாகப் பதில் சொல்லிக்கொண்டிருந்தார். ஆனால் இந்தப் பெட்டையிடம் கள்ளமிருந்தது. என்னுடைய எல்லாத் தைரியத்தையும் என் ஆன்மா திரட்டி என் நாவில் வைக்க நான் அந்தக் கேள்வியைக் கேட்டேவிட்டேன்:

— ஏன் பப்பா நீங்கள் இன்னும் கல்யாணம் செய்யவில்லை?

பப்பா கெக்கலித்துச் சிரித்ததில் அவரது வாயிலிருந்த கடைசி மிடறுத் தேநீர் வெளியே தெறித்தது. பின்பு தனது தலையைச் சுவரில் சாய்த்துக்கொண்டு சொன்னார்:

— மட்டக்களப்பில் எனக்கு ஒரு பெண்ணைப் பாரேன்.

— வாங்க... பாயோடு ஒட்ட வைக்கிறோம்.

12

சிலநாட்களில் பப்பா அலுவலகம் வரமாட்டார். அந்த நாட்களில் நான் வாடிப் போய்விடுவேன். அலுவலகத்தில் இருக்கும் வேலைகளைச் செய்வதில் எந்தக் குறையும் வைக்கமாட்டேன் என்றாலும் மனதில் உற்சாகமே இருக்காது.

எனக்குச் சுல்தான் பப்பாவின் மீதிருந்த உணர்வுக்கு என்ன பெயர்? வெறும் பாலின ஈர்ப்பா என்றால் அதுவல்ல. என்னுடைய வயதொத்த எத்தனையோ போராளிகள் இருக்க என் மனம் ஏன் அவர்மீது போனது! அவரது அறிவுத்திறனிலும் ஆளுமையிலும் எனக்கு என்னையறியாமலேயே உன்மத்தமான

அபிமானம் ஏற்பட்டுவிட்டது. எல்லாவற்றின் தொடக்கமாகவும் அவர் எனக்கு அனுப்பிவைத்த அந்த வாழ்த்து அட்டையிருந்தது.

சமாதான காலம் மெல்ல மெல்லத் தோற்றுக்கொண்டே வருகிறது. சண்டை எந்த நேரத்தில் வேண்டுமானாலும் ஆரம்பிக்கலாம். நான் மொழிபெயர்க்கும் குறிப்புகள் அதை எனக்குத் தெளிவாகவே உணர்த்துகின்றன. அலுவலகத்திலும் முகாமிலும் அதைக் குறித்த பேச்சுகள் எப்போதும் இருந்துகொண்டேயிருந்தன. போர் இல்லாத காலம் நிச்சயமற்றதாக இருந்தது. போராளிகளின் உள்ளத்தில் சலிப்புப் பாசியாகப் படர்ந்துபோயிற்று.

போர் தொடங்கினால் அந்தப் போரே இறுதிப் போர் என்றும் அந்தப் போரில் எங்களுக்கு வெற்றி நிச்சயம் என்றும் போராளிகள் உறுதியாக நம்பினார்கள். நாங்கள் சமாதான காலத்தைச் சகித்துக்கொண்டு போருக்காகக் காத்திருந்தோம்.

இந்தச் சமாதானம் கூரிய கத்திமேல் வைக்கப்பட்டிருக்கும் பறக்கத் தெரியாத புறாக்குஞ்சு. அதிலிருந்து சொட்டுச் சொட்டாக இரத்தம் சிந்திக்கொண்டுதானிருந்தது. இரு தரப்புகளும் போருக்கான தயாரிப்புகளில் மும்முரமாக இருந்தன. இரண்டு பக்கங்களிலுமே அங்கொன்றும் இங்கொன்றுமாகத் தாக்குதல்களும் இரகசியக் கொலைகளும் நிகழவே செய்தன.

போர் தொடங்கியதும் நான் என் குறளியை அழைத்துக்கொண்டு சண்டைக்குப் போய்விடுவேன். எந்த வகையான மரணத்தைக் காட்டிலும் களத்தில் சாவதே மகிமையானது. என் மாட்சிமை மிக்க சாவு மிக அருகில்தானிருக்கிறது. என் பெயர் எழுதிய துப்பாக்கிக் குண்டு ஏற்கனவே தயாரிக்கப்பட்டுவிட்டது. வாழ்வுக்கும் சாவுக்குமான இந்த மயிரளவான இடைவெளியில் சுல்தான் பப்பா மீதான என் காதல் இரகசியமாகப் பறந்து திரிகிறது.

13

ஒரு மதிய வேளையில் அந்தச் செய்தி எங்கள் அலுவலகத்துக்குக் கிடைத்தபோது, நான் அலுவலகத்தை விட்டு வெளியேறி என் முகாமை நோக்கி ஓடிப்போனேன். உக்கிரக் கண்ணகி அம்மனே என் உடம்புக்குள் இறங்கிவிட்டது போலத்தான் உணர்ந்தேன். கண்ணகி அம்மன் கடவுளல்ல. அவள் சக்தி வாய்ந்த

அஞ்சனக்காரி. முகாமுக்குப் போனதும், முகாம் பொறுப்பாளர் ரஞ்சிதம் அக்காவிடம் கேட்டேன்:

— என்னுடைய குறளியை என்னிடம் தாருங்கள்!

ரஞ்சிதம் அக்கா தனது கண்களை உருட்டி என்னைப் பார்த்தார். எனக்குப் பேச்சு வரவில்லை. என் இரண்டு கைகளும் அவர் முன்னே அசைந்துகொண்டிருந்தன. விரல்கள் மூடி மூடித் திறந்துகொண்டிருக்கின்றன. ரஞ்சிதம் அக்கா என்னுடைய தோளைப் பற்றி என்னை அழைத்துக்கொண்டுபோய் உட்கார வைத்தார். என் முழு உடலும் நடுங்கிக்கொண்டிருந்தது.

மடுமாதா தேவாலயம் அருகே போய்க்கொண்டிருந்த சுல்தான் பப்பாவின் வாகனம், இன்று மதியம் கிளைமோர் தாக்குதலில் சிக்கிவிட்டது. வாகனத்திலிருந்த மூன்று பேர்கள் அங்கேயே சிதறி இறந்துவிட்டார்கள். சுல்தான் பப்பாவும் இன்னொரு போராளியும் கடுமையான காயங்களோடு ஆஸ்பத்திரிக்கு எடுத்துச் செல்லப்பட்டிருக்கிறார்கள்.

ரஞ்சிதம் அக்கா எனது தலையை வருடியவாறிருந்தார். என் கண்களிலிருந்து நீர் கசிந்துகொண்டிருந்தது. அதை மறைக்க நான் பெரும்பாடுபட்டேன். ‹அக்கா நாம் என்னவாவது செய்ய வேண்டும்› என்று திடீரெனக் கத்தினேன்.

ரஞ்சிதம் அக்கா, எனது கையை எடுத்துத் தனது உள்ளங்கைகளுக்குள் வைத்தவாறே சொன்னார்:

— செய்யலாம் புண்ட!

14

சுல்தான் பப்பா இல்லாத அந்த அலுவலகம் எனக்குச் சுடுகாடு போலிருந்தது. அலுவலகப் பொறுப்பைத் தற்காலிகமாக தாரணி அக்கா ஏற்றுக்கொண்டிருந்தார். அவர் என்னிடம் சொன்னார்:

— ஆலா முன்னரைக் காட்டிலும் நாங்கள் வேகமாகச் செயற்பட வேண்டிய காலமிது...

— அக்கா, ஒருமுறை நாங்கள் ஆஸ்பத்திரிக்குப் போய், பப்பாவைப் பார்த்துவிட்டு வருவோமா...

— பப்பாவை எங்களுடைய மறைவிட மருத்துவமனையில் வைத்திருக்கிறார்கள். அங்கே போக அனுமதி கிடைக்காது.

இதைக் கேட்டதும் நான் செத்தவள் போலாகிவிட்டேன் என்றுதான் சொல்ல வேண்டும். நான் பப்பாவைக் கல்யாணம் செய்திருந்தால், நான் அவரைப் பார்க்கச் செல்வதைத் தலைவரால் கூடத் தடுக்க முடியாதல்லவா என்றொரு ஆங்கார எண்ணமும் அப்போது என்னில் வந்து போயிற்று.

இரண்டு வாரங்களுக்குப் பிறகு, மருத்துவமனையிலிருந்து நேரே அலுவலகத்துக்குத்தான் சுல்தான் பப்பா வந்தார். அவரது தேகத்தில் இன்னும் பத்துக் காயங்கள் கூடியிருந்தனவே தவிர அவரது கம்பீரம் கொஞ்சமும் குறையவில்லை. முகத்தில் தாடி அடர்ந்திருந்தது. அதுவும் நன்றாகத்தான் இருந்தது. பப்பா என்னைப் பார்த்துப் புன்னகைத்துவிட்டு, தனது அறைக்குள் போனார். அவருடனேயே நான்கைந்து பேர்கள் உள்ளே போனார்கள். அன்று மாலைவரை எனக்குப் பப்பாவோடு கதைக்க வாய்ப்பே கிடைக்கவில்லை. நான் என் மேசையில் அமர்ந்து வேலைகளைச் செய்துகொண்டிருந்தேன். கண்கள் கணினியிலும் கைகள் விசைப் பலகையிலுமிருந்தாலும் காதுகளும் இருதயமும் பப்பாவின் அறையை நோக்கியேயிருந்தன.

ஐந்து மணியளவில் பப்பா தனது அறையிலிருந்து ஆ - எனத் தொடங்கி - லா என முடிப்பதற்குள் நான் அவர் முன்னே நின்றிருந்தேன். சில விநாடிகள், எதுவுமே பேசாமல் பப்பா என்னையே பார்த்துக்கொண்டிருந்தார். நான் அவரது முகத்தையே பார்த்துக்கொண்டிருந்தேன்.

— ஆலா, குறளி என்றால் என்ன?

நான் ரஞ்சிதம் அக்காவிடம் போய்த் துப்பாக்கி கேட்டதைப் பற்றித்தான் பப்பா கேட்கிறார். என் இருதயத்தில் உள்ளவற்றையெல்லாம் நான் பப்பா முன்னே வைப்பதற்கு இதுதான் தருணம். என் உள்ளத்தின் கள்ளம் ஒரு மலைபோல என்னை அழுத்தித் தொலைக்கிறது. நாவால் என் உதடுகளைத் தடவியபடி எங்கே தொடங்குவது என யோசித்துக்கொண்டிருந்தேன்.

பப்பா தனது மேசையின் இழுப்பறையைத் திறந்து ஒரு ‹Browning GP35› பிஸ்டலையும் அதற்கான குண்டுகள் நிரப்பப்பட்ட இரண்டு மகசீன்களையும் எடுத்து மேசையில் வைத்தார். பின் எழுந்து நின்று பிஸ்டலின் சுடுகுழலைத் தன் கையால் பிடித்துப் பிஸ்டலின் கைபிடியை என்னிடம் நீட்டிக்கொண்டே சொன்னார்.

— இந்தக் குறளி மட்டக்களப்பாளுக்குத்தான் வாலாயம்.

15

எனக்கு சுல்தான் பப்பா பிஸ்டல் கொடுத்த செய்தி கடகடவெனப் போராளிகளிடையே பரவியது. பரவியது என்ன பரவியது! நான்தான் அந்தச் செய்தியைப் போராளிகளிடையே உற்சாகமாகப் பரப்பினேன் என்று வைத்துக்கொள்ளுங்களேன்.

என்னுடைய தர நிலையிலுள்ள, அதுவும் இயக்கத்தில் இணைந்து முழுதாக இன்னமும் இரண்டு வருடங்களும் ஆகியிராத போராளிக்கு இயக்கத்தால் பிஸ்டல் குறளி வழங்கப்படுவதென்பது சாதாரண விசயமல்ல. பெரிய துப்பாக்கிகளும் ஆயுதங்களும் ஒருவரின் தனிப் பாவனைக்கானது அல்ல. அவை முகாமின் பொறுப்பிலிருப்பவை. சந்தர்ப்பங்களுக்கு ஏற்றவாறு வழங்கப்பட்டுச் சந்தர்ப்பங்களுக்கு ஏற்றவாறு திரும்பப் பெறப்படுபவை. ஒரு முகாமிலிருந்து இன்னொரு முகாமுக்கு மாறிச் சென்றால் ஆயுதத்தை முன்னைய முகாமிலேயே ஒப்படைத்துவிட்டுச் செல்ல வேண்டும். ஆனால், பிஸ்டல் ஒருவரது தனிப்பாவனைக்கானது. அவர் எங்கே வேண்டுமானாலும் அதை எடுத்துச் செல்லலாம். அந்தக் கைத்துப்பாக்கியை வைத்திருப்பவரின் இயக்க அந்தஸ்து மற்றைய போராளிகளிலும் ஒருபடி உயர்வானதாகவே எங்களால் கருதப்படும்.

எனக்குக் கைத்துப்பாக்கியைப் பெற்றது பெரும் மகிழ்ச்சியென்றால், சுல்தான் பப்பா என்னை ‹மட்டக்களப்பாள்› என அழைத்தது அந்த மகிழ்ச்சியைப் பத்து மடங்குகளாக்கியது. சில நாட்களுக்கு முன்புதான், தனக்கு மட்டக்களப்பில் பெண் பார்க்குமாறு அவர் என்னிடம் சொல்லியிருந்தார். அது என்னதான் பகடியென்றாலும் சொன்னது சொன்னதுதானே.

மற்றைய நாட்களில் அரை உறக்கம் கொள்ளும் நான் கைத்துப்பாக்கி கிடைத்த இரவு குன்றிமணியளவு உறக்கமும் கொள்ளவில்லை. அடுத்தநாள் காலையில் ஆறு மணிக்கு முன்னதாகவே அலுவலகம் போய்விட்டேன்.

எப்போதும் போல சுல்தான் பப்பாவின் மேசையைச் சுத்தம் செய்து ஒழுங்குபடுத்தி வைத்துவிட்டு, பின்னாலிருந்த வளவுக்குச் சென்று ஒரு செவ்வரத்தம் பூவைப் பறித்துவந்து மேசையில் வைத்தேன். வெள்ளை அட்டையை எடுத்து அழகாக நறுக்கி, அந்தத் துண்டில் அன்று எழுதவேண்டிய வாக்கியங்களுக்காகப் பேனாவை எடுத்தேன். நான் எதுவும்

சிந்திக்கவே வேண்டியிருக்கவில்லை. அதற்குள் பேனா அன்றைய வாசகத்தை எழுதியேவிட்டது:

செவ்வரத்தம் சிறுபொழுதில் வாடி உதிரும்
மலர வைத்த கதிரவனுக்குத் துணையாக
மணம் இங்கேயே இருக்கும்

இப்போது இதைப் படித்துப் பார்த்தால் உங்களுக்குச் சிரிப்பு வரலாம். ஆனால் நான் சொல்ல வேண்டியதை மிகத் தெளிவாகவே உணர்த்தியிருந்தேன் என்பது இதை எழுதிய அடுத்த அரைமணி நேரத்திலேயே எனக்குத் தெரிய வந்தது. ‹கதிரவன்› என்பது சுல்தான் பப்பாவின் இன்னொரு பெயர்.

சுல்தான் பப்பா அலுவலகத்துக்குள் நுழைந்ததும் நேராகத் தனது அறைக்குப் போனார். அதை நான் கவனித்துக்கொண்டே கணினியில் முகத்தை ஒளித்து வைத்துக்கொண்டேன். காதுகளும் இருதயமும் எப்போதும் போல பப்பாவின் அறையிலேயே இருந்தன. பப்பா தனது அறைக்குள் போன இரண்டாவது நிமிடத்தில், அவர் எங்களது அறைக்கு நடந்துவரும் சத்தத்தை உணர்ந்தேன். எங்களது அறையில் நான் மட்டும்தான் இருந்தேன். தாரணி அக்காவும் வேலவனும் வர நேரமிருக்கிறது. சுல்தான் பப்பா ஒருமுறை சுற்றுமுற்றும் பார்த்துவிட்டுச் சொன்னார்:

— ஆலா என்னோடு வா!

நான் எழுந்து அவர் பின்னால் சென்றேன். பார்வையை ஒருமுறை சுழல விட்டேன். அலுவலகத்தின் மற்றைய அறைகளிலும் வெளியிலும் வழமையை விட அதிகமான போராளிகளின் நடமாட்டமிருந்தது.

நான் அறைக்குள் நுழைந்ததும் சுல்தான் பப்பா அறைக் கதவை மூடினார். இதுவரை ஒருநாள் கூட நானோ தாரணி அக்காவோ உள்ளேயிருக்கும்போது பப்பா அறைக் கதவை மூடியதில்லை. மிகச் சில தருணங்களைத் தவிர மற்றைய நேரங்களில் அவரது அறைக் கதவு திறந்துதானிருக்கும். கதவு ஓவெனத் திறந்திருந்தாலும் காலையில் அறையைத் துப்புரவு செய்யும் அந்த ஒரு நேரத்தைத் தவிர, வேறு எப்போதும் நானோ அல்லது வேறு யாருமோ பப்பா அழைக்காமல் அந்த அறைக்குள் நுழைய முடியாது.

நான் பப்பாவின் மேசையின் முன் நின்றேன். என் கண்கள் செவ்வரத்தம் பூவை நோக்கின. அது அங்கேதான் இருந்தது. ஆனால், நான் எழுதி வைத்த அட்டை வைத்த இடத்தில் இல்லை.

பப்பா தனது நாற்காலியில் உட்கார்ந்து என்னையே மேலும் கீழும் பார்த்தார். அவரது கண்களில் என்ன உணர்ச்சியிருக்கிறது என என்னால் கண்டுபிடிக்க முடியவில்லை. ஆனால் பப்பாவின் முகத்தில் கோபம் இல்லை என்பது தெரிந்தபோது, எனக்கு ஏற்பட்ட உணர்வுக்கு நிம்மதி எனப் பெயரிடுவதா அல்லது இன்பம் எனப் பெயரிடுவதா என்று எனக்கு உண்மையிலேயே தெரியவில்லை.

பப்பா தனது சட்டைப் பையிலிருந்து எடுத்து அந்த அட்டையை மேசையில் வைத்தார்:

— இதை நீயாக எழுதினாயா? அல்லது வேறெங்காவது பார்த்து எழுதினாயா ஆலா?

நான் சிலநாள் காலைகளில் எனக்குத் தெரிந்த சிங்களப் பாடல்களின் வரிகளைத் தமிழிலும் அல்லது நீரரமகளிரின் பாடல் வரிகள் சிலவற்றையும் எழுதிப் பப்பாவின் மேசையில் வைப்பதுண்டு.

— இது நான் எழுதியது பப்பா.

பப்பா அப்படியும் இப்படியும் விரல்களைச் சொடுக்கினார். பின் என் கண்களைப் பார்த்துக் கேட்டார்:

— உனக்கு இப்போது எத்தனை வயது ஆலா?

எனக்கு இப்போது பப்பாவின் கேள்வியின் அர்த்தம் புரிந்துவிட்டது. என்ன வேலை செய்துவிட்டு இவர் முன்னே நிற்கிறேன் நான்! காதல் செய்ததற்காக மரணதண்டனை விதிக்கப்பட்டுச் சுட்டுக் கொல்லப்பட்ட, அந்த இரண்டு போராளிப் பெண்களின் கதை என் இருதயத்தில் வெட்டிப் போனது. ஆனால், சுல்தான் பப்பா இயக்கத்துக்கு வெளியில் இருப்பவர் இல்லையே. என்னால் எத்தனை நாட்களுக்குத்தான் உள்ளத்தில் கள்ளத்தைச் சுமந்து வைத்திருக்க முடியும்!

— ஆலா!

நான் நிமிர்ந்து பார்த்தேன். பப்பா நான் எழுதிய அட்டையின் மீது பச்சை மை பேனாவால் மெதுவாகக் கிறுக்கிக்கொண்டிருந்தார். பின்பு சொன்னார்:

இச்சா | 155

— நீ உன் மனதில் உள்ளதை வெளிப்படையாகச் சொல்வது நல்லதுதான். ஆனால், உனக்குப் பதினெட்டு வயது வந்த பின்பு சொல்! இயக்கம் போராளிகளைச் சாவதற்காக வளர்ப்பதில்லை. போராடுவதற்காகத்தான் வளர்க்கிறது. போராடுவதைத் தவிர வேறெதைப் பற்றியும் சிந்திக்காதே. இப்போது நீ போகலாம்!

நான் மெதுவாகத் திரும்பி என் இருக்கையை நோக்கி நடக்கலானேன். அப்போது என் மனதில் இருந்தது உண்மையில் என்ன தெரியுமா? நாளைக் காலையில் நான் பப்பாவின் மேசையில் வைக்கப்போகும் அட்டையில், நான் என்ன எழுதவேண்டும் என்ற சிந்தனையே அது.

நான் என் இருக்கையில் உட்கார்ந்து சரியாக ஐந்து நிமிடங்கள்தான் ஆகியிருக்கும்... ஒரு போராளி பப்பாவின் உத்தரவைக் கொண்டு வந்தான்:

நான் மறுபடியும் ‹இண்டியா சார்லி› பயிற்சி முகாமுக்கு, செந்தூரி அக்காவின் உதவியாளராக உடனடியாக அனுப்பிவைக்கப்படுகிறேன்.

நான் அலுவலகத்தை விட்டுக் கிளம்பும்போது, சுல்தான் பப்பாவின் அறையைப் பார்த்தேன். கதவு மூடப்பட்டிருந்தது. அலுவலக வாசலிலிருந்து இறங்கும்போது என் இடுப்பை அநிச்சையாகத் தடவிப் பார்த்தேன்.

சுல்தான் பப்பா தந்த குறளி என்னோடிருந்தது.

16

நான் ‹இண்டியா சார்லி› முகாமுக்குத் திரும்பியதும், செந்தூரி அக்கா மகிழ்ச்சியிலும் உற்சாகத்திலும் துள்ளினார். என்னைக் கட்டியணைத்து வரவேற்றார்.

— ஆலா நீ இப்போதுதான் எனக்குத் தேவை. இந்தப் பெட்டைகளை மேய்ப்பது பாம்புகளை மேய்ப்பது போலிருக்கிறது.

முகாமில் புதிய அணி பயிற்சிக்காக வந்திருக்கிறது. இந்த அணியில் ‹வீட்டுக்கு ஒரு போராளி› என்ற திட்டத்தில் இயக்கத்தால் அழைத்துவரப்பட்ட பெண்களும் சரி பாதியினராக இருந்தார்கள். ஏறக்குறைய அவர்கள் எல்லோருக்குமே இங்கே இருப்பதில் விருப்பமில்லை. முகாமைச் சுற்றிப் பலமான காவல்

போடப்பட்டிருந்தது. பயிற்சி மைதானத்தின் ஒவ்வொரு புல்லின் அடியிலும் எங்களது உளவுத்துறை மறைந்திருந்தது.

கிழக்கு மாகாணத்தின் காட்டில் பிறந்த எனக்குச் சாதி என்றாலே என்னவென்று தெரியாது. என்னுடைய சாதிப் பெயரும் எதுவென்று தெரியாது. எங்கள் குடியின் பெயர் பதுமர் குடி என்பது மட்டுமே எனக்குத் தெரியும். அதைத் தவிர பணிக்கனார் குடி, கலிங்க குடி, உலகிப்போடி குடி, படையாட்சி குடி போன்ற குடிகளும் அங்கே உள்ளன. ஆனால், அந்தக் குடிகளிடையே சண்டை சச்சரவுகள் கிடையாது. மாறிச்சாறிக் கல்யாணமும் கட்டுவார்கள்.

ஆனால், இங்கே வடக்கில் எக்கச்சக்கமான சாதிகள், எப்போதும் சாதிப் பிரச்சினைகள். அதைச் சமாளிப்பதற்குத் தனியாக ஒரு புலிப்படை தொடங்கவேண்டும் என ஒருமுறை உம்மா சொன்னார்.

புதிதாகப் பயிற்சிக்கு வந்திருக்கும் இந்த அணிக்குள்ளும், அரசல்புரசலாகச் சாதிப் பேச்சுகள் இருந்தன. எவராவது இந்தக் குற்றச்சாட்டில் அகப்பட்டால், செந்தூரி அக்கா வழங்கும் தண்டனை மிகக் கடுமையானதாக இருக்கும்.

உம்மா முகாமைச் சுற்றிக் கத்திக்கொண்டு திரிவார்:

— எடி பெட்டையள்! சிங்களவன் ஆகாயத்திலிருந்து குண்டு போடுகையில் வெள்ளாளன் பள்ளன் பறையன் கரையான் என்று பார்த்துப் போடமாட்டான். ரயில் இந்தியாவில் அறிமுகப்படுத்தப்படுவதால் அங்கே சாதி ஒழிந்துவிடுமென்று மார்க்ஸ் சொன்னாராம். இங்கே கிபீர் கபீர் என்றெல்லாம் பொம்பர்கள் வந்த பின்பும் நீங்கள் இப்படியிருந்தால் எப்படி?

ஒருநாள் செந்தூரி அக்காவும் உம்மாவும் பேசிக் கொண்டிருந்தபோது, நான் அருகிலிருந்து கேட்டுக் கொண்டிருந்தேன். உம்மா பேசுவதைக் கேட்பதில் எனக்கு அவ்வளவு ஆர்வம்! பேசும்போது பழமொழிகளும் சிலேடைகளும் தாறுமாறாக வந்து விழும். இவ்வளவுக்கும் உம்மா ஐந்தாம் வகுப்புக்கு மேல் படித்தவரில்லையாம். ஆனால் கார்ல் மார்க்ஸ், கடாபி, காந்தி, கருணாநிதி எல்லோரும் அவர் வாயில் குறுக்குமறுக்காக வந்துபோவர்கள். பழைய இஞ்சியில் காரம் அதிகம்:

இச்சா | 157

— வேரில் நின்றால்தான் தல விருட்சம், விழுந்து போனால் விறகு! என அன்று உம்மா சொன்னதை விளங்கிக்கொள்வதற்கு, நான் அய்ரோப்பாவரை போக வேண்டியிருந்தது.

17

சமாதான காலம் போராளிகளைச் சோம்பலாகவும் சொகுசானவர்களாகவும் ஆக்கிவிட்டது என எப்போது பார்த்தாலும் புறுபுறுத்துக்கொண்டிருக்கும் உம்மா ‹படுத்துக்கொண்டே பிரார்த்தனை செய்தால் கடவுளும் உறங்கிக்கொண்டேதான் கேட்பார்› என்றார்.

விரைவில் சண்டை தொடங்கப்போவது எல்லோருக்கும் தெரிந்துதானிருந்தாலும் காதலிக்கவும் கல்யாணம் செய்யவும் போராளிகளுக்கு நேரமிருந்தது. புலிச் சின்னம் பொறித்த தாலிகளை எங்களது போராளிப் பெண்கள் அணிந்தார்கள்.

எல்லாக் காதல் விவகாரங்களிலும் நிகழ்வதுபோல, இங்கேயும் பிரச்சினைகளிருந்தன. விசுவமடு முகாமிலிருந்த பெண் போராளியோடு கடற்புலிகளைச் சேர்ந்த ஆண் போராளிக்கு ஏற்பட்ட காதலுக்கு இடைஞ்சலாகத் தளபதியொருவர் குறுக்கே நின்றதால், அந்தக் காதல் சோடி, ஒரு சிறிய கோயிலுக்குள் போய் மாலைகளை மாற்றிக்கொண்டு, கழுத்தில் மாலையுடன் ஒருவரையொருவர் அணைத்துக்கொண்டே குண்டை வெடிக்க வைத்துச் செத்தார்கள் என்று கேள்விப்பட்டேன். என்னவொரு கறுமம் பிடித்த சாவு.

சுல்தான் பப்பா அரூபமாக மனதிலும் உருவக் குறளியாக இடுப்பிலும் என்னுடனேயே எப்போதுமிருக்கிறார். ஏதோவொரு வகையில் என் மன உணர்வை நான் பப்பாவுக்கு வெளிப்படுத்திவிட்டேன். பப்பாவுக்கும் அது தெளிவாகப் புரிந்துவிட்டது. செவ்வரத்தம் பூவுக்கு நன்றி. அதன் வாசம் அவரோடிருக்கும்.

சுல்தான் பப்பா சொன்னதுபோல எனக்குப் பதினெட்டு வயதாவதற்கு இன்னும் ஒன்றரை வருடமேயுள்ளது. அதுவரை எனது உயிர் என்னிடமிருந்தால், என்னுடைய பதினெட்டாவது பிறந்த தினத்தின் போது நான் அவரைச் சந்திப்பேன். என் மனதை

எந்த ஒளிவுமறைவோ தயக்கமோ இல்லாமல் அப்போது அவர் முன்னே திறந்து வைப்பேன்.

என்னால் என் நேசத்தைப் பூக்காத மரமாகப் பாதுகாத்து வைக்க முடியாது.

18

21-ம் தேதி, ஜூலை மாதம், 2006-ம் ஆண்டு மாவிலாறில் போர் தொடங்கிற்று. நான்கு வருடங்களுக்குப் பின்பு வெளிப்படையான போர். எடுத்த எடுப்பிலேயே இலங்கை இராணுவம் வெற்றியைக் குவித்தது. மைதானத்தில் உட்கார்ந்து பேசிக்கொண்டிருக்கையில் உம்மா ஒரு விசயம் சொன்னார்:

— எல்லாக் கணக்குகளும் பிழைக்கின்றன. சண்டையை அரசாங்கம் வன்னியிலே தொடங்கியிருக்கவேண்டும் அல்லது படுவான்கரைப் பக்கமாகத் தொடங்கியிருக்கவேண்டும். ஆனால், உப்புப் பெறாத காரணத்தை முன்வைத்து மாவிலாறில் சண்டையைத் தொடங்கியிருக்கிறது. அங்கே தொடங்கிச் சம்பூரைத்தான் முதலாவதாகப் பிடித்திருக்கிறான். அங்கிருந்த சனங்கள் முழுவதுமாக வெளியேறிவிட்டார்கள். உடனேயே சம்பூர் உயர் பாதுகாப்பு வலயமாக அறிவிக்கப்பட்டுள்ளது. அங்கே அனல் மின்நிலையத்தைக் கட்ட இந்தியா நீண்டகாலமாகத் திட்டமிடுகிறது. சம்பூர் எங்களுடைய கட்டுப்பாட்டில் இருந்தால் அது நடவாது. இப்போது எங்கள் மீதான இந்தப் போரை இந்தியாதான் தொடக்கியிருக்கிறது.

— இந்திய இராணுவம் இறங்குமா உம்மா? என்று கேட்டேன். தெய்வகலைப் பெரியாத்தையை அவர்கள்தான் கொன்றிருந்தார்கள்.

உம்மா மணலில் விரலால் ஏதோ கோடுகள் கிழித்தபடியே சொன்னார்:

— இலட்சுமணன் கோட்டை அவர்கள் இன்னொருமுறை தாண்டமாட்டார்கள். ஆனால் அனுமானை அனுப்புவார்கள்.

19

இண்டியா சார்லி முகாம் கலைக்கப்பட்டு, அணிகள் பிரிக்கப்பட்டுப் பல்வேறு பகுதிகளுக்கும் அனுப்பப்பட்டன. கிளிநொச்சி முகாமுக்குப் போகிறாயா எனச் செந்தூரி அக்கா என்னிடம் கேட்டார். அங்கேயா சண்டை நடக்கிறது? வேண்டாம் என்னைச் சண்டை முனைக்கு அனுப்புங்கள் என்றேன்.

மன்னார் பறப்பாங்கண்டலுக்கு அனுப்பிவைக்கப்பட்ட அணியுடன் நான் போனேன். என்னிடம் எனது பெரிய குறளி செந்தூரி அக்காவால் ஒப்படைக்கப்பட்டபோது, சுல்தான் பப்பா என்னிடம் கொடுத்திருந்த சின்னக் குறளி திரும்பப் பெறப்பட்டது ஒன்றுதான், நான் மன்னாருக்குப் புறப்பட்டபோது எனக்கு இருந்த ஒரே மனக்கவலையாகும்.

மன்னார் பகுதியில்தான் என்னுடைய பதினெட்டாவது வயதுவரை நான் இருந்தேன். உயிலங்குளம், விளாத்திக்குளம், முள்ளிக்குளம் என என்னுடைய தாக்குதல் அணி நிற்காது மாறி மாறி நகர்ந்துகொண்டேயிருந்தது. என்னுடைய அணிக்கு சின்ன மாலதி அக்கா தலைமை தாங்கினார்.

இரத்தம் பார்க்காத ஒரு பொழுது கிடையாது. சாவைப் பார்க்காத ஒரு நாள் கிடையாது. விமானப்படை துல்லியமாக இலக்குகளைத் தாக்கியது. அவர்கள் ஏவிய ஷெல்கள் தவறாமல் சாவைச் சுமந்து வந்தன. மருத்துவ உதவி அணி என்ற பெயரில், இந்திய இராணுவ நிபுணர்கள் இலங்கைக்குள் வந்து, இலங்கை இராணுவத்தை வழிநடத்திக்கொண்டிருந்தார்கள்.

எனக்கு மரணத்தின் மீது அச்சமே இல்லாமலிருந்தது. நான் எக்காரணம் கொண்டும் கைது செய்யப்படக் கூடாது, சயனைட் குடித்துச் சாகக் கூடாது, சரணடையக் கூடாது. இது மூன்றும்தான் எனக்கே நான் வகுத்துக்கொண்ட மூன்று கள விதிகள். என் சாவு மாட்சிமை பொருந்தியதாக இருக்க வேண்டும்.

சண்டைக் களங்களில் ஆண்கள் அணியை விடப் பெண்களுடைய அணிக்கே சற்றுக் கூடுதல் இழப்பு ஏற்படுவதுண்டு. பெண்கள் உடற் திறனால் குறைந்தவர்கள் என்றோ போரிடும் நுட்பத்தில் பின்தங்கியவர்களென்றோ இதற்கு அர்த்தம் கிடையாது. அவர்கள் உணர்ச்சிகளால் முழுவதுமாக நிரப்பப்பட்டவர்கள். அதை அவர்கள் எவ்வளவு அடக்கிவைத்திருந்தாலும்,

ஏதோவொரு கணத்தில் அவர்களை உடைத்துக்கொண்டு அது வெளிப்பட்டுவிடுகிறது.

சண்டையில் ஒரு போராளி மரணமடையும்போது ஆண் போராளிகள் சீறியபடியே முன்னேறுவார்கள். ஆனால், அநேகமான பெண் போராளிகள் தம்முடன் இருந்தவரின் சாவைக் கண்டதும் உணர்ச்சிவயப்பட்டுவிடுவார்கள். இறந்தவர்களை விட்டு விலகிச்செல்ல இயல்பாகவே தயங்குவார்கள். தாக்கப்படும் இலக்கில் நிற்கும் அரைவிநாடியும் ஆபத்தானதே. ஒரு ஷெல் விழுந்த இடத்திலேயே அடுத்த ஷெல்லும் விழும் என்பது முதலாம் உலக மகா யுத்த காலத்திலிருந்தே தொடர்ந்துவரும் விதிதான். போர்க்களத்தில் அழுவது சாவுக்கான வாசல்.

எத்தனையோ சண்டை முனைகள்! இலங்கை இராணுவம் அந்த முனைகளைத் தகர்த்து உள்ளே நுழைவதற்குக் கடுமையாகப் போராடிக்கொண்டிருந்தது. நாங்கள் நிற்கும் இந்த முனைகள் வீழ்ந்தால், பூநகரி வரையான பகுதிகள் கடகடவென வீழ்ந்துவிடும். நாங்கள் எங்களது கட்டுப்பாட்டுப் பகுதிகளைக் காப்பாற்றக் கடுமையாகப் போரிட்டுக் கொண்டிருந்தோம். அந்தப் போருக்கு ஒரு வருட மன்னார்ப் போர் எனப் பெயர் வைக்கலாம்.

20

என்னுடைய பதினெட்டாவது பிறந்த தினமன்று நான் கிளிநொச்சி மருத்துவமனையில் இருந்தேன். ஒரு ஷெல்துண்டு என் வயிற்றைத் துளைத்து அங்கேயே இருந்துவிட்டது. அதை அறுவைச் சிகிச்சை செய்து அகற்றுவது ஆபத்தானது என வைத்தியர்கள் சொல்லிவிட்டார்கள். இப்போதும் எனது வயிற்றைத் தடவிப் பார்க்கும்போது ஒரு சிறிய மீன்குஞ்சுபோல அந்தத் துண்டு என் வயிற்றில் அலைவதை நான் உணர்கிறேன்.

பிரண்டைக்குளம் சண்டையில், ஒரு கிலோமீற்றர் தூரம் இராணுவம் முன்னேறிவந்து காவலரண்களை அமைத்துவிட்டது. நாங்கள் ஏழே ஏழுபேர்கள் கொண்ட பெண்கள் அணி குளத்துக்குள்ளால் போய், ஓர் அதிகாலையில் வலிந்த தாக்குதலை இராணுவத்தின் முன்னரண்களின் மீது நடத்தினோம்.

நான்தான் முதலில் குளத்தைக் கடந்து நிலத்தைத் தொட்டேன். தாக்குதலுக்கு உத்தரவு கிடைத்ததும் எனது குறளிதான்

முதலில் பேசியது. நானும் பேசினேன். நான் எப்போதும் சண்டையிடும்போது ‹ஓடு... ஓடு› என உச்சரித்துக்கொண்டே முன்னேறுவேன். சொற்களைச் சரியான ஒலியோடு திரும்பத் திரும்ப உச்சரிக்கும்போது அந்தச் சொற்களுக்குச் சக்தி கிடைத்துவிடுகிறது.

அன்றும் நான் அப்படி உச்சரித்தபடியே முன்னேறினேன். ஒவ்வொரு சண்டையிலும் முன்னேறுவது அல்லது முன்னேறும் பாதையில் சாவது என்பதே என் நோக்கமாக இருக்கும். நான் இறந்தால் என் உடலைக் களத்திலேயே போட்டுவிட்டுப் போகுமாறு, சின்ன மாலதி அக்காவிடம் சொல்லி வைத்திருக்கிறேன். ஒரு மகிமையான சாவு மட்டுமே எனக்கான மரியாதை. அதற்குப் பின்பு கிடைக்கும் எந்த மரியாதைகளும் பொருளற்றவையே.

அந்தச் சிறிய இரும்புக் குஞ்சு என்னைத் துளைத்தபோது, என்னிலிருந்த முழு இரத்தமும் வெளியே வழிந்தோடிவிட்டதாக உணர்ந்தேன். அடி வயிற்றைக் கிழித்துக்கொண்டு அவ்வளவு ஆழத்துக்குள் அது நீந்திப் போய்விட்டது. என்னிடம் மரணம் வந்துவிட்டதாகவும் என்னைச் சூழ நிலத்தில் படிந்த இரத்தம், என் மரணவாயிலில் எனக்கு விரிக்கப்பட்ட செங்கம்பளமென்றும் நான் உணர்ந்தேன். என் நினைவு தப்பும்போது அங்கே அம்மா, அப்பா, தம்பி, பெத்தாச்சி, பெத்தப்பாவோடு சுல்தான் பப்பாவும் இருந்தார்.

மறுபடியும் நான் கண்விழித்தபோது, கிளிநொச்சி மருத்துவமனையிலிருந்தேன். இங்கே வந்து மூன்று வாரங்களாகின்றன. காயம் முற்றாக ஆறிவிட்டது. உள்ளே இரும்புக் குஞ்சு நீந்திக்கொண்டிருந்தாலும் அதனால் ஆபத்து ஏதுமில்லை என்று வைத்தியர்கள் சொன்னார்கள். நான் என் விரல்களைத் தூண்டில் போல அடிவயிற்றில் ஓடவிட்டு இரும்புக் குஞ்சைப் பிடித்தால் அப்போது சுருக்கென வலிக்கும். இன்னும் இரண்டொரு நாட்களில் மருத்துவமனையிலிருந்து போய்விடலாம் எனத் தலைமை மருத்துவர் சொல்லியிருக்கிறார்.

மாலை ஆறுமணியளவில் என்னைப் பார்ப்பதற்குத் தாரணி அக்கா வந்தார். பல மாதங்களுக்குப் பிறகு அவரை நான் பார்க்கிறேன். ‹அக்கா இப்போதே உங்களுடன் வந்துவிடுகிறேன்,

இங்கேயிருக்க மாய்ச்சலாயிருக்கிறது› என்றேன். தாரணி அக்கா புன்னகைத்தவாறே சொன்னார்:

— உன்னை அழைத்துப் போகத்தான் வந்திருக்கிறேன். சுல்தான் பப்பா உன்னை அழைத்துவரச் சொன்னார்.

என் இருதயமும் உடலும் மலர்ந்துபோக நான் தாரணி அக்காவைப் பார்த்தேன். அவர் புன்னகைத்தவாறே நின்றிருந்தார்.

ஆனால், அது அவரது வழமையான புன்னகை அல்ல!

21

சுல்தான் பப்பாவின் அலுவலகம் இப்போது ‹புதுக்குடியிருப்பு› என்ற ஊருக்கு மாற்றப்பட்டிருந்தது. மருத்துவமனை அலுவல்களை எல்லாம் முடித்துவிட்டு நானும் தாரணி அக்காவும் புதுக்குடியிருப்பைச் சென்றடையும்போது இரவு பத்துமணியிருக்கும்.

இந்த அலுவலகம் கிட்டத்தட்டக் காட்டுக்குள் இருந்தது. வீடு முழுவதுமாக மரங்களாலும் செடிகளாலும் உருமறைப்புச் செய்யப்பட்டிருந்தது. அலுவலகத்தில் ஆண்களும் பெண்களுமாகப் போராளிகள் குவிந்திருந்தார்கள். என்னை எதிர்ப்பார்த்துப் பப்பா வாசலிலேயே நின்றிருந்தார்.

பப்பா என்னைப் பார்த்துப் புன்னகைத்தவாறே, தன்னோடு வருமாறு சைகை செய்துவிட்டுத் தனது அறைக்குள் நுழைந்தார். நான் பின்னாலேயே போனேன். நான் உள்ளே போனதும் அறைக் கதவைப் பப்பா மூடினார். என்னை உட்காரச் சொன்னார்.

நான் பப்பாவின் முன்னே உட்கார்ந்தேன். பப்பாவின் மேசையில் பொருட்கள் ஒழுங்கின்றிக் குப்பையாகக் கிடந்தன. எனக்குப் பதினெட்டு வயதாகிச் சில மணிநேரங்கள் ஆகின்றன. நாளைக் காலையில், நான் இந்த மேசையில் புது மலரும் என் கைப்பட எழுதிய அட்டையும் வைக்கக் கூடும்.

— எப்படியிருக்கிறாய் ஆலா?

— எப்போதும் மாதிரியே நன்றாக இருக்கிறேன்.

— இன்று உனக்குப் பிறந்தநாள் அல்லவா! வாழ்த்துகள்!

நான் பப்பாவின் கண்களைப் பார்த்தேன். அவர் எதையோ சொல்லத் தயங்கிக்கொண்டிருக்கிறார். வெறும் முப்பது விநாடித்

தயக்கம்தான். கையில் ஒரு பென்சிலை எடுத்து அதை மேசையில் சத்தம் எழாமல் தட்டியவாறே பப்பா சொல்லத் தொடங்கினார்:

— ஒரு நடவடிக்கைக்குத் திட்டமிடுகிறோம் ஆலா. சிங்களவர் மாதிரி அல்ல, சிங்களவராகவே இருக்கவும் பேசவும் நடக்கவும் நினைக்கவும் தெரிந்த ஆற்றல் வாய்ந்த பெண்ணால்தான் அதைச் சாதிக்க முடியும். இது கரும்புலி நடவடிக்கை.

நான் ஒருவிநாடி தாமதித்தாலும் பப்பா தன்னுடைய முடிவை மாற்றக்கூடும் என்று நான் பதற்றப்பட்டுச் சொன்னேன்:

— நான் செய்கிறேன் பப்பா, என்னை நம்புங்கள்!

பப்பா எழுந்து மெதுவாக என்னருகே வந்தார். நானும் எழுந்து நின்றேன். பப்பா தனது வலிய கரங்களால் என் இரு கன்னங்களையும் தொட்டு என் நெற்றியில் முத்தமிட்டார்.

நான் அந்தக் கணத்தில் பனிச் சிலையொன்றாகத்தான் மாறிவிட்டேன். கண்களைத் திறவாமல் அப்படியே நின்றேன். பப்பா எனது கன்னத்திலிருந்து தனது கைகளை விலக்கியது கூட எனக்குத் தெரியவில்லை. அவரது கனத்த பூட்சுகள் நகரும் சீரற்ற சத்தம்தான் கேட்டது. பப்பா கதவைத் திறந்துகொண்டு வெளியே போவதை உணர்ந்தேன்.

22

கரும்புலிகளுக்கான சிறப்புப் பயிற்சி முகாமில், என்னுடைய அடுத்த எட்டு மாதங்கள் கழிந்தன. எட்டு மாதங்களும் எட்டு வருடங்கள் போல எனக்கு நீண்டிருந்தன.

இங்கே உடலுக்கும் ஆயுதங்களைக் கையாள்வதற்கும் வழங்கப்பட்ட பயிற்சிகளைவிட, புத்திக்கும் மூளைக்கும்தான் கடும் பயிற்சிகள் வழங்கப்பட்டன. முகாமின் பொறுப்பாளர் ஒவ்வொரு நாளும் உச்சரிக்கும் வாசகமொன்றுண்டு:

‹வீரம் என்பது பத்து என்றால், அதில் ஒன்பது தந்திரமாகும்!›

பயிற்சியின் ஒரு பகுதியாக நான் ஆங்கிலமும் கற்க வேண்டியிருந்தது. ஒரு மொழியை வேகமாகக் கற்றுக்கொள்ளும் ஆற்றல் எனக்கு இயல்பிலேயே வாய்த்திருக்கிறது என்பது எனது ஆங்கில ஆசிரியரின் அபிப்பிராயம். எனக்கு ஆங்கிலத்தில் பேசுவதைவிட எழுதுவது இலகுவாகயிருந்தது. என் முழுக்

கவனத்தையும் பயிற்சியிலும் கற்கையிலும் குவித்திருந்தேன். அதிகாலையில் எழும் பறவை புழுக்களைப் பிடித்தே தீரும்.

இருதயத்தில் வேறெதுவுமில்லை. நடவடிக்கைக்கு முன்பு விடுமுறையில் குடும்பத்திடம் அனுப்புவார்கள். அது இறுதிச் சந்திப்பாக இருக்கும். எனக்கு அந்தக் கதியுமில்லை. கிழக்கு மாகாணம் முழுவதுமே இராணுவத்தின் கைகளில் வீழ்ந்துவிட்டது. என் குடும்பத்தினர் இப்போது எங்கே இருக்கிறார்கள் என்பதே தெரியாமலிருக்கிறது. ஒருவேளை அவர்கள் உறாப்பிட்டியச் சிங்களக் காடையர்களின் கத்திமுனையில் கூட இருக்கலாம்.

நான் உறாப்பிட்டியரின் துப்பாக்கி முனையில் நடந்த, அந்தப் பொழுதை நினைக்கும்போதெல்லாம் என் நெஞ்சில் உன்மத்தமும் ஆங்காரமுமே பொங்கிவருகின்றன. ஒரு நுளம்பை அடிப்பதுபோல என்னை அவர்கள் கொல்லயிருந்தார்கள்.

சுல்தான் பப்பா எனக்குத் தந்த பொறுப்பைச் சரிவர நிறைவேற்ற வேண்டும் என்பது மட்டுமே, இப்போது என்னுடைய ஒரே சிந்தனை. மாட்சிமை பொருந்திய சாவை எனக்கு அவர் வழங்கியிருக்கிறார்! என் சாவு நுளம்பை அடிப்பதுபோல ஒருபோதும் இருக்காது. ஓர் ஊரையே கொளுத்திப்போடும் அஞ்சனக்காரி நான். என்னை நெருப்பே குளிர்த்திப் போடும்.

23

கரும்புலிகள் முகாமில் என் பயிற்சிகள் நிறைவுற்றதும், ‹தர்மபுரம்› என்ற ஊருக்கு என்னை அனுப்பி வைத்தார்கள். அங்கே எங்களது ஆதரவாளரால் ஒரு பார்மஸி நடத்தப்பட்டுக் கொண்டிருந்தது. அந்தப் பார்மஸியில் வேலைக்கு அமர்த்தப்பட்டேன். அந்த வேலை ஒன்றும் கடினமானதில்லை. ஏற்கனவே அம்மாவுக்கு உதவியாகக் கூடமாட அவ்வப்போது வாணம் பொலியரின் கடையில் வேலை செய்த அனுபவம் இங்கே கைகொடுத்தது. ஆங்கில மருந்துகளது பெயர்கள், விபரங்களையும் விரைவில் கற்றுக்கொண்டேன்.

கடும் பயிற்சியால் இறுகியிருந்த உடம்புக்கும் மனதிற்கும் அந்தவேலை இயல்பாகவே நெகிழ்ச்சியையும் ஆறுதலையும் கொடுத்தது. உடற்பயிற்சி செய்ய வேண்டாமென்றும், நிறையச் சாப்பிட்டு உடம்பைத் தேற்றுமாறும் எனக்கு

அறிவுறுத்தப்பட்டது. பயிற்சியால் இறுகிப் போயிருந்த உடம்பை யௌவனப் பெண்ணின் உடல் மொழிக்கும் நளினத்துக்கும் மாற்றவேண்டியிருந்தது.

அங்கே இரண்டு மாதங்கள் கடந்தபோது, ஒருநாள் தாரணி அக்கா என்னைத் தேடி வந்தார். அவர் இப்போது பொறுப்பு உயர்த்தப்பட்டிருந்தார். நான் ஓடிப்போய் தாரணி அக்காவைக் கட்டியணைத்துக்கொண்டேன். பொதுவாகவே நான் இப்படி யாரையும் கட்டியணைக்கும் பழக்கம் இல்லாதவள். எல்லோருடனும் சற்றுத் தூரத்திலிருந்தே பழகுவது என்னுடைய இயல்பாகியிருந்தது. ஆனால், தாரணி அக்காவைக் கண்டபோது, அந்த இயல்பு என்னைக் கைவிட்டிருந்தது. சுல்தான் பப்பாவைப் பற்றி நான் தாரணி அக்காவிடம் கேட்க முடியும். நான் இலக்கை நோக்கிப் போவதற்கு முதல் சுல்தான் பப்பாவைச் சந்தித்துவிடுவேன் என என் மனது சிலநாட்களாகவே சொல்லிக்கொண்டிருந்தது. அப்போதெல்லாம் ‹சும்மாயிருந்து சாப்பிட்டால் உடம்பும் மனதும் தேவையில்லாமல் மறுகும்› என உம்மா அடிக்கடி சொல்வதும் என் ஞாபகத்தில் வந்துகொண்டுதானிருந்தது.

‹சுல்தான் பப்பா, இயக்கத்தின் சர்வதேச ஆயுதக் கொள்வனவு விவகாரங்களைக் கவனிப்பவர்களில் ஒருவராகத் தலைவரால் நியமிக்கப்பட்டு, சில வாரங்களுக்கு முன்பாக வெளிநாடொன்றுக்குப் போய்விட்டார், இனி அவர் வெளிநாடுகளில்தான் இருப்பார்› என்று சொன்ன தாரணி அக்கா, தலைவரோடு இறுதி இராவுணவு அருந்துவதற்கான அழைப்பை எனக்கு எடுத்து வந்திருந்தார்.

24

மிகச் சுத்தமானதும் நேர்த்தியானதுமான கரும்புலிச் சீருடையை அணிந்துகொண்டேன். தாரணி அக்காவோடு சரியாக இரவு ஏழரை மணிக்கு, நான் தலைவரின் இடத்தில் இருந்தேன்.

அது மிகச் சாதாரணமான பழைய வீடு. தலைவரோ அதைவிடச் சாதாரணமாக இருந்தார். உணவு மேசை நிச்சயமாகச் சாதாரணமாக இருக்கவில்லை. இடியப்பம், பிட்டு, இறைச்சி, மீன், முட்டை, ஆணம் என்று மேசை அலங்காரமாகயிருந்தது.

உணவு மேசையில் இன்னொரு கரும்புலிப் போராளியும் இருந்தான். என்னுடைய வயதுதானிருக்கும். எனினும் முகத்தில் இன்னும் மாறாத குழந்தைத்தன்மை இருந்தது. கட்டையாகவும் குண்டாகவும் இருந்தான். இவனுக்கு வயதானால் என் பெத்தப்பா போலிருப்பான் என நினைத்துக்கொண்டேன். தன்னுடைய முழுக் கவனத்தையும் அவன் சாப்பாட்டிலேயே செலுத்தினான். தலைவருடைய அருகாமை அவனுக்குத் தயக்கத்தையும் கூச்சத்தையும் கொடுத்திருக்க வேண்டும். தலைவர்தான் அவனைப் பேச வைக்க முயன்றுகொண்டிருந்தார். எந்தப் பெரிய கேள்விக்கும் ஒரே வார்த்தையில் அவன் பதில் சொன்னான். அவனுடைய இப்போதைய பெயர் ‹செம்பியன்› எனத் தெரிந்தது. அவனுடைய பேச்சுச் சற்றே குழறியது. கொஞ்சம் உற்று அவனது முகத்தைப் பார்த்தால்தான் அவனுக்குக் ‹கிரகணமூளி› உள்ளது தெரியும்.

குழந்தை வயிற்றில் இருக்கும்போது சூரியகிரகணத்தைத் தாய் பார்த்தால், பிறக்கும் குழந்தைக்குக் கிரகணமூளி வரும் என எங்கள் பக்கத்தில் சொல்வார்கள். சாம்பசிவம் அம்மாச்சியின் இரண்டாவது மகன் சாந்தகுமாருக்கு, இந்தக் கிரகணமூளி உள்ளது. வாயின் மேல் உதடும் அண்ணமும் மூக்குவரை பிளந்திருக்கும். மச்சான் சாந்தகுமார் பேசும்போது பத்துக்கு ஐந்து வார்த்தைகள் புரியாது. ஆனால் செம்பியன் பேசும்போது சற்றுக் குழறலாயிருந்ததே தவிர, அவன் பேசுவது புரிந்துகொள்ளக் கூடியதாகவே இருந்தது. அவனது அண்ணத்தில் அறுவைச் சிகிச்சை நடந்து பிளவு சரி செய்யப்பட்டிருக்கிறது. சாந்தகுமாருக்கு அது நடக்கவில்லை. சூரியகிரகணத்தைப் பார்த்ததற்காகத் தனது மனைவியை அவ்வப்போது சாம்பசிவம் அம்மாச்சி திட்டுவதோடு சரி.

எனக்குத் தலைவரிடம் பேசுவதில் எந்தத் தயக்கமுமில்லை. தலைவரின் முகத்தையே பார்த்துக்கொண்டிருந்தேன். தலைவரும் என்போலவே சிறார் பருவத்தில் சிங்கள மக்களோடு வசித்திருக்கிறார் என்பது, அன்று தலைவர் சொல்லித்தான் எனக்குத் தெரியும்.

தலைவர் என்னிடம் அடிக்கொரு தடவை; அதைப் போட்டுச் சாப்பிடுங்கள், இதைப் போட்டுச் சாப்பிடுங்கள் என்று சொல்லிக்கொண்டேயிருந்தார். செம்பியனுக்குச் சொல்லவே வேண்டியதில்லை. இவனுக்கு வெடி மருந்து தேவையில்லை, நூறு

இச்சா | 167

இடியப்பம் கொடுத்தாலே சாப்பிட்டுவிட்டு வெடித்துவிடுவான் என நினைத்துக்கொண்டேன். சாவை நினைத்துக் காலால் உதைத்த காலங்களவை.

நாங்கள் உணவருந்தும்போதும், உணவருந்தி முடித்த பின்பும், ஒரு போராளி நிழற்படங்கள் பிடித்துக்கொண்டான். அவனைத் தவிர வேறுயாரும் அந்த அறைக்குள் வரவில்லை. தாரணி அக்கா கூட வெளியேதானிருந்தார்.

தலைவர் எங்களுக்கு விடைதரும் வேளை வந்தது. எங்கள் இருவரையும் அழைத்துக்கொண்டு, தலைவர் வீட்டு முற்றத்துக்கு வந்தார். நான் மிகுந்த உற்சாகத்துடனிருந்தேன். செம்பியன் வந்ததிலிருந்தே தலையைத் தொங்கப் போட்டுக் கொண்டுதானிருந்தான். தலைவரின் முகம் இப்போது இறுகியிருந்தது. சுருக்கமாக எங்கள் இருவரிடமும் சில விடைதரும் வார்த்தைகளைப் பேசினார். ஏற்கனவே மென்மைத் தன்மையுள்ள தலைவரின் குரல் இப்போது மேலும் இளகி மென்மையாகிற்று. அந்த இறுக்கத்தைத் தளர்த்தத் தலைவர் நினைத்திருக்க வேண்டும். அவர் மெலிதான புன்னகையோடு என்னைப் பார்த்துச் சொன்னார்:

— ஆலா! நீங்கள் சிங்களப் பாடல்கள் அருமையாகப் பாடுவீர்களாமே, ஒரு பாட்டுப் பாடுகிறீர்களா?

— யாருடைய பாட்டு உங்களுக்குப் பிடிக்கும்? எனக் கேட்டேன்.

தலைவர் தனது கீழுதட்டைக் கடித்துக்கொண்டு சற்றே யோசிப்பதுபோன்ற பாவனையுடன் இருந்துவிட்டு ‹நந்தா மாலினி› என்றார். நந்தா மாலினியுடைய பாடலொன்று குழந்தைகள் பாடுவது போலிருக்கும். பாட்டைக் கேட்க முற்றத்திலிருந்த மற்றவர்களும் அங்கே கூடிவிட்டார்கள். நான் விரல்களால் சொடுக்குப் போட்டுக்கொண்டு ஆரம்பித்தேன்:

அக்கே அக்கே அர பலான்னகோ
வெஸ்ஸக் நொவே என்னே
ஹோ ஹோ ஹோ
காகென என்னே கஸ் கல் பெரலென்னே
சுலன் தடாய் விதுலியா ட கோட்டாய்
ஹென ஹண்ட பெத்தேரிய்
மகா வலாகுலக் மே என்னே...

அதுவரை எதுவும் பேசாமல் தலையைக் கவிழ்ந்துகொண்டு நின்றிருந்த செம்பியனும் திடீரென என்னோடு சேர்ந்து பாடத் தொடங்கினான்:

நங்ஹி சுதோ மகே அனனெப்பா
அம்மா ஹனிக்க தென்னே!

இரட்டைச் சிறகுகள்

இலக்கை நோக்கிய எனது பயணம் தொடங்கியது. ஆனால் இலக்கு எதுவெனத் தெரியாது. அது உரிய நேரத்தில் எனக்குச் சொல்லப்படும். இப்போது என் கையில் ஆயுதம் கிடையாது. என் உடலே குறளியாக மாறியிருக்கிறது. மிகச் சிறிய, ஆனால் சக்தி வாய்ந்த சயனைட் வில்லையை, தூங்கும்போதும் சாப்பிடும்போதும் எனது கொடுப்புக்குள் மறைத்து வைத்திருக்கக் கற்றிருக்கிறேன். என் கொடுப்புக்குள் இருக்கும் இந்த நச்சு வில்லையால் என் மரணம் நிகழவே கூடாது. ஒரு நரை முடிபோல, வளர்ந்த நகம்போல, இது என்னுடலில் வேண்டாத ஒன்றாகயிருக்கிறது.

என் கையிலிருந்த பயணப் பையில், இலங்கைத் தேசிய அடையாள அட்டையும் உயர்தரப் பரீட்சையில் சித்தியெய்திய சான்றிதழும் இருக்கின்றன. அவை ‹நிப்புணி› என்ற அசல் நாட்டுப்புறச் சிங்களப் பெயரில் தயாரிக்கப்பட்டுள்ளன. நிப்புணி என்ற பெயருக்கு, அதி புத்திசாலியான பெண் என அர்த்தம். அந்த அதி புத்திசாலிக்கு ஆலாவைவிட இரண்டு வயது அதிகமாகயிருந்தது. அவள் அனுராதபுர நகரத்தில் பிறந்திருக்கிறாள். அந்த நகரத்தில் எங்களது தலைவரின் குடும்பம் இருந்தபோதுதான், தலைவர் அவரது தாயின் வயிற்றில் கருவானார் என்று, இறுதி இராவுணவின் பின்னான பயணத்தின் போது எனக்குத் தாரணி அக்கா சொல்லியிருந்தார்.

இரவில், முல்லைத்தீவுக் கிராமமொன்றின் கடற்கரையிலிருந்து விசைப் படகில் தொடங்கிய என் பயணம், சில மணிநேரங்களில் திருகோணமலைக் கடற்பரப்பின் ஒரு கரையில் முடிந்தது. நாற்பது வயது மதிக்கத்தக்க, தாடி வைத்த சிங்களவர் ஒருவர்; அங்கிருந்து என்னை அழைத்துச் சென்று ஒரு வீட்டில் தங்க

வைத்தார். விடிவதற்கு இன்னும் இரண்டு மணிநேரமிருந்தது. அதுவரை தூங்கச் சொன்னார்.

தூக்கத்திலிருக்கும்போது காலடிச் சத்தங்கள் என்னை நெருங்கி வருவதை உணர்ந்து சடாரென ஓரக்கண் திறந்து பார்த்தேன். விடிந்திருந்தது. ஒரு பெண் தேநீர்க் கோப்பையோடு என்னிடம் வந்தார். அது அந்தத் தாடிக்காரரின் மனைவியாக இருக்க வேண்டும். என்னிடம் மிக அன்பாக அந்தப் பெண் பேசினார். வீட்டின் பின்புறத்தில் பெரிய வாளியில் தண்ணீர் கொண்டுவந்து வைத்தார். பல்துலக்கி முகம் கழுவிக்கொண்டேன். காலையுணவாகப் பாணும் பருப்புக் கறியும் மாசிக் கருவாட்டுச் சம்பலும் கொடுத்தார். அந்தக் குடும்பத்துக்குச் சின்னன் சின்னனாக நான்கு குழந்தைகள் இருந்தார்கள். அந்தக் குழந்தைகளும் என்னோடு அமர்ந்து சாப்பிட்டார்கள். என் பெயரைக் கேட்டார்கள். புன்னகைத்துக்கொண்டே சொன்னேன்:

— நிப்புணி

2

இந்தத் தாய்க்கும் குழந்தைகளுக்கும் மட்டுமல்ல, என்னை அழைத்து வந்த தாடிக்காரருக்கும்; நான் என்ன செய்யப் போகிறேன், எங்கே போகப் போகிறேன் எனத் தெரிந்திருக்காது. பணத்திற்காகத் தாடிக்காரர் இந்தக் காரியத்தைச் செய்கிறார். அந்த வீட்டின் முன்னே நிறுத்தப்பட்டிருந்த இரு லொறிகளையும் அவற்றில் எழுதப்பட்டிருந்த எழுத்துகளையும் வைத்து, இந்தத் தாடிக்காரர் ஒரு மொத்த மீன் வியாபாரி என ஊகித்துக்கொண்டேன்.

காலை எட்டுமணியளவில், என்னைத் தனது மோட்டார் சைக்கிளில் ஏற்றிக்கொண்டு தாடிக்காரர் பஸ்நிலையம் வந்தார். மோட்டார் சைக்கிளை பஸ்நிலையத்திலிருந்த ஒரு கடையில் விட்டோம். அந்தக் கடையும் நமது தாடிக்காரருடையது என்றுதான் நினைக்கிறேன்.

அனுராதபுரம் போகும் பஸ்ஸில் ஏறினோம். வழியில் சில இராணுவச் சோதனைச் சாவடிகளிருந்தன. அடையாள அட்டையைப் பார்த்துவிட்டு எந்தக் கேள்வியுமில்லாமல் விட்டுவிட்டார்கள். தாடிக்காரருக்கு எல்லாச் சோதனைச்

சாவடிகளிலும் தெரிந்த யாராவது ஓர் அதிகாரி இருந்தான். அனுராதபுரத்தில் இறங்கி, புத்தளம் போகும் பஸ் பிடித்தோம்.

இராணுவச் சோதனைச் சாவடிகளில் சிறு சந்தேகமோ பிரச்சினையோ ஏற்படாததால், நான் இப்போது மனம் நிறைந்த நிம்மதியோடு இருந்தேன். நான் சிங்களப் பெண்போல வேடமெல்லாம் போடத் தேவையில்லை. நான் சாதாரணமாகவே ஆடை அணிவதும் தலை வாருவதும் அவர்களைப் போலத்தானே. ஏதாவது பிரச்சினை வந்தால், நான் தாடிக்காரரை எனது அம்மாவின் தம்பி என்று சொல்ல வேண்டும் என்பதுதான் திட்டம். என் தாடிக்கார மாமா என்னைவிட நிம்மதியாகயிருந்தார். புத்தளம் பஸ்ஸில் ஏறியதுமே குறட்டைவிட்டுத் தூங்கத் தொடங்கிவிட்டார்.

நான் பஸ்ஸின் ஜன்னலால் வெளியே பார்த்துக்கொண்டே வந்தேன். பஸ் ஒரு பாடசாலையைக் கடந்தபோது, பாடசாலைக்குள்ளிருந்து வெள்ளைச் சீருடைகள் அணிந்த மாணவிகள், கூட்டங் கூட்டமாக வெளியே வந்தார்கள். அவர்கள் போடும் உற்சாகக் கூக்குரல் பஸ் இரைச்சலைத் தாண்டியும் எனக்குக் கேட்டது.

இந்தப் பெண்களுக்கும் கிட்டத்தட்ட என்னுடைய வயதுதானிருக்கும் என நினைத்துக்கொண்டேன். காக்கிலாலும் ஊறாப்பிட்டியச் சிங்களவர்களும் எங்களுடைய வாழ்க்கையில் வராமலிருந்திருந்தால், நானும் இப்போது இப்படியாகப் பாடசாலைக்கு உற்சாகமாகப் போய் வந்துகொண்டிருந்திருப்பேன் என்று நான் நினைத்த கணத்திலேயே ஒன்றரை வருடத்துக்கு முன்பு வள்ளிபுனத்தில் நடந்தது எனது ஞாபகத்தை அறைந்துபோட்டது.

அந்த அறுபத்தொரு பெண்களுக்கும் கூட என்னையொத்த வயதுதான். இப்படியான பள்ளிச் சீருடை அணிந்து மைதானத்தில் நின்றிருந்தவர்கள் மீதுதான் விமானம் குண்டுகளை வீசி அவர்களை வன்னி நிலத்துக்குள் இரத்தச் சகதியாக அமிழ்த்தியது. என் நினைவுப் புற்றுக்குள்ளிருந்து ஒன்றன் பின் ஒன்றாகப் பாம்புகள் வெளியே வந்துகொண்டேயிருந்தன.

கரும்புலிகள் பயிற்சி முகாமுக்கு உம்மா வந்தபோது, எங்களுக்குச் சொல்லிய ஒரு விசயத்தை ஒரு பாம்பு எடுத்து வந்தது. உம்மா சொன்னார்:

— உங்களுடைய இலக்கை நீங்கள் தாக்கி அழிக்கும்போது, ஒருவேளை பொதுமக்களும் அப்பாவிகளும் அதில் சிக்குப்பட்டு அழிய நேரிடலாம். நம்முடைய இலக்கு அவர்களில்லை என்பது உண்மைதான். ஆனால், இது தவிர்க்க முடியாதது. நீங்கள் தாக்கப் போகும் இலக்கு அழிக்கப்படுவதால் போரின் திசையில் மாற்றங்கள் வரும். அது விடுதலையை எங்கள் மக்களுக்கு இன்னும் அருகாக நகர்த்திவரும். போரில் வெற்றியொன்றுதான் தர்மம். பலவீனமான எங்கள் இனத்திடமிருக்கும் அதி உயர் ஆயுதம் நீங்கள்தான்.

நினைவுப் புற்றிலிருந்து இன்னொரு பாம்பு, சந்துல் சகோதரயாவின் ஞாபகத்தை எடுத்து வந்தது. ‹சகோதரயா இது நீங்கள் பார்த்த வேலையா?› என்ற அம்மாவின் அரற்றலைப் பின்னேயே இன்னொரு பாம்பு எடுத்து வந்தது.

3

புத்தளத்தில் இறங்கி, கடற்கரையிலிருந்த சிறியதொரு மீன் பதனிடும் தொழிற்சாலைக்குப் போனோம். அங்கே என்னிடம் தன்னை ‹ஜெயா› என அறிமுகப்படுத்திக்கொண்டவர் தான் இப்போதிலிருந்து எனது பொறுப்பாளர். இனி இயக்கம் என்னைத் தொடர்பெடுப்பதும், கட்டளைகளை வழங்குவதும், இவர் வழியாகவே நடக்கும்.

புத்தளத்திலிருந்து ஒரு காரில் எங்களது பயணம் தொடங்கியது. நெடுஞ்சாலையைக் கூடியவரை தவிர்த்து, ஊர்களுக்குள்ளால் கார் போனது. காரின் சாரதி சிங்களவர். பின் இருக்கையில் நானும் ஜெயா அண்ணனும் இருந்தோம். காருக்குள் இருக்கும்வரை தன்னுடன் சிங்களத்தில்தான் பேச வேண்டும் என ஜெயா அண்ணன் சொல்லியிருந்தார்.

ஜெயா அண்ணன் பேசும் சிங்களம் அவ்வளவு திறமானது இல்லை என்பதை, அவருடன் தொடர்ந்து சில நிமிடங்கள் பேசினால் கண்டுபிடித்துவிடலாம். அதனால்தான் அவர் வெளியிடங்களில் அதிகம் பேச மாட்டார். ஆனால், தனியாக என்னுடன் பேசும்போது மனுஷன் யாழ்ப்பாணத்துக் கொட்டைக்கிழங்குத் தமிழில் வெளுத்து வாங்குவார். ஒவ்வொரு வார்த்தையிலும் ஒரு பகடியை அவர் ஒளித்துவைத்திருப்பார்.

இச்சா | 173

ஒல்லியும் உயரமுமான ஜெயா அண்ணனுக்கு முப்பது வயதுக்குள்தான் இருக்கும். நல்ல சிவந்த மேனியும் அழகான சுருட்டைத் தலையும் மழுங்கச் சிரைத்த முகமுமாக ‹விஜய குமாரதுங்க› போலயிருப்பார்.

வத்தளையைக் கார் சென்றடையும்போது இரவாகிவிட்டது. அங்கே ஒரு வீட்டில், சிங்களப் பெண்மணி ஒருவரிடம் என்னை ஒப்படைத்துவிட்டு ஜெயா அண்ணன் போய்விட்டார். அடுத்த தகவல் உரிய நேரத்தில் எனக்குக் கிடைக்கும். அதற்குள் ஏதாவது எதிர்பாராத விசயங்கள் நடந்தால் பொதுத் தொலைபேசியிலிருந்து நான் ஓர் இலக்கத்தை அழைக்கவேண்டும். அழைக்க வேண்டிய தொலைபேசி எண்ணைக் காரில் வரும் வழியிலேயே நான் மனனம் செய்துவிட்டேன்.

வத்தளைப் பெண்ணுக்கு நாற்பது வயதிருக்கும். அந்த இரவு நேரத்திலும் மிதமிஞ்சிய ஒப்பனையுடனிருந்தார். அந்த வீட்டிலிருந்த அறையில் ஏற்கனவே ஆறேழு பெண்கள் சோர்வாகப் படுத்துக்கிடந்தார்கள். அவர்களிடையே புகுந்து, ஓர் இடத்தைப் பிடித்து நானும் படுத்துக்கொண்டேன்.

4

அடுத்தநாள் காலையில் ஐந்து மணிக்கெல்லாம் எழுந்து குளித்து முடித்து, எடுத்து வந்த ஆடைகளிலேயே சிறப்பானதை அணிந்துகொண்டேன். இவ்வளவு குட்டையான கவுனை நான் இதுவரை அணிந்ததில்லை. அந்தச் சிவப்பு நிறக் கவுன் என் முழங்காலுக்குச் சற்று மேலே நின்றது. ஆடைகளை வடிவமைத்துத் தைத்துக் கொடுத்த மகிழினி அக்கா ‹பட்டிக்காட்டுப் பெட்டைபோல, அடிக்கடி கவுனைக் கையால் பிடித்துக் கீழே கீழே இழுத்துவிடக் கூடாது ஆலா› எனப் புத்தி சொல்லியிருந்தார். எளிமையாக ஆனால் திருத்தமாக முக ஒப்பனை செய்துகொள்ள வேண்டும், உதட்டுச் சாயம் ஒரு போதும் தனியாகத் தெரியக் கூடாது, காட்டுச் சிறுமிபோல கால்களை அகற்றி அகற்றி வைத்து நடக்கக் கூடாது, பேசும்போது குரலை உயர்த்தக் கூடாது, முடிந்தளவு ஆங்கில வார்த்தைகளை உபயோகப்படுத்த வேண்டும் என்பவை ஏனைய புத்திமதிகள்.

மெலிதாக முக ஒப்பனை செய்துகொண்டேன். குதி உயர்ந்த செருப்புப் போட எடுத்துக்கொண்ட கடும் பயிற்சி என்னைக் கைவிடவில்லை. மெல்ல நடந்து பார்த்தேன். சத்தம் வரவில்லை.

காலை ஏழு மணியளவில் என்னுடைய பயணப் பையையும் எடுத்துக்கொண்டு, பஸ் பிடித்துக் கொழும்பு நகரத்துக்குச் சென்றோம். அந்த அலங்காரத் தேவதைதான் என்னை அழைத்துச் சென்றார். அவருடைய ஒப்பனை இப்போது இரு மடங்காகியிருந்தது. நாட்டுப்புறங்களிலிருந்தும் மலையகத்திலிருந்தும் தலைநகரத்துக்கு வேலைக்காக வரும் பெண்களுக்கு, வேலை தேடிக் கொடுக்கும் ஏஜென்ட் அந்தப் பெண்மணி.

அவரின் பெயர் ருவந்தி மெண்டிஸ். அலங்காரம் செய்வதில் மட்டுமல்லாமல், உபதேசம் செய்வதிலும் ஆர்வமுள்ளவர். பஸ் பயணத்தின்போது அவர் எனக்குச் சொன்ன அறிவுரைகளால் என் காது நொய்யென்றது. வேலையை ஒழுங்காகச் செய்ய வேண்டும், ஒழுக்கமாக இருக்க வேண்டும், கொழும்புப் பையன்களின் நாகரிகத்தில் மயங்கிக் காதலில் விழக்கூடாது, மாதாமாதம் சம்பளப் பணத்தை ஒழுங்காக ஊருக்கு அனுப்பி வைக்க வேண்டும் என்று விடாமல் பேசிக்கொண்டே வந்தார். நான் அவர் சொல்வதைக் கவனமாகக் கேட்பது போல, அவரது ஒவ்வொரு வார்த்தைக்கும் ‹சரி நோனா, சரி நோனா› என்று ஆமாம் போட்டுக்கொண்டே வந்தேன்.

5

கொழும்பு மத்திய பஸ் நிலையத்தில் இறங்கி, அங்கிருந்து இன்னொரு பஸ் பிடித்தோம். வெசாக் பண்டிகை வருவதற்கு இன்னும் ஒரு மாதமிருக்கிறது. ஆனால், இப்போதே அதற்கான வேலைப்பாடுகளும் சோடனைகளும் நகரத்தில் தோன்றிவிட்டன. வெசாக் வெளிச்சக் கூடுகள், வீடுகளிலும் கடைகளிலும் தெருக்களிலும் மரங்களிலும் கட்டித் தொங்கவிடப்பட்டிருந்தன. வண்ண வண்ண மின்குமிழ்கள் முழு நகரத்தையும் அலங்கரித்திருந்தன.

இங்கே மக்கள் எவ்வளவு செழிப்பாகவும் மகிழ்ச்சியாகவும் திரிந்துகொண்டிருக்கிறார்கள். வன்னியில் இருக்கும் மக்களின் முகத்தில் எப்போதுமிருக்கும் பதற்றம் இவர்களிடையே இல்லை.

வன்னியில் யாராவது சிரித்தால் கூடப் பதற்றத்தோடுதான் சிரிக்கிறார்கள். காதலித்தாலும் பதற்றத்தோடுதான் காதலிக்கிறார்கள். பதறிக்கொண்டு பிறக்கிறார்கள். பதறிக்கொண்டே இறக்கிறார்கள்.

பஸ்ஸிலிருந்து இறங்கிச் சில நிமிடங்கள் நடந்து ‹தும்முல› சந்திக்குப் போனோம். பௌத்தலோக மாவத்தையும் நெடுஞ்சாலையும் சந்திக்கும் பரபரப்பான பகுதியது. அந்தப் பகுதியில் வெளிநாட்டுத் தூதரகங்களும், பன்னாட்டு வங்கிகளும், வணிக வளாகங்களும் நிறைந்திருந்தன. வண்ண மின்குமிழ் விளக்குச்சரத்தில் ஒரு தேசிக்காயையும் கோர்த்திருந்ததுபோல அவற்றிடையே ‹சிங்கப்பூர் மெடிக்கல்ஸ்› என்ற மருந்துக் கடையிருந்தது. அதுதான் நான் வேலைக்குச் சேர வேண்டிய கடை.

விசாலமான அந்தப் பார்மஸி பழமை மாறாமலிருந்தது. உயரமான சுவர்களை மறைத்து உயர்ந்த கண்ணாடி அலுமாரிகள் இருந்தன. கடையின் நடுப்பகுதியில் பெரிய மேசையின் பின்னால் அமரசேன முதலாளி உட்கார்ந்திருந்தார்.

முதலாளிக்கு எப்படியும் எண்பது வயதுக்கு மேலேதானிருக்கும். அவரது முகத்தில் சீனச் சாயலிருந்தது. நிறமும் பவுண் நிறம்தான். அவரது உள்ளமும் பவுண்தான் என்பது எனக்குப் பிறகு தெரிய வந்தது. என்னை அழைத்து வந்தவர் ஏற்கனவே எல்லாம் பேசி வைத்திருந்ததால், உடனேயே வேலைக்குச் சேர்க்கப்பட்டுவிட்டேன்.

அந்தக் கடையில், றங்கனி என்ற சிங்களப் பெண் ஏற்கனவே பணியிலிருந்தாள். அவள் ‹அம்பேகம› பகுதியிலிருந்து வந்தவள். அவளுக்கு இருபத்து மூன்று வயதிருக்கும் என நான் கணித்தது சரியாகவேயிருந்தது. பொதுநிறமான, மெல்லிய தோற்றத்தைக் கொண்ட அழகி. சுருட்டைத் தலை முடியைத் தோள்வரை வெட்டிவிட்டிருந்தாள். காதுகளில் இரண்டு சிறிய மயிலிறகுகள் ஆடிக்கொண்டிருந்தன. எவரையும் மயக்கக் கூடிய புன்னகையுடன் றங்கனி என்னை வரவேற்றாள். நான் செய்யவேண்டிய வேலைகளைச் சொல்லிக்கொடுத்தாள்.

அமரசேன முதலாளி ‹பேச்சு வெள்ளியென்றால், மௌனம் தங்கத்துக்குச் சமம்› என்ற பழமொழியைத் தீவிரமாகக் கடைப்பிடிப்பவர். ஓரிரு வார்த்தைகளுக்கு மேல் பேசும் பழக்கமில்லாதவர். வாடிக்கையாளர்கள் இல்லாத நேரங்களில்

ஆங்கிலப் பத்திரிகைகளை விரித்துவைத்து அவற்றிலுள்ள குறுக்கெழுத்துப் போட்டிகளுக்குள் மூழ்கிவிடுவார்.

உண்மையில் இந்தப் பார்மஸிக்கு அதிகமான வாடிக்கையாளர்கள் வருவதில்லை. பார்மஸி நவீன மோஸ்தரோ அலங்காரங்களோ இல்லாமல் திரும்பிய பக்கமெல்லாம் நூறு வருட பழமையின் வாசனையுடனிருந்தது. அதற்குப் பொருத்தமாகப் பெரும்பாலும் வயோதிபர்களே எங்கள் வாடிக்கையாளர்கள். அவர்கள் எல்லோருமே எங்கள் முதலாளியின் நண்பர்களாகவுமிருந்தார்கள்.

காலையில் ஒன்பது மணிக்குப் பார்மஸியை முதலாளி திறப்பார். நான் பார்மஸியைக் கூட்டிச் சுத்தம் செய்வேன். முதலாளியின் மேசையிலுள்ள, புத்த பகவானின் சிலைக்கு முன்னாலிருக்கும் சித்திர வேலைப்பாடுகளமைந்த, வாயகன்ற உலோகப் பாத்திரத்தில் சுத்தமான நீரை நிரப்பி, அன்று முதலாளி கொண்டுவந்த மலர்களை அந்த நீரில் மிதக்கவிடுவேன். முதலாளி குளிர் சாதனப் பெட்டியைத் திறந்து கொக்கோ கோலாவோ, ஃபண்டாவோ ஒரு போத்தல் எடுத்து அதைத் திறந்து புத்த பகவானுக்கு முன்னால் வைத்து, அதைப் புத்த பகவான் பொறுமையாக உறிஞ்சிக் குடிப்பதற்காகப் போத்தலில் ஓர் உறிகுழாயும் வைப்பார். அதற்குள் முதல்நாள் வைத்த குளிர்பானப் போத்தலை எடுத்து நானும் றங்கனியும் ஆளுக்குப் பாதியாகக் குடித்து முடித்திருப்போம்.

6

கடையில் மருந்து மாத்திரைகள் வழங்கும் பகுதியில் றங்கனி இருந்தாள். சவுக்காரம், பால்மா, பிஸ்கட்டுகள், குளிர்பானங்கள் போன்றவை விற்கும் பகுதியில் எனக்கு வேலை. இரண்டு பகுதிக்கும் நடுவாக முதலாளியின் மேசையும் புத்தர் பகவானும்.

முதலாளியின் வீடு கொம்பனித்தெருவில் இருந்தது. மருந்துக் கடையின் பின்புறச் சுவரோடு சேர்த்துக் கட்டப்பட்டிருந்த அறையில் நானும் றங்கனியும் தங்கியிருந்தோம். அறை வாசலால் வெளியே வந்தால் உள்ளங்கையளவு தோட்டம். தோட்டத்தைக் கடந்தால் குறுக்குத்தெரு வரும். அந்தத் தெருவைத்தான் நாங்கள் போகவர உபயோகித்தோம். காலையில் குறுக்குத் தெருவால் இறங்கி, பிரதான வீதிக்கு வந்து கடைக்கு முன்னால் காத்திருப்போம். சரியாக எட்டுமணி ஐம்பத்தைந்து நிமிடத்திற்கு

முதலாளி தனது பழமை வாய்ந்த ஸ்கூட்டரில் வந்து சேர்வார். அந்த ஸ்கூட்டரில் முன்னால் ஒரு சக்கரமும் பின்னால் இரு சக்கரங்களுமாக மூன்று சக்கரங்களிருக்கும். நான் இலங்கையில் வேறெங்கும் இப்படியான மூன்று சக்கர ஸ்கூட்டர்களைக் கண்டதில்லை. எங்கள் முதலாளியிடம் பார்த்ததன் பின்பாக ஐரோப்பாவில்தான் இப்படியான முச்சக்கர ஸ்கூட்டர்களைக் கண்டேன்.

மாலையில் சரியாக ஆறு மணிக்குக் கடை அடைக்கப்படும். ஞாயிறு விடுமுறை. மாலையில் கடை அடைக்கப்பட்ட பின்பும், ஞாயிறு தினங்களிலும் நான் அறைக்குள்ளேயே இருந்துவிடுவேன். கடை அடைக்கப்பட்டதும் றங்கனி அறைக்கு வந்து குளித்துவிட்டு, அலங்காரம் செய்துகொண்டு வெளியே கிளம்பிவிடுவாள். ஞாயிறு தினங்களில் காலையில் புறப்பட்டு வெளியே போனால், அவள் திரும்பிவர இரவு பத்துமாகும் பதினொன்றுமாகும். வெளியே போகும் போது அவள் என்னையும் தன்னோடு அழைக்காதவரை நிம்மதியே. அவளுக்கு வெளியே காதலன் இருந்தான். இங்கே அவள் குளித்துக்கொண்டிருக்கும் போதே, வெளியே குறுக்குத் தெருவில் அவனது மோட்டார் சைக்கிள் உறுமி உறுமித் தணியும் சத்தம் இங்கே கேட்கும்.

அவளும் காதலனும் மணித்தியாலக் கணக்காக ‹கோல்ஃபேஸ்› கடற்கரையில் இருந்துவிட்டு, பேக்கரிக்குப் போய்ச் சாப்பிடுவார்களாம். வாரத்துக்கு மூன்று தடவைகளாவது றங்கனி எனக்கு மட்டன் ரோல்ஸ் வாங்கிக்கொண்டு வருவாள். ஞாயிறு இரவு வரும்போது வெள்ளை அப்பமும் கட்டைச் சம்பலும் நிச்சயம் வாங்கி வருவாள்.

அறையிலிருந்த விசாலமான, சென்ற நூற்றாண்டுக் கட்டிலில்தான் இருவரும் ஒன்றாகத் தூங்குவோம். படுத்தவுடன் றங்கனி என்மீது காலைத் தூக்கிப் போட்டுவிடுவாள். ‹காலை எடு› என்று சொன்னால் ‹அப்படியானால் என்மீது நீ காலைத் தூக்கிப் போடு› என்பாள். இல்லாவிட்டால் அவளுக்குத் தூக்கம் வராதாம்.

காலைப் போட்டாலும் லேசில் தூங்கமாட்டாள். அவளுடைய காதலனைப் பற்றிச் சொல்லிக்கொண்டேயிருப்பாள். வெட்கமில்லாத பெட்டை! எல்லாவற்றையும் வெளிப்படையாகச்

சொல்வாள். தன்னுடைய காதலன் பிசைந்து பிசைந்து தன்னுடைய மார்புகள் பப்பாளிப் பழங்கள்போல பெருத்துக்கொண்டு வருகின்றன என்பாள். முத்தங்களின் வகை பற்றி எனக்குப் பாடம் எடுப்பாள். திடீரென எழுந்து பற்களைக் கடித்துக்கொண்டு உடலை முறுக்கியவாறே ‹என் கபில மஹாத்தயா எனக்கு இப்போது வேண்டுமே› என்பாள். பிறகு கடகடவெனச் சிரித்துக்கொண்டே கட்டிலில் இருந்தவாக்கில் குதிப்பாள். திடீரென என்னை அணைத்து என் வாயில் முத்தமிடுவாள். என் வாய்க்குள் பூமராங் வடிவிலான சயனைட் வில்லையை நான் ஒளித்து வைத்திருக்கிறேன்.

ஒரு ஞாயிறு மாலை, றங்கனி அந்தக் கபிலவை அழைத்துக்கொண்டு அறைக்கே வந்துவிட்டாள். நான் அவனின் மோட்டார் சைக்கிள் உறுமலை நாள் தவறாமல் கேட்டேன் அல்லாமல் அன்றுதான் அவனை நேரே பார்த்தேன். தலையெல்லாம் முடியாகவும் முகமெல்லாம் தாடியாகவும் இருந்தான். றங்கனியை விட நிச்சயம் வயது குறைந்தவனாகத்தான் இருப்பான். தயங்கித் தயங்கித்தான் அறைக்குள் வந்தான்.

நான் அவர்களை அறைக்குள் விட்டுவிட்டுத் தோட்டத்துக்குள் வந்து நின்றுகொண்டேன். அவர்கள் கதவை அடைத்துக் கொண்டார்கள். ஒருமணி நேரத்துக்குப் பிறகு கபில கதவைத் திறந்துகொண்டு வெளியே வந்தான். நான் அவனது மோட்டார் சைக்கிள் உறுமும் சத்தம் கேட்கும்வரை காத்திருந்துவிட்டு, அறைக்குள் நுழைந்தேன். இந்த றங்கனி நிர்வாணக் கோலத்தில் கட்டிலில் சிரித்துக்கொண்டே கிடக்கிறாள். கட்டிலின் அருகே நிலத்தில் இரண்டு ஆணுறைகள் விந்துடன் கிடந்தன. ஓங்கி றங்கனியின் தொடையில் ஓர் அறை கொடுத்தேன்:

— அதை எடுத்துக்கொண்டுபோய் எங்கேயாவது போடு!

அவள் புரண்டு படுத்துக்கொண்டே சொன்னாள்:

— என்னால் எழவே முடியாது. காலையில் எடுத்துப் போட்டுவிடுகிறேன்.

நான் காஸ் அடுப்பைப் பற்றவைத்துக்கொண்டே றங்கனியிடம் சொன்னேன்:

— அந்தச் சனியன்களைக் கொண்டுவந்து நெருப்பிலே போடு!

அவள் சிணுங்கிக்கொண்டே எழுந்து, கைக்கு ஒன்றாக இரண்டு கைகளிலும் ஆணுறைகளைத் தூக்கிக்கொண்டு ஆடி ஆடி வந்தாள். அவற்றை நெருப்பில் போட்டாள். திரும்பவும் ஆடியபடி போய்க் கட்டிலில் படுத்துக்கொண்டாள்.

நான் அவை இரண்டும் சரியாக எரிந்துவிட்டனவா எனக் கவனித்துவிட்டு, அடுப்பில் பானையை ஏற்றித் தேநீர் தயாரித்து, இரண்டு கோப்பைகளில் நிறைத்து எடுத்துப்போய் ஒன்றை அவளிடம் கொடுத்துவிட்டு அவளருகே கட்டிலில் உட்கார்ந்துகொண்டேன். அவள் தேநீர்க் கோப்பையை வாங்கிக் கட்டில் விளிம்பில் வைத்துவிட்டு, என்னை இறுகக் கட்டி அணைத்துக்கொண்டாள். அவளது முதுகில் ஓங்கி ஓர் அடி கொடுத்தேன்.

— கபில உன்னைக் கண்டு வெட்கப்படுகிறான் நிப்புணி! வழமையாக ஒரு மணிநேரத்துக்குள் மூன்று தடவைகள் சம்பவம் செய்வான். இன்றென்னவோ இரண்டு தடவைகள்தான் அது நடந்தது. இனி அவன் இங்கே வரமாட்டானாம். அவனது அறைக்கே வரச்சொல்கிறான், என்றாள் றங்கனி.

அவள் அப்படிச் சொன்னது எனக்குப் பெரும் நிம்மதியைக் கொடுத்தது. நானென்னவோ றங்கனியிடம் விளையாட்டாகப் பேசிக்கொண்டிருந்தாலும் என் மூளை அந்தக் கபிலவைக் குறித்தே யோசித்துக்கொண்டிருந்தது. அவன் இந்த அறைக்கு வருவதை எப்படித் தடுப்பது என்ற எனது நீள்கயிற்று யோசனையில் அவளாகவே கத்தரிக்கோல் போட்டுவிட்டாள்.

நான் அங்கிருந்த நாட்கள் முழுவதும், அநேகமாக ஒவ்வொரு இரவும் றங்கனியின் காமரசக் கதைகளால் என் காதுகள் புளித்தன. சிலவேளை அவள் அதைப் பேச மறந்தாலும் நான் அவளைப் பேசத் தூண்டிவிட்டேன்.

புளிப்பும் ஒரு சுவைதானே.

7

‹சிங்கப்பூர் பார்மஸி› இருந்த பௌத்தலோக மாவத்தை, கொழும்பின் நெரிசலான வீதிகளிலொன்று. அதுவும், தும்முல ஆறுசந்தியை அண்மித்துப் பார்மஸி இருப்பதால், பார்மஸிக்கு முன்பு எப்போதும வாகன நெரிசலாகவே இருக்கும்.

அதேவேளையில் ஒருநாளைக்கு ஒரு தடவையாவது திடீரெனப் போக்குவரத்துகள் கட்டுப்படுத்தப்பட்டு, இந்த வழியால் அமைச்சர்களது வாகனங்களோ இராணுவத் தளபதிகளின் வாகனத் தொடரணிகளோ விரைந்து போவதைக் காணலாம். ‹பண்டாரநாயக்க ஞாபகார்த்த சர்வதேச மாநாட்டு மண்டபம்› இங்கிருந்து சற்றுத் தூரத்தில்தான் இருக்கிறது. அதை நோக்கியே இந்த வாகனப் பேரணிகள் போகும்.

என்னுடைய இலக்கு எதுவாக இருக்கும் என நான் யோசித்துக் கொண்டேயிருந்தேன். இந்த வழியால் போகும் வாகனப் பேரணியாக எனது இலக்கு இல்லாமல், பண்டாரநாயக்க ஞாபகார்த்த சர்வதேச மாநாட்டு மண்டபமாகயிருந்தால் நல்லது என நினைத்துக்கொண்டேன். அப்படி நான் நினைப்பதற்கு றங்கனியும் அமரசேன முதலாளியும் காரணம். ஆனால், இதுதான் இலக்கென்றால் நான் பின்வாங்க முடியுமா என்ன! எனக்கு நிர்ணயிக்கப்படயிருக்கும் இலக்கை அழிக்கும்போது நிகழப்போகும் என்னுடைய மாட்சிமை பொருந்திய மரணம் மட்டுமே, என்னுடைய ஆன்மாவை எப்போதும் நிறைத்திருக்கிறது. ஆன்மாவின் ஓரங்களில் வேறேதாவது துளிர்த்தால், என் ஆன்ம வெப்பம் அதைப் பொசுக்கிவிடும்.

நான்கு நாட்களுக்கு முன்னால், ஜனாதிபதியின் வாகனப் பேரணி இந்த வீதியால் சென்றது. வீதியோரங்களிலும் கடைகளிலும் நின்றிருந்த மக்கள், ஜனாதிபதியை வாழ்த்தி உற்சாகமாகக் கோஷங்களை எழுப்பிக்கொண்டிருந்தார்கள்.

றங்கனி எங்களது பார்மஸி வாசலில் நின்று கைகளை உயர்த்திக் கத்தினாள். நானும் அவளோடு சேர்ந்து கத்தினேன்:

— மகிந்த மஹாத்தியற்ற ஜெயவேவா!!

8

2008-ம் வருடத்தின் மே மாதம் 18-ம் தேதி, வெசாக் பண்டிகைக்கு முதல் நாளாகயிருந்தது. மதியம் இரண்டு மணியிருக்கும். அமரசேன முதலாளி சாப்பிடப் போயிருந்தார். வழமையாக ஒரு மணிக்கு நானும் ஒன்றரை மணிக்கு றங்கனியும் எங்களது அறைக்குப் போய்ச் சாப்பிட்டுவிட்டு வந்துவிடுவோம். காலையிலேயே மதியத்திற்கான சமையலைச்

செய்து வைத்துவிடுவோம். நாங்கள் சாப்பிட்டுவிட்டு வந்த பின்பாகத்தான், முதலாளி சாப்பிடப் போவார். எங்களது கடைக்கு நான்கு கடைகள் தள்ளி ஒரு சைனீஸ் ரெஸ்ரோரண்ட் இருக்கிறது. முதலாளி வழமையாக அங்கேதான் சாப்பிடப் போவார்.

றங்கனி தன்னுடைய பகுதியில், ஒரு முதிய பெண்மணிக்கு மருந்துகள் கொடுத்துக்கொண்டிருந்தாள். வைத்தியரிடம் போகாமலேயே தங்களுடைய உடல் உபாதைகளை றங்கனியிடம் சொல்லி மருந்துகள் வாங்குபவர்கள்தான் அதிகம். இந்த வயதான பெண்மணி இங்கே வந்தால் குறைந்தது அரைமணிநேரம் தன்னுடைய உடல் உபாதைகளை மிகத் தெளிவாகச் சொல்லுவார். உதாரணமாக அவரது காலில் வலியென்றால் அதை இப்படிச் சொல்லுவார்:

— குதிகால் எரிகிறது, விரல் குறண்டுகிறது, கணுக்கால் கடுக்குகிறது, முழங்கால் உளைகிறது, கெண்டைக்கால் குத்துகிறது, எலும்பு விண்ணென்கிறது!

தமிழில் இல்லாத ஒரு வழக்குச் சிங்களத்திலுண்டு. அதையும் அந்தப் பெத்தாச்சி விடார்.

— நரம்புகள் அழுகின்றன!

நான் பால்மாவுப் பேணிகளை அலுமாரியிலிருந்து எடுத்துத் துடைத்து மறுபடியும் அடுக்கிக்கொண்டிருந்தபோது, ஜெயா அண்ணன் பார்மஸிக்குள்ளே வருவதைப் பார்த்தேன். அவரின் கையில் வயரால் பின்னப்பட்ட ஒரு பச்சை நிறக் கூடையிருந்தது. அதற்குள்ளே காய்கறிகளும் பழச்சாறுப் பெட்டியொன்றுமிருந்தது.

ஜெயா அண்ணன் என்னருகே வந்து, அலுமாரியில் அடுக்கிவைக்கப்பட்டிருந்த வாசச் சவுக்காரங்களைக் காட்டி, அவற்றின் விலை குறித்துப் பேசி இரண்டு சவுக்காரங்கள் வாங்கினார். உயர்தரப் பற்பசை வாங்கினார். இவையிரண்டையும் வாங்கும் இடைவெளியில், ஐந்தே செக்கன்களில் ஆறு வார்த்தைகளில், தான் எனக்காகக் கொண்டுவந்திருந்த செய்தியைத் தாழ்ந்த குரலில் என்னிடம் சொன்னார். நான் புரிந்துகொண்டதாகச் சாடை காட்டினேன். ஜெயா அண்ணன் வாங்கிய பொருட்களைக் கூடையில் போட்டுக்கொண்டு அங்கிருந்து வெளியேறினார். நான் றங்கனியைக் கவனித்தேன். அவள் அந்தப் பெத்தாச்சியை நாற்காலியில் உட்கார வைத்து, பெத்தாச்சியின் காலில் ஆயுர்வேத எண்ணெய் தேய்த்துக்கொண்டிருந்தாள்.

அடுத்தநாள் வெசாக் பண்டிகையென்பதால் அன்று பார்மஸி வழமைக்கு மாறாக இரவு பத்துமணிவரை திறந்திருந்தது. நான் பார்மஸி வாசலில் நின்று அங்குமிங்கும் பார்த்துக்கொண்டேயிருந்தேன். நகரம் வெசாக் கூடுகளாலும் வண்ண விளக்குகளாலும் பலநிறங்களில் ஒளிர்ந்துகொண்டிருந்தது. கபில, பார்மஸிக்கு முன்னால் அங்குமிங்குமாக மோட்டார் சைக்கிளில் உறுமிக்கொண்டு திரிந்தான். அவன் பார்மஸியைக் கடக்கும் ஒவ்வொருமுறையும் றங்கனி வாய்கொள்ளாமல் புன்னகைத்துக்கொண்டிருந்தாள்.

நாளை மறுநாள் நான் தயாராக வேண்டும்.

9

வெசாக் நாளில், காலையிலேயே மோட்டார் சைக்கிள் உறுமல் சத்தம் கேட்டது. நான் படுக்கையிலிருந்து எழுவதற்கு முன்பே றங்கனி எழுந்து தயாராகிவிட்டாள். அவளும் கபிலவும் அம்பேகமவிலிருக்கும் அவளது வீட்டில் வெசாக் பண்டிகையைக் கொண்டாட நூறு கிலோ மீற்றர்கள் தூரமும் மோட்டார் சைக்கிளிலேயே போகப் போகிறார்களாம். அமரசேன முதலாளி றங்கனியை நேற்றே வீட்டுக்குப் போகுமாறு சொன்னார். அவள்தான் வேண்டாமென்று சொல்லிவிட்டாள். அவளால் ஒருநாள் கூட கபிலவைப் பார்க்காமல் இருக்க முடியாதாம். நான் வேலையில் சேர்ந்து முதல் மாதச் சம்பளத்தைக் கூட இன்னும் பெறாததால், நான் வெசாக் விடுமுறையில் ஊருக்குப் போவது என்ற பேச்சே கிடையாது.

வெசாக் நாள் முழுவதும் நான் மூடிய அறைக்குள் தனிமையில் இருந்தேன். நான் யோசித்துப் பார்த்தபோது, எனக்கு ஒரு விசயம் ஆச்சரியமாகத்தானிருந்தது. நான் பிறந்து வளர்ந்து இந்தப் பத்தொன்பது வயதுவரை, நான் ஒருநாள் கூடத் தனிமையிலிருந்தது கிடையாது. என்னில் அன்பு செலுத்தவும் கவனிக்கவும் சாப்பிட்டாயா எனக் கேட்கவும் என்னைச் சுற்றி ஆட்கள் இருந்துகொண்டேயிருந்தார்கள். என் இலுப்பங்கேணி கிராமத்திலிருந்து, குஞ்சாத்தை வீட்டிலிருந்து, வாணம் பொலியர் குடும்பத்திலிருந்து, ஒய்த்தா மாமியிலிருந்து, உம்மாவிலிருந்து, காயப்பட்டுக் கிடந்த ஆஸ்பத்திரியிலிருந்து, சுல்தான் பப்பாவின் அலுவலகத்திலிருந்து, தலைவருடன்

அருந்திய இராவுணவிலிருந்து, திருகோணமலையில் உணவளித்த தாடிக்காரரரின் மனைவியிலிருந்து, ஒவ்வொரு நாளும் எனக்குச் சோறும் நெத்தலிக் கருவாடுமாகச் சமைத்துப்போடும் றங்கனிவரை எத்தனையெத்தனை மனிதர்களைக் கடந்து, நான் என் இலக்கு நோக்கித் தனியாக நடக்கிறேன்.

அந்த வெசாக் நாள் தனிமை, அடுத்து வரப்போகும் என்னுடைய கொடுமையான தனிமை நாட்களுக்குக் கட்டியமாக இருந்திருக்கிறது.

10

மறுநாள் காலையில் கதவு தட்டப்படும் சத்தம் கேட்டு எழுந்து, கதவிலுள்ள இடுக்கு வழியாகக் கவனித்தேன். றங்கனி கைகளில் பைகளோடு நின்றிருந்தாள். அவள் தனது வீட்டிலிருந்து பண்டிகைத் தின்பண்டங்களை எனக்காகக் கொண்டுவந்திருந்தாள். ‹கபிலவைப் பற்றி வீட்டில் என்ன சொன்னார்கள்› எனக் கேட்டேன். ‹அம்மாவுக்கும் அப்பாவுக்கும் மிகவும் மகிழ்ச்சி› என்றாள். அன்றைக்குக் காலையுணவு வெசாக் தின்பண்டங்கள்தான். மதிய உணவுக்கும் அவை போதுமானவையாக இருந்தன.

அன்று பார்மஸியில் வாடிக்கையாளர்கள் வழமையைவிடக் குறைவு. சாப்பிடச் சென்ற அமரசேன முதலாளி, மதியம் மூன்று மணிக்குக் கடைக்குத் திரும்பித் தனது மேசையில் அமர்ந்து பத்திரிகையை விரித்தார். றங்கனியிடம் ஒரு வயோதிபத் தம்பதி மருந்துகள் குறித்து விசாரிப்பதும் தங்களுக்குள் அது குறித்து விவாதிப்பதுமாக நின்றிருந்தார்கள். அப்போது முதலாளியின் மேசையில், புத்தருக்குப் பக்கத்திலிருந்த பழங்காலத் தொலைபேசியின் மணி ஒலித்தது. அது என் மாட்சிமை பொருந்திய சாவுக்கான முதல் மணி!

நான் அதைக் கவனிக்காததுபோல, வெளியே தெருவில் பார்வையைச் செலுத்தினேன். தெருவில் இராட்சத வெசாக் கூடுகள் காற்றில் ஆடிக்கொண்டிருந்தன. நினைவுச் சுருளின் வேகமும் வீரியமும் மின்னலிலும் பன்மடங்கு அதிகம். விரல் சொடுக்குவதற்குள் மின்னல் ஒரு பச்சைப் பனைமரத்தை முழுவதுமாக எரித்துவிட்டு வானத்திற்குத் திரும்பிவிடுகிறது. தொலைபேசியின் முதல் மணிக்கும் இரண்டாவது

மணிக்குமிடையில் எனக்கு அங்கயற்கண்ணி ஞாபகத்தில் வந்தாள்.

அங்கயற்கண்ணி குறித்து, ஒவ்வொரு கரும்புலிகள் வீரவணக்க நாளிலும் இயக்கத்துக்குள் பேச்சு வரும். அவள்தான் எங்கள் இயக்கத்தின் முதற் பெண் கடற் கரும்புலி. ‹அபித› என்ற கடற்படைக் கட்டளைக் கப்பலை மோதித் தகர்த்தவள். ஏழ்மையான குடும்பத்தில் பிறந்த அங்கயற்கண்ணி அடிக்கடி ஒன்றைச் சொல்வாளாம்:

— என்னுடைய சாவு நல்லூர் கந்தசாமி கோயில் திருவிழாக் காலத்தில் நிகழவேண்டும். என்னுடைய அம்மா அந்தக் கோயில் திருவிழாவில் கடலை விற்பவர். அந்த நேரத்தில்தான் அவரிடம் பணமிருக்கும். என்னுடைய நினைவுதினத்தில் என்னுடைய வீட்டுக்குச் செல்பவர்களை என் அம்மாவால் அப்போதுதான் உபசரிக்க முடியும்.

அவள் விரும்பியது போலவே, நல்லூர் திருவிழாக் காலத்தில்தான் அவளது மாட்சிமை பொருந்திய சாவு நிகழ்ந்தது. இது வெசாக் காலம்! கண்ணகி அம்மன் திருக்குளிர்த்தி விழா நாளும் இந்த வைகாசிப் பூரணையே.

தொலைபேசியை எடுத்துப் பேசிய அமரசேன முதலாளி, தொலைபேசியை வைத்துவிட்டு என்னை அழைத்தார்:

— நிப்புணி மகளே, நீ உடனே வீட்டுக்குப் புறப்படு. உன் அம்மா கடுமையான சுகயீனத்தில் இருக்கிறாராம்.

என் அம்மா இறந்துவிட்டார் என்ற சேதிதான் முதலாளிக்கு வந்திருக்கும். என்னை மனமுடையச் செய்யாமல், பக்குவமாக அனுப்பிவைப்பதற்காகவே முதலாளி அந்தச் செய்தியை என்னிடமிருந்து மறைக்கிறார்.

முதலாளி சொன்னதைக் கேட்டதுமே, என் வாய் கோணிக்கொண்டது. கண்களில் கரகரவென்று நீர் வடியத் தொடங்கிவிட்டது. முதலாளி றங்கனியை அழைத்து, என்னைக் கூட்டிக்கொண்டுபோய் அனுராதபுரத்துக்கு ரயில் ஏற்றிவிடச் சொன்னார். றங்கனி அருகில் வந்ததும் நான் விம்மி விம்மி அழுதேன். அந்த வயோதிப வாடிக்கையாளத் தம்பதி என்னருகில் வந்து என்னைத் தேற்றினார்கள். அந்தப் பெத்தாச்சி என் நெற்றியை வருடிவிட்டு ‹அம்மாவுக்கு ஒன்றும் ஆகாது, புத்தர் உன்னோடு இருக்கிறார்› என்றார்.

நான் அறைக்குச் சென்று, என்னுடைய பயணப் பையை எடுத்துக்கொண்டேன். நான் அங்கிருந்ததற்கான எல்லாத் தடயங்களையும், நேற்றே செவ்வனே அழித்திருந்தேன். புறப்படும்போது அமரசேன முதலாளி ஓர் என்வலப்பில் பணம் வைத்து என்னிடம் கொடுத்தார். முதலாளியிடம் சொல்லிக்கொண்டு நானும் றங்கனியும் பௌத்தலோக மாவத்தையிலிருந்து த்ரிவீலர் பிடித்துக் கோட்டைப் புகையிரத நிலையத்துக்கு வந்தோம். அனுராதபுரத்திற்கான அடுத்த லோக்கல் ரயில் பத்து நிமிடத்தில் இருக்கிறது. அனுராதபுரத்திற்கான பயணச் சீட்டை, றங்கனி வாங்கிக்கொண்டு வந்தாள். அதை என்னிடம் கொடுத்துவிட்டுத் தனது கைப்பையிலிருந்து ஒரு பணச் சுருளை எடுத்து என் கையில் திணித்தாள். நான் வேண்டாமென்று எவ்வளவோ மறுத்தபோதும், அவள் வற்புறுத்தி என்னிடம் அதைக் கொடுத்துவிட்டாள்.

புறப்பட்ட அரை மணிநேரத்தில் ரயில் ‹ராகம› புகையிரத நிலையத்தில் நின்றது. நான் அங்கே இறங்கிக்கொண்டு ரயில் நிலையத்துக்கு வெளியே வந்தேன். குறிப்பிட்டிருந்த அந்தத் தேநீர்க் கடைத் தாழ்வாரத்தில், ஜெயா அண்ணன் உட்கார்ந்திருந்தார். என்னைக் கண்டதும் எழுந்து என்னிடம் வந்தார். அங்கிருந்து நடந்து சென்று, கொழும்புக்குச் செல்லும் பேருந்தில் ஏறிக்கொண்டோம்.

11

சுற்றிவளைத்த பேருந்துப் பிரயாணத்துக்குப் பின்பாகக் கொட்டாஞ்சேனையில் இறங்கி, ரத்னாவத்த என்ற இடத்திலிருந்த ஒரு சைவக் கோயிலுக்குப் போனோம். கொழும்பில் தமிழர்கள் நிறைந்து வாழும் பகுதிகளில் இந்தப் பகுதியுமொன்று. கோயிலில் இரவுப் பூசை நடந்துகொண்டிருந்தது. கோயிலுக்குள் சனங்கள் நிறைந்திருந்தார்கள். நானும் ஜெயா அண்ணனும் உள்ளே நுழைந்து கூட்டத்தில் கலந்து தனித் தனியாக நின்றுகொண்டோம்.

பூசை முடிந்து சனங்கள் கலைந்துபோனார்கள். கோயிலிலிருந்து முற்றாகச் சனங்கள் வெளியேறியதும் கோயிலைப் பூட்டுவதற்காகக் குருக்கள் சாவியுடன் வந்தார். அந்தக் குருக்களுக்கு அறுபது வயதிருக்கும். சிவப்பாக, அழகாக, வயது போன முருகக் கடவுள்

போலிருந்தார். அவர் எங்களை உள்ளே வைத்துக் கோயில் கதவை வெளியே பூட்டிவிட்டுப் போனார்.

இரண்டே நிமிடங்களில் கோயிலின் பக்கவாட்டிலிருந்த சிறிய கதவு திறந்தது. ஜெயா அண்ணன் என்னை அழைத்துக்கொண்டு அந்த வாசலை நோக்கி போனார். கதவுக்கு வெளியே குருக்கள் நின்றிருந்தார். கோயில் வாசலில் நாங்கள் இருவரும் விட்டுவிட்டு வந்த காலணிகளைக் குருக்கள் தனது கையில் வைத்திருந்தார். அங்கே ஒரு துளசிமாடம் இருந்தது. அதற்கப்பால் தாழ்ந்த ஓட்டுக்கூரையுடைய குருக்களின் வீடிருந்தது. சிவப்பு - வெள்ளை வண்ணம் பூசியிருந்த உயர்ந்த கோயில் மதிற்சுவர்களுக்குள்ளேயே அந்த வீடிருந்தது.

அன்றைய இராவுணவு சட்டப்படியிருந்தது. இரண்டு தடுக்குப் பாய்கள் போட்டு என்னையும் ஜெயா அண்ணனையும் அமரவைத்து, வாழையிலை விரித்து ஆரதக் காய்கறிகள், மாங்காய் ஊறுகாய், தயிருடன் ஒரு விருந்தையே குருக்களம்மா நடத்திவிட்டார். சாப்பிட்டுக்கொண்டே அந்த வீட்டைக் கவனித்துப் பார்த்தேன். அங்கே குருக்களும் அவரது மனைவியும் மட்டுமே இருந்தார்கள்.

சாப்பிட்டதும் ஜெயா அண்ணன் போய்விட்டார். எனக்குப் படுப்பதற்குத் தனி அறை தரப்பட்டது. சைவ உணவு சாப்பிட்டதாலோ என்னவோ படுத்தவுடனேயே எனக்கு உறக்கம் வந்துவிட்டது. அன்றைய இரவில் என் கனவில் சிறிய மந்திரிகுமாரி சாமலிதேவி வரக் கூடும் என நினைத்துக்கொண்டேன்.

12

காலையில் ஐந்து மணிக்கு எழுந்து குளித்தேன். குருக்களம்மா ஒரு பெரிய கோப்பை நிறையக் கொடுத்த காய்ச்சிய பாலைக் குடித்துக்கொண்டிருக்கும்போதே, ஜெயா அண்ணன் வந்துவிட்டார். என்னைத் துளசிமாடத்தின் அருகே அழைத்துப்போய், தாழ்ந்த குரலில் திட்டத்தை விளக்கினார். நான் அறைக்குள் வந்து பத்து நிமிடங்கள் தனிமையிலிருந்து, நான் செய்யவேண்டியவற்றை மூளையில் திரும்பத் திரும்ப ஓட்டிப் பார்த்து, மனதில் தெளிவாகப் பதிய வைத்துக்கொண்டேன். என் உடல் வெளிச்சமாக மாறிவிடுவதை உணர்ந்தேன். அறைக் கதவு மெதுவாகத் தட்டப்பட்டது.

கதவைத் திறந்ததும், ஜெயா அண்ணன் ஒரு பையைக் கொடுத்துவிட்டுப் போனார். காலையில் வரும்போது அவர் கையில் எதுவும் இருக்கவில்லை. ஜெயா அண்ணன் கொடுத்த பைக்குள் வெடிகுண்டு பொருத்தப்பட்ட கறுப்புநிற அங்கியிருந்தது. அரைக் கை வைத்துத் தாழ்வான கழுத்துள்ளதாகத் தைக்கப்பட்டிருந்த கறுப்பு நிற பனியனை உடலில் அணிந்து, அதற்கு மேலாக வெடிகுண்டு அங்கியை அணிந்துகொண்டேன். எல்லாவற்றையும் ஒன்றுக்கு நான்கு தடவைகளாகச் சரி பார்த்ததன் பின்னாக, வெடிகுண்டு அங்கிக்கு மேலாகச் சற்றே தொளதொளப்பான நீல நிறக் கவுனை அணிந்துகொண்டேன். காலில் குதி உயர்ந்த செருப்புகளைப் போட்டு நடந்து பார்த்தேன். எல்லாமே சரியாக இருந்தன. கையில் வைத்திருக்க நீல நிறமான பெரிய பர்ஸை எடுத்துக்கொண்டேன். அதற்குள், நிப்புணி என்ற பெயரில் எனது அடையாள அட்டையும் கொஞ்சப் பணமுமிருந்தன. அமரசேன முதலாளியும் றங்கனியும் கொடுத்த பணத்தை நேற்றே ஜெயா அண்ணனிடம் கொடுத்துவிட்டேன்.

காலை ஏழுமணிக்கு, நானும் ஜெயா அண்ணனும் குருக்கள் வீட்டிலிருந்து பக்கவாட்டுக் கதவுக்குள்ளால் கோயிலுக்குள் நுழைந்தோம். அடுத்த நிமிடம் கோயிலின் முகப்புக் கதவை வெளியிலிருந்து குருக்கள் திறந்ததும், வாசற்படிகளுக்குக் கீழே எங்களது காலணிகளிருந்தன. கோயிலிலிருந்து வெளியேறிப் பேருந்து நிலையத்தை நோக்கிப் போனோம். நடக்கும் போது கண்களைத் தாழ்த்தி என் உடலைப் பார்த்தேன். எல்லாமே சரியாக இருந்தன. வெடிக்கும்போது முகத்தை முற்றாகக் கவிழ்த்து மார்போடு சேர்த்து வைத்துக்கொள்ள வேண்டும். அப்போதுதான் முகம் சிதைந்து அடையாளமே தெரியாமல் போகும். நடக்கும் போதே கற்பனையில் முகத்தைத் தாழ்த்தி மார்பில் வைத்துக்கொண்டேன்.

பஸ் பிடித்து, எட்டே கால் மணிக்கு இலக்குக்கு வந்து சேர்ந்தோம். அது கொழும்பு நகரத்தின் கிழக்கு எல்லையில் புதிதாகக் கட்டப்பட்ட மேம்பாலம். மேம்பாலத்தின் திறப்பு விழா வைபவம் ஒன்பது மணிக்கு ஆரம்பிக்கும். ஆனால் இப்போதே கூட்டம் சேரத் தொடங்கியிருந்தது. மேம்பாலத்துக்குக் கீழேயிருந்த சைவ உணவுக் கடைக்குள் நுழைந்து, நானும் ஜெயா அண்ணனும் அமர்ந்துகொண்டோம். மசாலாத் தோசையை மெதுமெதுவாகத் தின்று, பால் தேநீரை மெதுவாகக் குடித்தோம்.

ஜெயா அண்ணனது கைத்தொலைபேசிக்கு இரண்டு மெசேஜ்கள் வந்தன. அவரும் பதில் அனுப்பினார். திட்டப்படி எல்லாம் சரியாக நடக்கிறது.

அந்த மேம்பாலம் 350 மீற்றர்கள் நீளமானது. கிழக்கு - மேற்காகக் கட்டப்பட்டுள்ளது. எங்களுடைய இலக்கு ‹கிழக்கு முனை.› அந்த முனையைத் திறந்து வைக்க இரண்டு அமைச்சர்களும் இராணுவத் தளபதிகளும் வரயிருக்கிறார்கள். நான் முடிந்த மட்டும் அவர்களை நெருங்கிச் சென்று, அவர்களிடையே முகத்தை மார்பில் தாழ்த்தி வெடித்து வெளிச்சமாகப் போகவேண்டும்.

எட்டுமணி நாற்பது நிமிடத்திற்கு, நானும் ஜெயா அண்ணனும் மேம்பாலத்தின் கிழக்கு முனையைச் சென்றடைந்தோம். எதிர்பார்த்தது போலவே பலத்த பாதுகாப்பு ஏற்பாடுகள் இருந்தன. பாலம் மேலே ஏறத் தொடங்கும், கிழக்கு முனையில் திறப்பு விழாவிற்கான நாடா நீல நிறத்தில் கட்டப்பட்டிருந்தது. அதைக் கத்தரித்துத் திறந்து வைத்ததன் பின்னாக, அமைச்சர்களும் இராணுவத் தளபதிகளும் மேம்பாலத்தின் நடுப்பகுதிக்கு நடந்து செல்வார்கள். அதேபோல மேற்கு முனையிலிருந்து ஒரு குழு புறப்பட்டு வந்து, மேம்பாலத்தின் நடுப் பகுதியில் இரு குழுவினரும் சந்தித்துக்கொள்வார்கள். நான் கூட்டத்தோடு கலந்து சென்று, கிழக்கு முனை நாடா வெட்டப்பட்ட இரண்டாவது நிமிடம் முடிய வெடிக்க வேண்டும். இரண்டு நிமிடம் என்பது மனக் கணக்குத்தான். விநாடிகளைத் துல்லியமாகக் கணக்குப்போட எனக்கு உரிய பயிற்சி அளிக்கப்பட்டிருக்கிறது.

எட்டுமணி ஐம்பத்தைந்து நிமிடத்திற்கு, அமைச்சர்களின் வாகன அணி கிழக்கு முனையை நோக்கி வந்தது. பாதுகாப்புப் படையினர் மக்களை ஓரமாக நிறுத்தி வைத்தார்கள். காலை வேளையென்பதால் அந்தப் பகுதியில் மக்களின் நடமாட்டம் அதிகமாகவேயிருந்தது. ஓரமாக நிறுத்திவைக்கப்பட்டிருந்த வரிசையில் அன்னியோன்னியமான காதல் சோடிபோல நானும் ஜெயா அண்ணனும் நெருக்கமாக நின்று கொண்டிருந்தோம்.

அமைச்சர்கள் வாகனங்களிலிருந்து இறங்கும்போது ‹ஜெயவேவா› கோஷம் கிளம்பியது. நானும் ஜெயா அண்ணனும் உரத்து ஜெயவேவா கோஷம் எழுப்பினோம். அமைச்சர்கள் மாலைகள் அணிவிக்கப்பட்டு, கிழக்கு முனைக்கு அழைத்து

இச்சா | 189

வரப்பட்டார்கள். அப்போதுதான் நான் அந்த மனிதரைக் கவனித்தேன். அமைச்சர்களுக்குப் பின்னால் வந்த வரிசையிலே, இந்த ஆறரையடிக்கும் உயரமான, ஒல்லியான வெள்ளை மனிதர், ஒரு வெள்ளைக் கொக்குபோல நடந்து வந்துகொண்டிருந்தார். அவருடைய கால்கள், அவரது இடுப்பிலிருந்து அல்லாமல் மார்பிலிருந்தே ஆரம்பிக்கின்றன. நாற்பது வயதிருக்கும். தலை முழு வழுக்கையாக இருந்தது. அவருக்கும் மாலை அணிவிக்கப்பட்டிருந்தது. எங்களுடைய திட்டத்தில் இந்த வெள்ளைக்காரர் இல்லை.

ஜெயா அண்ணன் என்னை விரலால் இருதடவைகள் தொட்டார். அதற்கு ‹காத்திரு› என அர்த்தம். வரிசையிலிருந்து பின்னே போனார். நான் காத்துக்கொண்டு நின்றேன். என்னைக் கடந்து என் கண்முன்னே அமைச்சர்களும் வெள்ளைக் கொக்கு மனிதரும் பாலத்தின் கிழக்கு முனையை நோக்கிப் போனார்கள்.

புத்தியுள்ள மூளைக்கு நான்கு கைகள். ஜெயா அண்ணன் ஐந்து நிமிடங்களில் என்னிடம் திரும்பி வந்தார். நாடாவை அமைச்சர்கள் வெட்டப்போகும் தருணத்தில் மேளதாளங்கள் ஓங்கி ஒலித்தன. மக்களும் இப்போது அமைச்சர்களின் பின்னே போனார்கள். கிட்டத்தட்ட நானும் ஜெயா அண்ணனும் தனித்திருந்த நிலை. இது ஆபத்து. ஜெயா அண்ணன் என்னிடம் கிசுகிசுத்தார்:

— Oscar 4-க்குப் பேசிவிட்டேன். வந்திருப்பவர் நமக்குத் தேவையான நாடொன்றின் தூதுவர். எனவே நடவடிக்கை கைவிடப்படுகிறது. ஆனால், இந்தத் தூதுவருக்காகவே நாங்கள் நடவடிக்கையைக் கைவிட்டோம் என்பதைத் தூதுவருக்கு நாங்கள் உணர்த்த வேண்டும். எந்தவொரு உயிருக்கும் சேதம் வராமல், பாலத்தின் பக்கவாட்டுச் சுவரோடு மோதி, நீ வெடிக்க வேண்டுமெனக் கட்டளை கிடைத்துள்ளது!

அடுத்த நொடி ஜெயா அண்ணன் அங்கிருந்து போய்விட்டார். அமைச்சர்களும் அந்த வெளிநாட்டுத் தூதுவரும் நாடாவை வெட்டிவிட்டுப் பாலத்தில் முன்னோக்கி நடந்து கொண்டிருந்தார்கள். அவர்களின் பின்னே மக்கள் ‹ஜெயவேவா› சொல்லிக்கொண்டு போனார்கள். நான் பாலத்தின் பக்கவாட்டுச் சுவரை நோக்கி நடக்கலானேன்.

இதுதானா என் மகிமை பொருந்திய சாவு! ஒரு சுவரில் மோதிக் குருட்டு வௌவால் போலவா சாகப் போகிறேன். ஆனால் கட்டளைப்படி என் கால்கள் நடந்துகொண்டிருந்தன. எவருக்கும் சேதம் வரக் கூடாது, என்னைத் தவிர வேறு யாரும் இறக்கக் கூடாது என்பது உத்தரவு. ஆளில்லாத சுவரை நோக்கி நடந்தேன். ஓர் அரைச் சுவரா என் இலக்கு?

இப்போது சுவருக்கும் எனக்கும் இரண்டடிகள் தூரம்தான். சுவருக்கு எதிரே அப்படியே நின்றேன். என் முதுகுப்புறத்தில் சிலர் ஓடிவரும் சத்தம் கேட்டது. அவர்கள் என்னை நோக்கி ஏதோ சொல்ல முயன்றதை, அந்தப் பாலத்தை அதிரப் பண்ணிய வெடியோசை அமுக்கியது. 350 மீற்றர்களுக்கு அப்பாலிருந்த மேம்பாலத்தின் மேற்கு முனை வெடித்துவிட்டது. சூரிய கிரகணத்தில் கருவாகிப் பிறந்த அந்தப் பொடியன் ‹செம்பியன்› என் உறைந்திருந்த மூளைக்குள் மின்னிப் போனான்.

என் உடல் மரத்துக்கொண்டு வந்தது. உதிரக் குழாய்கள் அடைத்துப் போயின. நரம்பு அழுகிறது. நான் எக்காரணம் கொண்டும் கீழே விழுந்துவிடக் கூடாது. என்னைச் சுற்றியிருந்த முழுக் காற்றையும் உள்ளிழுத்து என் மார்புக் கூட்டில் நிறைத்துக்கொண்டேன். என் இரண்டு கைகளையும் மார்போடு இறுகக் கட்டிக்கொண்டு, கண்டி அரசன் முன்னே நின்ற சிறிய மந்திரிகுமாரி சாமலிதேவி போல, நான் பதுமகுமாரி அந்தப் பாலத்தில் நிமிர்ந்து நின்றேன்.

மனிதரும் கற்களும் நரகத்திற்கு எரிபொருட்கள். அங்கே நெருப்பினால் ஆன விரிப்பு, நெருப்பினால் ஆன போர்வை. ஒரு தோல் கரிந்துபோனால் மற்றொன்று போர்த்தப்படும்; ஏனெனில் வேதனையை நன்கு சுவைக்க வேண்டும். குடிப்பதற்குப் புண்ணின் சீழ் தரப்படும்; அது தொண்டைக்குக் கீழ் இறங்காது. நரகம் இரைவதையும் குமுறுவதையும் நரகவாசிகள் கேட்பார்கள். அங்கே மனிதர்கள் வாழவும் மாட்டார்கள்; சாகவும் மாட்டார்கள்!

- திருக் குர்ஆன்

முதலாம் எதிரி

அவர்கள் என்னிடமிருந்து வெடிகுண்டு அங்கியையும், வாய்க் கொடுப்புக்குள் இருந்த சயனைட்டையும் அகற்றும்போது நான் எந்த எதிர்ப்புமில்லாமல் அமைதியாக இருந்தேன். இனி என்ன நடக்கப் போகிறது என்ற சிந்தனை மட்டும்தான் என் மனதிற்குள் ஓடிக்கொண்டிருந்தது. இனி நான் விடுதலைப் புலிகள் இயக்க உறுப்பினர் கிடையாது. இந்தக் கணத்தில் நான் இயக்கத்தைக் கைவிட்டது போலவே, இயக்கமும் என்னைக் கைவிட்டுவிடும்.

அந்த இடத்தில் நிறைய ஊடகங்கள் நின்றிருந்ததால், என்னை மதிப்புக்குரிய பெண்போல பாதுகாப்புப் படையினர் அழைத்துச் சென்று தங்களது வாகனத்தில் ஏற்றினார்கள். வாகனத்துக்குள் வைத்தே என்னைப் படையினர் நிர்வாணப்படுத்தினார்கள். எனக்குக் கூச்சமோ வெட்கமோ வந்தது எனச் சொல்ல முடியாது. இது நடக்கும் என்பது, நான் எதிர்பார்த்ததுதான். அடுத்து என்ன நடக்கப் போகிறது என்பதிலேயே என் சிந்தனையிருந்தது. அடுத்து வந்த நாட்களில், நான் ஒருபோதும் நிகழ்காலத்தில் இருந்ததில்லை. என் உடலை நிகழ்காலத்தில் விட்டுவிட்டு, என் மனம் பத்து நிமிடங்களுக்கு அப்பால் முன்னே சென்றுகொண்டிருந்தது.

‹இண்டியா சார்லி› பயிற்சி முகாமில், கலைநிலா என்றொருத்தி இருந்தாள். புங்குடுதீவைச் சேர்ந்தவள். அந்த ஊரில் நிலைகொண்டிருக்கும் இராணுவம், அவ்வப்போது பெண்களைப் பாலியல் வல்லுறவு செய்து கிணற்றுக்குள் போட்டுவிடும். எல்லாச் சம்பவங்களுமே காணமற்போனவர்கள் அல்லது கிணற்றுக்குள் பாய்ந்து தற்கொலை செய்துகொண்டவர்கள் எனக் கணக்கு முடிக்கப்பட்டுவிடும். இப்படியான சம்பவங்கள் நடக்கும்போதெல்லாம், இராணுவத் தலைமைத் தளபதி ‹உலகத்திலேயே ஒழுக்கமான இராணுவம் இலங்கை

இராணுவமே› என ஊடகங்களில் சொல்வார். அப்படியான ஊடகச் செய்திகளை நானே பப்பாவின் அலுவலகத்தில் மொழிபெயர்த்திருக்கிறேன்.

கலைநிலாவை, இரவு நித்திரைப் பாயில் வைத்தே இராணுவத்தினர் சத்தமில்லாமல் வாயைப் பொத்தித் தூக்கிச் சென்றுவிட்டார்கள். கடற்கரையோரமாக மணலிற்போட்டுப் பத்துக்கும் அதிகமானவர்கள் அவளைச் சீரழித்திருக்கிறார்கள். மயக்கமானவளைத் தூக்கிக்கொண்டுபோய், கிணற்றுக்குள் போட்டுவிட்டுப் போய்விட்டார்கள். காலையிலே கலைநிலாவைத் தேடித் திரிந்த உறவினர்கள், முதல் வேலையாக ஊரிலுள்ள கிணறுகளுக்குச் சென்று தேடினார்கள். இரவு முழுவதும் அவள் கிணற்றுக்குள் நீந்திக்கொண்டிருந்திருக்கிறாள்.

ஒவ்வோர் இரவும் தூக்கத்தில் கலைநிலா கத்திக்கொண்டிருப்பாள். அப்படி அவள் சத்தம்போட்டதும் அருகில் படுத்திருப்பவர்கள் விழித்துக்கொள்வார்கள். ஆனால் கலைநிலா விழிக்கமாட்டாள். தொடர்ந்து ஏற்ற இறக்கமாகக் கத்திக்கொண்டிருப்பாள்.

இராணுவத்தினர் அவளைச் சீரழித்தது, அவளுக்கு மாறாத ஒரு தாழ்வு மனப்பான்மையைக் கொடுத்திருந்தது. அவள் தன்னைக் குறைபாடு கொண்டவளாகவும் அசுத்தமானவளாகவும் நினைத்து, எப்போதும் எங்களிலிருந்து ஒதுங்கியே இருப்பாள்.

செந்தூரி அக்கா அவளுக்கு எவ்வளவோ எடுத்துச் சொன்னார். ‹பாலியல் வன்புணர்ச்சி என்பது, மோசமான உடல் சித்திரவதை என்பதைத் தவிர வேறில்லை, ஒரு விபத்து நடந்ததைப் போல அதை நாங்கள் எதிர்கொள்ளவேண்டும்› என்பார் செந்தூரி அக்கா.

நான் வருவதை எதிர்கொள்வதற்கு என்னைத் தயார்ப்படுத்திக்கொண்டேன். ஆனால், சித்திரவதை என்பது உடலையல்லாமல் ஆன்மாவையே அழிக்கும் நோக்கங்கொண்டது என்பது எனக்குக் கூடிய சீக்கிரமே தெரிந்துவிட்டது.

2

முழுதாக இரண்டு வருடங்கள், நான் விசாரணைக் கைதியாகவே இருந்தேன். இந்த விசாரணைப் படலத்தை நடத்துவதற்கென்றே, இலங்கையின் பல இடங்களிலும், அரசாங்கம் இரகசிய வதை முகாம்களை நடத்திவருகிறது. சட்டமும் அதற்கு ஏற்றவாறு

வனையப்பட்டிருக்கிறது. ஒருவரை எத்தனை வருடங்கள் வேண்டுமானாலும் புலனாய்வுத்துறையினரது இரகசிய வதை முகாம்களிலே வைத்திருக்கலாம். கொன்றால் கூடக் கேட்பதற்கு இந்த நாட்டில் யாருமில்லை. காணாமற்போனவர்களது தொகையில் ஒன்று கூடும். அவ்வளவே.

இவர்களது விசாரணைமுறை குறித்து எங்களது இயக்கத்துக்கு நன்றாகவே தெரியும். இவர்கள் இழைக்கும் சித்திரவதைகளை எப்படித் தாங்கிக்கொள்வது என்பதற்கு உடல் ரீதியான பயிற்சியையும், இவர்கள் நமது மூளையைப் பிறாண்டிக் கேள்விக்கு மேல் கேள்விகள் கேட்டு உண்மையைக் கறக்க முயற்சிக்கும்போது, எப்படி முன்பின் குழப்பமில்லாமல் ஒரே மாதிரியாகப் பொய் சொல்வது என்ற உளவியல்ரீதியான பயிற்சியையும், கரும்புலிகள் பயிற்சி முகாமில் நான் பெற்றிருந்தேன். சொல்லப்போனால் அங்கு பயிற்சி பெற்ற போராளிகளில், எப்போதும் போல நானே பயிற்சிகளில் சிறந்தவளாக இருந்தேன்.

என்னைக் கொல்வதால் இவர்களுக்கு எந்த இலாபமும் இல்லை என்பது எனக்கு முதலிலேயே புரிந்துவிட்டது. நான் உயிரோடு இருக்கும்வரைதான் இவர்களுக்கு இலாபம். இயக்கத்தின் கரும்புலிக் கட்டமைப்பு, கொழும்பில் இயக்கத்தின் ஊடுருவல், சிங்களப் பகுதிகளில் இயங்கும் எங்களது ஆதரவாளர்கள், புலிகளுக்கு விலைபோன இராணுவ அதிகாரிகள், அரச ஊழியர்கள், தரகர்கள் என ஏராளமான விபரங்கள் புலனாய்வுத்துறைக்குத் தேவை.

‹உண்மையைச் சொல்வதற்கும் தரையில் உட்கார்வதற்கும் தயங்கத் தேவையில்லை› என்பது சிங்களத்தில் பிரபலமான சொலவடை. நான் இரண்டையும் செய்ய முடியாது. உண்மையைச் சொன்னால் நிறையப்பேர்கள் பாதிக்கப்படுவார்கள். தரையில் உட்காரும் நேரத்திலெல்லாம் எனக்கு உதை விழுந்தது. சில நாட்களில் இருபத்து நான்கு மணிநேரமும் நான் புலனாய்வுத்துறை அதிகாரிகளின் முன்னால் நின்றபடியே பேச வேண்டியிருந்தது.

ஆரம்பத்தில் சில நாட்கள் ஒரே பொய்யையே திரும்பத் திரும்பச் சொல்லிக்கொண்டிருந்தேன்:

‹எனது குஞ்சாத்தையிடம் பூமரத்தடிச்சேனைக்கு நான் போயிருந்தபோது புலிகள் என்னைக் கட்டாயமாகக்

கடத்திச் சென்றார்கள். என்னை மிரட்டிக் கொழும்புக்கு அனுப்பிவைத்தார்கள். அதனால்தான் நான் தாக்குதல் செய்யாமல் கடைசி நேரத்தில் பின்வாங்கிவிட்டேன். கொழும்பில் என்னை வழிநடத்தியவரின் பெயர் ஜெயா.›

மேல் சொன்னவற்றில், ஜெயா அண்ணனைப் பற்றிச் சொன்னது மட்டும்தான் உண்மை. பொய் சொல்லும்போது, அதில் பத்து விழுக்காடு உண்மையையும் கலந்துவிட வேண்டும். அது நிச்சயமாக விசாரணையாளர்களைக் குழப்பிவிடும். இவர்கள் ஜெயா அண்ணனை நெருங்கிச் செல்ல முன்பு அவர் பறந்துவிட்டிருப்பார்.

நான் கைதுசெய்யப்பட்ட செய்தியை அறிந்ததும், ரத்னாவத்த கோயில் குருக்கள் குடும்பம் இந்தியாவுக்குத் தப்பிவிட்டது, மீன் வியாபாரியான தாடிக்காரர் வன்னிக்கே ஓடிவிட்டார், என்பதையெல்லாம் இரண்டு வருடங்கள் கழித்து, சிறப்பு நீதிமன்றத்தில் நடந்த வழக்கு விசாரணைகளின் போது நான் தெரிந்துகொண்டேன்.

3

என்னைப் பற்றிய விபரங்கள் தொலைக்காட்சியில் காட்டப்பட்ட அடுத்த நிமிடமே, அமரசேன முதலாளி பொலிஸ் நிலையத்துக்குப் போய்விட்டாராம். ஒருநாள் முழுவதுமான விசாரணையின் பின்னாக அவர் விடுவிக்கப்பட்டார் என றங்கனி சொன்னாள். முதலாளிக்கு அரசாங்கத்தில் பெரிய பெரிய ஆட்களைத் தெரிந்திருந்ததால் அவர் அத்தோடு தப்பித்துக்கொண்டார். ஆனால் றங்கனிக்கு அப்படிப் பெரிய ஆட்கள் யாரையும் தெரியாதே!

றங்கனி செய்த மிகப் பெரிய தவறு, இந்தச் செய்தி அறியவந்ததும், பயக்கெடுதியில் முதலாளியிடம் கூடச் சொல்லாமல் கொள்ளாமல் அம்பேகமவுக்கு ஓடிப்போனதுதான். ஏன் ஓடிப்போனாய் என நான் கேட்டதற்கு ‹எனக்கு அந்தக் கட்டிலில் படுக்கவே முடியவில்லை› என்றாள்.

புலனாய்வுத்துறையினர் றங்கனியை அம்பேகமவில் வைத்துக் கைது செய்தார்கள். நான்கு நாட்கள் சித்திரவதை செய்து விசாரித்த பிறகு, நானிருந்த சித்திரவதை முகாமுக்கு அவளைக் கொண்டு

வந்தார்கள். இருவரையும் எதிரெதிரே நிர்வாணமாக நிற்க வைத்துக் கேள்விகள் கேட்டார்கள். அன்றைய விசாரணையின் போது என்னை யாரும் அடிக்கவில்லை. ஆனால் என்னைவிட்டு றங்கனியை அடிக்கச் சொன்னார்கள். ஒரு பிணம் இன்னொரு பிணத்தை அடிப்பதுபோல அந்தக் காட்சியிருந்தது.

றங்கனி தான் இறந்துபோய் நரகத்துக்கே வந்துவிட்டதாக முடிவே செய்துவிட்டாள். இடிமுழக்கம் கேட்ட முயல் போல அவள் அஞ்சிச் சிறுத்திருந்தாள். அவளின் வாக்குமூலத்தால், அவளது காதலன் கபிலவும் புலனாய்வுத்துறையால் கைது செய்யப்பட்டான். இவர்கள் இருவரும் எனது வழக்கில் முக்கியமான சாட்சிகளாக இருந்தார்கள். இன்னொரு முக்கிய சாட்சி, என்னை அமரசேன முதலாளியிடம் வேலைக்குச் சேர்த்துவிட்ட ருவந்தி மெண்டிஸ். அந்தப் பெண்மணி இரண்டு வருடங்கள் சிறையிலிருக்க வேண்டியிருந்தது.

விசாரணை அதிகாரி குமாநாயக்க, என்னிடமும் றங்கனியிடமும் சில வெள்ளைத் தாள்களைக் கொடுத்து அவற்றில் எங்களது வாக்குமூலங்களை எழுதுமாறு சொன்னான். புலனாய்வுத்துறையினர் அடித்த அடியில் ஏற்கனவே றங்கனியின் விரல்கள் பழுத்த கறி மிளகாய்கள் போல பெருத்திருந்தன. றங்கனி சொல்வதைத் தாள்களில் எழுதும் வேலையை குமாநாயக்க என்னிடம் கொடுத்தான். அந்த நரகத்திலும் எனக்கிருந்த ஒரே ஆறுதல் வாக்குமூலம் எழுதுவதுதானே. நான் மிகக் கவனமாக றங்கனியின் வாக்குமூலத்தைப் பதிவு செய்தேன். இதுவெல்லாம் இவர்களது புலனாய்வின் நூதன முறைகள். றங்கனி என்னிடம் வாக்குமூலம் சொல்லும்போது, ஒருமுறை கூட என் முகத்தை அவள் பார்க்கவில்லை.

அன்றைய இரவு நானும் றங்கனியும், ஒரே அறைக்குள் தள்ளப்பட்டுப் பூட்டப்பட்டோம். அறைக்குள் ஆளையாள் தெரியாத இருட்டு. இங்கே எங்காவது ஒட்டுக் கேட்கும் கருவியைப் புலனாய்வுத்துறை மேதாவிகள் வைத்திருப்பார்கள். எனவே நான் றங்கனியிடம் பேசிவிடுவதென்ற முடிவுக்கு வந்தேன்.

இருட்டுக்குக் கண்கள் பழகியதும், றங்கனி தரையில் படுத்திருப்பதை உணர்ந்தேன். தரையில் ஊர்ந்து சென்று அவளருகே

படுத்துக்கொண்டேன். கொஞ்சம் சத்தமாகவும் தெளிவாகவுமே பேசினேன். ஒட்டுக் கேட்பவர்கள் சிரமப்படக்கூடாது அல்லவா.

— என்னை நீ மன்னிக்கவேண்டும் றங்கனி அக்கா! என்னைக் கட்டாயப்படுத்தியே கொழும்புக்கு அனுப்பினார்கள். நீயும் நானும் படும் துன்பத்துக்குக் காரணம் நிச்சயமாக நானில்லை.

றங்கனி வெடித்து அழும் சத்தம் கேட்டது. றங்கனி என்னுடன் எதுவும் பேசவில்லை. எனக்கும் அடுத்து என்ன பேசுவதென்று தெரியவில்லை. அப்படியே கண்களை மூடிக் கிடந்தேன். அடுத்த பத்தாவது நிமிடத்தில் என்ன நடக்கும் என்ற எனது வழமையான சிந்தனைக்குள்ளும் கற்பனைக்குள்ளும் நான் மூழ்கிப்போனபோது, றங்கனி தனது கீச்சுக் குரலில் பேசியது எனக்குக் கேட்டது:

— நிப்புணி! நான் உன்மேல் என் காலைப் போடவா?

4

அடுத்தநாள் றங்கனியை அங்கிருந்து கொண்டுபோய் விட்டார்கள். என்னையும் இன்னொரு முகாமுக்கு அழைத்துச் சென்றார்கள். இம்முறை என் நிர்வாண உடலை ஒரு போர்வையால் மூடியிருந்தார்கள். எனது கண்கள் கட்டப்பட்டிருந்தன. வாகனத்தில் போகும்போதே அந்தப் போர்வையை விலக்குவதும் மறுபடியும் மூடுவதும் என் உடலில் அளைவதும் புலனாய்வுத்துறையினருக்குப் பிடித்தமான விளையாட்டுகளாக இருந்தன. எனது இரண்டு கைகளும் என் முதுகுப் பக்கமாக விலங்கிடப்பட்டிருந்தன.

என்ன நினைத்துக்கொண்டிருக்கிறார்கள் இந்த மூடர்கள்! என்னுடைய உடலை வைத்து என்னைப் பணிய வைக்க, இவர்கள் நினைப்பது ஒருபோதும் நடவாது. நான் இந்த உடலையே அழித்துவிடச் சித்தமாகயிருந்தவள். என் ஆன்மாவோ என்னுடலை விட்டு நிகழ்காலத்திலிருந்து பத்து நிமிடங்கள் முன்னதாகச் சென்றுகொண்டிருக்கிறது. அதையும் இவர்கள் வசப்படுத்த முடியாது. ஒரு மகிமை பொருந்திய மரணம் அமையாமல் நான் இறக்கப்போவதுமில்லை.

வாகனம் கிட்டத்தட்ட ஐந்தாறு மணிநேரம் ஓடி நின்றது. நான் வாகனத்திலிருந்து இறக்கி நடத்திச் செல்லப்பட்டேன், என் கண்களில் கட்டப்பட்டிருந்த துணி அவிழ்க்கப்பட்டபோது,

இவர்கள் என்னை ராமர் பாலம் வழியாகவே இந்தியாவுக்குள் கொண்டுவந்துவிட்டார்களோ என நான் உண்மையிலேயே குழம்பிப்போனேன்.

அந்தப் பெரிய கட்டடத்துக்குள் ஆங்காங்கே இந்தியத் தேசியக் கொடிகள் காணப்பட்டன. தலைப்பாகை அணிந்த சீக்கியர்களும், தலையில் கறுப்பு முண்டாசு கட்டிய உயரமானவர்களும், இடுங்கிய கண்களுடைய குள்ளர்களும் அங்கே காணப்பட்டார்கள்.

நான் ஓர் அறைக்குள் குமாநாயக்கவால் தள்ளிச் செல்லப்பட்டேன். அந்த அறை, ஒரு வைத்தியரின் அறைபோல கட்டில் மற்றும் மருத்துவச் சாதனங்களுடனிருந்தது. என்னை அங்கே கட்டிலில் உட்கார வைத்துக் கட்டிலோடு சேர்த்து எனது வலது கையையும் இடது காலையும் பாரமான விலங்கால் பிணைத்துவிட்டுக் கதவை மூடிக்கொண்டு குமாநாயக்க போய்விட்டான்.

நான் கட்டிலில் அங்குமிங்குமாக நகர்ந்து பார்த்தேன். உடலின் எல்லாப் பாகங்களிலும் வலியிருக்கிறது. தொண்டை அடைத்துக்கொண்டு குரல்வளை எரிகிறது. நான் அசைந்தபோது என்மீது போர்த்தியிருந்த போர்வை நழுவித் தரையில் விழுந்தது. அதைக் குனிந்து எடுக்கக் கட்டிலோடு பிணைக்கப்பட்ட என் கையும் காலும் விடுவதாகயில்லை.

கதவு திறந்தபோது; வெள்ளை அங்கி அணிந்திருந்த, முப்பது வயது மதிக்கத்தக்க, கரிய நிறமும் சதுர முகமும் கொண்ட ஒரு மனிதன் உள்ளே நுழைந்தான். அந்த மனிதனுக்கு பாரதியாருக்கு உள்ளது போன்ற முறுக்கு மீசையிருந்தது. நிர்வாணமாக இருந்த என்னைப் பார்த்ததும் முகத்தைச் சுழித்துக்கொண்டே, கீழே கிடந்த போர்வையை எடுத்து என்னைப் போர்த்திவிட்டான். பின்பு அவன் பேசத் தொடங்கினான்.

எத்தனையோ நாட்களுக்குப் பின்பாக எனது காதில் தமிழ் மொழி ஒலித்தது.

5

தூரத்தே வேட்டுச் சத்தங்கள் விட்டுவிட்டுக் கேட்டுக் கொண்டிருந்தன. போர் விமானங்கள் பறக்கும் இரைச்சலும் ஐந்து நிமிடங்களுக்கு ஒருமுறை கேட்டுக்கொண்டேயிருந்தது.

இந்த இடம் போர்முனையிலோ அல்லது போர்முனைக்கு மிக அருகாமையிலோ உள்ள ஓர் இரகசிய இடம் போலத் தெரிந்தது.

தமிழ் பேசிய அந்த மனிதனிடம் நான் வாயைத் திறக்கலாமா வேண்டாமா என யோசித்துவிட்டு, அந்தக் கேள்வியைக் கேட்டேன். இந்த மனிதனே என்னை இடைவிடாமல் பேச வைக்க வந்திருப்பவன்தான் என்பது, அப்போது எனக்கு எப்படித் தெரியும்!

— இது எந்த இடம்?

— இதுவா... இது மருத்துவ முகாம்.

எனக்கு என்ன மருத்துவத்தை இவர்கள் செய்யப்போகிறார்கள் என யோசித்துக்கொண்டிருக்கும்போதே, அந்த மீசைக்கார மனிதன் சொன்னான்:

— தங்கச்சி! நீ வாணலியில் உயிருடன் வறுக்கப்பட்ட ஆமைக்குஞ்சு போலிருக்கிறாய். நானும் தமிழன்தானே... வருத்தமாக இருக்கிறது.

அந்த மனிதன் ஒரு மாத்திரையை என்னிடம் கொடுத்து வாயில் போடச் சொன்னான். குடிப்பதற்குச் சுத்தமான கண்ணாடிக் கோப்பையில் குளிர்ந்த நீர் கொடுத்தான்.

அந்த மாத்திரையை விழுங்கியதும் ஒரு விதக் கிறக்கம் என்னை அமுக்கியது. முகம் வீங்கிக்கொண்டு வருவதுபோல உணர்ந்தேன். அந்த மனிதன் என்னிடம் பேசியது, என் காதுக்குள் ஓநாய் ஊளையிடுவதுபோல ஆனால் துல்லியமாக ஒலித்தது. அவன் கேட்ட கேள்விகளுக்கு நான் பதில்களைச் சொல்லத் தொடங்கினேன். என் நாவை, மூளை பேசுமாறு தூண்டிக்கொண்டேயிருந்தது. என் நாவை அந்த மாத்திரை நீளமாக வளரச் செய்தது. நான் பேசியவாறே தூக்கத்துக்குள் போனேன். ஆனாலும் நான் பேசிக்கொண்டிருப்பதைத் தூக்கத்துக்குள்ளும் உணர்ந்தேன்.

விதம் விதமான போதை மாத்திரைகள் எனக்குக் கொடுக்கப்பட்டு, நான் பேச வைக்கப்பட்டேன். சில நாட்களுக்குப் பிறகு, ஊசி மூலம் எனக்குப் போதை மருந்துகள் ஏற்றப்பட்டன. என் மனதின் ஆழத்திலிருந்த உண்மைகளை வெளியேற்றுவதற்காக, அந்த மனிதன் என் நாளங்களில் போதை அமிலங்களை ஊற்றிக்கொண்டேயிருந்தான். என் மூளையை

முழுவதுமாகக் கைப்பற்ற அவனும், எனது மூளையை எனது கட்டுப்பாட்டுக்குள்ளேயே வைத்திருக்க நானும் சளையாது போராடிக்கொண்டிருந்தோம்.

என் நாவு பேசிக்கொண்டேயிருந்தது. அதை என்னால் கட்டுப்படுத்தவே முடியவில்லை. நான் போதையில் ஆழ்த்தப்படாதிருந்த நேரமெல்லாம், என் நாவை எப்படிக் கட்டுப்படுத்துவது என்றே யோசித்துக்கொண்டிருந்தேன். அது முடியாதபோது, நான் என் மொழியைப் பழக்கத் தொடங்கினேன். கற்பனைகள் உண்மையென என் நாவை நம்பச் செய்தேன்.

நீதிமன்றத்தில் என் வாக்குமூலமாக, குமாநாயக்கவால் ஆயிரத்துக்கும் மேற்பட்ட பக்கங்கள் சமர்ப்பிக்கப்பட்டன. அவற்றில் முக்கால்வாசிப் பக்கங்கள் என்னைப் போதையில் ஆழ்த்தி எடுக்கப்பட்ட வாக்குமூலங்களே. போதையில் ஆழ்த்திப் பேசவைத்து வாக்குமூலங்கள் பெறுவது இலங்கையில் சட்டவிரோதமானது. அதனால்தான் என்னை இந்திய இராணுவத்தின் முகாமில் வைத்திருந்தார்கள் என்றெல்லாம் நினைக்கத் தேவையில்லை. இந்தப் போதை விசாரணை நுட்பத்தை ‹ஒழுக்கம் வாய்ந்த இராணுவம்› இன்னும் சரியாகக் கற்றுக்கொள்ளவில்லை என்றே நினைக்கிறேன். இந்திய அதிகாரிகள் இந்த விசாரணைமுறையில் மிகுந்த தேர்ச்சியுள்ளவர்கள். ஆதிவாசிப் போராளிகளிடம் இந்த முறையில் விசாரணை நடத்திய அனுபவம் வாய்ந்தவர்கள். அம்மாவின் முலையைத் தின்றவன் அடுத்த தோட்டத்துக் கோழிக்குஞ்சை மிச்சம் வைப்பானா!

ஓநாயின் ஊளை இப்போதும் என் காதுக்குள் அவ்வப்போது கேட்டுக்கொண்டேயிருகிறது. அந்த ஊளை கேட்கும்போதெல்லாம் என் நாவு தானாகவே பேசத் தொடங்கிவிடுகிறது. என் கைகள் எழுதத் தொடங்குகின்றன அல்லது தரையில் வரையத் தொடங்குகின்றன.

மழையை வரையப் போனால் கடல் உருவாகிவிடும்.

6

நான் போதையில் ஆழ்த்தப்படாத நேரங்கள் இரவு நேரங்களாக மட்டுமேயிருந்தன. இந்திய இராணுவத்தினர்,

இலங்கைப் புலனாய்வுத்துறையினர் போல இரவு பகலாக வேலை செய்வதில்லைப் போலிருக்கிறது. பகல் முழுவதும் என்னைப் பேச வைத்துவிட்டு, இரவு அந்த மீசைக்கார மனிதன் போய்விடுவான்.

இரவுகளில் அந்த அறைக்கு வெளியே காவலுக்கு நிறுத்தப்பட்டிருந்த மனிதர், இலங்கை இராணுவப் பொலிஸைச் சேர்ந்தவர் என நினைக்கிறேன். இவரது பெயர் காரியவம்சம். ஐம்பது வயதுக்கு மேலிருக்கும். நல்ல வாட்டசாட்டமான தோற்றம்கொண்ட மனிதர். உதட்டின் மீது மெல்லிய கோடுபோல மீசை வைத்திருப்பார். இரவில் காவற்கடமையை ஏற்றதும், நான் கட்டிப் போடப்பட்டிருந்த அறைக்குள் வந்து சுவரில் துளை போடப்பட்டிருக்கிறதா, கக்கூஸ் ஜன்னல் கம்பியில் வெட்டுக் காயம் இருக்கிறதா என ஒருமுறை பரிசீலித்துவிட்டு வெளியே சென்று, அறைக் கதவை வெளிப்புறமாகப் பூட்டிக்கொண்டு, பூட்டிய கதவுக்குப் பக்கத்திலேயே உட்கார்ந்திருப்பார். இரவில் நான் மலசலம் கழிக்கப் போகவேண்டுமென்றால், அவரைத்தான் அழைக்கவேண்டும். என்னிடமிருந்து ஒரு சிறிய சத்தம் எழுந்தால் கூட காரியவம்சம் உடனடியாகக் கதவைத் திறந்துகொண்டு உள்ளே வந்துவிடுவார். என்னை ‹மகளே› என விளித்து ஓரிரு வார்த்தைகள் தன்மையாகப் பேசுவார்.

எப்போதாவது நான் அழைக்காமலேயே, அவர் அறைக்கதவை திறக்கும் சத்தம் மெலிதாக எனக்குக் கேட்கும். அதுவரை என் அறைக்குள்ளே பத்துச் சூரியன்கள்போல வெப்பமாக எரிந்துகொண்டிருக்கும் விளக்கு அணைக்கப்படும். அறைக்குள்ளே காரியவம்சத்தின் பூட்ஸ் கால்கள் பாம்பு போல ஊருவதை நான் உணர்வேன். காரியவம்சம் இரைக்கும் மூச்சு, குழுமாடொன்று மூசுவதுபோல அந்த அறையை நிறைக்கும்.

காரிய வம்சம் மெல்ல எனது போர்வையின் மேற்பகுதியை விலக்குவார். தான் கொண்டுவந்த தீப்பெட்டியில் ஒரு குச்சியைப் பற்றவைத்து, அந்த வெளிச்சத்தில் என் முலைகளைப் பார்ப்பார். அந்தக் குச்சி அணைந்ததும் போர்வையின் மேற்பகுதியைக் கவனமாக மூடிவிட்டுக் கீழ்ப்பகுதியை விலக்குவார். இன்னொரு தீக்குச்சியைக் கிழித்து என் தொடைகளிடையே வெளிச்சமாக்குவார். அந்தக் குச்சி அணைந்ததும் போர்வையை மூடிவிட்டுப் போய்விடுவார். அவர் அறைக் கதவை மூடிக்கொண்டதும், மீண்டும் அறைக்குள் விளக்கு வெளிச்சம் வந்துவிடும்.

அந்தப் பிரகாசமான வெளிச்சத்துக்குள்ளும் தீக்குச்சியின் நீலச் சுவாலையொளி கலையாதிருக்கும்.

7

‹*Operation Twin Wings*› வழக்கில், முதலாவது எதிரியாக என் பெயர் சேர்க்கப்பட்டிருந்தது. இரண்டாவது எதிரி தலைவர் வேலுப்பிள்ளை பிரபாகரன், மூன்றாவது எதிரி பொட்டம்மான், நான்காவது எதிரி சுல்தான் பப்பா, ஐந்தாவது எதிரி ஜெயா அண்ணன். இந்த ஐவரோடு சேர்த்து மொத்தமாகப் பன்னிரண்டு எதிரிகள்.

2010 ஜூன் மாதம், சிறப்பு நீதிமன்றத்தில் தீர்ப்புச் சொல்லப்பட்டது. இந்தத் தீர்ப்பு வந்தபோது புலிகள் இயக்கம் அழிக்கப்பட்டு ஒரு வருடம் ஆகியிருந்தது. முதலாம் எதிரியான எனக்கு முந்நூறு வருடங்கள் கடூழியச் சிறைத்தண்டனை. மற்றைய எதிரிகளில் எட்டுப் பேர்கள் இறந்துவிட்டார்கள், சுல்தான் பப்பா உட்பட மூன்று எதிரிகள் தலைமறைவாகயிருக்கிறார்கள் என வழக்கு முடிக்கப்பட்டது.

சுல்தான் பப்பா உயிரோடு இருக்கிறார் என்ற செய்தியைக் கேட்டபோது, என் உள்ளத்தில் ஏற்பட்ட மகிழ்ச்சி கல்லில் பூப் பூத்ததைப் போன்றது. என்னை விடுதலை செய்ய, பப்பா ஏதாவது முயற்சிகள் செய்யக்கூடும் என்றுகூட என் மனம் சொல்லிக்கொண்டது. முற்றாகக் கைவிடப்பட்டிருக்கும்போது இப்படியான எண்ணங்கள் நம் மனதை நிறைத்துக்கொண்டேயிருக்கும். ஏணியில் முழங்காலால் ஏறிச் செல்வது போன்ற எண்ணங்கள் வரும்!

ஞானசௌந்தரி கூத்தில், சிற்றன்னை லேனாளின் உத்தரவால் கைகள் இரண்டும் வெட்டப்பட்டுக் காட்டில் தனித்துவிடப்பட்ட ஞானசௌந்தரி, தனது எண்ணங்களால் பிலேந்திரனைத் தன்னிடம் அழைத்துவருவாள்:

அன்னமுண்ணக் கைகளில்லை
ஆடை கட்ட மார்க்கமில்லை
என் துன்பம் போக்கத் துணைதேடி
எண்ணங்களே தூது போவீரோ!

என் எண்ணங்கள், ஒரு பௌர்ணமி நாளில் பிலேந்திரனை என்னிடம் அழைத்து வந்தன.

முந்நூறு ஆண்டுகள்

நான் சிறையில் சந்தித்த மரியராணியே எனக்குச் சுல்தான் பப்பாவின் சாவுச் செய்தியைக் கொண்டுவந்தார். மரியராணி இராணுவத் தளபதி ஒருவனோடு சேர்ந்து, வெளிநாடுகளுக்கு ஆட்களைச் சட்டவிரோதமாக அனுப்பிவைக்கும் தொழில் செய்தவராம். மில்லியன்கணக்கான ரூபாய்களை அந்த இராணுவத் தளபதி சுருட்டிக்கொண்டு, புலிகளோடு தொடர்புள்ளவள் எனக் குற்றஞ்சாட்டித் தன்னைச் சிறையில் தள்ளிவிட்டான் என்றார் மரியராணி. ஏழு வருடச் சிறைத் தண்டனை மரியராணிக்குத் தீர்க்கப்பட்டிருந்தது. நான் சிறைக்கு வரும்போது எனக்கு இரக்கத்துடன் முதல் வரவேற்பைக் கொடுத்தது மரியராணியே.

சிறைக்குள் பத்திரிகை இல்லாத குறையைத் தீர்த்துவைப்பவர் மரியராணி. அவருக்கு ஒவ்வொரு வாரமும் பார்வையாளர்கள் வருவார்கள். அவர்களிடமிருந்து உணவோ பொருட்களோ பெற்றுக்கொள்ளும் ஆர்வத்தைவிட, வெளிச் செய்திகளை அறிவதிலும் அவற்றைச் சிறைக்குள் பரப்புவதிலுமே மரியராணிக்கு ஆர்வம் அதிகம் என நினைக்கிறேன்.

நான் இந்தச் சிறைக்குள் வரும்போது, என்னைவிட்டுப் பத்து நிமிடங்கள் எப்போதுமே முன்னதாகவே போகும் என் ஆன்மா என்னைக் கைவிட்டிருந்தது. அது இப்போது என்னிலிருந்து பத்து நிமிடங்கள் பின்னாலிருந்தது. இறந்த காலத்தில் என் ஆன்மாவிருந்தது.

இறந்தகால நினைவுகளை ஒன்று சேர்க்க எனக்கு மரியராணி துணையாக இருந்தார். அவரைப் பொறுத்தவரை நானொரு வீரத்திருமகள். என்மீது மரியாதையையும் அக்கறையையும் மட்டுமல்லாமல் இரக்கத்தையும் அவர் காட்டினார். என்னுடன் பேசிக்கொண்டிருக்கும்போது திடீரென அழத் தொடங்கிவிடுவார்.

கேட்டால் இரண்டு பேருக்கும் சேர்த்தே அழுவதாகச் சொல்வார். சிறையில் மனிதர்களின் பழக்கவழக்கங்கள் மட்டுமல்லாமல் மொழியும் மாறிவிடுகிறது. தம்மீது தாங்களே இரக்கமான சொற்களை உருவாக்குவதில் அவர்களுக்குச் சலிப்பே தோன்றுவதில்லை. இங்கே வெட்கக் கேடானது எதுவுமில்லை. நாம் மலங்கழிக்கும்போது அல்லது சுயமைதுனம் செய்யும்போது அடுத்தவர் பார்ப்பது பற்றி எந்த வெட்கமோ கூச்ச உணர்வோ தோன்றுவதில்லை. உண்மையில் மற்றவர்கள் பார்வையில் அதைச் செய்யச் சில நேரங்களில் விருப்பமே தோன்றிவிடுகிறது. நாம் இன்னும் மனித உடலுடனும் உணர்வுகளோடுமிருக்கிறோம் என்பதைத் திறந்துகாட்டுவதற்கான வாசலாக யோனியும் ஆசனவாயும் இருக்கின்றன.

2

மரியராணி சொல்வதில் எது பொய், எது உண்மை எனக் கண்டுபிடிப்பது கொஞ்சம் கடினம். அவர் ஏதாவது ஒரு விசயத்தை வெகு சுவாரசியமாகத் துடிக்கப் பதைக்கச் சொல்லிக்கொண்டிருப்பார். ஆனால், அடுத்த அரை மணிநேரத்தில் அதே கதையை வேறுமாதிரியாகச் சொல்வார். முன்பு சொன்னதைச் சுத்தமாக மறந்திருப்பார்.

போர்ச் சூழலுக்குள் வாழ்ந்தவர்கள் எல்லோருக்குமே, இதுவொரு பொதுவான உளவியல் பண்பென்றுதான் நான் நினைக்கிறேன். போர்நிலம் என்பது அளவில் பெரிய சிறைதானே. அங்கே சிக்கிக்கொண்ட மனிதர்களின் உளவியலும் சிறைக் கைதிகளின் நிலையை ஒத்ததுதானே. உயிரைத் தக்கவைப்பதற்காக, எதையும் செய்யக்கூடிய மனிதர்களாக அவர்கள் ஆக்கப்பட்டுவிடுகிறார்கள். இரக்கவும், பொய் சொல்லவும், வழிபடவும், நிர்வாணப்படுத்திக்கொள்ளவும், காட்டிக்கொடுக்கவும், நியாயப்படுத்தவும் போர் அவர்களை வடிவமைத்துவிடுகிறது.

ஆனால், சுல்தான் பப்பா குறித்து மரியராணி சொன்னதை நான் முற்றாக நம்பினேன். ஏனெனில் பப்பாவின் மரணம் வேறுவிதத்தில் நிகழ்ந்திருக்க முடியாது.

போரின் கடைசி நாளில், ஆயுதங்கள் மௌனமாக்கப்பட்டதாக அறிவிக்கப்பட்டபோது, சுல்தான் பப்பா வேறென்ன

செய்திருக்கமுடியும்! அவர் வெடிமருந்துக் கிடங்குக்குள் புகுந்து தன்னை வெடிக்க வைத்துக்கொண்டாராம். எங்கள் தரப்பில் கடைசியாக வெடித்த நெருப்பு அதுதான். அந்த இடம் இப்போது போர் நினைவுச் சின்னங்களில் ஒன்றாக இருக்கிறதாம்.

போரின் வெற்றிக் கோடு இலங்கை இராணுவத்தால் கடக்கப்பட்டபோது, நான் குமாநாயக்கவின் காலடியில் கிடந்தேன். அந்த நாட்களில் என்னை அவர்கள் அடிப்பதுகூட நின்றிருந்தது. வெற்றி எக்காளத்தை அவர்கள் என்மீது உமிழ்ந்தார்கள். இசைப்பிரியா கைது செய்யப்பட்ட வீடியோவை அவர்கள் எனக்குக் காண்பித்தார்கள். அந்த வீடியோவில் ‹பிரபாகரனின் மகளை நாங்கள் பிடித்துவிட்டோம்› என இராணுவத்தினர் கூச்சலிட ‹ஐயோ அது நானில்லை...› என இசைப்பிரியா உடைந்துபோய்ச் சொல்கிறார். அடுத்த காட்சியில் இசைப்பிரியாவின் உடல், இறைச்சிக் குவியலாகக் குப்பையில் கிடக்கிறது. இத்தகைய காட்சிகள் என்னைப் பணிய வைக்கும் என குமாநாயக்க நினைத்தான். மாறாக, அது என் மனதை மேலும் கடினமாக்கியது. என் சாவு இவர்களுக்குப் பணியக்கூடாது. வெற்றி எக்காள எச்சில் என் பிரேதத்தில் ஒருபோதும் படியக்கூடாது.

சுல்தான் பப்பாவின் ரோமம் கூட எதிரியிடம் சிக்கவில்லை. அவர் முள்ளிவாய்க்கால் கடற்கரையின் வெண்மணற் பரப்பில் நெருப்பு வடிவெடுத்துக் கலந்துவிட்டதை மரியராணி சொன்னபோது, எனக்குத் துக்கத்தைக் காட்டிலும் நிம்மதியே வாய்த்தது.

மாட்சிமை மிக்க மரணம்!

3

ப வடிவத்தில் வரிசையாக அமைக்கப்பட்டிருக்கும் சிறைக்கொட்டடிகளில், என்னுடையது மட்டுமே தனிமைச் சிறை. காலையில் பதினைந்து நிமிடங்கள் மட்டுமே காலைக் கடன்களுக்காக நான் திறந்துவிடப்படுவேன். முந்நூறு வருடத் தண்டனையல்லவா எனக்கு! அது ஐந்து மரண தண்டனைகளுக்குச் சமமானது. அதனால் பலத்த காவல்.

மற்றைய கொட்டடிகளில் கூட்டமாக அடைக்கப் பட்டிருப்பவர்களை, காலையில் ஆறு மணிக்குத் திறந்து விடுவார்கள். மாலை மூன்று மணிக்குத் திரும்பவும் கொட்டடிகளில் அடைப்பார்கள். இடைப்பட்ட நேரங்களில் அவர்கள் சிறைக் கொட்டடிகளின் முற்றத்தில் ஊலாவித் திரிவார்கள். விளக்க மறியல் கைதிகளுக்குத் தனிப் பகுதி என்றாலும், இந்த இடைப்பட்ட நேரத்தில் அவர்களும் இந்த முற்றத்துக்கு வருவார்கள். நான் என் சிறைக்கொட்டடியில் அமர்ந்திருந்து இவர்களைக் கவனிப்பதுண்டு. சிலர் வந்து என்னுடன் பேச்சுக் கொடுப்பார்கள்.

இவர்களில் இரண்டு பேர்கள் மட்டும், என் கொட்டடியின் கம்பிக் கதவின் முன்னால் தரையில் உட்கார்ந்துகொண்டு, கம்பிகளுக்கு நடுவால் என்னுடன் நீண்ட நேரம் பேசுவார்கள். அவர்களில் ஒருவர் மரியராணி என்றால் அடுத்தவள் கேஷாயினி. மரியராணியைப் பொறுத்தவரையில் நான் கேட்காமலேயே அவர் பேசிக்கொண்டிருப்பார். அவரின் பேச்சை நிறுத்தப் பண்ணுவதற்கு மன்றாட வேண்டியிருக்கும். ஆனால், கேஷாயினி பேசிக்கொண்டேயிருக்க வேண்டும் என நான் விரும்பினேன்.

கேஷாயினிக்கு முப்பது வயது. யாழ்ப்பாணத்தைச் சேர்ந்தவள். ஐரோப்பாவில் சில வருடங்கள் வாழ்ந்தவள். அவளது கதையை முழுதாக நான்குமுறை கேட்டாலும் நமக்குப் புரியாது. அவ்வளவு திருப்பங்களும் புதிர்களும் சிக்கல்களும் அந்தக் கதையிலிருக்கும். நான் அவளைக் கூப்பிட்டு, அவளைப் பேச வைத்துக்கொண்டேயிருப்பேன். அவளது பேச்சு ஒரு போதைபோலவே எனக்கு ஆகிப்போனது. அவள் நாவில் ஏறி இந்தச் சிறை மதில்களை என்னால் கடக்க முடியும்!

கேஷாயினி யாழ்ப்பாணத்தில் ஒரு வசதியான குடும்பத்தில் பிறந்தவள். பெற்றோருக்கு ஒரே பிள்ளை. அவளுக்கு இருபது வயதாகும்போது அவளது தந்தை இறந்துவிட்டார். கேஷாயினி பல்கலைக்கழகப் படிப்பை முடிக்கும்போது அவளுக்கு இருபத்துநான்கு வயது. கேஷாயினியை போர்ச்சூழலுக்குள் வைத்திருக்க, அவளது அம்மாவுக்கு விருப்பமில்லை. வெளிநாட்டுக்கு அனுப்பிவைத்தால் மகளின் எதிர்காலம் நன்றாக இருக்குமென அந்தத் தாய் நினைத்துக் கேஷாயினியை ஐரோப்பிய நாடொன்றுக்கு ஏஜென்ஸி மூலம் அனுப்பிவிட்டார். அங்கே கேஷாயினியின் சித்தப்பா குடும்பம் இருந்தது. ஏஜென்ஸி

அமைத்துக்கொடுத்த இந்தியா, மலேசியா, ரஷ்யா என்ற சுற்றுப்பாதையில் கேஷாயினி தன்னுடைய சித்தப்பாவிடம் போய்ச் சேர ஆறுமாதங்களாகிவிட்டன.

அந்த நாட்டில் அவள் அகதித் தஞ்சம் கோரினாள். அவள் அகதியாக அங்கீகரிக்கப்படும்வரை அவளால் படிக்க முடியாது, வேலைக்குப் போகவும் முடியாது. அகதி விசாரணையில் அவர்கள் கேட்ட கேள்வி ‹யாழ்ப்பாணம் இப்போது அரசாங்கப் படைகளின் கட்டுப்பாட்டிலிருக்கிறது, அங்கே யுத்தம் இல்லை, நீ ஏன் இங்கே வந்தாய்?› என்றிருந்ததாம். ‹அங்கே படைகள் இருப்பதுதான் பிரச்சினை› என்று இவள் பதில் சொல்லியிருக்கிறாள். அதனாலென்ன! அங்கே இலட்சக்கணக்கான மக்கள் வாழ்கிறார்கள்தானே எனச் சொல்லி இவளது அகதிக் கோரிக்கை நிராகரிக்கப்பட்டது. அகதி வழக்கு அப்பீலுக்கு மேல் அப்பீலுக்குப் போய்க்கொண்டிருந்ததாம்.

கேஷாயினி, சித்தப்பா குடும்பத்துக்குச் சுமையாகிவிட்டாள். அவர்கள் இன்னொரு ஐரோப்பிய நாட்டிலிருந்த மணமகனுக்கு, இந்தப் பெண்ணை மணம் பேசி முற்றாக்கினார்கள். இவளுக்கு விசா இல்லாததால், இவள் சித்தப்பாவின் காருக்குள் பதுங்கியிருந்து, திருட்டுத்தனமாக எல்லைகளைக் கடந்து மணமகனிடம் போய்ச் சேர்ந்தாள்.

புதிய நாட்டில் இப்போது அகதித் தஞ்சம் கோரவேண்டும். ஆனால், கேஷாயினி என்ற சொந்தப் பெயரில் அதைக் கோர முடியாது. ஏனென்றால் ஒரு நாட்டில் தஞ்சக் கோரிக்கை இருக்கும்போது, இன்னொரு நாட்டில் தஞ்சம் கோர முடியாது. எனவே, வழமையாகவே இலங்கை மக்கள் செய்யும் ஓர் உத்தியை அவர்களும் செய்தார்கள். கேஷாயினியை வேறொரு பெயரில் அகதியாகப் பதிவு செய்ய, மணமகன் ஏற்பாடு செய்தான்.

அவனது ஏற்பாட்டில், யாழ்ப்பாணத்திலிருந்த ஒரு தரகருக்குப் பணம் கொடுத்துப் பிறப்புச்சான்றிழ் ஒன்றை வரவழைத்தார்கள். அந்தப் பிறப்புச் சான்றிதழுக்கு உரியவள் காணாமற்போய்விட்டாளாம். புதிய பிறப்புச் சான்றிதழில் உள்ளவாறு, இப்போது கேஷாயினியின் பெயர் ‹இந்துஜா பெருமாள்› என்றாகிவிட்டது. கேஷாயினிக்கு மணவறை, மேளதாளம், ஐயர் எல்லாம் வைத்துக் கல்யாணமும் நடந்தது.

— அதெல்லாம் இருக்கட்டும் கேஷா, தாலி கட்டுவதற்கு முன்பா அல்லது பின்பா முதலிரவு நடந்தது? எனக் கேட்டார் மரியராணி.

— ஐயர் குறித்துத் தந்த நேரத்தில்தான், நல்ல வெளிச்சத்தில் நடந்தது. கோடை காலங்களில் நடுநிசி பன்னிரண்டு மணிக்குத்தான் சூரியன் அங்கே மறையும், என்றாள் கேஷாயினி.

தாலி கட்டப்பட்டதே தவிர, பதிவுத் திருமணம் செய்யப்படவில்லை. அவள் அகதியாக அங்கீரிக்கப்பட்டால் மட்டும்தான் பதிவுத் திருமணம் சாத்தியம். அதுவரை குழந்தை பெற்றுக்கொள்ளத் தேவையில்லை என்று கேஷாயினியும் அவளது கணவனும் முடிவு செய்தார்கள். ஏனெனில் அந்த நிலையில் கேஷாயினி குழந்தை பெற்றுக்கொண்டால், அது சட்டவிரோதமாகப் பூமிக்கு வந்த குழந்தையாகிவிடும்.

புகுந்த நாட்டிலும் இவளுக்கு அகதித் தஞ்சக் கோரிக்கை மறுக்கப்பட்டது. இங்கேயும் கேஷாயினியின் அகதி வழக்கு அப்பீல் மீது அப்பீல் செய்யப்பட்டது. எல்லாமே தோல்விதான். கேஷாயினியைத் தாழ்வு மனப்பான்மையும் சோர்வும் பிடித்தாட்டியது.

— விசா இல்லாதவர்கள் அந்த நாட்டில் மனிதக் கணக்கிலேயே சேர்த்துக்கொள்ளப்படுவதில்லை, என்றாள் கேஷாயினி.

கேஷாயினியின் கணவன் அவளை மகிழ்ச்சியாக வைத்திருக்கவும் உற்சாகப்படுத்தவும் முயன்றுகொண்டேயிருந்தான். ஒவ்வொரு வார இறுதியிலும், ஆண்டுக்கொரு முறை கோடை விடுமுறையிலும் அவளை அழைத்துக்கொண்டு நாடு முழுவதும் சுற்றி வந்தான். அவள் வீட்டிலிருந்தால் மூளையைப் போட்டுக் குழப்பிக்கொள்கிறாள் என்பதால், அவளை நகரத்திலிருந்த தமிழ் நகைக் கடையொன்றில் வேலைக்குச் சேர்த்துவிட்டான். விசா இல்லாதவர்கள், பதிவில்லாமல் வேலை செய்யும் இடங்களாக அங்கே தமிழ்க் கடைகளே இருந்தனவாம்.

கேஷாயினி வேலை செய்த கடையில், கிழமைக்குக் கிழமை பவுண் சீட்டுப் பிடிப்பார்களாம். அதனால் அங்கே அடிக்கடி தமிழ்ப் பெண்கள் வருவார்கள். ஒவ்வொரு பெண்ணிடமும் பத்துக் கதையிருந்தது. அந்தக் கதைகளை அவர்கள் கேஷாயினிக்குச் சொன்னார்கள். அவற்றை இப்போது எனக்குக் கேஷாயினி

சொன்னாள். நான் என் புண்ணாகிப் போன வாயைத் திறந்து வைத்தவாறு அவற்றைக் கேட்டுக்கொண்டிருப்பேன்.

தமிழ்க் கடைச் சூழல், கேஷாயினியின் மனநிலையை ஓரளவு சரிசெய்ததாம். அவள் கேட்ட கதைகளோடு ஒப்பிட்டுப் பார்த்தால், அவளுக்குக் கிடைத்திருக்கும் மண வாழ்க்கை சொர்க்கம். கேஷாயினி குழந்தை பெற்றுக்கொள்வது என்றுகூட முடிவு செய்தாளாம். அப்போதுதான் இலங்கையில் போர் முடிவுக்கு வந்தது.

4

இலங்கையில் போர் முடிந்ததும், அகதித் தஞ்சம் நிராகரிக்கப்பட்ட இலங்கையர்களை வலுக் கட்டாயமாகத் துரத்திப் பிடித்து, அந்த நாடு திருப்பி அனுப்பியது. கேஷாயினியும் கைது செய்யப்பட்டாள்.

அவள் இலங்கைக்குத் திருப்பி அனுப்பப்பட்டபோது, விமான நிலையத்தில் அவளது கணவன் தேம்பி அழுதானாம். இவளும் கதறி அழுதாள். அந்த அழுகைக்கு அங்கே மதிப்பில்லை.

அந்த நாட்டிலிருந்து ஒரு விசேட விமானம், நிராகரிக்கப்பட்ட அகதிகளைப் பொலிஸ் காவலுடன் ஏற்றிக்கொண்டு வந்து கொழும்பில் தள்ளிவிட்டுப் போனது. கொழும்பு விமான நிலையத்தில், ஐரோப்பிய நாட்டுப் பொலிஸாரால் கையளிக்கப்பட்ட ஒப்படைப்புப் பத்திரத்தில் கேஷாயினியின் பெயர் ‹இந்துஜா பெருமாள்.› எனவே கேஷாயினி விமான நிலையத்திலேயே இலங்கைப் புலனாய்வுத்துறையினரால் கைது செய்யப்பட்டாள்.

முதலில் கேஷாயினிக்கு எதுவும் புரியவில்லை. அவளை நாலாம் மாடிச் சித்திரவதை முகாமுக்குக் கொண்டுசென்று புலனாய்வாளார்கள் அவளுக்கு விசயத்தைப் புரியப்பண்ணினார்கள்.

‹இந்துஜா பெருமாள்› புலிகள் இயக்கத்தின் முக்கியமான தளபதியாக இருந்தவர். அவர் இயக்கத்தில் சேர்ந்ததுக்குப் பின்பாகவோ முன்பாகவோ, அவரது பிறப்புச் சான்றிதழை அவரது குடும்பம் வறுமை காரணமாக விற்பனை செய்திருக்கவேண்டும். வெளிநாட்டுத் தேவைக்கான பிறப்புச் சான்றிதழ் என்பதால் அவர்கள் யோசிக்காமல் அதை விற்றிருக்கலாம், அல்லது

தரகரே கச்சேரியில் எழுதிப்போட்டு, லஞ்சம் கிஞ்சம் கொடுத்து அந்தப் பிறப்புச் சான்றிதழைப் பெற்று ஐரோப்பாவுக்கு அனுப்பியிருக்கலாம்.

அசாந்தி என்ற பெயருடன் இயக்கத்திலிருந்த இந்துஜா பெருமாள், இறுதிப் போரில் காணாமற்போயிருந்தார். அவர் வெளிநாடொன்றுக்குத் தப்பிப் போயிருக்க வாய்ப்புகளுள்ளன. இப்போது கேஷாயினி அந்தப் பெயரில், அந்தப் பிறப்புச் சான்றிதழோடு வந்து இங்கே சிக்கியிருக்கிறாள்.

கேஷாயினிதான் இந்துஜா பெருமாளா? என்றொரு முட்டாள்த்தனமான விசாரணை ஒரு வருடமாகக் கொழும்பு நீதிமன்றத்தில் நடக்கிறது. ஒவ்வொரு வழக்குத் தவணைக்கும் கேஷாயினி கண்டியிலிருந்து கொழும்புக்குப் பலத்த காவலோடு கொண்டுபோகப்படுவாள். கேஷாயினியின் குடும்பம் வசதியான குடும்பம் என்பதால், அவளது தாயார் எதிர் வழக்கை நடத்துகிறார். வாரம் தவறாமல் அவளது தாயார் சிறைக்கு வந்து அவளைப் பார்வையிடுவார். அப்போது கேஷாயினி என்னைப் பற்றிச் சொல்லி, எனது பெற்றோரைக் கண்டுபிடித்து அழைத்துவரக் கேட்டிருக்கிறாள். கேஷாயினிக்கு நான் சொன்ன குறிப்பின்படி, கேஷாயினியின் தாயார் என் அம்மாவைத் தேடி, அம்பாறை வாணம் பொலியரின் வீட்டுக்கு ஆள் அனுப்பியிருக்கிறார். அந்த ஆளை ஒய்த்தா மாமி அம்மாவிடம் அழைத்துப் போயிருக்கிறார். இப்படியாகத்தான் என் அம்மா என்னைப் பார்க்க இந்தக் கண்டி ரஜ வீதியச் சிறைக்கு வந்தார்.

5

மற்றைய கைதிகளைச் சந்திக்கப் பார்வையாளர்கள் வரும்போது, ஐந்தைந்து கைதிகளாக ஒரு சிறிய மண்டபத்துக்குள் அழைத்துச் செல்லப்பட்டுப் பார்வையாளர்களைச் சந்திக்க வைக்கப்படுவார்கள். ஒரு சாதாரண காவலாளி அங்கே கண்காணிப்பில் இருப்பாள். லொக்கு நோனாவுக்குத் தெரியாமல் ஒரு துளிச் சுண்ணாம்பு கூட, இந்த ரஜ வீதியச் சிறைக்குள் வந்துவிட முடியாது.

என்னைப் பார்க்க அம்மாவும் அப்பாவும் வந்திருக்கிறார்கள் என்ற தகவல் வந்தபோது, நான் சிறப்புக் கைதி என்பதால் தனியாகவே பார்வையாளர் மண்டபத்துக்கு அழைத்துச்

செல்லப்பட்டேன். ஏற்கனவே என்னால் சரிவர நடக்க முடியாது. பாதங்கள் புண்ணாகி அங்கே புழுக்கள் புற்றெடுத்திருந்தன. இப்போது அம்மாவையும் அப்பாவையும் பார்க்கப்போகிறேன் என்றதும், என் கால்கள் நடக்க முடியாதவாறு பின்னிப் போயின. தொடையில் புண்ணை நடையில் காட்டக்கூடாது என்பார்கள். ஆனால், என் உடலே ஒரு பெரும் புண்ணாக இருந்தது. என் மூச்சுக் காற்றில் புண்ணின் மணம் நிறைந்திருந்தது.

பார்வையாளர் மண்டபத்தின் வாசலில், லொக்கு நோனா நின்றிருந்தார். ஒருவேளை நாங்கள் தமிழில் பேசுவதைக் கண்காணிப்பதற்காக அவர் அங்கே வந்திருக்கக்கூடும். அந்தச் சிறையிலேயே தமிழும் தெரிந்த அதிகாரி அவர் மட்டும்தான்.

என் பார்வையில் முதலில் பட்டது, என் அம்மாவுக்கு அருகே இருந்தவர் என் அப்பா இல்லை என்பதுதான். இந்த மனிதருக்கு ஐம்பது வயதுக்கு மேலிருக்கும். உயரமாகவும் ஒல்லியாகவும் வழுக்கைத் தலையுடனிருந்தார். அவரது உடை அவரொரு நாட்டுப்புறச் சிங்களவரென எனக்குத் தெளிவாகவே அடையாளம் காட்டியது.

அம்மா இந்த ஆறுவருடங்களில் பெரிதாக மாறிவிடவில்லை. தலையில் சில நரைமுடிகள் தோன்றியிருந்தன. அம்மாவின் உடலில் ஒருவிதக் கம்பீரம் எப்போதுமிருக்கும். அம்மா இப்போது உட்கார்ந்திருந்த நிலையிலேயே அந்தக் கம்பீரம் தெரிந்தது. அது எனக்குப் பெருமையாகக் கூட இருந்தது. என் கண்கள் லொக்கு நோனாவைப் பார்த்துவிட்டு, திரும்பவும் அம்மாவின் முகத்திற்கு வருவதற்குள், அம்மாவின் கண்கள் உடைந்து ஒழுகத் தொடங்கிவிட்டன.

அம்மா வாயைத் திறவாமல் அழுதுகொண்டிருந்தார். அம்மாவோடு வந்திருந்த அந்த மனிதர் ‹மகளோடு பேசு› எனச் சிங்களத்தில் அம்மாவிடம் கிசுகிசுத்தார். அவரது வெற்றிலைக் காவியேறிய பற்கள் உதடுகளுக்கு வெளியே நீண்டிருந்தன.

அம்மாவுக்கும் எனக்கும் இடையே நீண்ட மேசையிருந்தது. அம்மாவால் என்னைத் தொடக்கூட முடியாது. அம்மா சேலைத் தலைப்பால் தன் முகத்தை அழுந்தத் துடைத்துவிட்டு என்னிடம் பேச ஆரம்பித்தார். ஆறு வருடக் கதைகளை, ஐந்து நிமிடங்களுக்குள் அம்மா சொல்லி முடிக்கவேண்டும்.

இலுப்பங்கேணியில் எங்கள் வீடு எரிக்கப்பட்ட பின்பு, குடும்பம் திருக்கோவிலில் உள்ள சாம்பசிவம் அம்மாச்சியின் வீட்டுக்கு இடம் பெயர்ந்திருக்கிறது. சுனாமி திருக்கோவிலுக்குள் வந்தபோது, அம்மாவும் அப்பாவும் சாம்பசிவம் அம்மாச்சியும் மூன்று பிள்ளைகளும் வயல் வேலைக்குப் போயிருந்திருக்கிறார்கள். வீட்டிலிருந்த மற்றைய மூன்று குழந்தைகளும் அம்மாச்சியின் மனைவியும் பெத்தப்பாவும் பெத்தாச்சியும் கடலுக்குள் இழுத்துச் செல்லப்பட்டுவிட்டார்கள். அந்தச் சுனாமியில் திருக்கோவிலில் மட்டும் ஐநூறு பேர்கள் இறந்துபோனார்களாம்.

சுனாமி வந்த சில நாட்களின் பின்பாக, என்னைத் தேடுவதற்காக வன்னிக்குப் போவதாகச் சொல்லிவிட்டுப் புறப்பட்டுச் சென்ற அப்பா திரும்பி வரவேயில்லையாம். அவருக்கு என்ன நடந்ததென்று யாருக்கும் தெரியவில்லை.

நான் மேம்பாலத்தில் பிடிபட்டதும் இராணுவமும் புலனாய்வுத்துறையும் அம்மாவைத் தேடி, திருக்கோவிலுக்குப் போய் விசாரணை செய்திருக்கிறது. பூமரத்தடிச்சேனைக்கு ஞானகலைக் குஞ்சாத்தையின் வீட்டுக்குப் போயும் தேடுதல் நடத்தியிருக்கிறது. அங்கேதான் சடங்கு செய்த கோலத்திலிருந்த என்னுடைய புகைப்படம், புலனாய்வுத்துறையினருக்குக் கிடைத்திருக்கிறது.

இதற்குப்பின், தன்னுடைய வீட்டில் அம்மா தங்குவதை சாம்பசிவம் அம்மாச்சி விரும்பவில்லையாம். அவருக்கும் சுனாமி தின்றது போக எஞ்சிய பிள்ளைகள் வீட்டில் இருக்கிறார்கள். அவர்களுக்கு இராணுவத்தால் ஆபத்து வரலாம் என அம்மாச்சி அஞ்சியிருக்கிறார். அவரது அச்சம் நியாயமானதுதான். அம்மா திருக்கோவிலை விட்டுப் புறப்பட்டு, அம்பாறைக்கு வாணம் பொலியரிடம் போயிருக்கிறார்.

அம்மா போனபோது வாணம் பொலியரின் மருந்துக்கடை முற்றாக மூடப்பட்டுவிட்டது. வாணம் பொலியர், குடும்பத்தோடு வெளிநாடு போகும் முயற்சியிலிருந்தார். அம்மா பொலியரின் தோட்டத்திலிருந்த குடிசைக்குள் தங்கிக்கொண்டு, அத்தக்கூலியாக வயல் வேலைக்குப் போகத் தொடங்கினார்.

அங்கேதான் இப்போது அம்மாவோடு வந்திருக்கும் ஆரியதாஸவைச் சந்தித்திருக்கிறார். இந்த மனிதர் உழவு இயந்திரச் சாரதியாக வேலை செய்கிறாராம். இப்போது

அம்மா இவரோடுதான் வாழ்கிறார். இந்த மனிதரின் ஊரான ஹிங்குராணவில் இப்போது இருக்கிறார்களாம்.

அந்த மனிதர் மெதுவாக என்னிடம் கேட்டார்:

— மகளுக்கு எங்கள் மேல் கோபமில்லைத்தானே? நாங்கள் இரண்டுபேருமே ஆதரவற்றவர்கள்...

‹ஐந்து நிமிடங்கள் முடிந்துபோய்விட்டன› என்றார் லொக்கு நோனா.

6

நான் எனது சிறைக்கொட்டடிக்குள் வந்து உட்கார்ந்து கொண்டேன். அம்மா எனக்காகக் கொண்டுவந்திருந்த சோற்றுப் பார்ஸலை, லொக்கு நோனா அரிசியில் கல் பொறுக்குவதுபோல ஆராய்ச்சி செய்து பார்த்துவிட்டு என்னிடம் கொடுத்திருந்தார். அந்தச் சோற்றுப் பார்ஸல், எனக்கு மூன்று நாட்களுக்குப் போதுமானது போலிருந்தது. சோற்றை ஒரு வாய் அள்ளி வைத்தபோது நெஞ்சுக்குள் குமட்டிக்கொண்டு வந்தது.

என்னால் இப்போது சாப்பிடக்கூட முடிவதில்லை. சிறையில் தரப்படும் உணவு இளகியிருந்தால் கூழ் போலவும் இறுகியிருந்தால் களி போலவுமிருக்கும். அதில் ஓர் உருண்டை சாப்பிட்டாலே, எனக்கு ஒரு நாளைக்குப் போதுமானதாகயிருக்கிறது. என் வயிற்றில் பசி இருப்பதாக நான் உணரவேயில்லை. அங்கே ஒரு கருங்கல்தான் கிடக்கிறது.

அம்மாவின் கண்களிலிருந்த உணர்ச்சி என்னவென்று நான் யோசித்துப் பார்த்தேன். கண்ணீருக்குப் பின்னாலிருந்த அவரது கண்களின் ஓரத்தில் இகழ்ச்சியின் ரேகை படிந்திருப்பதாகவே எனக்குத் தோன்றியது. அந்த இகழ்ச்சி என்மீதா தன்மீதா அல்லது எங்கள் எல்லோர் மீதுமா என யோசித்துக்கொண்டே, விரித்து வைத்திருந்த சோற்றுப் பார்ஸலுக்கு முன்னால் உட்கார்ந்திருந்தேன். அப்போது உபாலி வந்து என் சிறைக்கொட்டடிக் கதவின் கம்பிகளைப் பற்றிக்கொண்டு கேட்டாள்:

— கம்பளி! நாலு பணம் கொடு!

உபாலி கொழும்பு நகரத்தைச் சேர்ந்த சிங்களத்தி. தமிழும் ஓரளவு பேசுவார். அவர்தான் இந்தச் சிறையில் பெரிய வியாபாரப் புள்ளி என்பதால் அவருக்கு ‹உபாலி› என்று பட்டப்

பெயர். நான்கடி உயரம்தானிருப்பார். உருவமும் ஒல்லிதான். இடுப்பிலிருக்கும் துண்டை மடித்துச் சண்டிக்கட்டாக எப்போதும் கட்டியிருப்பார்.

சிறையில் தனக்குக் கொடுக்கப்படும் உணவையும் தேநீரையும் யாருக்காவது விற்றுவிட வேண்டுமென்று அவற்றைத் தூக்கிக்கொண்டு உபாலி சிறைக்குள் திரிந்துகொண்டிருப்பார். ஏதாவது ஒரு சில்லறை நாணயத்தைக் காட்டினால் அவற்றைக் கொடுத்துவிடுவார். கிடைக்கும் காசுகளை சிறை முற்றத்தின் மூலைகளில் புதைத்துவைப்பார். இப்போது என்னிடம் அவர் கேட்கும் நாலு பணமும் புதைப்பதற்குத்தான். ‹நாலு பணம்› என்றால் கொழும்புத் தமிழில் இருபத்தைந்து சதம். இப்போது அந்த நாணயமே பொதுவாகப் புழக்கத்திலில்லை.

கைதி யாரையாவது பார்வையாளர்கள் வந்து பார்த்துவிட்டுப் போனால், உடனே அந்தக் கைதியிடம் சென்று உபாலி காசு கேட்பார். கொடுக்காவிட்டால் எதையாவது சொல்லித் திட்டிவிட்டுப் போவார். இன்று எனக்குத் திட்டு நிச்சயம்.

என்னைப் பார்த்துவிட்டு அம்மா கிளம்பும்போது, ஆரியதாஸ தனது சட்டைப்பையிலிருந்து சில பணத் தாள்களை எடுத்து அம்மாவின் கையில் கொடுக்க, அம்மா அதை என் முன்னே மேசையில் வைத்தார். நான் அதை எடுக்காமலேயே வந்துவிட்டேன். நான் உபாலியிடம் சொன்னேன்:

— என்னிடம் ஒரு பணம்கூட இல்லை உபாலி.

உபாலி என் முகத்தையே உற்றுப்பார்த்தார். பிறகு விசுக்கென்று கோபத்தோடு அங்கிருந்து நகர்ந்தவர், திரும்பி வந்து எனது முகத்துக்கு நேரே தன் உள்ளங்கையை நீட்டிச் சொன்னார்:

— பாலத்துக்கு வெடி வைக்க வந்த மூஞ்சியைப் பார்!

7

இருபத்திரண்டு வயதுப் பெண்ணொருத்தியும் அவளது அம்மாவும் சிறைக்குப் புதிதாக வந்து சேர்ந்தார்கள். அந்தப் பெண்ணின் பெயர் ரோஸ் சாருலதா. சாவகச்சேரிப் பகுதியைச் சேர்ந்தவர்கள். அவர்கள் வன்னியில் இடம்பெயர்ந்திருக்கும்போது, சாருலதா இயக்கத்தில் சேர்ந்திருக்கிறாள். அவள் இயக்கத்தில் சேர்ந்து ஒரு வருடத்துக்குள் யுத்தம் முடிகிறது. கணக்குப்போட்டுப்

பார்த்தால், நான் கைது செய்யப்படும் வேளையில் இவள் இயக்கத்தில் சேர்ந்திருக்கிறாள்.

யுத்தம் முடிவுக்கு வந்தபோது சாருலதா இராணுவத்தினரிடம் சரணடைந்தாள். இரண்டு வருடங்களுக்குப் பிறகு, அவள் புனர்வாழ்வு முகாமிலிருந்து விடுதலையானாள். ஆறுபேர்களைக் கொண்ட சாருலதாவின் குடும்பத்தில் யுத்தத்துக்குப் பின்பாக அவளும் தாயும் மட்டும்தான் எஞ்சியிருந்தார்கள். இரண்டு பேருமாக அவர்களது சொந்த ஊர் சாவகச்சேரிக்குத் திரும்பிப் போனார்கள்.

இவர்களுக்கு ஊரில் நான்கு பரப்புக் காணியும் ஒரு சிறிய வீடும் இருந்திருக்கிறது. இவர்கள் திரும்பிச் சென்றபோது மொட்டைச் சுவர்கள் மட்டுமே நின்றன. ஓடுகள், கதவுகள், ஜன்னல்கள் எல்லாமே திருடப்பட்டிருந்தன. இவர்களது நான்கு பரப்புக் காணியில் மூன்று பரப்புக் காணியை, இவர்களது காணியின் எல்லையோடிருந்த மாதா கோயிலின் நிர்வாகம் பிடித்து முட்கம்பி வேலி எழுப்பியிருந்தது.

இவர்கள் அந்த ஆலயத்தின் பாதிரியாரைச் சந்தித்து முறையிட்டார்கள். இவர்களது காணி உறுதிப் பத்திரத்தைக் கொண்டுவந்து காட்டுமாறு பாதிரியார் கேட்டார். அதுதான் முள்ளிவாய்க்காலில் நெருப்போடு போய்விட்டதே. ஆனால், பாதிரியார் தன்னிடமிருந்த மாதா கோயிலின் காணி உறுதிப் பத்திரத்தைக் காட்டினார். அந்தப் புத்தம் புதிய பத்திரத்தில் இவர்களது மூன்று பரப்புக் காணியும் அடங்கியிருந்தது. கானாவூர் கல்யாணத்தில் இயேசுக் கிறிஸ்து தண்ணீரைத் திராட்சை ரசமாக்கியது போல, இங்கே சாருலதாவின் காணியைக் கோயில் காணியாக்கிப் பாதிரியார் அற்புதம் நிகழ்த்திவிட்டார்.

தாயும் மகளுமாக ஊர்ச் சனங்களிடம் முறையிட்டுப் பார்த்தார்கள். யாரும் இவர்களது உதவிக்கு வரவில்லை. சாருலதா இயக்கத்திலிருந்தவள் என்பதால் உறவினர்கள் அந்தக் குடும்பத்துடன் பழகவே விரும்பவில்லை. எல்லா இடங்களிலும் அவர்களுக்குப் புறக்கணிப்பேயிருந்தது.

எதிர்த்து நிற்க முடியாத தாயார் பாதிரியாரின் காலில் விழுந்தார்:

— நான் என்னுடைய வெறும் குமர்ப்பிள்ளையை வைத்துக்கொண்டு என்ன செய்வேன் சுவாமி... இந்தக் காணியைச்

இச்சா | 219

சீதனமாகக் கொடுத்துத்தானே நான் அவளைக் கரையேற்ற வேண்டும்.

அதற்குப் பாதிரியார் இப்படிச் சொல்லியிருக்கிறார்:

— சிங்களவனிடம் சரணடைந்து விபச்சாரம் செய்துவிட்டு வந்திருக்கும் உன் மகளுக்கு என் பங்கில் ஒருபோதும் கல்யாணம் நடக்காது! வேண்டுமானால் பங்கு மக்களைக் கூட்டிவைத்து, உன் மகளைக் கல்லெறிந்து கொல்லலாம்.

அன்றைய இரவு தட்டத் தனியாளாகச் சாருலதா, தன்னுடைய காணிக்குள் பாதிரியார் போட்டிருந்த பலமான முட்கம்பி வேலியை, ஓசையே இல்லாமல் பிய்த்துப் புரட்டிப் போட்டுவிட்டாள். விடிந்ததும் தாயும் மகளும் கைது செய்யப்பட்டு இங்கே அனுப்பிவைக்கப்பட்டார்கள்.

சாருலதாவின் அம்மா யாரோடும் பேசமாட்டார். மகளையும் யாருடனும் பேச விடமாட்டார். ஆனால், எப்படியோ சாருலதா என்னைத் தேடி வந்துவிடுவாள். அவள் சொன்னதில் பாதியைத்தான் நான் இங்கு எழுத முடியும். மீதியை எழுத முற்பட்டேனென்றால் எனக்கு நிச்சயமாக மூளை பிசகிச் சித்தம் கலங்கிவிடும். நான் எனது மகிமையான மரணத்தை முழுப் புத்தியறிவுடன் எதிர்கொள்ளவே விரும்புகின்றேன்.

8

ஒருநாள், என்னுடைய சிறைக்கொட்டடிக்கு முன்னால் வந்து நின்ற கேஷாயினி, தனக்கு அருகே வருமாறு எனக்குச் சைகை செய்தாள். நான் படுக்கை மேடையிலிருந்து தட்டுத் தடுமாறி எழுந்து அவளருகே போனேன். அவள் இரும்புக் கம்பிகளில் முகத்தைப் புதைத்தவாறே என்னிடம் கிசுகிசுத்தாள்:

— சிறைக்குள் ஒரு கைத்தொலைபேசி வந்திருக்கிறது. நிலுகா அக்கேயிடம் இருக்கிறது. பாணுக்குள் புதைத்து வைத்துக் கைத்தொலைபேசி உள்ளே வந்துவிட்டது.

நிலுகா அக்கே, குருநாகலில் பெரிய சாராய வியாபாரியாக இருந்தவர். அவருக்கு வலது மணிக்கட்டுக்குக் கீழே கை இல்லை. சண்டையில் வாளால் வெட்டிவிட்டார்களாம். ஆனால், அவர் அந்த மொட்டைக் கையால் ஒரு குத்துவிட்டாரென்றால் குத்து வாங்கியவரின் மூஞ்சி தெறித்துவிடும். அப்படித்தான்

ஒருநாள் பல்கீஸின் அழகிய நீண்ட மூக்கு சப்பையாக உடைந்துபோயிற்று. நிலுகா அக்கேக்கு எதிராக, யாரும் சிறைக் கண்காணிப்பாளர்களிடம் புகார் சொல்ல முடியாது. மீறிச் சொன்னால் நிலுகா அக்கே, எதிராளியைச் சிறையில் தனிமைப்படுத்திவிடுவார். அதைவிடக் கொடுமை இங்கே என்னயிருக்கப்போகிறது. மூக்கைப் பறிகொடுத்த பல்கீஸ் என்னிடம் சொன்னாள்:

— அல்லாஹ் தானே இந்த மூக்கைக் கொடுத்தான், அவன் பார்த்துக்கொள்வான் கம்பளி.

பல்கீஸின் பிரார்த்தனைதான் கைத்தொலைபேசியைச் சிறைக்குள் அனுப்பியிருக்க வேண்டும். இரண்டு நாட்கள் கைத்தொலைபேசி சிறைக்குள்ளே புழக்கத்தில் இருந்தது. கேஷாயினி கூட ஒருமுறை அந்தக் கைத்தொலைபேசியில் அவளது கணவனிடம் பேசிவிட்டாள். மூன்றாம் நாள் அதிகாலை இரண்டு மணிக்கு, எங்களது சிறைக்கொட்டடிகளைச் சோதனை செய்ய, ஒரு பறக்கும் படையுடன் லொக்கு நோனா வந்துவிட்டார். வழமையாகச் சேலை அணிந்திருக்கும் லொக்கு நோனா, அப்போது அரைக் காற்சட்டையும் ரீசேர்ட்டும் அணிந்திருந்தார். அவருடைய வாயிலிருந்து வந்த வார்த்தைகள் பத்துப் புலுடுப் பேய்களைச் சாகடிக்கப் போதுமானவை.

கைத்தொலைபேசியும் களவுமாக நிலுகா அக்கே பிடிபட்டுப்போனார். எனது சிறைக் கொட்டடிக்குள்ளும் புகுந்த பறக்கும் படை, நான் முதல் நாள் எழுதிவைத்திருந்த தாளை எடுத்துப் புரட்டிப் புரட்டிப் பார்த்தது. தாள் முழுவதும் அசப்பியக் குறிப்புகள் தமிழ் எழுத்துகளிலிருந்தன. லொக்கு நோனா அதை வாங்கித் தனது காற்சட்டைப் பைக்குள் போட்டுக்கொண்டார்.

காலை மூன்று மணிக்கு அனைத்துப் பெண் கைதிகளும் ப வடிவ முற்றத்தில் வரிசையில் நிற்க வைக்கப்பட்டோம். எங்களுக்கு முன்பு வைத்து, நிலுகா அக்கே கும்பிடக் கும்பிட லொக்கு நோனாவால் அடித்துத் துவைக்கப்பட்டார். நிலுகா அக்கே தனது மொட்டைக் கையை மற்றக் கையோடு சேர்த்துக் கூப்பியவாறு குழறி அழுவதைப் பார்க்க உண்மையிலேயே பெரிய கறுமமாகக் கிடந்தது.

இப்படி அடிப்பது சட்டப்படி கூடாது. லொக்கு நோனா எனக்குத் தெரிய சட்டத்தை மீறி நடப்பது இதுவே முதற்

தடவை. குன்றிமணிக்கும் குண்டியிலே கறுப்பு. அதேபோல இன்னொருமுறையும் சட்டத்தை லொக்கு நோனா மீறினார். அந்தச் சம்பவம் என் சம்பந்தப்பட்டது.

9

நான் கண்டி ரஜ வீதியச் சிறையில் அடைக்கப்பட்ட மூன்றாவது வருடத்தில், கடுமையாக நோய்வாய்ப்பட்டேன். இந்த மூன்று வருடங்களில் அம்மாவும் ஆரியதாஸவும் என்னை மூன்று தடவைகள் வந்து பார்த்தார்கள். மூன்றாவது தடவை என்னைப் பார்க்க வரும்போது நான் கேட்காமலேயே, அம்மா எனக்கு இரண்டு சோடி உள்ளாடைகளும் செருப்பும் வாங்கி வந்திருந்தார்.

கண்டிக்கு வந்து என்னைப் பார்ப்பது அவர்களுக்குச் சுலபமான வேலையல்ல. பணம் செலவு பிடிக்கும் வேலையும்கூட. தவிர என்னைப் பார்த்தால் அம்மாவுக்குக் கவலை கூடுமே தவிர அது தீரப்போவதில்லை. ‹இனி எப்போது பார்க்க வரவேண்டுமென நான் கடிதம் அனுப்புகிறேன், அதுவரை வரவேண்டாம்› என அவர்களிடம் சொல்லித் தபால் முகவரியை வாங்கி வைத்துக் கொண்டேன்.

லொக்கு நோனா பிரசவ விடுமுறையில் சென்றிருந்தபோதுதான், நான் கால்கள் அழுகி நோயில் விழுந்தேன். அந்த மூன்று மாதங்களும் எனக்கு எழுதுவதற்குத் தாள்களும் தரப்படவில்லை. அது என் ஆன்மாவையும் அழுகப்பண்ணிற்று. லொக்கு நோனாவுக்குப் பதிலாகக் கடமையிலிருந்த கியோமா நோனாவிடம் நான் எழுதத் தாள் கேட்டபோது ‹எதற்கு? நரகத்திலிருக்கும் பிரபாகரனுக்குக் காதல் கடிதம் எழுதப் போகிறாயா?› எனக் கேட்டுவிட்டு, என் சிறைக் கொட்டடியைத் தலைகீழாகப் புரட்டி எடுத்துவிட்டார். கெடுபிடியாகச் சோதனை நடத்துகிறாராம்.

ஆனால், இவர் பொறுப்பிலிருந்த மூன்று மாதங்களிலும்தான் கஞ்சாவும் குடுவும் கைத்தொலைபேசிகளும் பணமும் சிறைக்குள் தாராளமாக வந்தன. இருபத்தைந்தாயிரம் ரூபாயைக் காவலாளியிடம் கொடுத்தால் கைத்தொலைபேசி கிடைத்துவிடும் என்றாள் கேஷாயினி. நாள் தவறாமல் இரவுகளில் அவளுடைய கணவன் அந்தக் கைத்தொலைபேசிக்கு அழைத்து அவளுடன் பேசினான். பேசும் ஒரு நிமிடத்திற்கு நிலுகா அக்கேவுக்கு நூறு

ரூபா கொடுக்க வேண்டும். கணவனுடன் பேசும் எல்லாவற்றையும் மறுநாள் காலையில் எனக்குக் கேஷாயினி சொல்வாள். அவள் சொல்வதில் அரைவாசிதான் இப்போது என் காதுகளில் விழுகிறது. என் செவிகளும் கேட்கும் திறனை இழந்துகொண்டு வருகின்றன. கண்ணை மூடினால் வேறு நிலமும் வேற்று உயிரிகளும் மூளைக்குள் காட்சிகளாக நிறைகின்றன. எனது உடல் காயப்போட்ட கருவாடு போல படுக்கை மேடையில் கிடந்தது. பேனும் தெள்ளும் புழுத்திருக்கும் தலையைச் சொறிவதற்காக விரல்களை வைத்தால் விரல்களோடு கொத்தாக முடி உதிர்ந்து வந்துவிடுகிறது. என் அடிவயிற்றுக்குள் இருக்கும் ஷெல் துண்டுதான், இப்போது என்னுடைய மொத்த எடை.

சூதகம் வருவது முழுவதுமாகவே நின்றுவிட்டது. என் பாதங்கள் அழுகிய கத்தரிக்காய்கள் போல நசிந்து, அவற்றிலிருந்து செம்மஞ்சள் நிறத்தில் ஊன் வடிந்துகொண்டேயிருக்கிறது. என் நாக்கோ மாட்டு நாக்கைப்போல தடித்துவிட்டது. வயிற்றிலிருக்கும் ஷெல் துண்டு தோலைக் கிழித்துக்கொண்டு வெளியே வரப் போவதுபோல, எஞ்சியிருந்த என் இரத்தத்துக்குள் நீந்திவந்து அடிவயிற்றை முட்டுகிறது. இரவில் தூக்கம் வருவதேயில்லை. மலம் கழித்து வாரக் கணக்காகிறது. விழித்திருக்கும் போதே என்னையறியாமல் என்னிலிருந்து சலம் பிரிகிறது.

என்னைச் சிறை மருத்துவமனைக்கு அனுப்பவேண்டும் எனக் கியோமா நோனாவிடம் கேஷாயினி கேட்டதற்கு, அவளது அழகான கன்னத்தில் ஓர் அறைதான் கிடைத்தது. பாதுகாப்புக் காரணங்களுக்காக, என்னை மருத்துவமனைக்கு அனுப்ப முடியாது எனச் சொல்லிவிட்டார் கியோமா நோனா. எப்போதும் சாப்பிடும் மாத்திரைகளை நான் சாப்பிட்டாலே போதுமானது என்றார். என் உடலுக்கு ஏதாவது சக்தி இருக்குமென்றால், அந்தச் சக்தி இந்த மாத்திரைகளை ஏமாற்றுவதே. பழம்புண்ணாளி பாதிப் பரியாரியல்லவா. நானும் அதை இதைச் செய்து பார்த்தேன். எதுவும் வெற்றியளிக்கவில்லை.

அப்போதுதான் நிலுகா அக்கே, எனக்குக் கஞ்சா புகைக்கக் கொடுத்தார். கஞ்சா நோயைத் தணிக்கும் என்றார். இலங்கை முழுவதுமே இதுவொரு கைவைத்தியம் போலிருக்கிறது. அப்பாவுக்கும் இதைத்தான் பெத்தப்பா கொடுத்தார். வாங்கிப் புகைத்தேன். ஒரே நேரத்தில் ஆயிரம் இருமல்கள் என்

தொண்டைக்குழியிலிருந்து வந்ததைத் தவிர வேறெதுவும் நடக்கவில்லை. என் உடல் கஞ்சாவையும் ஏமாற்றுகிறது.

இந்திய இராணுவத்தின் இரகசிய முகாமில், நான் அடைக்கப்பட்டிருந்தபோது நூறு ஊசிகளாவது எனக்குப் போட்டிருப்பார்கள். என் உடல் அனுமான் கொத்திய விறகுபோலாகிவிட்டது. ஒருகட்டத்தில் ஊசிக்காக நான் காத்திருக்கத் தொடங்கினேன். அந்த ஊசி ஒன்றுதான் என் உடலையும் மனதையும் ஒருவேளை ஆற்றக்கூடும். என் தடித்த நாக்கை வளையச் செய்யும்.

10

2013-ம் ஆண்டு வெசாக் தினத்துக்குப் பத்து நாட்கள் முன்னதாக, பிரசவ விடுமுறை முடிந்து லொக்கு நோனா மறுபடியும் சிறையின் பொறுப்பை ஏற்றுக்கொண்டார். பொறுப்பை ஏற்ற முதல் நாளே லொக்கு நோனா என்னைப் பார்க்க வந்தார். நான் அவரிடம் ‹எழுதத் தாள்கள் வேண்டும் லொக்கு நோனா› என்றேன்.

லொக்கு நோனா என்னைப் பார்த்துத் திடுக்குற்றுப்போனார். இந்த மூன்று மாதங்களுக்குள் நான் அவ்வளவு உருக்குலைந்திருந்தேன். எனது சிறைக் கொட்டடி, பிணவறை போல நாற்றம் வீசியது. படுக்கை மேடையில் உட்கார்ந்திருந்த நான் ஒருவாறு எழுந்து நின்று என்னைப் போர்த்திருந்த கம்பளியை உரித்துவிட்டுப் பேசும் விநோத எலும்புக்கூடுபோல, லொக்கு நோனா முன்பு நின்றிருந்தேன். லொக்கு நோனா என்னை உட்காரச் சொன்னார்.

லொக்கு நோனா தன் நெடிய உடலை வளைத்து, என் கால்களைப் பார்த்தார். அவற்றிலிருந்து புழுக்கள் இறங்கிக்கொண்டிருந்தன. லொக்கு நோனா கூச்சலிட்டார்:

— வெந்நீர் கொண்டு வாருங்கள்!

அப்போதுதான் லொக்கு நோனா அவரது வழமைக்கு மாறாகச் சட்டவிரோதமான காரியமொன்றைச் செய்தார். வெதுவெதுப்பான நீரால் நிறைக்கப்பட்டிருந்த ப்ளாஸ்டிக் பாத்திரத்துக்குள், என் கால்களைத் தூக்கிவைத்து என் பாதங்களைக் கழுவினார். பின்பு சுத்தமான ஒரு வெண்ணிறத் துணியால் என் பாதங்களைத்

துடைத்துவிட்டார். அந்த வெள்ளைத் துணியில் செம்மஞ்சள் நிறத்தில் ஊன் படிந்திருந்தது.

லொக்கு நோனா என்னைச் சிறை மருத்துவமனைக்கு அழைத்துச் செல்லும்போது நான் கேட்டேன்:

— லொக்கு நோனா, பிறந்த பேபி சுகமா?

லொக்கு நோனா தலையை ஆட்டிப் புன்னகைத்தார். இரண்டு நாட்களுக்குப் பின்பு, என் பக்கத்துப் படுக்கையிலிருந்த திரேசா அம்மா சொல்லித்தான், லொக்கு நோனாவின் பெண் குழந்தை இறந்தே பிறந்தது என அறிந்துகொண்டேன்.

11

சிறை மருத்துவமனையில் எனக்கு வழங்கப்பட்ட கட்டிலுக்கு அருகேயிருந்த ஆளுயர ஜன்னல் கம்பிகளுக்கு அப்பால் கண்டி ஏரி விரிந்திருந்தது. கூதல் காற்று இப்போது எனக்கு உயிரைத் திருப்பிக் கொடுக்கிறது.

ஏரியை நோக்கியவாறிருக்கும் அந்தக் கட்டிலையே எனக்குக் கொடுக்க வேண்டும் என மருத்துவரிடம் லொக்கு நோனா சொல்லியிருந்தார். ஆறு படுக்கைகள் கொண்ட அந்த வார்டில் இருந்த இன்னொரு நோயாளிக் கைதி திரேசா அம்மா. மற்றைய படுக்கைகள் வெறுமையாகக் கிடந்தன.

திரேசா அம்மா மதவாச்சியைச் சேர்ந்தவர். வயது இப்போது எப்படியும் அறுபதுக்கு மேலிருக்கும். தலையும் புருவங்களும் முழுமையாக நரைத்திருந்தன. காரைக்கால் அம்மையார் இப்படித்தான் இருந்திருப்பார் என நினைத்துக்கொண்டேன்.

திரேசா அம்மாவுக்குக் கடுமையான நீரிழிவு நோய். கண்கள் இரண்டும் கிட்டத்தட்டப் பார்வை இழந்திருந்தன. அவர் முற்றாகப் பார்வையை இழந்தால், அவரைச் சிறையில் வைத்திருக்க முடியாது. அதனால்தான் இவர்கள் தனது கண்களைக் காப்பாற்ற ஏதேதோ செய்கிறார்கள் என்றார் திரேசா அம்மா.

அவருக்குக் கண்பார்வை மங்கியிருந்தாலும், காதுகளும் நாவும் ஓயாமல் இயங்கிக்கொண்டேயிருந்தன. இந்தச் சிறையிலும் மருத்துவமனையிலும் நடக்கும் எல்லாமே அவருக்கு எப்படியோ தெரிந்திருந்தன. அவற்றைச் சொல்ல அவருக்கு ஓர் ஆள் வேண்டுமல்லவா. நான் அவருக்கு வாகாகக் கிடைத்துவிட்டேன்.

இச்சா | 225

சிறை மருத்துவமனையில் பலத்த பாதுகாப்பு ஏற்பாடுகள் இருந்தாலும், திரேசா அம்மாவுக்கு அவை எதுவும் கிடையாது. மருத்துவமனையிலிருந்து தட்டுத் தடுமாறி வெளியேறிச் சிறை வளாகத்தில் அங்குமிங்குமாகச் சுற்றிவிட்டு, இன்சுலின் ஊசி ஏற்றும் நேரத்துக்குச் சரியாக வார்டுக்கு வந்துவிடுவார். வரும்போது வாய் நிறைய மொறுமொறுப்பான செய்திகளைக் கொண்டு வருவார். அதிலொன்று, விரைவிலேயே நமது நாட்டின் ஜனாதிபதி இந்தச் சிறைக்குவந்து, எங்களையெல்லாம் பார்வையிடப் போகிறார் என்பது.

தான் விடுதலையாகிப் போனால் தன்னுடைய நீரிழிவு நோயும் கண்களும் குணமாகிவிடும் என்பார் திரேசா அம்மா. ஒரு வருடத்துக்கு முன்பு இங்கே அவர் வரும்போது எல்லாமே சரியாகத்தான் இருந்தன என்றார்.

மதவாச்சி டவுனிலிருந்து ஒதுக்குப்புறமாகவுள்ள வீட்டில், பெண்களை வைத்து இராணுவ வீரர்களுக்காகப் பாலியல் விடுதி நடத்தினார் திரேசா அம்மா என்பதுதான் அவர் மீதுள்ள குற்றம். இரண்டு வருடங்கள் சிறைத்தண்டனை வழங்கப்பட்டிருக்கிறது. இவரைப் பிடித்து உள்ளே போட்டுவிட்டு, மதவாச்சி டவுனிலேயே இப்போது பெரிய பாலியல் விடுதியொன்றை, யாரோ ஒரு ஹோட்டல் முதலாளி அமைத்துவிட்டார் என்பதில் திரேசா அம்மாவுக்குப் பயங்கர ஆத்திரம். அதுவும் அதை அமைத்திருப்பவர் அமைச்சர் ஒருவரின் ஆதரவு பெற்ற தமிழ் முதலாளி என்பதில், திரேசா அம்மாவுக்கு இரட்டிப்பு ஆத்திரம். ‹யாழ்ப்பாண முதலாளிகள் இந்த வேசைத் தொழிலைக்கூட எங்களுக்கு விட்டுத் தரப்போவதில்லையா?› என்று சினந்துகொண்டே சொன்னார்.

ஒருநாள் இரவில், என் படுக்கையில் என்னருகே அமர்ந்திருந்த திரேசா அம்மா, மருத்துவமனைக்கு வாரமொருமுறை வருகைதரும் பெரேரா மஹாத்தயா என்ற மருத்துவருக்குத் தன்மீது ஒரு கண் என்று ஆரம்பித்துச் சொல்லத் தொடங்கினார்:

— ஆனால், நான் எதையும் இலவசமாகக் கொடுப்பதாகயில்லை மகளே! நான் தொழிலுக்கு என்னுடைய பதினைந்தாவது வயதில் வந்தேன். அப்போதே எனக்கு ஒரு திருவிழாவுக்கு ஐந்து ரூபாய் கிடைக்கும். ஓர் இறாத்தல் பாணின் விலையே அப்போது

இருபத்தைந்து சதம்தான். எங்களது குடிசைக்குப் பக்கத்திலிருந்த மோசேஸ் என்பவனுடன்தான் தொழிலுக்குப் போவேன்.

நாங்கள் தொழிலுக்கு போகாத ஊர் இந்த சிலோனிலேயே கிடையாது. எந்த ஊரில் திருவிழா நடந்தாலும் போவோம். தமிழ் ஊர், சிங்கள ஊர், முஸ்லிம் ஊர் என்றெல்லாம் பேதமில்லை.

இரவுத் திருவிழாக்களின் போது கச்சான் கடை, பலூன் கடை, காப்புக் கடை, ஐஸ்கிரீம் கடை என்றெல்லாம் போடுவார்கள்தானே... அதுபோல நாங்களும் எங்களது கடையைப் போடுவோம். எங்களது கடை மற்றைய வியாபாரங்களிலிருந்து கொஞ்சம் தூரத்திலிருக்கும்.

வெளிச்சமில்லாத இடத்தில்தான் எங்கள் தொழில் நடக்கும். நான் இருளில் போய் உட்கார்ந்து கொள்வேன். மோசேஸ், தலைக்கு ஐம்பது சதம் வசூலித்துக்கொண்டு, காசு கொடுத்தவனிடம் மூன்று தீக்குச்சிகளுடன் ஒரு தீப்பெட்டியைக் கொடுத்து என்னிடம் அனுப்புவான். நான் மார்பில் துணி ஏதும் இல்லாமல் முலைகளைத் திறந்து வைத்திருப்பேன். வருபவன் தீக்குச்சிகளை ஒவ்வொன்றாகக் கொளுத்தி, அந்த வெளிச்சத்தில் என் முலைகளைப் பார்ப்பான். முக்கால்வாசிப் பேர்கள் பதற்றத்திலேயே ஒன்றிரண்டு குச்சிகளை வீணடித்துவிடுவார்கள். அதற்குப் பதிலாக மோசேஸ் வேறு தீக்குச்சிகள் கொடுக்கமாட்டான். ஐம்பது சதத்துக்கு மூன்று குச்சிகள்தான்.

திரேசா அம்மா பேசிக்கொண்டே எழுந்து சென்று, தனது கட்டிலில் படுத்துத் தூங்கிவிட்டார். நான் கட்டிலில் படுத்துக்கிடந்தவாறே யோசித்துக்கொண்டிருந்தேன். எனது பார்வை கண்டி ஏரியிலிருந்தது. தண்ணீருக்கு நடுவே முதலில் தீக்குச்சி வெளிச்சம் போலத்தான் ஏதோ தோன்றியது.

மெதுவாக ஜன்னல் பக்கமாக நகர்ந்தேன். கட்டிலோடு சங்கிலியால் பிணைக்கப்பட்டிருந்த எனது கால்கள், என்னைக் கட்டிலின் விளிம்புவரை செல்லத்தான் அனுமதித்தன. நான் அங்கிருந்து, ஏரிமீது கவிந்திருந்த இருளைப் பார்த்தபோது, ஏரியில் புள்ளியாகத் தோன்றிப் பரவிய வெளிச்சத்தில், ஏரியின் மறுகரையிலிருந்த தாது கோபுரம் ஒற்றை முலை போலத் தோன்றியது.

அப்போது வண்ண வெசாக் வெளிச்சக் கூடுகள் ஏரிக்குள்ளிருந்து எழுந்து வந்து, நீரின் மேல் நின்றன.

இச்சா | 227

நாட்டார் பாடல்

கன்னிக் கிரான்குருவி கடுமழைக்கு ஆத்தாமல்
மின்னிமின்னிப் பூச்சாலே விளக்கெடுக்கும் கார்காலம்
சுத்திவரக் கல்வேலி சுழலவர முள்வேலி
எத்திசையும் மூசாப்பு எதால நான் போகட்டும்

பிலேந்திரன்

விடிய விடிய வெளிச்சக் கூடுகளையே பார்த்துக்கொண்டிருந்த நான், எப்போது உறங்கிப்போனேன் என்பது தெரியவில்லை. திரேசா அம்மா என்னைத் தொட்டதும் சட்டென விழித்துவிட்டேன். கண்டி ஏரியின் மீது காலைச் சூரியன் நின்றது. திரேசா அம்மா சொன்னார்:

— மகளே, உன்னைப் பார்ப்பதற்காக ஒரு கூட்டமே வந்து சிறைச்சாலை அலுவலகத்தில் இருக்கிறது. அவர்கள் எப்போது வேண்டுமானாலும் இங்கே வரலாம். தண்ணீர் கொண்டு வந்து தருகிறேன். முகத்தைக் கழுவிக்கொள்.

யார் என்னைப் பார்க்க வந்திருப்பது? இன்றைக்கு வெசாக் தினம். இப்படியான நல்லநாள் பெரியநாளில் சில தர்மப்பிரபுகளின் அல்லது அரசியல்வாதிகளின் மனைவிகள் சிறைச்சாலைக்கு வந்து தானமளிப்பார்கள். கட்டாகக் கொண்டுவந்திருக்கும் நோட்டுகளிலிருந்து சரசரவெனத் தாள்களை உருவிக் கைதிகளுக்கு ஆளுக்கு ஐம்பது ரூபாய் கொடுப்பார்கள். அதைக் கொடுத்து முடித்ததும், அவர்கள் செய்த பாவங்களையெல்லாம் கண்டி எரியில் கரைத்து விட்டது போன்ற ஒரு நிம்மதி அவர்களின் முகத்தில் தோன்றும். அந்தக் காசைச் சிறைக் காவலாளியிடம் கொடுத்தால், ஒரு மலிவான உணவுப் பொட்டலம் அல்லது இரண்டு கட்டு பீடிகள் கிடைக்கலாம். அப்படி எப்போதாவது கிடைக்கும் பணத்தை, எனக்கு மாதாமாதம் மாத்திரைகள் எடுத்துவரும் காவலாளியிடம் நான் கொடுத்துவிடுவேன். அந்த ஐம்பது ரூபாய்க்கே அவளது முகம் மலர்ந்து போகும். ‹பணம் கடவுளின் தம்பி› என்று ஒருமுறை உபாலி சொன்னார்.

கையில் நீர் நிறைந்த பாத்திரத்தை எடுத்து வந்த திரேசா அம்மா, அதை எனது கட்டிலில் வைத்தார். அந்தப் பாத்திரத்துக்குள் கண்டி

இச்சா | 231

ஏரியின் நீர் வெள்ளித் தட்டுப் போலிருந்தது. அந்தத் தட்டில் என் முகம் தெரிந்தது. மறுபடியும் என்னை எனக்கே அடையாளம் தெரியவில்லை. முகத்தில் ஒரு மலர்ச்சியும் தெளிவுமிருந்தன. சிறை மருத்துவமனையில் நான் அனுமதிக்கப்பட்டதிலிருந்து, உடல் வாதைகள் மெல்ல மெல்லக் குறையத் தொடங்கியிருப்பதை, அப்போதுதான் நான் மனதார உணர்ந்தேன். அடி வயிற்றில் கை வைத்துத் தடவிப் பார்த்தேன். அந்த இரும்பு மீன் குஞ்சைக் காணவில்லை. கையில் கிடைத்தால் அதை இந்த நீருக்குள் போட்டுவிடலாம் என நினைத்தபோதே, என் உதடுகள் புன்னகைப்பதைப் பாத்திரத்திலிருந்த நீர் காட்டிற்று. கையை வைத்து அந்த நீர்ப் பிம்பத்தைக் கலைத்தேன்.

முகத்தைக் கழுவி அழுந்தத் துடைத்துக்கொண்டேன். தலைமுடியை விரல்களாலேயே சீவி விட்டுக்கொண்டேன். ஐம்பது ரூபாய் கிடைத்தால் என்ன செய்யலாம் என யோசித்தேன். ஓர் இறாத்தல் பாணின் விலையே இப்போது அறுபது ரூபா. சில்லறையாக மாற்றி உபாலியிடம் கொடுத்துவிட வேண்டியதுதான். அவர் நாலைந்து தடவைகள் என்னிடம் பணம் கேட்டு ஏமாந்துவிட்டார்.

ஒரு சிறைக்காவலாளி அவசர அவசரமாக உள்ளே வந்து, என்னுடைய கால் விலங்கை அகற்றினாள். ‹மலசலகூடம் போகவேண்டுமா?› எனக் கேட்டாள். வேண்டாமென்றேன். காவலாளி, திரேசா அம்மாவை வெளியே அழைத்துப் போனாள். நான் மறுபடியும் கட்டிலில் சாய்ந்து படுத்துக்கொண்டேன்.

இரண்டு நிமிடங்கள் கூட ஆகியிருக்காது, வார்டுக்குள் நான்கைந்து பேர்கள் நுழைந்தார்கள். அங்கே கையில் பூங்கொத்தோடு முன்னால் வரும் வெள்ளை மனிதரை நான் எப்படி மறந்திருக்கக் கூடும்! கொக்குப் போன்ற நீளக் கால்கள். கூரையைத் தொடுமளவு உயரம். கன்னங்கள் ஒட்டிப்போன ஒடுங்கிய முகம். மேம்பாலத்தில் யார் பொருட்டு நான் வெடிக்காமல் இருந்தேனோ, அந்தத் தூதுவர் கையில் பூங்கொத்தோடு என்னருகே வந்தார். தூதுவருக்கு வலது பக்கத்தில் முப்பத்தைந்து வயது மதிக்கத்தக்க மனிதரொருவர் புன்னகைத்தவாறே வந்தார். அவரும் தூதுவர் போலவே கோட் - சூட் அணிந்திருந்தார். அவரது தலைமுடி வாரப்பட்டுக் குடுமியாகக் கட்டப்பட்டிருந்தது. அவர் தான் முதலில் வாயைத் திறந்தார். என்னிடம் தமிழில் ‹ஆலா, எப்படியிருக்கிறீர்கள்?›

எனக் கேட்டார். இந்த இருவருக்கும் பின்னால் லொக்கு நோனாவும், நான் அதுவரை பார்த்திராத வேறு இரு மனிதர்களும் வந்தார்கள்.

தூதுவர் சிரித்துக்கொண்டே என்னிடம் பூங்கொத்தைக் கொடுத்தார். வாங்கிக் கட்டிலில் வைத்தேன். என்ன நடந்து கொண்டிருக்கிறது என்பது எனக்குத் தெரியவில்லை. தூதுவரோடு கூட வந்திருந்த தமிழ் மனிதர், எல்லாவற்றையும் பொறுமையாகச் சொல்லி எனக்குப் புரிய வைத்தார். அந்த நேரத்தில் ஏறணைத் தம்புரான்தான் குடுமி வைத்துக்கொண்டு, அங்கே பிரசன்னமாகியிருக்க வேண்டும் என நினைத்துக்கொண்டேன்.

தூதுவரின் பெயர் கிறிஸ்டன் கலாஸ். அவரோடு வந்திருக்கும் இந்தக் குடுமி மனிதரின் பெயர் வாமதேவன். தூதுவர் இப்போது இலங்கையில் பணியிலில்லை. மேம்பாலத்தில் என்னிடம் கொடுக்கப்பட்டிருந்த கிழக்கு முனையில்தான் திட்டம் தோல்வி. ஆனால் மேற்கு முனையில் குண்டு வெடித்திருந்தது. அதைச் செய்த ‹செம்பியன்› பாலத்தில் குப்புறப் படுத்துக்கொண்டு, யாருக்கும் சேதமில்லாமல் குண்டை வெடிக்க வைத்திருந்தான்.

அந்தக் குண்டுவெடிப்புச் சம்பவத்தால், கடுமையாக மனநிலை பாதிக்கப்பட்டிருந்த தூதுவரை, அவரது நாடு திரும்பவும் அழைத்துக்கொண்டது. இப்போது கிறிஸ்டன் கலாஸ் அவருடைய நாட்டின் வெளியுறவுத்துறை அமைச்சகத்தில் உயரதிகாரியாக இருக்கிறார். இந்தத் தமிழ் மனிதர் வாமதேவன், இலங்கையிலிருந்து சென்று அந்த நாட்டில் இருபது வருடங்களுக்கு முன்பாகக் குடியேறியவர். அந்த நாட்டில் ஊடகவியலாளராகப் பணியாற்றுகிறார்.

கிறிஸ்டன் கலாஸின் இலங்கைக்கான உத்தியோகபூர்வ வருகையின்போது, செய்திகளைச் சேகரிப்பதற்காகவும் உரோவன் - தமிழ் மொழிபெயர்ப்பாளராகப் பணியாற்றுவதற்காகவும் கிறிஸ்டன் கலாஸ் வாமதேவனைத் தன்னுடன் அழைத்து வந்திருக்கிறார். கிறிஸ்டன் கலாஸ் வன்னிக்குப் போய், போரில் காணமற்போனவர்களின் குடும்பங்களைச் சந்தித்துவிட்டு வந்திருக்கிறார். அவருடைய நிகழ்ச்சி நிரலில் என்னை வந்து சந்திப்பதுவும் அடங்கியிருக்கிறது. அவர் தனது நல்லெண்ணத்தை என்னோடு பரிமாறவும், என்னுடைய நலனில் அக்கறைகொண்டும் இப்போது இங்கே வந்துள்ளாராம்.

வாமதேவன் பேசப்பேச என்னுடைய சிந்தனை அவரை முந்திச் சென்றுகொண்டிருந்தது. அன்று நான் வெடித்திருந்தால்; நானும் இன்றில்லை, இந்த வெள்ளை மனிதருமில்லை, எனக்கும் அவருக்கும் இடையே இருக்கும் இந்தப் பெரிய பூங்கொத்தும் இல்லை. ஐந்து நிமிடங்கள்தான் அந்தச் சந்திப்பு நிகழ்ந்தது. கிறிஸ்டன் கலாஸ் உரோவன் மொழியில் பேசியதை வாமதேவன் தமிழில் மொழிபெயர்த்து என்னிடம் சொன்னார். அங்கிருந்து கிளம்பும் தறுவாயில் கிறிஸ்டன் கலாஸ் கேட்டார்:

— ஆலா, உங்களை இப்போது விடுதலை செய்தால் நீங்கள் என்ன செய்வீர்கள்?

நான் இந்தச் சிறைச்சாலைக்குள் ஒருபோதும் அழுததில்லை. கிறிஸ்டன் கலாஸ் அந்தக் கேள்வியைக் கேட்டதும், எனக்கு எங்கிருந்துதான் அப்படியொரு அழுகை வந்ததோ தெரியாது. ஒரு மிருகம் பிளிறிக்கொண்டு அழுவதுபோல அழத் தொடங்கிவிட்டேன். என் ஆன்மா திரவமாகிக் கண்களாலும் வாயாலும் வழிந்தோடியது. என்னெதிரே நின்ற எல்லோரும் அமைதியாக நின்றார்கள். வாமதேவன் என்னைக் கூப்பிடும் சத்தம் கேட்டது. வாயைக் கையால் பொத்தியவாறே அவரைப் பார்த்தேன். அவரின் கண்களிலிருந்தும் கண்ணீர் வடிந்துகொண்டிருந்தது.

2

கிறிஸ்டன் கலாஸ் என்னைப் பார்த்துவிட்டுச் சென்று மூன்று நாட்களாகிவிட்டன. இந்த மூன்று நாட்களும், அவர் சொன்ன ‹விடுதலை› என்ற சொல் என்னைப் பிடித்து ஆளத் தொடங்கியிருந்தது. இந்தச் சிறைக்கு வந்ததிலிருந்து, விடுதலையைக் குறித்து நான் எண்ணிப் பார்த்ததேயில்லை. மறந்திருந்த என்னுடைய பெயரை ஞாபகப்படுத்தி, லொக்கு நோனா என்னை எழுதத் தூண்டினார். இப்போது விடுதலை என்ற சொல்லை உச்சரித்து, கிறிஸ்டன் கலாஸ் என்னை முழு உணர்ச்சியுள்ள பெண்ணாக ஆக்கிவிட்டார். உணர்ச்சியைத் தக்க வைப்பதற்குக் காமத்தைத் தேர்ந்தெடுத்த நான், எப்படி இந்த ‹விடுதலை› என்ற எண்ணத்தை முற்றாக மறந்திருந்தேன்! ‹பட்டாம்பூச்சி› கதையின் நாயகன், விடுதலை என்ற எண்ணத்தால் மட்டும்தானே கொடுமையான தீவுச் சிறையிலும் முழு மனிதனாகயிருந்தான்.

எப்போதோ படித்த இன்னொரு கதையும் ஞாபகத்தில் வருகிறது:

சுவர்ச் சித்திரக்காரன் ஒருவன், அரசுக்கு எதிராகச் செயற்பட்டான் என்ற குற்றச்சாட்டின் பேரில் கைதுசெய்யப்பட்டு, பத்தாவது மாடியிலிருந்த ஓர் அறையில் நிரந்தரமாகச் சிறைவைக்கப்படுகிறான். அந்த அறையில் ஜன்னல்களே இல்லை. சித்திரக்காரன் அறைச் சுவரில் பென்சிலால் ஒரு ஜன்னலை வரைகிறான். அந்த ஜன்னல் வழியே பறவைகளையும் வானத்தையும் நட்சத்திரங்களையும் கண்டு ரசித்தவாறு அவன் பொழுதைக் கழிக்கிறான். சித்திரக்காரன் அடைக்கப்பட்டிருந்த அறையை, ஒருநாள் திறந்து பார்த்த காவலாளி கூச்சலிடுகிறான்:

— அந்த மனிதன் ஜன்னல் வழியே தப்பித்துச் சென்றுவிட்டான்!

3

நான்காவது நாள் காலையில், எனக்குப் பார்வையாளர் அழைப்பு வந்தது. இப்போது யார் வந்திருப்பார்கள்? அம்மாவைத்தான் வர வேண்டாமென்று சொல்லியிருந்தேனே என்றவாறெல்லாம் நான் யோசித்துக் கொண்டிருக்கும்போதே, காவலாளி கட்டிலோடு பிணைக்கப்பட்டிருந்த என் கால் விலங்கை அகற்றினாள். இப்போது என்னால் பாதங்களைச் சரியாக நிலத்தில் ஊன்றி ஓரளவு நன்றாகவே நடக்க முடிகிறது. மருத்துவமனைப் பாலும் முட்டையும் என்னுடைய உடலை ஓரளவு தேற்றியிருக்கிறது. மூன்று வருடங்களுக்குப் பின்பு நேற்றுத்தான் சரியாகச் சூதகப் பெருக்கு ஏற்பட்டது.

நான் பார்வையாளர் மண்டபத்தை அடையும்போது, வாசலில் லொக்கு நோனா வழமைக்கு மாறாகச் சிறு புன்னகையோடு என்னைப் பார்த்துத் தலையசைத்தார். பின்பு என்னிடம் தமிழில் மெல்லிய குரலில் சொன்னார்:

— நீ இப்போதுதான் ஒரு புலியைப் போல இருக்கிறாய்!

நான் பார்வையாளர் அறைக்குள் நுழைந்தபோது லொக்கு நோனா என்னுடன் வரவில்லை. வாசலிலேயே நின்றுகொண்டார். பார்வையாளர் அறையில் தனியனாக வாமதேவன் உட்கார்ந்திருந்தார். அவருடைய தலைமுடி இன்று குடுமியாகக் கட்டப்படாமல் விரித்து விடப்பட்டிருந்தது. அவரது

இச்சா | 235

உச்சந்தலையில் இருந்த சிறிய வழுக்கை அவருக்கு அறிவாளித் தோற்றத்தைக் காட்டியதென்னவோ உண்மைதான். அவரது பேச்சும் அப்படித்தானிருந்தது. வார்த்தைகளைப் பொறுக்கிப் பொறுக்கி நிதானமாகவும் நம்பிக்கையாகவும் உறுதியாகவும் பேசினார்.

— எப்படியிருக்கிறீர்கள் ஆலா... உடல்நிலை இப்போது பரவாயில்லையா?

நான் ஆமெனத் தலையை அசைத்தேன்.

— ஆலாவுக்கு இப்போது இருபத்து நான்கு வயது... சரியா?

நான் சடாரென ஒரு மனக்கணக்குப் போட்டுப் பார்த்து இதற்கும் தலையசைத்தேன்.

— ஆலா! எனக்கு முப்பத்தெட்டு வயது. வெளிநாட்டுக் குடிமகன். மது, புகை என எந்தப் பழக்கமும் எனக்குக் கிடையாது. என்னைத் திருமணம் செய்ய உங்களுக்குச் சம்மதமா?

நான் வாமதேவனையே பார்த்துக்கொண்டிருந்தேன். எனக்கு என்ன சொல்வதென்றே தெரியவில்லை. ஆனால், பார்வையாளர் நேரம் முடிந்துவிடக் கூடாதே என உள்ளம் அடித்துக்கொண்டது. என்னிடமிருப்பது ஒரு கள்ளம் பிடித்த உள்ளம். வாமதேவன் நேரே என் கண்களைப் பார்த்து உறுதியாகப் பேசினார்.

— நான் என்னுடைய இருபத்துமூன்றாவது வயதில், ஒரு வெள்ளையினப் பெண்ணைத் திருமணம் செய்தேன். இரண்டு வருடங்கள்தான் அந்த வாழ்க்கை. விவாகரத்து ஆகிவிட்டது. இனித் திருமணமே வேண்டாம் என்றுதானிருந்தேன். ஆனால், உங்களைப் பார்த்ததும் எனது மனம் மாறிவிட்டது. உங்களுடைய வாழ்க்கை இப்படியே முடிந்துவிடக் கூடாது. நீங்கள் எங்களது மக்களின் விடுதலைக்காகப் போராடியவர். உங்களை நாங்கள் கைவிட முடியாது!

நான் முதன் முதலாக அவரிடம் வாயைத் திறந்தேன்:

— எனக்கு முந்நூறு வருடங்கள் சிறைத்தண்டனை. இப்போதுதான் ஐந்து வருடங்கள் முடிந்திருக்கின்றன. விசாரணை முகாமிலிருந்த இரண்டு வருடங்களையும் சேர்த்துச் சொல்கிறேன். அந்த இரண்டு வருடங்களையும் இவர்கள் சேர்த்துக் கணக்கெடுக்கிறார்களோ இல்லையோ தெரியாது.

— அது எனக்குத் தெரியும் ஆலா! நீங்கள் என்னைக் கல்யாணம் செய்யச் சம்மதம் எனச் சொன்னால், நான் முந்நூறு வருடங்கள் கூடக் காத்திருப்பேன். எனக்குத் தேவை உங்கள் சம்மதம்.

என்ன இவர் பேசுகிறார்? நான் அவரைப் பார்த்து என் ஈச்சம் பற்களால் புன்னகைத்தேன்.

— ஆலா! நான் உங்களை என்னுடன் வெளிநாட்டுக்கு அழைத்துச் செல்வேன். அதற்குத் திட்டமுள்ளது.

4

ஒரு தற்கொலைக் குண்டுதாரிக்கு, ஜனாதிபதி பொது மன்னிப்பு வழங்கிய இரண்டாவது சம்பவம், முன்னாள் தூதுவர் கிறிஸ்டன் கலாஸின் முயற்சியால் நடந்தே விட்டது. அந்த அறிவிப்பு வரும்போது எனக்கு எதிர்பாராத மகிழ்ச்சி என்றெல்லாம் சொல்லிவிட முடியாது. ஏனென்றால் இதற்கான முயற்சிகள் எடுக்கப்படுகின்றன என்று வாமதேவன் என்னிடம் சொல்லியிருந்தார். கடந்த ஒரு மாதமாகவே விடுமுறை தவிர்ந்த மற்றைய நாட்களில், வாமதேவன் என்னைப் பார்க்கச் சிறைக்கு வருகிறார். கண்டி நகரத்திலேயே ஹோட்டலில் அறையெடுத்துத் தங்கியிருக்கிறார். நடுவே இரண்டு நாட்கள் மட்டும் கொழும்புக்குப் போய் வந்தார்.

முதலாவது பொதுமன்னிப்புச் சம்பவம், இந்த வருடத்தின் ஆரம்பத்தில் நிகழ்ந்திருக்கிறது. ஆனால், அந்தச் செய்தி சிறைக்குள் வரவில்லை. வாமதேவன் சொல்லித்தான் அது எனக்குத் தெரிய வந்தது. அது தெரிய வந்ததன் பின்பாகவே நான் என்னுடைய முழுமையான சம்மதத்தை வாமனுக்குத் தெரிவித்தேன். இந்த ஒரு மாத காலத்துக்குள் ‹வாமன்› என்று கூப்பிடுமளவுக்கு, அவருடன் எனக்கு நெருக்கம் ஏற்பட்டிருந்தது.

இந்த வருடத்தின் ஆரம்பத்தில், ஜனாதிபதி தனது பொது வாழ்க்கையின் நாற்பத்தைந்தாவது வருட நிறைவைப் பெரும் விழாவாகக் கொண்டாடினார். இன்றைய ஜனாதிபதி 2001-ல் மீன்வளத்துறை அமைச்சராக இருந்தபோது, அவர் மீது தற்கொலைத் தாக்குதலை நடத்த முயற்சித்துக் கைதாகித் தண்டனை பெற்று வெலிகடைச் சிறையிலிருந்த போராளிக்கு,

இச்சா | 237

அந்த விழாவில் ஜனாதிபதி பொது மன்னிப்பு வழங்கி விடுதலை செய்தார்.

அதுபோலவே இப்போது எனக்கு வழங்கப்பட்டிருக்கும் மன்னிப்புக்கு; கிறிஸ்டன் கலாஸ் முன்னின்று முயன்றதும், அவரது கோரிக்கைக்கு ஜனாதிபதி இணங்கியதுமே காரணங்களாகின. கிறிஸ்டன் கலாஸின் நாட்டுக்கு முன்பு புலிகளோடு இருந்த நட்பு, இப்போது இலங்கை அரசுடனான நட்பாக மாறியிருக்கிறதா? என்று வாமனிடம் கேட்டேன். ‹இல்லை, அவர்கள் எப்போதுமே இரு பகுதிக்கும் நட்பாகயிருந்தார்கள்› என்றார் வாமன்.

எனக்கு வழங்கப்பட்டது ‹பொது மன்னிப்பு› என அறிவிக்கப்பட்டிருந்தாலும் அதனுள் ஓர் இரகசிய நிபந்தனையும் இருந்தது. நான் சிறையிலிருந்து நேராக விமான நிலையத்துக்குத்தான் அனுப்பப்படுவேன். அங்கிருந்து, நான் என் எதிர்காலக் கணவரின் நாட்டுக்குப் போய்விட வேண்டும். எக்காரணம் கொண்டும் என் ஆயுட்காலத்தில் நான் இலங்கைக்குத் திரும்பி வரக்கூடாது. அதற்கு அனுமதி வழங்கப்படமாட்டாது. மீறி ஏதாவதொரு வழியில் வந்தால், மறுபடியும் சிறைக்குள் போடப்படுவேன். பொது மன்னிப்பும் இரத்துச் செய்யப்படும்.

நான் வாமனைக் கல்யாணம் செய்யச் சம்மதம் தெரிவித்ததற்கான உண்மையான காரணம், எனக்கு வேறு வழிகள் ஏதும் இருக்கவில்லை என்பதுதான். ஆனாலும் வாமனின் பேச்சும் அணுகுமுறைகளும் எனக்குப் பிடிக்கவே செய்தன. என்னைப் பற்றியும் என் எதிர்காலத்தைப் பற்றியும் அக்கறைகொள்ள வேறு யார் இருக்கிறீர்கள்? அதில் நானே அக்கறைகொள்ளாமற்தானே இருந்தேன். ஒரு மகிமையான மரணத்தைப் பற்றி மட்டும்தானே நான் எப்போதும் சிந்தித்துக்கொண்டிருந்தேன்.

5

எனக்குப் பொது மன்னிப்பு வழங்கப்பட்ட செய்தி, என்னுடைய சக கைதிகளுக்கும் பெரிய மகிழ்ச்சியைக் கொடுத்தது. அரசாங்கம் உள் நிபந்தனை விதித்தது போலவே, இங்கிருந்து போகும்போது சாக்குப் போக்குச் சொல்லாமல் தனக்கு ‹நாலு பணம்› கொடுத்துவிட்டே போகவேண்டும் என்று உபாலியும் நிபந்தனை விதித்தார்.

என்னைக் கடைசித் தடவையாகப் பார்ப்பதற்காக, அம்மாவை வாமன் அழைத்து வந்திருந்தார். கூடவே ஆரியதாஸவும் வந்திருந்தார். அம்மா கர்ப்பவதியாக இருந்தார். அவரது கன்னங்கள் பூரித்திருந்தன. அதைப் பார்க்க எனக்கு மகிழ்ச்சியாகவேயிருந்தது. அதிகம் பேசவில்லை. அம்மா ஒன்றை மட்டுமே திருப்பித் திருப்பிச் சொன்னவாறிருந்தார்:

— மகள்! நீ ஒருபோதும் இந்த நாட்டுக்குத் திரும்பி வந்துவிடாதே!

நான் அம்மாவை உணர்ச்சியற்ற கண்களால் பார்த்தேன்.

அம்மா என்னைப் பார்த்துவிட்டுப் போனதுக்கு மூன்று நாட்கள் கழித்து, ஒரு திங்கட்கிழமை, கண்டி ரஜ வீதியச் சிறையில் எனக்கும் வாமனுக்கும் பதிவுத் திருமணம் நடந்தது. திருமணத்துக்கு வெளியார் யாரும் வரவில்லை. மணமகன் தரப்பில் ஆந்தை நோனாவும், மணமகள் தரப்பில் லொக்கு நோனாவும் சாட்சிக் கையெழுத்திட்டார்கள். அன்று மதியம் வாமனின் செலவில், பெண் சிறைக் கைதிகளுக்கு உணவும் இனிப்புகளும் வழங்கப்பட்டன.

பதிவுத் திருமண நிகழ்ச்சி முடிந்ததும், நான் மறுபடியும் என் சிறைக் கொட்டடிக்கு அழைத்துச் செல்லப்பட்டுப் பூட்டப்பட்டேன்.

நான் படுக்கை மேடையில் இருந்தவாறு, என் ஆன்மாவைப் பத்து நிமிடங்கள் முன்னால் தள்ளிவிட்டேன். புதிய நிலம்! புதிய மனிதர்கள்! புதிய வாழ்க்கை!!

6

பதிவுத் திருமணம் நடந்த ஒரு வாரத்திலேயே என்னுடைய பாஸ்போர்ட், விசா, ஒருவழி விமானச் சீட்டு எல்லாமே தயாராகிவிட்டன. நான் அணிவதற்கான ஆடைகள் காலையிலேயே சிறை அலுவலகத்துக்கு ஒரு பெரிய சூட்கேஸில் வந்துவிட்டன. நீல நிறத்திலான சேலையை அணிந்துகொள்ள முடிவெடுத்தேன்.

காக்காக் குளிப்பொன்று குளித்து உடை மாற்றிக்கொண்டதும், சிறை அலுவலகத்தில் முடிக்க வேண்டிய அலுவலகச் சம்பிரதாயங்களுக்குக் கிட்டத்தட்ட இரண்டு மணிநேரங்கள்

இச்சா | 239

எடுத்துக்கொண்டன. வாமன் என் கூடவே இருந்தார். அவரும் பல பத்திரங்களில் கையெழுத்திட வேண்டியிருந்தது.

அது முடிந்ததும் சிறைத் தோழிகளிடம் விடை பெற்றேன். மரியராணி என்னைக் கட்டிப்பிடித்து அழுது விடை கொடுத்தார். கேஷாயினியோ, ஐரோப்பிய நாடொன்றில் செய்ய வேண்டியவை மற்றும் தவிர்க்க வேண்டியவை குறித்து எனக்கொரு பாடமே நடத்திவிட்டாள். நிலுகா அக்கே எப்போதும் போல ஓர் அதிரடி செய்து காண்பித்தார். தன்னுடைய மார்புக்குள் கைவிட்டு ஒரு பணத்தாளை எடுத்தார். அது நூறு டொலர் அமெரிக்க நோட்டு. நான் வேண்டாமென்று எவ்வளவோ மறுத்தும் ‹கைகாவலாக வைத்திரு கம்பளி› எனச் சொல்லித் தன்னுடைய மொட்டைக் கையாலேயே என்னை மடக்கிப் பிடித்து மற்றக் கையால் நோட்டை என் மார்புக்குள் செருகி விட்டார். பல்கீஸ் என்னை உட்கார வைத்துத் திருக் குர் ஆனிலிருந்து ஒரு வசனத்தைப் படித்துக் காண்பித்தாள்:

‹இறந்துகிடக்கும் பூமி ஒரு சான்றாகும். அல்லாஹ் தான் அதற்கு உயிரளிக்கின்றான். தானியங்களையும் தோட்டங்களையும் உற்பத்தி செய்கிறான். ஒவ்வொரு பொருளையும் ஜோடியாகப் படைக்கிறான்›

பிற்பகல் மூன்று மணியளவில் சிறையிலிருந்து புறப்பட்டோம். கடைசியாக லொக்கு நோனாவிடம் விடை பெற்றேன். ‹இனி உனக்குத் தாராளமாகத் தாள்கள் மட்டுமல்லாமல் எழுத மகிழ்ச்சியான விசயங்களும் கிடைக்கும்› என்றார் லொக்கு நோனா.

நான் ஊதா நிறத்தில் ப்ளவ்ஸும் ஊதா நிறக் கரையுள்ள நீலச் சேலையும் அணிந்து, தலைமுடியை வாரிக் கூட்டிக் கட்டியிருந்தேன். நெற்றியில் குங்குமப் பொட்டிருந்தது. வாமன் எனக்காக வாங்கி வந்திருந்த தங்கச் சங்கிலியையும் தங்க வளையல்களையும் அணிந்திருந்தேன். இரண்டு கால்களிலும் வெள்ளிக் கொலுசுகள் பூட்டியிருந்தேன். எனது கால்களில் இரும்பு விலங்கு வளையங்கள் ஏற்படுத்தியிருந்த கறுப்புத் தழும்புகளுக்குள் அம்சமாக அந்த வெள்ளிக் கொலுசுகள் அமர்ந்துகொண்டன.

சிறை வளாகத்தில் வைத்து என்னைப் பொலிஸ் வாகனத்தில் ஏற்றினார்கள். வாகனத்துக்குள் ஏறியதும் என்னை

உட்கார வைத்து, வலது கையை இருக்கையோடு சேர்த்து விலங்கிட்டார்கள். எனது இரண்டு பக்கங்களிலும் இரண்டு பெண் பொலிஸார் உட்கார்ந்துகொண்டார்கள். கண்டியிலிருந்து புறப்பட்ட எங்கள் வாகனத் தொடரணியின் கடைசியில், வாமன் பயணம் செய்த வாடகைக் கார், பயணப் பெட்டிகளுடன் வந்துகொண்டிருந்தது. அதுதான் எனது கல்யாண ஊர்வலமாக்கும் என நினைத்துக்கொண்டேன். நான் பயணம் செய்த வண்டியின் ஜன்னல்கள் கறுப்புக் திரைகளால் மறைக்கப்பட்டிருந்தன. வாகனம் மலைச் சரிவுகளில் வளைந்து வளைந்து இறங்குவதை என் புத்தியும், உடலில் குளிர் மறைந்து வெம்மை ஏறுவதை உடலும் அறிந்துகொண்டன.

எனது கல்யாண ஊர்வலம் வரும் வழியெல்லாம், பொலிஸாரின் வோக்கி-டோக்கிகள் கறாபுறாவெனச் சத்தம் போட்டுக்கொண்டே வந்தன. நிமிடத்திற்கொரு செய்தி பரிமாறப்பட்டது. சில மணிநேரப் பயணத்தின் பின்பாக, வண்டி ‹கட்டுநாயக்க› விமான நிலைய வளாகத்துக்குள் நுழைந்தது. வாகனம் நிறுத்தப்பட்டதும், என்னுடைய கைவிலங்கு அவிழ்க்கப்பட்டு வாகனத்திலிருந்து இறக்கப்பட்டேன். அங்கு காத்திருந்த இன்ஸ்பெக்டர் நிலையிலுள்ள ஓர் இளம் அதிகாரி, என்னை அழைத்துக்கொண்டு முன்னே நடந்தான். அவனது கையில் எனது பாஸ்போர்ட்டும் விமானச் சீட்டும் வேறு சில பத்திரங்களுமிருந்தன. நடக்கும் போதே இரண்டு தடவைகள் அவற்றை விரித்துச் சரி பார்த்துக்கொண்டான். எனக்குப் பக்கவாட்டிலும் பின்னாலும் ஆயுதமேந்திய நான்கு பொலிஸ்காரர்கள் வந்தார்கள்.

நான் நினைக்கிறேன்; வழமையான பயணிகள் நுழைவாயில் வழியாகவோ, குடியகல்வு வரிசைகளின் வழியாகவோ நான் அழைத்துச் செல்லப்படவில்லை. ஆட்களே இல்லாத ஏதோ ஒரு குறுக்கு ஒழுங்கையால் என்னைக் கொண்டுபோய், ஓர் அறையில் தனியாக உட்கார வைத்தார்கள். நாற்காலியோடு சேர்த்து எனக்கு மறுபடியும் விலங்கு பூட்டப்பட்டது.

சிறிது நேரத்தில், அந்த இன்ஸ்பெக்டரும் விமான நிலைய அதிகாரிகளும் அறைக்குள் வந்தார்கள். எனது விலங்கு மறுபடியும் அவிழ்க்கப்பட்டு, என்னிடம் சில பத்திரங்களில் கையெழுத்து வாங்கிக்கொண்டார்கள். என் கைரேகைகள் பதிவு செய்யப்பட்டன. பல கோணங்களில் நிழற்படங்கள்

பிடிக்கப்பட்டன. மறுபடியும் என்னை நாற்காலியில் உட்காரச் செய்து விலங்கு மாட்டிவிட்டார்கள்.

அந்த அதிகாரிகள் சென்றதன் பின்னாகக் கிட்டத்தட்ட இரண்டு மணிநேரக் காத்திருப்பு. அந்த இரண்டு மணிநேரமும் என் மனம் பட்ட பாட்டை எழுத, எனக்கு ஏழு பிறப்பு வேண்டும். அவற்றைச் சொல்வதைவிட முக்கியமானது, அங்கிருந்த அந்தக் கணமொன்றில்தான், எனக்கு வாமன் மீது முழுமையான காதல்நிலை ஏற்பட்டது என்பதை ஒப்புக்கொள்வது.

அவர் வாமன அவதாரம் எடுத்து நின்றார். ஜனாதிபதிதான் மகாபலி சக்கரவர்த்தி. வாமன் கேட்ட மூன்றடி மண், இந்த ஆலாப் பெட்டைதான். இப்போது வாமன அவதாரம் திரிவிக்கிரமனாகி ஒற்றைக் கால் மண்ணிலும் மற்றைக் கால் விண்ணிலும் இருக்கிறது.

விமானநிலைய அதிகாரி ஒருவனும் அந்த இளவயது இன்ஸ்பெக்டரும் அறைக் கதவைத் திறந்துகொண்டு உள்ளே வந்தார்கள். நாற்காலியோடு பிணைக்கப்பட்டிருந்த விலங்கு கழற்றப்பட்டு, என்னுடைய இரண்டு கைகளையும் முன்னால் சேர்த்து விலங்கு பூட்டினார்கள். மறுபடியும் ஏதோவொரு குறுக்கு வழியால் அழைத்துச் செல்லப்பட்டு, ஒரு வண்டியில் ஏற்றப்பட்டேன். அந்த வண்டியில் உட்கார இருக்கையில்லை. விலங்கு பூட்டிய கைகளைக் குவித்து, அந்த வண்டியின் ஜன்னல் விளிம்பைப் பற்றிப் பிடித்தேன். அந்த வண்டி விமானத் தளத்துக்குள் நுழைந்து ஓடி, ஒரு விமானத்தின் அருகில் நிறுத்தப்பட்டது. வண்டிக்குள் வைத்தே என் கைவிலங்கு அவிழ்க்கப்பட்டு, எனது கையில் என்னுடைய பாஸ்போர்ட் தரப்பட்டது. விமானத்துக்குச் செல்லும் ஏணிப்படிகளில், நான் அந்த இன்ஸ்பெக்டரால் அழைத்துச் செல்லப்பட்டு விமானத்துக்குள் அனுப்பப்பட்டேன்.

இந்த இன்ஸ்பெக்டர் எனது நிழல்போல, என் கூடவே வந்துகொண்டிருந்தாலும் இதுவரை அவன் என்னுடன் ஒற்றை வார்த்தை கூடப் பேசவில்லை. விமானத்தின் வாசலில் நின்ற நான் சட்டெனத் திரும்பி, என்னைப் பார்த்தவாறே நின்றிருந்த அந்த இன்ஸ்பெக்டரிடம் ‹போம ஸ்துதி மஹாத்தயா› என்றேன். அந்த இன்ஸ்பெக்டர் தலையைக் கவிழ்ந்துகொண்டான். எனக்குத் திடீரென, சுமன்லால் தான் அந்த இன்ஸ்பெக்டராக

இருக்குமோ எனத் தோன்றியது. ‹சுமன்லால்› என்று கூப்பிட்டே விட்டேன். அந்த இன்ஸ்பெக்டர் அப்போது படிகளில் இறங்கிப் போய்க்கொண்டிருந்தான்.

7

விமானப் பணிப்பெண் என்னை வணங்கி, விமானத்துக்குள் அழைத்துச் சென்றாள். விமானம் பயணிகளால் நிரம்பியிருந்தது. நமச்சிவாயம்! எத்தனை விதமான மனிதர்கள்! எத்தனையெத்தனை முகங்கள்! எத்தனையெத்தனை வண்ணங்கள்!! ஐந்து வருடங்களுக்குப் பிறகு, முகத்தில் கவலையோ வன்மமோ இல்லாத உற்சாகமான மனிதர்களைப் பார்க்கிறேன். இப்போது நானும் இவர்களைப் போன்றவள்! இவர்களில் ஒருத்தி! சுதந்திர உயிரி!

விமானப் பணிப்பெண் என்னை உட்காருமாறு காட்டிய இருக்கை வரிசையில், ஜன்னலோரமாக வாமன் உட்கார்ந்திருந்தார். என்னைப் பார்த்ததும் தனது நெஞ்சில் கைவைத்துக் கன்னங்கள் உப்ப நிம்மதிப் பெருமூச்சை வெளியேற்றினார். அவரருகே நான் உட்காரவைக்கப்பட்டேன். அவர் என்னைப் பார்த்த பார்வையில் என்ன உணர்ச்சி இருந்ததென்பதை என்னால் சரிவரப் புரிந்துகொள்ள முடியவில்லை. நான் பிரச்சினைகளில்லாமல் விமானத்தில் ஏறிவிட வேண்டுமென்று தவித்துக்கொண்டிருந்திருப்பார் போலிருக்கிறது. நான் அவரது கையைப் பற்றிக்கொண்டேன். அப்போது வாமன் என்னைப் பார்க்கவில்லை.

நாங்கள் இப்போதுதான் ஒருவரையொருவர் முதன்முறையாகத் தொட்டுக்கொள்கிறோம். நான் சற்றுச் சாய்ந்து அவரது முகத்தைப் பார்த்தேன். எனக்கும் அவரது முகத்திற்கும் இடையே சில அங்குலங்கள்தான் இடைவெளியிருந்தது.

மழுங்கச் சவரம் செய்த முகம். சராசரி இலங்கையர்களைவிட நிறம் சற்றுத் தூக்கலாகயிருந்தது. குளிர் நாட்டில் இருபது வருடங்களாக இருப்பதால், இந்த வெளிறல் வந்திருக்கலாம் என நினைத்துக்கொண்டேன். குடுமியாகக் கட்டப்பட்டிருந்த அவரது தலைமுடியில் பாதி முடிகள் நரைத்திருந்தன. அந்தத் தோற்றம் எனக்கு ஏனோ ஒரு பாதுகாப்பு உணர்வைத் தோற்றுவித்தது.

விமானம் புறப்படத் தயார் என்ற அறிவிப்பு வந்தபோது, நான் டக்கென வாமனிடம் கேட்டேன்:

— நான் ஜன்னல் ஓரமாக உட்காரட்டுமா?

வாமன் எழுந்து, அவரது ஜன்னலோர இருக்கையை எனக்குக் கொடுத்தார். நான் அதில் அமர்ந்ததும், இருக்கைப் பட்டியை மாட்டிக்கொள்ள எனக்கு உதவினார். விமானத்துக்குள் விளக்குகள் அணைக்கப்பட்டு, விமானம் ஓடுபாதையில் நகர்ந்து வேகமாகி உயரே கிளம்பிப் பறக்கலாயிற்று.

நான் ஜன்னலால் வெளியே பார்த்தேன். நேரம் இப்போது நடுநிசியைத் தாண்டிவிட்டது. கீழே நிலத்தில் தெரிந்த விளக்கு வெளிச்சங்கள் சிறிதாகிக்கொண்டே வந்தன. சற்று நேரத்திலேயே விமானம் கடலின் மீது பறக்கத் தொடங்கிவிட்டதைக் கடலில் நகரும் படகுகளின் வெளிச்சம் அறிவித்தது.

இது எந்தக் கடல்? எந்த நிலம்? இதுபோன்ற ஒரு கடலின் கரையில்தான் சுல்தான் பப்பா நெருப்பாகக் கலந்திருக்கிறார். நான் இனி ஒருபோதும் அந்த மண்ணிற்குச் செல்ல முடியாது. நான் எனது இரத்தத்திலிருந்து ஒரு முத்தத்தை உருவாக்கி, ஆகாயத்திலிருந்தபடியே மண்ணிற்குத் திருப்பி அனுப்பினேன்.

8

விமானத்தில் உணவோ தேநீரோ தரப்படும் போதெல்லாம், அதை வாங்கி ஒரு குழந்தைக்குப் பரிமாறுவதுபோல, வாமன் எனக்குக் கவனமாகப் பரிமாறினார். குடிக்கப் பழரசம் வேண்டுமா? தண்ணீர் வேண்டுமா? கழிவறைக்குப் போக வேண்டுமா? என மாற்றி மாற்றிப் பத்து நிமிடங்களுக்கு ஒருமுறை கேட்டுக்கொண்டிருந்தார்.

ஐந்து மணிநேரப் பறப்புக்குப் பின்பாக, விமானம் ஓர் அரபு நாட்டில் தரையிறங்கியது. அங்கிருந்து இணைப்பு விமானம் எடுத்து வாமனின் நாட்டுக்குச் செல்லவேண்டும். இணைப்பு விமானம் புறப்படுவதற்கு இன்னும் பன்னிரண்டு மணி நேரமிருந்தது. விமான நிலையத்துக்குள்ளேயே இருந்த ஒரு நட்சத்திர விடுதியை, நாங்கள் தங்குவதற்காக வாமன் பதிவு செய்திருந்தார்.

விமான நிலையம் முழுவதும் அரபு இசை வழிந்தது. அந்த இசை கிட்டத்தட்ட மட்டக்களப்பின் நாட்டுப்புற இசையைப் போலவேயிருந்தது. அங்கிருந்த மனிதர்களும், நீண்ட அங்கிகளுடனும் தலைப்பாகைகளுடனும் தாடியுடனும் பாணர்கள் போலத்தான் எனக்குத் தோன்றினார்கள்.

எனக்கு நீரரமகளிரின் பாடல் நினைவுக்கு வந்தது. அதிலொரு வரியை நான் முணுமுணுக்க முயன்றபோது என் நாவு கல்லுப்போல கிடந்து புரள மறுத்தது. என் நாவு இசையை மறுதலிக்கிறது. நான் பாடியே ஐந்து வருடங்களாகின்றன. ஐந்து வருடங்கள் பேசாமலேயே விட்டால் தாய்மொழி கூட மறந்துபோகும். நான் எனது பெயரையே மறந்திருக்கவில்லையா என்ன!

நட்சத்திர விடுதியின் பணியாளர்கள் அலாவுதீனின் ஜீனிப் பூதம் போல ஆடையணிந்திருந்தார்கள். ஒவ்வொருவரும் எட்டடி உயரமிருந்தார்கள். அந்த விடுதியின் அறை சிறியதென்றாலும் ஆடம்பரத்துக்குக் குறைவில்லாமலிருந்தது. அறைக்குள் நுழைந்து அற்புத விளக்கைப் போட்டுக் கதவைத் தாழிட்டதுமே, வாமன் என்னிடம் சொன்னார்:

— போய்க் குளித்துவிட்டு வாருங்கள்!

எனக்கிருந்த உடல் அலுப்புக்கு, உடனேயே படுத்துத் தூங்க வேண்டும் போலிருந்தது. ஆனாலும் வாமன் சொன்னதால் குளிக்கப் போனேன். குளியலறைக் கதவை உள்ளிருந்து எப்படி மூடுவதெனத் தெரியவில்லை. கதவை மெதுவாகச் சாத்தி வைத்தேன். ஆடைகளைக் களைந்துவிட்டு, குளியலறை மாடத்திலிருந்த ஒரு பெரிய துண்டை எடுத்து, உடலைச் சுற்றிக் கட்டிக்கொண்டு குளிக்கத் தொடங்கினேன்.

வெதுவெதுப்பான நீர் சிறிய அருவிபோல என்மீது கொட்டியது. எத்தனையோ வருடங்களுக்குப் பிறகு திருப்தியாகக் குளிக்கிறேன். வெளியிலிருந்து வாமனின் குரல் கேட்டது:

— சோப் இருக்கிறதல்லவா?

ஆம், எனச் சொல்லிவிட்டுத்தான் சோப்பைத் தேடினேன். அது ஒரு குப்பியில் இருந்தது. முழுக் குப்பியையும் என்மீது கொட்டித் தேய்த்துக் குளித்தேன். குளித்து முடித்துவிட்டு, உடலைத் துவட்டிக்கொண்டு குளியலறையிலிருந்த ஆளுயர நிலைக்கண்ணாடியில் என்னைப் பார்த்தேன். உடல் முழுவதுமாகத்

தேறியிருக்கிறது. மார்புகள் கூடப் பருத்து நிற்கின்றன. மறைவிடத்தில் சுருண்டிருக்கும் முடிகள், ஓர் உடலுக்கு இவ்வளவு கவர்ச்சியைக் கொடுக்குமா என்ன! எனக்கு மூச்சு இரைக்கத் தொடங்கியது. அப்போது கண்ணாடியில், கதவு திறப்பதையும் அந்த இடைவெளிக்குள்ளால் வாமன் என்னைப் பார்ப்பதையும் கண்டேன். துவட்டும் துண்டை உடலில் சுற்றிக்கொண்டேன்.

என்னை அப்படியே வாரித் தூக்கிக்கொண்டுவந்து வாமன் படுக்கையில் போட்டார். அது நுரைப்படுக்கையோ ஸ்பிரிங் படுக்கையோ தெரியாது. அது என் உடலைப் பந்து போலத் துள்ள வைத்தது. வாமன் என்னைச் சுற்றியிருந்த துண்டை மெதுவாக உரிந்தெடுத்தார். நான் அவரில் சாய்ந்துகொண்டு ‹விளக்கை அணைத்துவிடுங்கள்› என்றேன். என் உடலிலிருந்த அசிங்கமான வடுக்களையும், நாய்கள் குதறியதால் முதுகில் ஏற்பட்டிருந்த விகாரமான தழும்புகளையும் அவர் இப்போது பார்க்க வேண்டாம் என நினைத்தேன். ஆனால் அவர் அற்புத விளக்கை அணைக்கவில்லை.

வலுவான கைகளும் கால்களும் வாமனுக்கு. நான் அவருக்குள் ஒடுங்கிப் போனேன். என் தலைமுடியை அவரது கை பற்றியிழுத்தது. வலியைச் சகித்துக்கொண்டு முனகினேன். என் முலையை அவர் கசக்கித் திருகியபோது, சத்தியமாக எனக்குக் காக்கிலால்தான் ஞாபகத்தில் வந்தான். என் தலைமுடி, முலைகள், புட்டங்கள் இவற்றில் மட்டும்தான் அவரது கைகள் மாறி மாறிப் போய் வந்துகொண்டிருந்தன. நான் அவரை அணைப்பதா அல்லது வலியால் துடிக்கும் என் முலைகளையும் புட்டத்தையும் தலையையும் தடவிக்கொடுத்து வலியாற்றுவதா எனத் தவித்துக்கொண்டிருந்தேன். இவ்வளவும் ஒரு நிமிட நேரப் போராட்டம்தான்.

சடாரென என்னிலிருந்து விலகிக் கட்டிலிலிருந்து கீழே குதித்த வாமன்; அவசர அவசரமாகத் தனது உடைகளைக் களைந்துவிட்டு, தனது வலிய கைகளால் என்னை ஒரு குழந்தையைப் போலத் தூக்கிப் புரட்டிப் போட்டார். என் அடிவயிற்றில் அவர் கை வைத்து என் புட்டத்தை உயரே தூக்கியபோது, அடிவயிற்றிலிருந்த ஷெல் துண்டில் அவரது கை பட்டு வலி என் உச்சந்தலைக்கு ஏறியது. ‹பொறுங்கள்... பொறுங்கள்...› என நான் கெஞ்சியது வாமனின் காதுகளில் விழுவதாகயில்லை.

ஒரு விலங்குபோல என்னை நிற்கவைக்க வாமன் முயற்சித்தார். இவ்வளவுக்கும் அவர் ஒரு வார்த்தைகூட என்னுடன் பேசவில்லை. ஆண்களுக்குப் பெண்களைவிட மொழி மையம் குறைவு என்று எனக்குத் தெரியும். ஆனால் இவ்வளவு குறைவென்று தெரியாது. நான் கட்டிலில் என்னைக் குறுக்கி ஒடுங்கிக்கொண்டேன். எனது முதுகில் தனது கைகளை வைத்து, என்னைக் கட்டிலோடு சேர்த்துப் பலமாக அழுத்தியவாறு என்னைப் பின்புறத்திலிருந்து வாமன் புணர்ந்தார். அப்படிப் புணரும்போதுதான் அவர் வாயிலிருந்து சொல் புறப்பட்டது. ‹தோழி› என்று அவர் என்னை அழைக்கிறார் என்றுதான் முதலில் நினைத்தேன். அவர் திரும்பத் திரும்பச் சொன்னபோதுதான், அவர் ‹கோழி› என்று என்னை அழைக்கிறார் என்பது எனக்கு உறைத்தது. எங்கள் மட்டக்களப்புப் பக்கத்தில் ஆசையாக அழைக்கும்போது ‹கிளி› என்பார்கள். யாழ்ப்பாணப் பக்கத்தில் ‹கோழி› என்பார்களாக்கும்.

அவர் புணர்ந்து முடித்ததும் நான் மயக்கத்தில் வீழ்ந்தேனா அல்லது தூக்கத்தில் வீழ்ந்தேனா தெரியவில்லை. அவர் குளிக்கும் சத்தம் மட்டும் கேட்டது. முதல் நடந்ததே அதே விதத்தில் சற்று நேரத்தில் மறுபடியும் நிகழ்ந்தது. மறுபடியும் வாமன் குளிக்கும் சத்தம் கேட்டது. ஒரு மணிநேரம் கழித்து என்னைத் தூக்கத்திலிருந்து எழுப்பி அதுவே மறுபடியும் நிகழ்ந்தது. ‹கோழி› என்ற அவரது அழைப்பு, என் தூக்கத்துக்குள் நுழைந்து மூளையைக் கொத்தியது. இப்போது யாராவது என்மீது ‹மூதேவி அழைப்பு› ஏவிவிட்டால் எவ்வளவு நன்றாக இருக்கும்!

காமம் கற்பனையில் இருப்பதுபோல யதார்த்தத்தில் இருப்பதில்லை. கற்பனையில் மட்டுமே காமத்தின் முழு இன்பத்தையும் வீச்சையும் நாம் துய்க்க முடியும் என்றே நினைக்கிறேன்.

அற்புத விளக்கின் வெளிச்சத்தில் மூன்று தடவைகள் என்னைப் புணர்ந்து முடித்ததும், வாமன் என்னுடைய உடலை விலக்கி வைத்துவிட்டார். பிறகு எப்போதுமே அவர் என்னுடன் உடலுறவு கொண்டதில்லை. ஆனால் என்னைக் ‹கோழி› என அழைப்பதை அவர் எப்போதுமே நிறுத்தவில்லை.

9

உறக்கத்திலிருந்த என்னை வாமன் ‹கோழி› என அழைத்தபோது, நான் உடலைக் குறுக்கிக்கொண்டேன். எனது தோளில் தட்டி என்னை விழிக்க வைத்தார். விமானத்துக்கு நேரமாகிவிட்டதாம். வாமன் மறுபடியும் குளிக்கப் போய்விட்டார்.

நான் படுக்கையிலிருந்து எழுந்தபோதுதான் கவனித்தேன், நான் படுத்திருந்த வெள்ளை விரிப்பில், என் தொடைகளிடையே இரத்தம் படிந்து காய்ந்திருந்தது. சரக்கென அந்த வெள்ளை விரிப்பை உருவிச் சுருட்டி மூலையில் போட்டேன். காக்கிலால் என் யோனியைப் பதினாறு துண்டாகக் கிழிப்பதாகச் சொன்னானல்லாவா! அதை இந்த மனிதர் செய்தேவிட்டார்.

அடிவயிறு தாளாமல் வலித்தது. அந்த வலியிடையே இரும்புக் குஞ்சு நீந்தி வந்து வயிற்றில் முட்டியது. ஒருவாறு சமாளித்துக்கொண்டு அறைக்குள் அங்குமிங்குமாக மெல்ல நடந்தேன். வாமன் குளியலறையிலிருந்து வெளியே வந்ததும், நான் குளியலறையினுள் புகுந்துகொண்டேன். குளித்ததும் புத்துணர்ச்சியும், இனம் தெரியாத ஒரு நம்பிக்கை உணர்வும் மனதில் பிறந்தன. எது வந்தாலும் பார்த்துக்கொள்ளலாம் என மனம் உறுதிப்பட்டது. இந்த மனிதரை மெது மெதுவாகத்தான் வளைக்க வேண்டும். என்னைப் பற்றியும் என் உடலைப் பற்றியும் என் விருப்பங்களைப் பற்றியும் பொறுமையாகப் பேசிப் புரியவைக்க வேண்டும்.

இணைப்பு விமானத்தில் பறந்தபோது, வாமன் என்னைத் திரும்பியே பார்க்கவில்லை. காதில் கருவியை மாட்டிக்கொண்டு, முன்னாலிருந்த சிறிய திரையில் படம் பார்த்துக்கொண்டிருந்தார். இம்முறை அவர் ஜன்னலோர இருக்கையில் அமர்ந்துகொண்டதால், பணிப்பெண் தரும் உணவையும் பழரசத்தையும் நான் அவருக்குப் பரிமாற வேண்டியிருந்தது.

மூன்று இருக்கைகள் கொண்ட அந்த வரிசையில், எனக்கு வலதுபுறத்தில் ஒரு குண்டான வெள்ளைக்காரப் பெண்மணி உட்கார்ந்திருந்தார். அவர் ஆங்கிலத்தில் ‹எங்கே போகிறாய்?› என என்னிடம் விசாரித்தபோது, நான் எனக்குத் தெரிந்த ஆங்கிலத்தில் பதிலளித்தேன். பதில் கொஞ்சம் நீளமாகத்தான் போய்க்கொண்டிருந்தது... அப்போது வாமன் என் தோளருகே சாய்ந்து காதில் முணுமுணுத்தார்:

— யாருடனும் எதுவும் பேச வேண்டாம் கோழி!

10

விமானம் தரையிறங்கியதும், விமானத்திலிருந்து கடைசி ஆட்களாக நானும் வாமனும் வெளியேறினோம். விமான நிலையத்தில் பிரச்சினைகள் ஏதுமில்லை. குடிவரவுச் சடங்குகளை முடித்துக்கொண்டு, விமான நிலையத்திலிருந்து வெளியே வந்தோம்.

‹லன்டோ ப்ளான்சே› என்ற இந்த நகரம், இந்த நாட்டினுடைய இரண்டாவது பெரிய நகரம். இப்போது இங்கே கோடை காலம் என வாமன் சொல்லியிருந்தார். ஆனால், எனக்குக் கைகளிலும் கால்களிலும் குளிர் சுள்ளென ஏறியது. உள்ளங்கைகளை ஒன்றோடொன்று தேய்த்துக்கொண்டேன். விமான நிலையத்திலிருந்து வாடகைக் காரில் வாமனின் வீட்டுக்குப் புறப்பட்டோம். அரை மணிநேரப் பயணத் தூரத்தில் வீடிருந்தது.

நான் வீட்டின் அழகில் மனம் சொக்கிப் போய்விட்டேன். வீதியிலிருந்து உள்வாங்கித் தனியாக, அந்தச் சிறிய சிவப்பு நிற மாடி வீடு நின்றிருந்தது. வீடு பலகைகளால் அமைக்கப்பட்டிருந்தது. வீட்டின் பின்புறமாக இருந்த மலைத் தொடரில் மஞ்சள், நாவல், இளஞ்சிவப்பு என்ற வரிசையில் மரங்களின் இலைகளும் பூக்களும் வரிசை கட்டி நின்றன. மலைத் தொடரின் உச்சியில் பனிப்பாளங்கள் பளபளத்து, அவற்றிலிருந்து நீர் வெள்ளி நூல்கள் போல பின்னிப் பின்னிக் கீழே இறங்கிக்கொண்டிருந்தது. வீதியிலிருந்த மரங்களிலெல்லாம் ஒருவகையான சிறிய சிவப்புப் பழங்கள் சடைத்துத் தொங்கின.

வீட்டுக்குள் நுழைந்தவுடனேயே வாமன் என்னை மாடிக்கு அழைத்துச் சென்று, ஓர் அறையைக் காட்டி ‹இதுதான் உன்னுடைய அறை› என்றார். ஐரேப்பாவில், கணவன் - மனைவியாக இருந்தாற்கூட ஆளுக்கு ஓர் அறை இருக்கும்போல என்றுதான் முதலில் நான் நினைத்துக்கொண்டேன்.

அந்த வீட்டின் தரைத்தளத்தில் ‹EBC தமிழ்› வானொலி நிலையம் இயங்கிவந்தது. இந்த நாட்டிலுள்ள ஒரேயொரு தமிழ் வானொலி இதுதான். வானொலியின் உரிமையாளரும்

இயக்குநரும் வாமனே. இதுதான் அவரது முழுநேரத் தொழில். வானொலியில் மாலை ஆறுமணியிலிருந்து நள்ளிரவு பன்னிரண்டு மணிவரையும் நிகழ்ச்சிகள் ஒலிபரப்பாகும். மற்றைய நேரங்களில் தானியங்கி முறையில், தமிழ்ச் சினிமாப் பாடல்கள் தொடர்ந்து ஒலிபரப்பாகிக்கொண்டிருக்கும்.

நான் உடைகளைக் கூடக் கழற்றாமல் கட்டிலில் படுத்துக்கொண்டேன். அந்த அறையிலிருந்த வானொலி இடைவிடாமல் பாடிக்கொண்டிருந்தது. ஒவ்வொரு அரைப் பாட்டுக்கும் நடுவில் ‹இது உங்கள் EBC தமிழ் வானொலி› என்ற அறிவிப்பும் விளம்பரங்களும் வந்துகொண்டிருந்தன. பாடல்களைக் கேட்டு எத்தனை வருடங்களாகின்றன!

பாடல்களைக் கேட்டுக்கொண்டே படுத்திருந்தேன். இந்தக் கட்டில் விரிப்பிலும் இரத்தம் படிந்துவிடுமோ எனப் பயந்துபோய், கையை உள்ளாடைக்குள் விட்டுப் பார்த்தேன். இரத்தம் வருவது நின்று போயிருந்தது. வந்த களைப்பில் அப்படியே இழுத்துப் போர்த்துக்கொண்டு தூங்கிவிட்டேன்.

விநோத மங்கை

வாமன் என்னைக் 'கோழி' என்று கூப்பிட்டு உலுக்கி எழுப்பும்போது, மாலை ஐந்தரை மணியாகியிருந்தது. எத்தனையோ வருடங்களுக்குப் பின்பாக, இன்றுதான் பட்டிப்பளை ஆற்றின் கரையில் உறங்கியதுபோல நிம்மதியாக உறங்கியிருக்கிறேன். விட்டால் இன்னும் மூன்று நாட்களுக்குக் கூடத் தொடர்ந்து தூங்குவேன்.

— என்னுடன் ரேடியோவில் வேலை செய்யும் இருவரும் வந்திருக்கிறார்கள். தேநீர் தயாரித்துக் குசினிக்குள் வைக்கிறேன். முகத்தைக் கழுவிவிட்டுத் தேநீர்க் கோப்பைகளை எடுத்துக்கொண்டு கலையகத்துக்குள் வா!

நான் முகத்தைக் கழுவி, முகத்திற்கு மெலிதாக ஒப்பனை செய்துகொண்டு, கீழே சமையலறைக்குப் போய்த் தேநீர்க் கோப்பைகளை ஒரு தட்டில் வைத்து எடுத்துக்கொண்டு வானொலிக் கலையகத்துக்குப் போனேன். கைகளில் தேநீர்த் தட்டை வைத்துக்கொண்டு, தடித்த கண்ணாடிக் கதவைக் காலால் தள்ளித் திறந்தேன். அங்கே வாமனுடன் இரண்டு நடுத்தர வயது ஆண்கள் உட்கார்ந்திருந்தார்கள். அதில் ஒருவருடைய பெயர் திசை, அடுத்தவருடைய பெயர் சேந்தன்.

என்னை அவர்களுக்கு வாமன் அறிமுகப்படுத்தி வைத்தபோது, அவர்கள் இருவரும் ஏதோ மலேரியாக் காய்ச்சல் வந்தவர்கள் போலச் சுரத்தில்லாமல் என்னைப் பார்த்தார்கள். நேரலை ஒலிபரப்புத் தொடங்கப் போவதால், என்னை மாடிக்குப் போகச் சொன்னார் வாமன். நான் படிகளில் ஏறி மேலே சென்று கட்டிலில் படுத்து என்னைப் போர்வையால் மூடிக்கொண்டே, வாமனின் குரல் ரேடியோவில் எப்படி இருக்கும் எனக் கேட்க ஆவலுடன் தயாரானேன்.

பிள்ளையார் வணக்கப் பாடல் ஒன்றுடன் நேரலை ஒலிபரப்பு ஆரம்பமாகியது. பாடகரைப் பாட விடாமல், இவர்கள் மூன்று பேருமே பாடலுக்கு மேலால் ஆளாளுக்குப் பேசிக்கொண்டிருந்தார்கள். அவற்றில் வாமனின் குரலே எல்லோருக்கும் மேலாக ஒலித்துக்கொண்டிருந்தது.

இரண்டாவது நிகழ்ச்சியாகத் தாயகச் செய்திகள். அது மூன்று நிமிடங்களும், வர்த்தக விளம்பரங்கள் மூன்று நிமிடங்களும் ஒலிபரப்பாகின. அதற்குப் பின்புதான் ‹ஊரோடு உறவாடு› என்ற அந்த நிகழ்ச்சி தொடங்கியது. அந்த நிகழ்ச்சியில் வாமனும் மற்றைய இருவரும் நாட்டு நடப்புகளை அலசுவார்கள். நேயர்களும் தொலைபேசி வாயிலாகக் கலந்துகொண்டு பேசுவார்கள். ஒவ்வொரு நாளும் மூன்று மணிநேரம் அந்த நிகழ்ச்சி ஒலிபரப்பாகும். இவர்கள் பேசுவதில் களைப்பே அடைவதில்லைப் போலிருக்கிறது.

எடுத்த எடுப்பிலேயே நிகழ்ச்சியில் ‹ஆலா› என என்னுடைய பெயரும், என்னுடைய ஜீவித சரித்திரச் சுருக்கமும் வாமனால் சொல்லப்பட்டது. நான் முதலில் எழுந்து கட்டிலில் அமர்ந்தேன். பின்பு தரையில் நின்றேன். பிறகு அப்படியே தரையில் உட்கார்ந்துவிட்டேன்.

வாமன் வானொலியில் இப்படிப் பொழிந்தார்:

‹நன்றி கெட்ட ஓர் இனமாகிவிட்டதா எமது ஈழத் தமிழினம்? எங்களுக்காகக் களத்தில் நின்று போராடிய போராளிகள் இன்று கேட்பாரற்று, ஆதரிப்பாரற்று, திக்கற்றுத் திசைகெட்டுப் பிச்சையெடுக்கும் நிலைக்கும் தற்கொலை செய்யும் நிலைக்கும் தள்ளப்பட்டுவிட்டார்கள். அந்தவகையில் போராட்டத்தின் பெயரால் புலம் பெயர்ந்த நாடுகளில் மக்களிடம் திரட்டப்பட்ட காசுகளும் சொத்துகளும் எங்கே? ஐரோப்பாவில் இவற்றை ஆண்டு அனுபவித்துக்கொண்டிருக்கும் பினாமிகளுக்கு மனச்சாட்சி சிறிதும் இல்லையா? அந்தவகையில் உங்களிடமிருக்கும் பணத்தில் முழு வன்னியையும் வாழ வைக்க முடியுமே!

ஸ்ரீலங்கா பௌத்த சிங்களப் பேரினவாதப் பாஸிச அரசின் சித்திரவதைக் கூடங்களிலும் சிறைகளிலும் பல்லாண்டுகளாக அடைபட்டுக் கிடக்கும் போராளிகளை நீங்கள் கைவிட்டுவிட்டீர்களா? அந்தவகையில் தங்களது வழக்குச் செலவுகளுக்குக் கூடப் பணமில்லாமல் அவர்கள்

சிறையில் கிடக்கிறார்கள். அவர்களைப் போய்ப் பார்க்கக்கூட எந்த நாயுமில்லை. முன்னாள் ஜனாதிபதி சர்வாதிகாரி சந்திரிகா பண்டாரநாயக்கா மீதான தாக்குதலுக்கு உதவினார் என்று குற்றம் சாட்டப்பட்டு முந்நூறு வருடங்கள் சிறைத்தண்டனை விதிக்கப்பட்டு அந்தவகையில் மகசீன் சிறையிலிருக்கும் அறுபத்தைந்து வயது முதியவருக்குக் கூட ஒரு செப்புச் சல்லி யாரும் அனுப்பவில்லை. ஒருமுறை தாயகத்துக்குப் போய்ப் பாருங்கள். அங்கே எங்கள் மக்கள் அனுபவிக்கும் துன்பத்தைப் பாருங்கள். அந்தவகையில் உங்கள் வாய்க்கொழுப்புச் சீலையில்தான் வடியும்!

முன்னாள் போராளி ஆலாவுக்கு இப்போது இருபத்துநான்கு வயதுதான் ஆகிறது. அவரது வாழ்க்கை ஸ்ரீலங்காவின் கொடிய சிறைக்குள்ளேயே முடியத்தான் இருந்தது. அந்தவகையில் அடியவன் வாமதேவன் வெறும் வாய்ச் சொல் வீரன் கிடையாது. நான் இலங்கைக்குப் போய் அவரைத் திருமணம் செய்து சிறையிலிருந்து மீட்டு அழைத்து வந்திருக்கிறேன். அவருக்குப் புதியதொரு வாழ்க்கையைக் கொடுத்துள்ளேன். உணர்ச்சியுள்ள ஒவ்வொரு தமிழனும், உண்மையாகவே தமிழனுக்குப் பிறந்தவனென்றால் சும்மா நியாயம் பேசிக்கொண்டிருக்கக்கூடாது. செயலில் காட்டவேண்டும். அந்தவகையில் இழக்கத் துணிந்தவனே போராளி!›

இந்த வாமன் அந்தவகையில் எதை இழந்துவிட்டார் என்பது ஏறணைத் தம்புரானறிய எனக்கு விளங்கவில்லை. இந்த ரேடியோவை எப்படிப் பேசாமல் நிறுத்தி வைப்பது என்றும் தெரியவில்லை. கட்டிலில் ஏறிப் படுத்துக்கொண்டு போர்வையால் எனது காதுகளை இறுகச் சுற்றிக்கொண்டேன்.

2

அடுத்த ஞாயிறு மதியம், எங்கள் வீட்டுத் தோட்டத்தில், எங்களது திருமண வரவேற்பு விருந்து நிகழ்ந்தது. வட்ட வட்டமாக மேசைகள் போடப்போட்டு, அவற்றின் மேல் வெள்ளைத் துணிகள் விரித்து ஆடம்பரமாக விருந்து பரிமாறப்பட்டது. சமைக்காத பச்சை மீன் துண்டுகள், பாற்கட்டிகள், நெருப்பில் வாட்டிய மாமிசத் தொடைகள், அரைகுறையாக அவிக்கப்பட்ட பறவைகள் மேசைகளில் வைக்கப்பட்டிருந்தன. அந்த உணவுகளைச்

சமைத்துப் பரிமாறியவர் மட்டுமே, அங்கேயிருந்த ஒரேயொரு வெள்ளைக்காரர்.

விருந்துக்கு நாற்பது பேர்கள்வரை வந்திருந்தார்கள். எல்லோருமே இலங்கைத் தமிழர்கள். எல்லா ஆண்களும் விதி விலக்கின்றி வழுக்கைத் தலையர்களாகவும் பெரும் தொந்திக்காரர்களாவும் இருந்தார்கள். எல்லாப் பெண்களுமே கொழுத்துக் கழுத்தில் ஆளுக்கொரு கிலோ பூணாரங்களுடன் ஜொலித்தார்கள்.

அவர்கள் ஒவ்வொருவரிடமும் என்னை வாமன் அறிமுகப்படுத்தினார். அவர்களோ என்னை ஒரு விநோத உயிரினத்தைப் பார்ப்பது போலப் பார்த்தார்கள். சாப்பிடும்போது ஒரு பெண்மணி வாமனிடம் கேட்டார்:

— தம்பி, தாலி கட்டுக் கல்யாணம் எப்போது?

நான் உணவுத் தட்டில் பார்வையை வைத்துக்கொண்டே, காதுகளை வாமனின் பக்கமாக வைத்தேன்:

— அது வேண்டாம் அக்கா, இவ்வளவையும் நான் செய்து முடித்ததே பெரிய காரியம்.

மொத்தச் சபையுமே வாய்க்குள் இறைச்சித் துண்டங்களை வைத்தவாறே ‹ஓம் ஓம்› என ஒலியெழுப்பியது.

உண்டு முடித்ததும் எல்லோரும் கூடியிருந்து அரட்டையடித்தார்கள். அவர்கள் மத்தியில் நான் உட்கார வைக்கப்பட்டிருந்தேன். எந்தவிதக் கூச்சமோ நாணமோ அற்ற மனிதர்களாக இவர்கள் இருந்தார்கள். ஒருவருடன் ஒருவர் போட்டி போட்டுக்கொண்டு சுய பெருமையடித்தார்கள். தாளித்த வாசம் வெகுதூரம் வீசுமென்றால், கருகின வாசம் அதற்கப்பாலும் வீசும். இவர்களை என்னிடம் கேள்விகள் கேட்க வைத்துவிட்டு, நிகழ்ச்சித் தொகுப்பாளராக வாமன் அங்குமிங்கும் நடந்துகொண்டிருந்தார். வானொலியில் நேரடி ஒலிபரப்பு நடக்காததொன்றுதான் குறை!

நான்கைந்து கேள்விகளைத்தான் எல்லோரும் என்னிடம் வேறு வேறு வார்த்தைகளில் கேட்டார்கள்:

— நீங்கள் கடைசி நேரத்தில் வெடிக்காமல் விட்டது பயத்தாலா?

— தலைவர் உயிருடன் இருப்பதாக நினைக்கிறீர்களா?

— நீங்கள் கைது செய்யப்பட்டபோது உங்களிடம் சயனைட் இருக்கவில்லையா?

— உங்களை இராணுவம் எப்படிக் கொல்லாமல் விட்டது?

நான் அந்தச் சின்னப்பெண் ரோஸ் சாருலதாவை நினைத்துக் கொண்டேன்.

3

கண்ணைக் கட்டிக் காட்டில் விட்டால் கூடப் பறவைகளின் ஒலிக் குறிப்பை அறிந்து நான் நடந்து திரியக்கூடியவள். ஆனால், இது என் தலையைத் திருகி நெருப்பில் போட்டுவிட்டு, முண்டத்தை மட்டும் கயிற்றில் நடக்க விட்டது போலிருந்தது.

வாமன் என்னுடன் ஓரிரு வார்த்தைகளுக்கு மேல் பேசுவதில்லை. காலையானால் வெளியே போய்விடுகிறார். மாலையானால் வானொலிக் கலையகத்துக்குள் அடைந்துகொள்கிறார். அங்கிருக்கும் அறையொன்றிலேயே தூங்கிக்கொள்கிறார். இங்கே வந்து பத்து நாட்களாகியும், இன்னும் ஒரேயொருமுறை கூட என்னை வெளியில் அழைத்துச் செல்லவில்லை. இந்த வீடு சகல வசதிகளும் கொண்ட சிறை. லொக்கு நோனாவுக்குப் பதிலாக வாமன். சித்திரவதைகளுக்குப் பதிலாக இந்த நாசமாகிப்போன ரேடியோச் சத்தம். ‹உறவு› என்ற ஒரே சொல்லை வைத்துக்கொண்டே உறவுத்தூது, உறவுச் சங்கமம், உறவுத் தென்றல், உறவுப் பணியாரம் என டிசைன் டிசைனாக நிகழ்ச்சிகளை நடத்துகிறார்கள்.

மீனும் முட்டையும் பாலும் இறைச்சியுமாக வாமன் வாங்கிப் போடுகிறார். சமைத்துச் சாப்பிட்டுவிட்டுத் தூங்க வேண்டியது அல்லது இந்த முட்டாள் வானொலியைக் கேட்டுத் தொலைக்க வேண்டியது மட்டுமே என் வேலையாக இருந்தது. உடல் கிண்ணென்று தேறிவிட்டது. மனம்தான் எதையெதையோ நினைத்து அடித்துக்கொள்கிறது!

வாமனுக்கு ஏன் என்மீது ஈர்ப்பில்லை? அரபு நாட்டு நட்சத்திர விடுதியில் ஒரு மிருகம்போல என்மீது விழுந்து பிறாண்டிய இந்த மனிதர், ஏன் இப்போது என்னைத் தொட்டுக்கூடப் பார்ப்பதில்லை. என் பார்வையில் அவர் படுவதையோ அவர் பார்வையில் நான் படுவதையோ அவர் தெளிவாகவே

தவிர்த்துக்கொள்கிறார். எங்களிடையே உள்ள வயது வித்தியாசம் இதற்குக் காரணமாக இருக்குமா? என் அம்மாவுக்கும் ஆரியதாஸவுக்கும் இதேயளவு வயது வித்தியாசம்தானே இருக்கும். அம்மா கர்ப்பவதி ஆகிவிட்டாரே! எப்போதாவது நான் வாமனின் கண்களைச் சந்திக்கும் தருணத்தில், அவரின் ஒரு கண்ணில் ஒருவகையான வன்மத்தையும் மறு கண்ணில் அருவருப்பையும்தானே நான் பார்க்கிறேன்.

ஒருவழியாக, வாமன் என்னை வெளியே அழைத்துச் செல்லும் நாளும் வந்தது. எனக்குத் தற்காலிக விசா பெறுவதற்காகப் பொலிஸ் நிலையத்துக்கு அழைத்துச் சென்றார். இந்த நாட்டுக் குடியுரிமை பெற்றவரை நான் திருமணம் செய்து சட்டப்படி நாட்டுக்குள் வந்ததால் அது சுலபமாகவே நடந்துவிட்டது. ஆறு மாதங்களுக்கான விசா கிடைத்தது. குடியுரிமை பெறுவதற்கு, இரண்டு வருடங்களுக்குப் பின்புதான் விண்ணப்பிக்கலாம்.

எப்படியிருக்கிறது இந்த நகரம்! ஒவ்வொரு கட்டடமும் ஒரு தேவாலயத்தைப்போல அழகாக மேகத்தை முட்டி நிற்கிறது. மனிதர்களும் ஏழடி உயரமிருக்கிறார்கள். இந்தப் பெண்களின் கால்கள் குதிரைகளின் கால்கள் போலிருக்கின்றன. அவற்றிடையே கறுப்பு வாத்தின் கால்கள் போல என் கால்களிருக்கின்றன. இந்த மனிதர்கள் ரோஜா நிறத்திலிருக்கிறார்கள். வயதான மூதாட்டிகள் தலையிலும் கழுத்திலும் வண்ணக் குட்டைகளைக் கட்டிக்கொண்டு வேகமாக நடந்து திரிகிறார்கள். கோப்பிக் கடைகளின் முன்னே முதியவர்கள் உட்கார்ந்து சதுரங்கம் விளையாடிக்கொண்டிருக்கிறார்கள். குழந்தைகள் சக்கரம் வைத்த காலணிகளை அணிந்துகொண்டு, பறக்கும் அணில்களைப் போல சுவர்களிலே ஏறிக் குதிக்கிறார்கள்.

இன்னொருநாள், வாமன் என்னை ஓர் அலுவலகத்துக்கு அழைத்துச் சென்றார். அதுவொரு தன்னார்வத் தொண்டு நிறுவனம். அந்த அலுவலகத்தில், என்னைப் பார்க்க ஒரு வெள்ளைக்காரக் கும்பலே கூடிவிட்டது. அவர்கள் இதுவரை ஒரேயொரு தற்கொலைப் போராளியைக் கூட நேரில் பார்த்ததில்லையாம். அவர்கள் என்னிடம் உரையாட விரும்பி, என்னை அழைத்துவரச் சொன்னார்களாம்.

இங்கேயும் மேசை உணவுப் பொருட்களால் நிறைக்கப் பட்டிருந்தது. சாப்பிட்டுக்கொண்டே அந்த உரையாடல்

நிகழ்ந்தது. வாமன் அவர்களுக்கும் எனக்கும் நடுவே மொழிபெயர்ப்பாளராகயிருந்தார். அதை உரையாடல் என்று கூடச் சொல்ல முடியாது. அவர்கள் நீள நீளமாகக் கேட்ட கேள்விகளுக்கு நான் மிகச் சுருக்கமாகப் பதிலளித்தேன். என்னுடைய சுருக்கமான பதில்களையும் வாமன் நீள நீளமாக மொழிபெயர்த்து அவர்களுக்குச் சொன்னார். நான் தலையசைத்தாற் கூட அதைப் பத்து வார்த்தைகளில் வாமன் மொழிபெயர்த்தார்.

— ஒரு பெண், தற்கொலைப் போராளியாவது எப்படி நிகழ்கிறது?

— ஒரு தற்கொலைப் போராளிப் பெண், தாய்மைக்குரிய இயல்பான உணர்வுகளைக் கொண்டிருப்பாரா?

— தற்கொலையைப் போதிக்கும் ஒரு மதத்தின் அல்லது தத்துவத்தின் மீதான நம்பிக்கையின் அடிப்படையில் அல்லாமல் போர் வெற்றிக்காக மட்டுமே ஒருவர் தற்கொலை செய்துகொள்வதை எப்படிப் புரிந்துகொள்வது?

— சரியான கல்வியறிவு கிடைக்காதது இதற்கொரு காரணமா?

— மறுபிறவி அல்லது சுவர்க்கம் மீதுள்ள நம்பிக்கைதான், தற்கொலைப் போராளிகளை மரணத்திற்கு அஞ்சாதவர்கள் ஆக்குகிறதா?

— பாலியல் இச்சைக்கும் தற்கொலைத் தாக்குதலுக்கும் தொடர்பிருக்கிறதா?

இந்தக் கேள்விகள் எல்லாவற்றையும் நான் எதிர்கொண்டபோது, எனக்கு ஒன்று மட்டும் தெளிவாகப் புரிந்தது. தேவையற்ற அறிவு இரட்டிப்பு மடமை! இவர்களைக் காட்டிலும் இலங்கைப் புலனாய்வுத்துறையினர் பரவாயில்லை. அவர்களுக்கு எல்லா விசயங்களுமே சரிவரப் புரிந்திருக்கின்றன.

நானும் வாமனும் அங்கிருந்து காரில் திரும்பி வரும்போது, வழியெல்லாம் வாமன் என்னை ஏசிக்கொண்டே வந்தார். நான் வெளிப்படையாகப் பேசாமல் பல விசயங்களை மறைக்கிறேனாம்.

சடாரென அவரது வாயிலிருந்து அந்த வார்த்தை விழுந்தது:
‹சூனியக்காரி›

4

எனக்குச் சூதகப் பெருக்கு வரவில்லை. மறுபடியும் உடம்பில் ஏதாவது கோளாறு தொடங்கிவிட்டதோ எனப் பயந்துபோனேன். ஒரு வாரம் பொறுத்துப் பார்த்துவிட்டு வாமனிடம் சொல்லலாம் என நினைத்தேன். ஆனால், அடுத்த நாளே வாமன் ‹உனக்கு பீரியட் வந்ததா?› எனக் கேட்டார். ‹இல்லை› என்றதும், ம நத்துவரிடம் போகலாம் எனச் சொல்லி உடனேயே அழைத்துச் சென்றார். இந்தளவிலாவது என்மீது அக்கறையாக இருக்கிறாரே என ஆறுதலடைந்தேன். மருத்துவரிடம் சென்றபோது, நான் கர்ப்பவதியாக இருப்பது தெரிய வந்தது.

அவ்வளவுதான்! வாமன் ஆளே மாறிவிட்டார். அவருக்கு என்மீது அளவில்லாத அக்கறையும் கருணையும் பிறந்துவிட்டது. காதல் மட்டும் கடைசிவரை வரவேயில்லை என்பது வேறுகதை. நான் சாதாரணமாகத்தான் நடமாடித் திரிந்தேன். வாமனோ எனக்கு முன்னாலும் பின்னாலும் என்னைக் கவனித்துக்கொண்டு திரிந்தார். என் வயிறு பெருப்பதற்கு முன்னமே பாலும் பழரசமும் பருகி என் உடல் பெருக்கத் தொடங்கிவிட்டது.

நான் அடுத்த தடவை விசா புதுப்பிக்கப் போகும்போது, இந்த நாட்டின் மொழியைப் படிக்க ஆரம்பித்திருக்க வேண்டும். அந்தச் சான்றிதழுடன் சென்றால்தான் விசா வழங்குவார்கள். எனவே, வாமன் என்னை உரோவன் மொழி கற்கும் வகுப்பில் சேர்த்துவிட்டார்.

காலையில் ஏழரை மணிக்கு என்னைக் காரில் அழைத்துச் சென்று வகுப்பில் விட்டுவிட்டு, மதியம் ஒரு மணிக்குத் திருப்பி அழைத்துச் செல்ல வருவார். நான் வகுப்புக்குப் போகும்போது, ஒரு சிறிய கூடை நிறையப் பழங்களும் பாலும் கொடுத்துவிடுவார். அவை அந்த வகுப்பிலிருந்த எல்லோருக்குமே போதுமானவை.

வகுப்பு நடக்கும் இடம், எங்களது வீட்டிலிருந்து பதினைந்து நிமிடக் கார்ப் பயணத் தூரத்தில், நகரத்தின் மத்திய பகுதியிலிருந்தது. அதற்கு அருகே புகழ்வாய்ந்த குடியரசுச் சதுக்கம் இருந்தது. குடியரசுச் சதுக்கத்துக்கு அப்பால் ‹லன்டோ ப்ளான்சே மத்திய ரயில்வே நிலையம்› இருந்தது.

எனது வகுப்பில் பத்து மாணவர்களிருந்தோம். எல்லா இனத்திலும் எல்லா நிறத்திலும் கலந்திருந்தோம். வகுப்பைத் தொடங்கும் போது ஆசிரியர் ஒன்றைச் சொல்லி ஆரம்பித்தார்:

— உரோவன் மொழி தெரியாதவன் ஊமை!

5

எனக்கு உரோவன் மொழியைப் படிப்பதில் அதீத ஆர்வமிருந்தது. இந்த மொழியில்லாமல் என்னால் இந்த நாட்டில் வாழவே முடியாது என்பது தெளிவாகப் புரிந்துவிட்டது. ஆங்கிலம் தெரிந்தால் கூட, இங்கே யாரும் அதைப் பேச மாட்டார்கள். தங்களது மொழிமீது அப்படியொரு பற்றும் பெருமையும் இவர்களுக்குண்டு. உரோவன் மொழியைப் படிக்காவிட்டால், நமது மௌனம் கூட நாற்பது சொற்களில் மொழிபெயர்க்கப்படும் என்பதை எனக்கு வாமன் காட்டிவிட்டார். என்னுடைய குழந்தையிடம் பேசுவதற்குக் கூட, எனக்கு உரோவன் மொழிதான் ஒருவேளை தேவைப்படும். அன்றைக்குத் திருமண வரவேற்பு விருந்துக்கு அழைத்துவரப்பட்டிருந்த எந்தக் குழந்தைக்குமே தமிழ் பேசத் தெரிந்திருக்கவில்லை.

ஒரு மொழியைக் கற்பது, எனக்கு எப்போதுமே சிரமமாக இருந்ததில்லை. ஆறு மாதங்களுக்குள்ளாகவே உரோவன் மொழி எனக்குச் சரளமாக எழுத வாசிக்க வந்தது. அந்த மொழியிலிருந்த வசீகரம் என்னை மேலும் மேலும் படிக்கத் தூண்டிற்று. இந்த EBC வானொலிச் சத்தத்தை எனது அறைக்குள் புகாமல் நிறுத்திவைக்க நான் கற்றிருந்தேன்.

என் வயிற்றிலிருந்தது ஆண் குழந்தையென மருத்துவர் சொல்லிவிட்டார். அவன் வயிற்றில் அசையத் தொடங்கிவிட்டான். அவனைச் சுற்றி என் வயிற்றுக்குள் நீந்திக்கொண்டிருக்கும் இரும்பு மீன் குஞ்சுக்கு நான் முதற் தடவையாக அஞ்சினேன்.

6

Õnnesta mind ja vata mind!

Mõõduks, Katuleeid tead, peenem kui sõdza Pmaalikun stnik. Arrme seda kensi kood di Mustk tieger Hinge sõlin. Objekti on sada. Füdrek mõtle, et energia mõtle õigesti. Päeva palik.

Länoes! Filia! Midagi südamele öelda, midagi südamele öelda mis tähendus onei. kui Ilum pomitamie ja seux muud? kes se on, se on võlts? Amorstus! Mis on uks põrrgusse? Mustköi Sipelas Hoa ma unustan? Ma ei saa aru, mis on minu riik

Olen sündiaud jões. Tänakn Vannaisa, Vannaema! Teil on see luuletus, mida ma tõlgin:

Nead mõõtmetata väljad ei muutu aga kunagi rohelliseks

Ainulte eilne imeline noormeeste metsik magus veri;

On maa, mille maa peab olema pikk, väga sügav,

Mõtted, millest võime uhkusega rääkida.

Kuid siin, üksildasest pliidist, on publiku sisemuses nuga;

Valmistame monumendi: võita, tiivuline, reljeefne, palju tiibu, kolonnipea.

Ja all, allosas - oh! Siinkohal jätke laiendatud, lagunenud, kirglikud käed

Väike magus läikiv riik violetse, roosi ja loorberiga

Teiste põskede jaoks hiilgav

Väikestest aedade väikestest aladest, kus sündis poeg või tüdruksõber.

Imeline uni koos tuhande vennaga.

7

எனது வகுப்பிலிருந்த எல்லா மாணவர்களையும் எனக்குப் பிடித்திருந்தாலும், மொஹமட் நிம்பா என்ற மாணவனே எனக்கு நெருக்கமானவனாகயிருந்தான். ‹நிம்பா› என்ற பெயருக்குக் ‹கழுகுகளை வேட்டையாடுபவன்› எனப் பொருளாம். நிம்பா ஆபிரிக்காவைச் சேர்ந்தவன். என்னைப் போலவே, சிறுவயதில் கெரில்லாப் படையில் இணைந்தவன். அவனது வலது காலிலே ஏற்பட்டிருந்த காயத்தால், அந்தக் காலைச் சற்று இழுத்து வைத்து நடப்பான். அது எனக்குச் சுல்தான் பப்பாவை ஞாபகமூட்டும்.

நிம்பா என்ற பெயருக்கு இடியைப் போல சிரிப்பவன் என்றுதான் அர்த்தமாகியிருக்க வேண்டும். தனது பெரிய வாயை அகலத் திறந்து, முப்பத்தியிரண்டு பற்களையும் காட்டி நிம்பா உரக்கச் சிரிப்பது, பத்துப் போர்த் தேங்காய் படபடவென உடைந்ததைப் போலிருக்கும்.

எனக்கும் அவனுக்கும் இன்னொரு விசயமும் பொதுவான விசயமாக இருந்தது. அது பேய்களைப் பற்றிப் பேசுவது. நம்முடைய நாட்டில் இருப்பதுபோலவே அவனுடைய நாட்டிலும் ஏராளமான பேய்கள் இருந்தன. அவைகளும் துப்பாக்கிக்கு நாணமா? என்று கேட்டேன். வாயை அகல விரித்துக்கொண்டு ‹ஆமாம்... ஆமாம்› என்று கூச்சலிட்டான்.

என்னவொரு வித்தியாசம் என்றால், எங்களுடைய நாட்டில் பேய்கள் பெரும்பாலும் கறுப்பு நிறம். அவனுடைய நாட்டிலோ பேய்கள் வெள்ளை நிறமாம். கறுப்பு நிறத்தில் ஒரு பேயைக் கூடத் தானோ தனது மூதாதையரோ கண்டதேயில்லை என்றான்.

பேய்கள் துப்பாக்கிக்கு நாணினால், துப்பாக்கிகளே நாணும் ஒரு தாயத்து ஆபிரிக்காவில் இருக்கிறது என்றான். அதை மந்திரித்துக் கையில் கட்டிக்கொண்டால், எதிரிகளின் துப்பாக்கிக் குண்டுகள் அணுகாதாம்.

— உனது காலில் வெடி விழும்போது நீ அதைக் கையில் கட்டியிருக்கவில்லையா நிம்பா? என்று கேட்டேன்.

— எதிரிகளிடமிருந்துதான் அது காப்பாற்றும்... நம் ஆட்களே சுட்டால் ஒன்றும் செய்ய முடியாது!

— கெரில்லாப் படையில் இருந்தபோது, உன்னுடைய சாவு எப்படி வரவேண்டும் என நீ யோசித்திருக்கிறாயா நிம்பா? எனக் கேட்டேன். அவன் தனது தடித்த உதடுகளைக் குவித்துக்கொண்டு கொஞ்ச நேரம் யோசித்துவிட்டு ஆங்கிலத்தில் சொன்னான்:

— People can die of mere imagination.

ஒருநாள் மதியம் வகுப்பு முடிந்ததும் வெளியே வந்தோம். எப்போதுமே வகுப்பு முடிய முன்பே வந்து, கார் நிறுத்துமிடத்தில் எனக்காகக் காத்திருக்கும் வாமனை அன்று காணவில்லை. எனக்கு ஒரு கைத்தொலைபேசியைக் கூட வாமன் வாங்கித் தந்திருக்கவில்லை. நிம்பாவின் கைத்தொலைபேசியை வாங்கி, வாமனை அழைக்கலாம் என நான் யோசித்தபோது, நிம்பா இரண்டு பெரிய காகிதக் கோப்பைகளில் கோப்பி வாங்கிக்கொண்டு வந்தான். இந்தக் குளிருக்கு அது கறுப்பு அமுதமாக இருந்தது. அதைக் குடித்தவாறே இருவரும் படிக்கட்டில் அருகருகே உட்கார்ந்து பேசிக்கொண்டிருந்தோம். அன்று காலையில் நடந்த கலாதியான சம்பவமொன்றை அவன் சொன்னான்:

‹காலையில் கொஞ்சம் தாமதமாக எழுந்ததால், வகுப்புக்கு வருவதற்காக அவசரமாக அடித்துப்பிடித்து ஓடிவந்து பஸ் வண்டியினுள் ஏறினேன். ஏறிய வேகத்தில் ஒரு தடித்த வெள்ளைக்காரனில் சற்றே உரசிவிட்டேன். உடனேயே அவன் தள்ளிப்போடா கறுப்புச் சைத்தானே என்றான். பஸ்ஸிலிருந்த பயணிகள் எல்லோரும் எங்களையே பார்த்தார்கள். யாரும் எதுவும் வாய் திறக்கவில்லை. நான் பதற்றமேபடாமல் எல்லோருக்கும் கேட்கும்படியாகச் சொன்னேன்... ஐயா! நான் கறுப்பன்தான். என் மூதாதைகளும் கறுப்பு. நான் கறுப்பனாகவே பிறந்தேன். கறுப்பனாகவே இருக்கிறேன். கறுப்பனாகவே இறப்பேன். ஆனால் நீங்கள் எப்படி ஐயா? இப்போது வெள்ளை நிறமாக இருக்கிறீர்கள். உங்களுக்குக் கோபம் வந்தால் நீங்கள் சிவப்பு நிறமாக மாறிவிடுகிறீர்கள். நோய் வந்தால் பச்சை நிறமாகிவிடுகிறீர்கள். இறந்தாலோ நீல நிறமாகிவிடுகிறீர்கள். நானோ எப்போதுமே கறுப்பு!›

நிம்பா அதைச் சொன்னபோது, அந்த பஸ்ஸிலிருந்தவர்கள் யாராவது சிரித்தார்களோ தெரியாது. ஆனால், நான் வெடித்துச் சிரித்தேன். என்னோடு போட்டி போட்டுக்கொண்டு நிம்பாவும் சிரித்தான். சிரித்துச் சிரித்து எனக்குக் கண்களில் நீர் வந்ததைப் பார்த்ததும் நிம்பாவின் சிரிப்பு இரண்டு மடங்காகியது. அப்போது வாமனின் கார் உள்ளே நுழைந்தது.

8

வீதியில் பனி கொட்டிக்கொண்டிருந்தது. வீதியை உற்றுப் பார்த்துக்கொண்டே, காரை மெதுவாக ஓட்டியவாறு வாமன் கேட்டார்:

— யாரந்தக் காப்பிலி?

எனக்கு வாமன் என்ன கேட்கிறார் என்றே முதலில் விளங்கவில்லை. மறுபடியும் கேட்டார்:

— அந்தக் கறுப்பன் யார்?

— ஓ அவனா! அவன் பெயர் நிம்பா. என்னைப் போலவே அவனும் போராளியாக இருந்தவன்.

வாமன் என்னைத் திரும்பிப் பார்த்து என் முகத்தில் சொன்னார்:

— நீயொரு சூனியக்காரி!

எனக்கும் கோபம் வராதா என்ன! தண்ணீரும் மூன்று தடவைகள்தானே பொறுக்கும். நான் வீதியைப் பார்த்தவாறே முணுமுணுத்தேன்:

— என்ன சூனியத்தைக் கண்டுவிட்டீர்கள்? நீங்களாகத்தானே என்னைத் தேடி வந்தீர்கள்...

நான் சொல்லிச் சொன்ன வாயை நான் மூடுவதற்கு முன்பே, இடது கையால் ஸ்டியரிங்கை வளைத்தபடியே, வலது கையை மடக்கி முழங்கையால் என் கன்னத்தில் ஓங்கி இடித்தார் வாமன். அப்படியே இருக்கையில் என் முதுகு அடித்துக்கொண்டது. சட்டெனக் கைகளால் என் வயிற்றைப் பொத்திக்கொண்டேன். அங்கே சிறிய பதுமன் இருக்கிறான். அப்போது நான் ஏழுமாதக் கர்ப்பவதி.

எனக்கு அதிர்ச்சியாக இருந்தாலும் நான் எதுவும் காட்டிக்கொள்ளவில்லை. என் அம்மாவும் அப்பாவிடம் இப்படிச் செவிட்டையில் அடி வாங்கியவர்தான். பெத்தாச்சியும் பெத்தப்பாவிடம் கருக்கட்டையால் அடி வாங்கியவர்தான்.

எப்போதுமே காரை மெதுவாகத்தான் வாமன் ஓட்டுவார். இப்போதோ வாகனம் சீறிக்கொண்டு பாய்ந்தது. வீதியில் உறைந்து கிடந்த பனியில் வண்டி வழுக்கிச் சாய்ந்துவிடுமோ என்று கூட நான் அஞ்சினேன். நகரத்திலிருந்து விலகி வடக்குத் திசையில் கார் பறந்தது. நிலக் காட்சிகள் மாறிக்கொண்டே வந்தன. மலைச் சரிவுகளில் பனிச் சறுக்கு வண்டிகள் இறங்கிக்கொண்டிருந்தன. பழமை வாய்ந்த கிராமங்களைக் கார் கடுகித் தாண்டிப்போனது. இந்தப் பகுதியிலிருக்கும் மக்கள் நீண்ட தோல் அங்கிகளை கால்வரை அணிந்திருக்கிறார்கள். இவர்களது தொப்பிகளில் பல்வேறு வண்ணங்களில் பறவைகளின் இறகுகள் செருகப்பட்டுள்ளன. மலைச் சரிவில் சிறுவர்கள் கொழுத்த குதிரைகளில் ஏறிச் சென்றார்கள்.

கிட்டத்தட்ட இரண்டரை மணிநேரப் பயணத்தின் பின்பாகச் சந்துபொந்துகளில் நுழைந்து, ஆகச் சிறிய சந்துக்குள் கார் வந்து நின்றது. வாமன் என்னைக் காரிலிருந்து இறங்கச் சொன்னார். அங்கே சிறிய கடை போல ஒன்றிருந்தது. அதன் வாசலில் ஒரு நடுத்தர வயதுத் தடித்த பெண் உட்கார்ந்திருந்தார்.

அந்தப் பெண்ணிடம் வாமன் பேசியது உரோவன் மொழியல்ல. இது இந்த நாட்டுக்குள் வேறொரு மொழி பேசும் நிலப்பகுதி.

வாமனிடம் பேசி முடித்ததும், அந்தப் பெண் வாமனிடம் ஒரு காகிதத் துண்டையும் பேனாவையும் கொடுத்துவிட்டு, என்னை உள்ளே வருமாறு சைகையால் கூப்பிட்டார். ‹உள்ளே போ கோழி› என வாமன் மெலிதாக உறுமிக்கொண்டே, அந்தக் காகிதத்தில் எதையோ எழுதி அந்தப் பெண்ணிடம் கொடுத்தார்.

நான் உள்ளே சென்றதும், அந்தப் பெண் வாசலிலிருந்த தடித்த திரையை இழுத்து மூடிவிட்டு, என்னுடைய குளிரங்கியைக் கழற்ற எனக்கு உதவி செய்தார். பின்பு எனது சட்டையைக் கழற்றுமாறு சைகை செய்தார். ‹*mine, mida sa teud?*› எனக் கேட்டேன். அந்தப் பெண் எதுவும் பேசாமல், எனது சட்டையைக் கழற்றிவிட்டு அங்கிருந்த முக்காலியில் உட்காருமாறு, மறுபடியும் சைகை செய்தார்.

இவர்கள் எனது சிறிய பதுமனை எனது வயிற்றிலிருந்து கழுவிப்போட முயற்சிக்கிறார்கள் என நினைத்தேன். நான் ஒருபோதும் அதற்குச் சம்மதிக்கப் போவதில்லை. ஆனால், அந்தப் பெண் ஒரு பறவை இறகை எடுத்து அதனால் இப்படியும் அப்படியும் சைகை செய்தபோது இது வேறெதுவோ எனப் புரிந்தது. வருவதைப் பார்த்துக்கொள்ளலாம் என நினைத்துக்கொண்டு, அந்தப் பெண் சொன்னதுபோல சட்டையைக் கழற்றிவிட்டு முக்காலியில் உட்கார்ந்தேன். அந்தப் பெண் எனது முதுகைத் தடவிக் கொடுத்து அங்கே முள்ளை வைத்து அழுத்துவதை உணர்ந்தேன். பெரிய வலியெல்லாம் ஏதுமில்லை. தோல் சற்றுச் சுண்டியிழுத்தது. எண்ணிப் பத்து நிமிடங்களுக்குள் ‹*vāman*› என்ற ஐந்து எழுத்துகளை, என் முதுகில் அந்தப் பெண்மணி பச்சை குத்தி முடித்துவிட்டார். இனிக் காலம் முழுவதும், நாய் கடித்த புண்களுக்கு நடுவில் இந்த எழுத்துகளையும் நான் சுமந்து திரிய வேண்டும்.

9

அடுத்த இளவேனிற் காலத்தின்போது என் சிறிய பதுமன் பிறந்தான். அவனின் கண்கள், காதுகள், மூக்கு, வாய், நிறம் எல்லாமே நூறு சதவீதம் என்னைப் போலவேயிருந்தன. பிறக்கும் போதே என் பதுமனின் பாதத்தில் ஒரு வடுவிருந்தது. என் வயிற்றிலிருக்கும் இரும்பு மீன் குஞ்சு குழந்தையைத் தீண்டியிருக்கவேண்டும் என நினைத்துக்கொண்டேன்.

வாமன் குழந்தைக்கு ‹அலெக்ஸாண்டர்› எனப் பெயரைப் பதிவு செய்தார். ‹அலெக்ஸ்› எனக் கூப்பிட்டார். நான் ‹பதுமா› எனக் குழந்தையை அழைத்தபோது வெடுக்கெனக் கேட்டார்:

— இது யாருடைய பெயர், அந்தக் காப்பிலியின் பெயரா?

என் முதுகில் பச்சை குத்தப்பட்ட நாளுக்குப் பிறகு, நான் உரோவன் மொழி வகுப்புக்கு அனுப்பப்படவில்லை. மருத்துவமனை ஒன்றைத் தவிர வேறெங்குமே நான் அழைத்துச் செல்லப்படவில்லை. இதுவரை ஒருமுறைகூட அம்மாவிடம் தொலைபேசியில் பேசவும் கிடைக்கவில்லை. கடிதம் அனுப்ப முகவரி கூடத் தெரியவில்லை. எல்லாவற்றையும் வாமன் பார்த்துக்கொள்வார் என்று நம்பி வந்தேன். கணினியின் அருகில் செல்லக்கூட என்னை விடார். அந்தக் கணினிக்கு ஆயிரம் கடவுச் சொற்கள் வேறு! இந்த மனிதர் போராளிகள் குறித்தும் என்னைக் குறித்தும் இனிக்க இனிக்கப் பேசியதையெல்லாம் நம்பியிருந்தேன். ஆனால், இந்த மனிதர் தம்புல்ல தேவாலயத்தை வணங்கிக்கொண்டு உடும்பைக் கொல்பவராக இருக்கிறார்.

என்றாலும் கூட இந்த மனிதர் மீது எனக்கு வெறுப்பு வரவில்லை. இந்த மனிதர்தான் என்னைச் சிறையிலிருந்து விடுவித்தார். இந்த மனிதராலேயே எனக்குச் சிறிய பதுமன் கிடைத்தான். இந்த மனிதர் செய்யும் சள்ளுகள் என்னை ஒன்றும் செய்துவிடப் போவதில்லை. விறகுக் கொள்ளியால் சுடப்பட்டவள் மின்மினிப் பூச்சிக்கா அஞ்சுவாள்!

குழந்தை பாலருந்தும் நேரத்தில் மட்டுமே பகலில் என்னோடிருக்கும். மற்றப்படி விடிந்ததிலிருந்து மாலை ஆறு மணிவரை குழந்தையை வாமனே வைத்துக்கொள்வார். இப்போது அவர் அதிகம் வெளியில் போவதுகூட இல்லை. எப்போதுமே வீட்டிலிருக்கிறார். குழந்தையிடம் உரோவன் மொழியில் கொஞ்சுகிறார்.

ஆறு மணிக்குப் பிறகு அவரது வாயில் தமிழ் கண்டபடி தாண்டவமாடத் தொடங்கிவிடும்:

‹இது உங்கள் EBC வானொலி. வானலையில் அடியவன் வாமதேவன். தன் தலையை எரித்துத் தியாகம் செய்வது தீக்குச்சி, தன்னை உருக்கித் தியாகம் செய்வது மெழுகுவர்த்தி! அந்தவகையில் ஓர் ஒடுக்கப்பட்ட தேசிய இனத்தின் பிள்ளைகளான, மாபெரும் இனப்படுகொலையின் சாட்சியங்களான எங்கள் தியாகமோ

இச்சா | 265

அந்தவகையில் மலையிலும் உயரமாகவும் கடலினும் ஆழமாகவும் அமைய வேண்டும். அந்தவகையில் அடியவன் வாமதேவன் ஊருக்கு மட்டும் உபதேசம் செய்பவன் அல்ல. அதைச் செயலில் காட்டியவன்! மணியம் சில்க்ஸ் நேரம் சரியாக ஆறு மணி பதினைந்து மணித்துளிகள். நீங்கள் கேட்டுக்கொண்டிருப்பது உங்கள் EBC வானொலி...›

இந்தக் குலுமாசிக் கதையை இந்த மனிதர் ஆயிரமாம் தடவை சொல்கிறார். பொற்கலம் ஒலிக்காது, வெண்கலம் ஒலிக்கும்! இவரின் தியாகத்தைக் கேட்டு இவருக்கு வாழ்த்துகளும் பாராட்டுகளும் வந்துகொண்டேயிருக்க வேண்டும். அந்தச் சீனத்துக் கதைதான். மகாராணிக்குப் பட்டுத்துணி கிழியும் சத்தம் எப்போதும் காதில் கேட்டுக்கொண்டேயிருக்க வேண்டும்.

10

குளிர்காலம் வந்தபோது வாமன், கடுமையான மஞ்சள் காமாலையில் வீழ்ந்துவிட்டார். ஒரு மாதம் ஆஸ்பத்திரியில் இருக்க வேண்டியதாகப் போனது. இதனால் EBC வானொலியையும் நிறுத்திவிட்டார்கள். பின்னதுக்குப் படைத்தவனுக்கு நன்றி. இந்தச் சொல்லையும் நான் பல்கீஸிடமிருந்தான் பொறுக்கிக்கொண்டேன். அவள் எப்போதுமே ஒரு சம்பவத்தைச் சொல்லி, அந்தச் சம்பவத்தைப் பகுத்து முன்னது வலாய் நடுவில் ஷர் பின்னதுக்குப் படைத்தவனுக்கு நன்றி என்பாள்.

சிறிய பதுமன் பிறந்து அப்போது எட்டு மாதங்களாகியிருந்தன. நான் குழந்தையைத் தள்ளுவண்டியில் போட்டுக்கொண்டு, பஸ் பிடித்து ஒவ்வொரு நாளும் ஆஸ்பத்திரிக்குப் போய்விடுவேன். குழந்தையை வார்ட்டுக்குள் அனுமதிக்கமாட்டார்கள். எனவே, பதுமனை ஆஸ்பத்திரியின் குழந்தைகள் காப்பகத்தில் படுக்கவைத்துவிட்டு வார்டுக்குப் போவேன். வாமன் தெங்கடித்தேவையாக என்னைப் பார்ப்பார். நான் அங்கிருக்கும் நேரம் முழுவதும் ‹அலெக்ஸ்... அலெக்ஸ்› எனக் குழந்தையைப் பற்றியே விசாரிப்பார்.

மருத்துவமனையில் பார்வையாளர்கள் நேரம் முடிந்ததும், பதுமனை எடுத்துக்கொண்டு நான் நகரத்தைச் சுற்றிவருவேன். தன்னுடைய வங்கி அட்டையொன்றை வாமன் என்னிடம் கொடுத்திருந்தார். அதிலிருந்து எவ்வளவு பணம் எடுத்தேன்,

செலவழித்தேன் என்றெல்லாம் அவர் கணக்குக் கேட்க மாட்டார். ‹போராளிகள் நேர்மையில் நெருப்புகள்› என வாமன் அடிக்கடி வானொலியில் சொல்வார். இந்த ஒரு சொல்லையாவது அவர் உளமார நம்புகிறார் என நினைக்கிறேன். தவிரவும் அவரது வங்கிக் கணக்கில் ஏராளமான பணம் இருந்தது. அந்தப் பணத்துக்கு அம்பாறையை விலைக்கு வாங்கிவிடலாம்.

இப்போது குளிரின் அளவு மைனஸ் இருபத்தைந்து. வெறும் கண்டிக் குளிருக்கே நடுங்கிக்கொண்டிருந்த இந்தப் பெட்டைக்கு, இப்போது குளிர் பழக்கமாகிவிட்டது. ஆடைகளைச் சரியானமுறையில் அணிந்துகொண்டால் எந்தக் கடும் குளிரையும் சமாளிக்கலாம் என அக்கம்பக்கத்து வீட்டாரிடமிருந்து தெரிந்துகொண்டேன். நான் இப்போது அயலவர்களோடு தாராளமாகப் பழகவும், அவர்களது வீடு வாசல்களுக்குப் போய்வரவும் தொடங்கியிருந்தேன். எல்லா வீடுகளுமே வெள்ளைக்கார வீடுகள். அவர்கள்தான் என்னை அழைத்தார்கள். தமிழ் வீடுகளுக்கு என்னை யாருமே அழைக்கவில்லை. ஏதாவது சூனியம் கீனியம் செய்துவிடுவேன் எனப் பயந்தார்களோ தெரியாது.

இருக்கலாம், வாமன் ஓரளவு குணமடைந்து வீட்டுக்கு வந்த பின்பு, அவரது மூத்த சகோதரி வாமனையும் குழந்தையையும் பார்ப்பதற்காக, இங்கிலாந்திலிருந்து எங்களது வீட்டுக்கு வந்தார். தனது தம்பிக்குக் கொஞ்சக் காலமாகக் கெட்ட காலம் நடக்கிறதாம், அதுதான் மஞ்சள் காமாலையைக் கொண்டுவந்ததாம், அதுதான் தம்பியின் அருமந்த ரேடியோவை மூட வைத்ததாம் என்றெல்லாம் சாடை பேசினார். ஒரேயொருமுறை மட்டும் அவர் என்னிடம் நேரடியாகப் பேசினார்.

கல்யாணத் தேதி என்ன? எந்தத் தேதியில் முதலில் வாமனுடன் உடலுறவு கொண்டேன்? குழந்தை பிறந்த தேதி என்ன? என்றெல்லாம் கேட்டு ஒரு தாளில் குறித்துக்கொண்டார். குழந்தைக்குச் சாதகக் குறிப்பு எழுத இதைக் கேட்கிறாராம். எதற்காக இதையெல்லாம் இவர் கேட்கிறார் என எனக்குத் தெரியாதா என்ன! எனது கண்களைக் கவனித்துக்கொண்டே அவர் சொன்னார்:

— தம்பி பாவம். அவனுக்கு ஊர்த் துழாவாரம் பார்க்கவே நேரமில்லாமல் இருக்கிறது. அவனைச் சரியாகக் கவனிக்க

யாருமில்லை. அவனுக்கு எங்களின் சாதிக்குள்ளேயே பார்த்து ஒரு நல்ல பெண்ணைக் கல்யாணம் கட்டிவைக்க வேண்டும்.

உம்மா ஒருமுறை சொன்னது எனக்கு ஞாபகம் வந்தது. ‹வெள்ளாடிச்சி கிரந்தமும் பார்ப்பாள் தமிழும் வழவழ.› அதற்குப் பிறகு அந்த மனுசி வீட்டிலிருந்த இரண்டு நாட்களும், நான் என்னுடைய அறையை விட்டு வெளியே வரவேயில்லை. மனுசியும் என்னை வந்து பார்க்கவில்லை. போகும்போதும் சொல்லிவிட்டுப் போகவில்லை. நானும் வழியனுப்ப வாசலில் போய் நிற்கவில்லை. இதையெல்லாம் கவனித்துக்கொண்டிருந்த வாமன், இருமரபும் தூயவந்த தன்னுடைய பரம்பரையையே நான் அவமதித்துவிட்டதாகக் கருதினார்.

அந்த மனுசி அந்தப் பக்கம் போகவும், வாமன் இந்தப் பக்கம் என்னை அறையின் மூலைக்குள் தள்ளிச் சென்று செவிட்டை செவிட்டையாக அறைந்தார். நான் மூலைக்குள் அப்படியே அசையாமல் நின்றேன். நான் அசைந்தால் அவருக்கு அறையச் சிரமமாகயிருக்கும். என்னுடன் சிறையிலிருந்த லக்மினி ஒருமுறை சொன்னாள்:

— கம்பளி! என்னை யாராவது அடித்தால் கூட நான் அழமாட்டேன். நான் அழுதால் அதைப்பார்த்து என்னை அடிப்பவரின் மனம் புண்பட்டுவிடுமல்லவா!

11

வெளியிலோ அக்கம்பக்கத்து வீடுகளுக்கோ போகக் கூடாது என்று, வாமன் எனக்கு உறுதியான கட்டளை பிறப்பித்தார். என்னிடமிருந்த அவரின் வங்கி அட்டையையும் வாங்கி வைத்துக்கொண்டார். பதுமனை என்னிடமிருந்து எவ்வளவு தூரம் பிரித்துவைக்க முடியுமோ அவ்வளவு தூரம் பிரித்து வைத்தார். இரவுகளில் கூடப் பதுமனைத் தன்னுடனேயே தூங்க வைத்தார். நான் இரவு முழுவதும் தூங்காமலேயே விழித்திருப்பேன். சிறிய பதுமன் எந்த நேரத்திலும் எழுந்து பாலுக்கு அழக்கூடுமே. நான் காதுகளைப் பதுமன் உறங்கும் அறையை நோக்கிக் குவித்து வைத்திருப்பேன். நான் என் அம்மாவைப் பிரிந்திருப்பது போல பத்தாயிரம் மைல்களுக்கு அப்பால் இருந்தால்தான் அது பிரிவல்ல. என் குழந்தை, ஒரு முழத் தூரத்தில் என்னை விட்டுப்

பிரிந்திருந்தாலும் அது பிரிவுதான் என்பதை அந்த நாட்களில் நான் உணர்ந்தேன்.

தொடர்ச்சியாக இரவுகளில் தூங்காததால் என் விழிகள் எப்போதும் செருகியேயிருக்கும். எந்தவொரு விசயத்தையும் தடுமாற்றமில்லாமல் செய்ய முடியவில்லை. என்ன செய்வதென்று தெரியாமல், அந்த வீட்டுச் சிறைக்குள்ளேயே நான் சுற்றிக்கொண்டிருந்தேன். என்னைப் பல நாட்களாகக் காணவில்லை என்று தேடிக்கொண்டு வந்த, அயல் வீட்டுப் பெண்மணி அன்னாவை, வாமன் சத்தமாக ஏசித் துரத்தினார். நான் கவனித்துப் பார்த்ததில், பொதுவாகவே வாமனுக்கு வெள்ளைக்காரர்களைப் பிடிப்பதில்லை. வெள்ளைக்காரர்கள் காரியவாதிகள், நிறத் துவேசம் இல்லாத வெள்ளைக்காரர்கள் கல்லறைகளில் மட்டுமே இருக்கிறார்கள் என்றெல்லாம் சொல்வார்.

ஒரு ஞாயிறு காலையில்தான் அது நிகழ்ந்தது. முதல்நாள் இரவு தனது நண்பர்களை அழைத்து, பதுமனின் முதலாவது பிறந்தநாள் கொண்டாட்டத்தை விடிய விடிய நடத்திவிட்டு, வாமன் காலையில் தாமதமாக எழுந்து குளிக்கச் சென்றிருந்தபோது, நான் பதுமனுடன் வீட்டுக்குப் பின்னாலிருந்த தோட்டத்தில் இருந்தேன். தோட்டத்திலிருந்த மலர்களின் பெயரையும் தத்தித் திரிந்த பறவைகளின் பெயரையும் அவனுக்குத் தமிழில் சொல்லிக் கொடுத்துக்கொண்டிருந்தேன். அவற்றில் பாதி மலர்களுக்கும் பறவைகளுக்கும் தமிழில் பெயர் இல்லை. இல்லாவிட்டால் என்ன, உருவாக்கிவிட வேண்டியதுதானே! நீளக் கால்களைக் கொண்ட ப்ரவுண் நிறப் பறவைக்கு ‹மரச்சி› என்றும் தாமரைப்பூ அளவில் காணப்பட்ட கறுப்புநிற மலருக்கு ‹ஆனைப்பூ› என்றும் பெயரிட்டேன்.

பதுமன் எனது கையைப் பிடித்துக்கொண்டு மெல்ல மெல்ல நடக்கத் தொடங்கியிருந்தான். ‹நமச்சிவாயம்› என அரைகுறையாக உச்சரிக்கப் பழகியிருந்தான். அவனுக்குப் பாலூட்டும் போது அதைச் சொல்லிச் சொல்லி அவன் தலையை வருடியவாறே பாலூட்டுவேன். பறவைகளின் பெயர்களைச் சொல்லி முடித்துவிட்டு, அவனை ‹நமச்சிவாயம்› சொல்ல வைக்க முயற்சித்துக்கொண்டிருந்தபோதுதான், நான் அதைப் பார்த்தேன்.

இச்சா | 269

ஆறடி நீளமுள்ள ஒரு பொன்னிறப் பாம்பு, தோட்டத்து வேலிக்குள்ளால் புகுந்து சரசரவென ஊர்ந்து வந்து தோட்டத்தின் நடுவாக மண்ணுக்குள் குத்தென இறங்கிற்று. நான் பதுமனை அள்ளித் தூக்கிக்கொண்டு தோட்டத்தின் நடுவே ஓடியபோது, பாம்பு முழுவதுமாக மண்ணுக்குள் போய் விட்டது. நான் பதுமனிடம் சொன்னேன்:

— ஏறணைத் தம்புரான் வந்திருக்கிறார் மகன்! இங்கே பாருங்கள்... தம்புரானைக் கும்பிடுங்கள்.

பதுமனின் சிறிய கைகளை எடுத்துக் கும்பிடுவதுபோல மண்ணை நோக்கி வைத்தேன். அப்போது வாமன் வீட்டுக்குள்ளிருந்து ஓடிவந்து, என்னிடமிருந்து குழந்தையைப் பறித்துக்கொண்டார். ‹என்ன நடக்கிறது இங்கே?› என்று உறுமினார். பாம்பு வந்த கதையைச் சொன்னேன். சப்பென்று கன்னத்தில் ஓர் அறைவிட்டார். இந்த நாட்டில் பாம்பே கிடையாதாம்.

இதுவரை இல்லாமல் இருந்திருக்கலாம். பதுமர்கள் கூடத்தான் இதுவரை இந்த நாட்டில் கிடையாது. இப்போது வரவில்லையா? தோன்றவில்லையா?

12

அன்றிலிருந்து, எனது மூளையைச் சித்திரவதை செய்வதையே வாமன் முழுநேர வேலையாக வைத்துக்கொண்டார். அடி உதைக்கும் குறைவில்லை. அவர் எப்படிப் பலங்கொண்டு அடித்தாலும் நான் அசையாமலும் அழாமலும் நின்று அடி உதைகளைப் பெற்றுக்கொள்வது அவரை உறுத்தியிருக்க வேண்டும். அதற்கும் அந்த மகா மூளை ஓர் உபாயத்தைக் கண்டு பிடித்தது.

என்னுடைய வயிற்றில் ஷெல் துண்டு தங்கியிருக்கும் பகுதியில் தொட்டாலே நான் துடித்துப் போய்விடுவேன் என அவருக்குத் தெரிந்துவிட்டது. எனது அடிவயிற்றைப் பிடித்துக் கசக்குவார். அவரது கைக்குள் அந்த இரும்பு மீன்குஞ்சு சிக்கியிருக்கும். நான் வலி தாளாமல் கேவுவேன். இப்போது EBC வானொலி இல்லாததால், இந்த மகாராசனின் காதில் பட்டுத்துணி கிழியும்

சத்தம் கேட்பதில்லை. அதற்குப் பதிலாக இந்தப் பெட்டையின் கேவல் சத்தம் அவருக்குக் கேட்டுக்கொண்டேயிருக்க வேண்டும்.

இந்த மனிதருக்கு நான் அப்படி என்ன துரோகம் செய்தேன்? அடிமைகளைக் கூட இப்படி நடத்தமாட்டார்களே என்றெல்லாம் நான் திரும்பத் திரும்ப யோசித்தேன். களைத்திருந்த என் மூளை மேலும் குழம்பியதுதான் மிச்சம்.

நான் இடியப்பம் செய்தால், ஏன் பிட்டுச் செய்தாய் எனக் கேட்டுச் சாப்பாட்டுத் தட்டைத் தூக்கித் தரையில் அடிப்பார். தேநீர் கொடுத்தால், ஏன் கோப்பியைத் தருகிறாய் எனக் கேட்டுச் சுடு தேநீரை என் மூஞ்சியில் வீசினார். அவர் இப்படியெல்லாம் சொல்வதைக் கேட்டு, நான்தான் ஏதோ சித்தம் கலங்கி நடக்கிறேன் என நான் நம்பத் தொடங்கிவிட்டேன். ஒரு சிறிய சத்தத்தைக் கேட்டாலே நான் அஞ்சினேன். தரையில் ஒரு தேநீர்க் கரண்டி டிங்கென விழுந்தால் கூடப் பயந்துபோய் அசையாமல் நின்றேன். சுடுநீரைத் திறந்து குளிக்கப் பயந்து, பச்சைத் தண்ணீரிலேயே உடல் நடுங்கக் குளித்தேன். கடைசியில், நான் மனநல மருத்துவரிடம் அழைத்துப் போகப்பட்டேன்.

நான் பாம்பைக் கண்டதுதான் மருத்துவருக்குப் பெரிய செய்தியாக இருந்தது. பாம்பின் நீளமென்ன? நிறமென்ன? அது படமெடுத்தாடியதா? என்றெல்லாம் என்னிடம் கேட்டுத் தாளில் குறித்துக்கொண்டார். எல்லா நிறங்களிலும் மாத்திரைகள் எழுதிக் கொடுத்தார்.

மனநல மருத்துவரிடம் போய்வந்து ஒரு வாரமிருக்கும். மாடியில் ஆழ்ந்து உறங்கிக்கொண்டிருந்த என்னை எழுப்பிக் கையைப் பிடித்து வாமன் கீழே அழைத்துப்போனார். மனநல மருத்துவர் கொடுத்த மாத்திரைகளைச் சாப்பிட்டால், எனக்கு இருபத்துநான்கு மணிநேரமும் தூக்கம் வருகிறது. அந்த மாத்திரைகளைச் சாப்பிட்டால் பதுமனுக்குத் தாய்ப்பால் கொடுக்க முடியாது. ஒரு வாரமாக அவன் கடைகளில் வாங்கப்படும் பாலைத்தான் குடித்துக்கொண்டிருக்கிறான்.

நான் படிகளில் கீழே இறக்கப்படும்போதே, தரைத்தளத்தில் ஒரு வெள்ளைக்காரப் பெண்மணி நன்றாக உடுத்திப்படுத்தி உட்கார்ந்திருப்பதைக் கவனித்தேன். வாமனிடம் ‹முகத்தைக் கழுவித் தலைவாரிக்கொண்டு வந்து விடுகிறேன்› என்றேன்.

வாமன் ஒன்றும் சொல்லாமல் என்னை இழுத்துக்கொண்டுபோய் அந்தப் பெண்மணியின் முன்னால் உட்கார வைத்தார்.

அந்தப் பெண்மணி என்னிடம் கைகுலுக்கினார். அவர் முன்னாலிருந்த மேசையில் சில கோப்புகளிருந்தன. அவற்றினருகே இருந்த தாள்களில் எனது படங்கள் ஒட்டப்பட்டிருந்தன. அந்தப் பெண்மணி என்னைப் பார்த்துக் கேட்டார்:

— உங்கள் கணவரை விவாகரத்துச் செய்ய உங்களுக்குச் சம்மதம்தானே?

நான் எடுத்த எடுப்பிலேயே சொன்னேன்:

— ஒருபோதும் இல்லை அம்மா! அவர் என் தம்புரான்!!

13

என் குழந்தை என்னிடமிருந்து முற்றாகவே பிரிக்கப்பட்டுவிட்டான். அவனை நான் தொடுவதைக் கூட வாமன் அனுமதிக்கவில்லை. நிரம்பக் கவனமாகத் திட்டமிட்டு வாமன் காய்களை நகர்த்துகிறார். இந்த நாட்டின் சட்டதிட்டங்கள் எல்லாம் இந்த மனிதருக்கு அத்துபடி. இந்தக் கப்புறாளைக்குக் கோழி தேவையில்லை, அது இட்ட அருமருந்தன்ன முட்டைதான் தேவை.

எனக்கு மனநிலை சரியில்லையென்று மருத்துவரிடம் சான்றிதழ் பெற்றுவிட்டார். அதைக் காரணம் காட்டி விவாகரத்துக் கேட்டிருக்கிறார். அன்று வந்த பெண்மணி அவரது வழக்கறிஞர்.

வாமன் விவாகரத்துக் கோரியதால் என்னுடைய விசா புதுப்பிக்கப்படவில்லை. சிறிய பதுமன் இந்நாட்டுக் குடியுரிமையுள்ள தந்தைக்கு, எல்லாவிதச் சட்டங்களுக்கும் அமைவாகப் பிறந்ததால், பிறக்கும்போதே அவனும் இந்நாட்டுக் குடிமகன். மனநிலை சரியற்ற தாயால் அவனை வளர்க்க முடியாது. எனவே விசா இல்லாத தாயை இலங்கைக்கு அனுப்பிவிட்டுத் தந்தை மகனை வளர்ப்பார். சுல்தான் பப்பாவால் கூட இப்படித் திட்டம் வகுக்க முடியாது.

இப்போது நான் என்ன செய்ய வேண்டும்? என் உதிரத்தின் கனியாகிய சிறிய பதுமனை நான் ஒருபோதும் விட்டுக் கொடுக்கமாட்டேன். அவன் இன்னொரு உயிரியல்ல. நான்தான் அவன்.

நான் இலங்கைக்கு எக்காரணம் கொண்டும் திரும்பிப் போகமாட்டேன். அங்கே எனக்காகச் சிறையும் வதையும் காத்துக்கொண்டிருக்கின்றன. அதைப் பொறுத்துக்கொண்டாலும் என் சிறிய பதுமனை நான் எப்படி முந்நூறு வருடங்கள் பிரிந்திருப்பேன்?

அடுத்து வந்த நாட்களில் நான் இதைக் குறித்து மட்டுமே யோசித்துக்கொண்டிருந்தேன். எனக்கு இந்த நாட்டில் யார் உதவுவார்கள்?

ஓரிரவு என் கனவில் குறளிப் பைசாசம் வந்து, பால் கட்டியிருந்த எனது மார்புகள் இரண்டிலும் மாறி மாறிப் பால் அருந்தித் தணிந்தது.

14

காலையில் சிறிய பதுமன் வாந்தி எடுத்துக்கொண்டேயிருந்தான். அவனது வாயிலிருந்து பால் வடிந்துகொண்டேயிருந்தது. இப்போது வாமனுக்குப் பைத்தியம் பிடித்தது போலாகிவிட்டது. தனது கையை மடக்கிப் பலகைச் சுவரில் ஓங்கிக் குத்திக்கொண்டே ‹பார்... சூனியக்காரி பார்! என் பிள்ளைக்கு என்னவோ நடந்துவிட்டது› என அலறினார். குழந்தையை அள்ளி எடுத்துக்கொண்டு மருத்துவமனைக்கு ஓடினோம்.

அந்தச் சிறிய தனியார் மருத்துவமனை, எங்கள் வீட்டிலிருந்து பத்து நிமிடக் கார்ப் பயணத் தூரத்திலுள்ள, ஒரு வணிக வளாகத்தின் ஆறாவது மாடியிலிருந்தது. ஒன்றும் பயப்படத் தேவையில்லை என மருத்துவர் சொன்னார். குடித்த பவுடர் பால் குழந்தைக்கு ஒவ்வாமையை ஏற்படுத்திவிட்டதாம். கொஞ்ச நாட்களுக்கு முலைப் பால் கொடுக்கச் சொன்னார்.

மருத்துவமனையிலிருந்து லிப்டில் இறங்கி, வணிக வளாகத்தின் தரைத்தளத்துக்கு வந்தோம். அந்தத் தளத்திலிருந்த பார்மஸியில், பதுமனுக்குக் கொடுப்பதற்கான மருந்துகளை வாங்கிப் பையோடு வாமன் என்னிடம் கொடுத்தார். பதுமனைத் தள்ளுவண்டியில் படுக்கப்போட்டிருந்தேன். அவன் ஆழ்ந்த உறக்கத்திலிருந்தான். தள்ளுவண்டியின் கீழ்ப் பகுதியிலிருந்த வாயகன்ற பையில் மருந்துகள் அடங்கியிருந்த பையைப் பத்திரமாக வைத்தேன்.

அப்போது வாமன் என்னிடம் சொன்னார்:

— விசர் மாத்திரைகளைச் சாப்பிடுவதை நிறுத்திவிட்டு அலெக்ஸுக்குப் பால் கொடு!

— நீங்கள் விவாரத்துக் கேட்டு வழக்கறிஞரை வீட்டுக்கு அழைத்துவந்த நாளிலிருந்தே, நான் மாத்திரைகளைச் சாப்பிடுவதை நிறுத்திவிட்டேன்.

வாமன் என்னைப் பார்த்த பார்வை நெருப்பாக இருந்தது. கொக்கென்று நினைத்தாயோ கொங்கணவா என்றா நான் கேட்க முடியும்! என்னுடைய திறன், தைரியம், தன்னம்பிக்கை, சுயகௌரவம் எல்லாவற்றையும் இழந்து, ஒரு பெரிய வீட்டுப் புழுபோல அல்லவா நான் ஆகிவிட்டேன். அதுவும் பைத்தியக்காரப் புழு! நான் பரிதாபமாக வாமனைப் பார்த்துப் பல்லைக் காட்டினேன். இதுவே வீடென்றால் என் செவிட்டை பழுத்திருக்கும்.

அந்த வணிக வளாகத்தின் தரைத்தளம் சனத்திரளால் நிரம்பி வழிந்தது. அந்தச் சனத்திரளிடையே எவரிலும் பட்டுவிடாமல், நான் லாவகமாகத் தள்ளுவண்டியைத் தள்ளிச் சென்றேன். பஸ்ஸில் ஒரு வெள்ளைக்காரன் மீது தவறுதலாக மோதி, கழுகுகளை வேட்டையாடுபவனான நிம்பா பட்டபாடு என் ஞாபகத்திலிருந்தது. இன்னும் சில நாட்களில் கிறிஸ்துமஸ் வரயிருக்கிறது. இந்த நாட்டில் அந்தப் பண்டிகையைப் பெரும் எடுப்பில் கொண்டாடுகிறார்கள். வீதிகளிலும் வணிக வளாகங்களிலும் இப்போதே நட்சத்திர வடிவில் விளக்குகள் ஒளிரத் தொடங்கிவிட்டன.

டுப்... டுப்... டுப்... என மூன்று வெடிச் சத்தங்கள் கேட்டன. சந்தேகமேயில்லை... இது பிஸ்டல் வெடிதான். அதைத் தொடர்ந்து வணிக வளாகத்தின் பல இடங்களிலிருந்தும் துப்பாக்கிகள் வெடிக்கும் சத்தங்கள் கேட்டன. நான் தள்ளுவண்டியைத் தள்ளிக்கொண்டு வெளியே போகும் வாசலை நோக்கி ஓடினேன். தள்ளுவண்டியை இடித்துக்கொண்டு மக்கள் ஓடினார்கள். வாசற்பக்கத்திலும் வெடிச் சத்தம் கேட்டது. நான் சுவரோரமாக வைக்கப்பட்டிருந்த, பெரிய கிறிஸ்துமஸ் மரத்தின் அடியில் தள்ளுவண்டியோடு பதுங்கிக்கொண்டேன். என் பின்னாலேயே ஓடிவந்திருந்த வாமனையும் பதுங்கச் சொன்னேன். மனிதருக்கு இந்தக் குளிரிலும் வியர்த்துப் போயிருந்தது. பூனையைப் போல என் பின்னால் பதுங்கிக்கொண்டார். இரண்டு வெள்ளை

இளைஞர்கள் தள்ளுவண்டியைத் தாண்டிக் குதித்து ஓடினார்கள். அவர்களில் ஒருவன் தாண்டும்போதே ‹Tänakn› எனச் சொல்லிட்டு ஓடினான்.

வெடிச் சத்தங்கள் இரண்டு நிமிடங்களில் ஓய்ந்துவிட்டன. கைகளில் ‹POLITSI› எனச் சிவப்புநிறத்தில் பட்டி கட்டியிருந்த காவற்துறையினர், வணிக வளாகத்துக்குள் நுழைந்து எங்களை வெளியேற்றினார்கள். நான் வாசலைக் கடந்தபோது, காவற்துறையினர் சில இளைஞர்களைப் பிடித்து வைத்திருப்பதைப் பார்த்தேன். ‹Tänakn› எனச் சொல்லிவிட்டுத் தள்ளுவண்டியைத் தாண்டிக் குதித்துப் போனவனையும் காவற்துறை பிடித்து, விலங்குபோட்டு வைத்திருந்தது. அந்த ஒல்லியான இளைஞனோ பொலிஸாரைப் பார்த்துச் சிரித்துக்கொண்டு நின்றான்.

காரில் வீடு திரும்பிக்கொண்டிருந்தபோது, பதுமனுக்கு முலைப்பால் கொடுத்தேன். குடித்து முடித்ததும் குழந்தை நிம்மதியாக உறங்கிவிட்டான். வாமன் வீதியையும் குழந்தையையும் மாறி மாறிப் பார்த்துக்கொண்டே வண்டியை ஓட்டினார்.

காரணக் குறளி

வண்டியிலிருந்து இறங்கியதும், வாமன் குழந்தையை என்னிடமிருந்து வாங்கிக்கொண்டு, வீட்டுக் கதவைத் திறந்து தனது அறைக்குள் போய்விட்டார். நான் காரின் டிக்கிக்குள் மடக்கி வைக்கப்பட்டிருந்த தள்ளுவண்டியை எடுத்து விரித்து, அதன் கீழ்ப்புறப் பையில் வைத்திருந்த மருந்துப் பையை எடுக்கப் போனவள் அப்படியே விறைத்துப் போனேன். மருந்துப் பையோடு ஒரு கைத்துப்பாக்கி இருந்தது.

அவக்கென மருந்துப் பையோடு சேர்த்துத் துப்பாக்கியை எடுத்து, அதை எனது குளிரங்கியின் பொக்கெட்டுக்குள் போட்டுக்கொண்டேன். தள்ளுவண்டியை மீண்டும் மடக்கி டிக்கிக்குள் வைத்து டிக்கியை மூடிவிட்டுச் சமையலறைக்குள் போனேன். அங்கிருந்த மேசையில் மருந்துப் பையை வைத்துவிட்டு, மாடிப் படிகளில் சத்தமில்லாமல் ஏறிச்சென்று, எனது அறைக்குள் நுழைந்து கதவைத் தாழிட்டுக்கொண்டேன்.

படபடப்போடு ஜன்னலருகே போய் வெளியே பார்த்தேன். நிலமெங்கும் பனி படியத் தொடங்கியிருந்து. மெதுவாக நடந்துவந்து கட்டிலில் உட்கார்ந்துகொண்டு அந்தத் துப்பாக்கியை எடுத்துப் பார்த்தேன்.

அந்தக் கைத்துப்பாக்கி ‹Fort 12› வகையைச் சேர்ந்தது. உக்ரேனியன் தயாரிப்பு. ஐம்பது மீற்றர்கள் தூரத்திலிருக்கும் இலக்கையும் கொல்லக் கூடியது. கிட்டத்தட்ட முக்கால் கிலோ பாரமிருந்தது. குண்டுகள் ஏற்றும் மகசீனைக் கழற்றிப்பார்த்தேன். ‹9 mm Makarov› குண்டுகள் பன்னிரண்டு போடலாம். ஆனால், அந்த மகசீனில் இரண்டு குண்டுகள் மட்டுமே மிச்சமிருந்தன. மிகுதிக் குண்டுகளை அந்த வெள்ளை ஒல்லி இளைஞன் வணிக வளாகத்துக்குள் சுட்டிருப்பானாக்கும். அவன் தள்ளுவண்டியைத்

தாண்டிக் குதிக்கும்போது, இதைத் தள்ளுவண்டிக்குள் சாதுரியமாகப் போட்டுவிட்டுப் போயிருக்க வேண்டும். வெளியில் காத்திருந்த காவற்துறையிடமிருந்து தப்பித்துக்கொள்வதற்காக இப்படிச் செய்திருக்கிறான்.

நான் துப்பாக்கியில் மறுபடியும் மகசீனைக் கொழுவிவிட்டு, அதை எடுத்துச் சென்று அழுக்குக் கூடையில் கிடந்த எனது துணிகளிடையே மறைத்து வைத்தேன். என் உடலின் விறைப்பு இன்னும் நீங்கவில்லை. அன்றிரவு நான் சாப்பிட்டது பதுமனுக்குப் பால் கொடுக்கவேண்டும் என்ற காரணத்தினால் மட்டுமே. பதுமனுக்குப் பால் கொடுத்து வாமனின் அறையில் தூங்க வைத்துவிட்டு, எனது அறைக்குள் வந்து கட்டிலில் உட்கார்ந்தேன். இரவு முழுவதும் ஒரு கண் உறக்கமில்லை. இமைகள் விறைத்து மடங்காமல் நின்றிருந்தன. எப்போது விடியும் எனக் காத்திருந்தேன்.

காலை ஏழுமணியளவில், வீட்டின் பின்னாலிருந்த மலை மீது சூரியனைக் கண்டேன். மெதுவாக நடந்துபோய் வாமனின் அறையருகே நின்று கவனித்தேன். பெரிதாகக் குறட்டைச் சத்தம் வந்துகொண்டிருந்தது. இப்போதெல்லாம் அவர் எழுந்திருக்கவே காலை பத்து மணியாகிவிடுகிறது.

விரைந்து எனது அறைக்குள் போய், அழுக்குத் துணிகளைக் கிளறிப் பிஸ்டலை எடுத்து எனது முதுகுப் புறமாக இடுப்பில் செருகிக் குளிரங்கியை மாட்டிக்கொண்டேன். தோட்டத்துக்குள் நுழைந்து, ஐந்தடி உயரமிருந்த வேலியை ஏறித்தாவி வெளியே குதித்தேன்.

புதர்களுக்குள்ளால் நடந்து மலையை நோக்கிப் போய், மலைச் சரிவுகளில் ஏறிப்போனேன். கிட்டத்தட்ட ஒரு மணிநேரம் நடந்ததன் பின்னாக, ஊசியிலை மரங்கள் மட்டுமேயிருந்த வனாந்தரத்தில் நின்றேன். இருபது மீற்றர்கள் தூரத்தில் தனித்து நின்றிருந்த ஒரு மரத்தைத் தேர்ந்தெடுத்தேன். அந்த மரத்தில் கிட்டத்தட்ட நான்கு மீற்றர்கள் உயரத்தில் நீட்டிக்கொண்டிருந்த ஒரு சிறு கிளையை மனதில் குறித்துக்கொண்டேன்.

என் இடுப்பிலிருந்து பிஸ்டலை எடுத்து லோட் செய்தேன். கால்களை விரித்து வலுவாக ஊன்றிக்கொண்டு நிமிர்ந்து நின்று, வலது கையில் பிஸ்டலைப் பிடித்து முன்னால் நீட்டி அந்தக் கை மீது இடது கையைப் பொத்திப்பிடித்துக் கிளையைக் குறிபார்த்துச்

சுட்டேன். அந்தச் சிறு கிளை துண்டறத் தெறித்துக் காற்றிலிறங்கி மெல்லக் கீழே வந்தது.

என்னைச் சுற்றி மெல்லிய கந்தகத்தின் மணம். மலைச் சரிவில் குண்டு வெடித்த சத்தம் எதிரொலித்தது. என் உடலில் அதுவரையிருந்த விறைப்பு நீங்கிக் குருதி பிரவகித்து ஓடத்தொடங்கியது. என் நாக்குச் சுரந்து அப்போது சொல்லியது:

காரண காட்சிகள் காட்டும் கண் கட்டும்
களரி விளையாடும் காரணக்குறளி வா வா
பூதலம் மெய்க்கப் புதுமைகள் காட்ட
தன்கையாலெடுத்து என் கையில் தருவாய்

2

நான் குறளியை இடுப்பில் செருகிக்கொண்டு, மலையிலிருந்து கீழே இறங்கிவந்தேன். குறளியில் இப்போது ஒரு குண்டு மட்டுமே மிச்சமிருக்கிறது. எனது கால்கள் துருவ மானின் கால்கள் போல மலைச் சரிவில் சறுக்கி வந்தன.

வேலியைத் தாவித் தோட்டத்தில் குதித்தேன். நான் வீட்டுக்குள் நுழைந்தபோது பதுமன் அழுதுகொண்டிருந்தான். ‹எங்கே போனாய் வேசை?› என்று வாமன் கத்தினார். நான் எதுவும் பேசாமல் பதுமனை வாங்கிக்கொண்டு, எனது அறைக்குள் வந்து படுக்கையில் உட்கார்ந்துகொண்டு எனது முலையை எடுத்துச் சிறிய பதுமனின் நாவில் வைத்தேன்.

பதுமன் உறங்கத் தொடங்கினான். நான் அவனைக் கட்டிலில் வளர்த்திவிட்டு அறைக்குள்ளேயே அங்குமிங்குமாக நடக்கத் தொடங்கினேன். இப்போது ஏனென்று ஏவங் கேட்க யாருமில்லாத பெட்டையல்ல நான். என் கூட என் குறளியிருக்கிறது. அந்தக் கணத்தில்தான் என் ஆன்மா மறுபடியும் எனக்கு முன்னால் செல்லத் தொடங்கியது. நான் அதன் பின்னால் நடந்தேன்.

பதினொரு மணியளவில், பதுமனை ஆடைகள் அணிவித்துத் தயார்ப்படுத்தினேன். குழந்தை தாய்ப்பால் குடிக்கத் தொடங்கியவுடன் மறுபடியும் பூரிக்கத் தொடங்கிவிட்டான். குழந்தைக்கு ஒரு வயதும் ஏழு மாதங்களும் முடிகின்றன. இப்போதே ‹அம்மா, பப்பி› எனத் தெளிவாக அழைக்கத் தொடக்கிவிட்டான். ‹நமச்சிவாயம்› என அழகாக உச்சரிக்கிறான்.

இன்னும் சில நாட்களிலேயே பேசத் தொடங்கிவிடுவான். எனக்குப் பேச்சுத் துணைக்குச் சரியான ஆள் கிடைத்துவிடும். அவனிடம் சொல்ல என்னிடம் கதைகளுக்கா பஞ்சம்!

எனது உடைகளையும் மாற்றி, இடுப்பில் குறளியைச் செருகிக்கொண்டு சிறிய பதுமனைத் தூக்கியவாறே படிகளில் இறங்கிவந்து, கணினி முன்னால் எதையோ கிளறிக்கொண்டு உட்கார்ந்திருந்த வாமனிடம் சொன்னேன்:

— காரின் டிக்கியைத் திறந்துவிடுங்கள், நாங்கள் வெளியில் போகிறோம்!

வாமன் தன் வாயை ஆவெனப் பிளந்து என்னைப் பார்த்தார்:

— எங்கே போகிறாய்?

— நானும் என் பிள்ளையும் எங்கே வேண்டுமானாலும் போவோம். உங்களுக்கு என்ன? டிக்கியைத் திறந்துவிடுங்கள்.

என்னுடைய குஞ்சாத்தையின் ஞாபகம் என் நினைவில் வெட்டிப்போயிற்று. அடுப்பில் உப்புக் கல்லைப் போட்டது போலவே நானும் இப்போது பேசுகிறேன். வாமன் தனது நாற்காலியிலிருந்து மெல்ல எழுந்தார். என்னை வெளுப்பதற்குக் காலையிலேயே அவருக்குத் தங்கமான காரணம் கிடைத்துவிட்டது:

— உன் பிள்ளையா? அவன் என் பிள்ளை இல்லையா?

— அதுதான் காலையில் என்னை வேசை என்றீர்களே... நான் யாருக்கு வேண்டுமானாலும் அவனைப் பெற்றிருப்பேன். சிங்களவனுக்குக் கூடப் பெற்றிருப்பேன்.

வாமன் அப்படியே கிறுகிறுத்துப் போய்விட்டார். தனது பெருத்த கீழுதட்டைக் காவிப் பற்களால் கௌவியவாறு, என்னை நோக்கிக் கையை ஓங்கிக்கொண்டு வேகமாக வந்தார். இப்போது நான் அவரை எரிப்பதுபோலப் பார்த்தேன்:

— அப்படியே நிற்க வேண்டும்! கப்டன் ஆலா சொல்கிறேன்!

3

வாமனுக்கு மறுபடியும் அந்தக் குளிரிலும் முகத்தில் வியர்க்கிறது. ஆள் நன்றாகப் பயந்துவிட்டார். என்னுடைய முழு ஜீவித சரித்திரத்தையும் எத்தனை தடவை இந்த மனிதர் வானொலியில் சொல்லியிருப்பார். அது அவருக்கு

மனப்பாடம்தானே. ஒன்றும் பேசாமல் சுவரில் மாட்டியிருந்த கார்ச் சாவியை எடுத்துக்கொண்டு வெளியே போனார். நான் பதுமனைக் கீழே இறக்கி நிற்க வைத்துவிட்டு, மறுபடியும் மாடிப்படிகளில் தாவி மேலே போனேன்.

மாடியிலிருந்த வாமனின் அறையில், பதுமனின் தொட்டிலுக்கு மேலே பிறைமாடத்தில் வைக்கப்பட்டிருக்கும் ஒரு சாடியில் பணத்தாள்கள் சுருட்டிப் போடப்பட்டிருக்கும். பதுமனது முதலாவது பிறந்தநாளுக்கு வந்த அன்பளிப்புப் பணம். அதைச் செலவு செய்யாமல் அந்தச் சாடியில் வாமன் போட்டு வைத்திருந்தார். சாடியைத் திறந்து முழுப் பணத்தையும் எடுத்துக்கொண்டேன். நிறையவேயிருந்தது. அதை எனது கைப்பைக்குள் திணித்துக்கொண்டு படிகளில் தாவிக் கீழே வந்தேன்.

அதற்குள் பதுமன் தனது சிறிய கால்களால் நடந்து வாசல்வரை போய்விட்டான். அவனைக் கையில் பிடித்து நடத்திக்கொண்டு கார் அருகே போனேன். தள்ளுவண்டி டிக்கியிலிருந்து இறக்கப்பட்டுத் தயாராகயிருந்தது. அதில் பதுமனை உட்காரவைத்தேன். தள்ளுவண்டியைத் தள்ளிக்கொண்டு வீதியில் இறங்கி நடக்கத் தொடங்கினேன்.

எனக்குப் பின்னால் வாமன் முகம் முழுவதும் வியர்வையுடனும், தலை நிறைய யோசனையுடனும் நிற்கிறார். என்னுடைய திடீர் மாற்றம், அவரைக் கடுமையாகக் குழப்பிவிட்டிருக்கும். ஆனால் இந்தப் பிரச்சினையை எப்படிக் ‹கையாள்வது› என அந்தத் திறம் குறுக்கு மூளை ஏதாவதொரு வழியைச் சீக்கிரமே கண்டுபிடிக்கும். எந்தக் குறுக்கு வழியும் என் குறளியிடம் செல்லுபடியாகப் போவதில்லை.

இந்த ‹கையாள்வது› என்ற தமிழ்ச் சொல்லை, இந்த நாட்டுக்கு வரும்வரை நான் கேள்விப்பட்டதேயில்லை. வாமன்தான் இந்த வார்த்தையை ஒருநாளைக்கு ஆயிரம் தடவைகள் அவரது வானொலியில் சொல்வார். இலங்கை அரசைக் கையாள்வது, இந்தியாவைக் கையாள்வது, சீனாவைக் கையாள்வது, ஒபாமாவைக் கையாள்வது, ஐ.நா.வைக் கையாள்வது என்று ஒரே கையாள்வது மயமாயிருக்கும்.

வீட்டிலிருந்து நூறு மீற்றர்கள் நடந்தாலே பஸ் தரிப்பு நிலையம் வந்துவிடும். பத்து நிமிடங்களுக்கு ஒரு பஸ் வரும்.

நான் பஸ்ஸிற்குள் தள்ளுவண்டியோடு ஏறிப் பயணச் சீட்டை வாங்கிக் குளிரங்கிக்குள் செருகியவாறே உட்கார்ந்துகொண்டேன். இந்த நாட்டில் எனது முதலாவது சுதந்திரப் பயணம்.

குடியரசுச் சதுக்கத்தில் இறங்கி, நான் உரோவன் மொழி படித்த பள்ளிக்குப் போனேன். என்னுடைய ஆசிரியரைப் பார்த்து நான் நலம் விசாரித்தபோது, அவர் முதல் வார்த்தையாக ‹Väga hea! உன்னுடைய உரோவன் மொழியறிவு விருத்தியடைந்திருக்கிறது› என்றார். முத்தமிடுகிறேன் என்ற பெயரில் பதுமனை நாய் போல நக்கித் தள்ளிவிட்டார். மொஹமட் நிம்பாவின் முகவரி கிடைக்குமா? என ஆசிரியரிடம் கேட்டேன். அவர் உடனேயே கணினியைத் தட்டிப் பார்த்து, நிம்பாவின் முகவரியை ஒரு துண்டுச் சீட்டில் எழுதித் தந்தார். அவருக்கு நன்றி சொல்லிவிட்டு, பஸ் நிலையத்துக்குப் போனேன்.

பஸ் நிலையத்தின் முன்னால் நின்றிருந்த ஒரு மொட்டைத் தலை மனிதனிடம், என் கையிலிருந்த துண்டுச் சீட்டைக் காண்பித்து, அந்த முகவரிக்கு எப்படிப் போவதெனக் கேட்டேன். அந்தக் குண்டான மனிதன் கண்களில் வெறுப்பைத் தேக்கியபடியே முகத்தைச் சுழித்து வானத்தை நோக்கிக் கையைக் காட்டிவிட்டு, ஓங்காளித்துக் காறிக் கீழே துப்பினான். எனக்குத் தலைக்கு ஆங்காரம் ஏறிவந்தது. நானும் காறி அவன் முன்னே துப்பிவிட்டு நடந்தேன். கிட்டத்தில் வந்தானென்றால் இரண்டே உதைகளில் அவனை என்னால் மல்லாத்திவிட முடியும்.

இன்னொரு மனிதரிடம் முகவரியை விசாரித்தேன். வாடகைக் கார் சாரதிகளிடம் கேட்கச் சொன்னார். கையில்தான் நிறையப் பணமிருக்கிறதே. நான் ஒரு வாடகைக் காரையே அமர்த்திக்கொண்டு நிம்பாவைத் தேடிப் போனேன்.

நகரத்திலிருந்து ஒதுக்குப் புறமாக, ஒரு மேம்பாலத்தின் அருகே அந்த முகவரியிருந்தது. அழுக்குத் தீப்பெட்டிகள் போல வீடுகள் அடுக்கப்பட்டிருந்தன. அந்தத் தெருவில் ஒரு வெள்ளையரைக் கூடக் காண முடியவில்லை. கறுப்பர்களே எங்கும் நிறைந்திருந்தார்கள். கையிலிருந்த துண்டுச் சீட்டைப் பார்த்தவாறு நான் நின்றிருந்தபோது, தொப்பியணிந்த முதியவர் என்னிடம் வந்து கேட்டார் ‹Mida te outsite, ilus tütre?›

— எதைத் தேடுகிறாய் அழகான மகளே?

இச்சா | 281

மொஹமட் நிம்பாவைத் தேடி வந்தேன் என்றேன். அதைக் கேட்டதும் என்னைச் சுற்றி ஒரு கூட்டமே கூடிவிட்டது. அங்கிருந்த எல்லோருக்குமே ஒருவரையொருவர் தெரிந்திருந்தது. நிம்பாவையும் தெரிந்திருந்தது.

நிம்பாவுக்கு இந்த நாட்டில் விசா நீடிப்பு மறுக்கப்பட்டு, அவனைப் பொலிஸார் ஆபிரிக்காவுக்கே திருப்பி அனுப்பிவிட்டார்களாம். பொலிஸார் அவனைத் தேடி வந்தபோது, நிம்பா ஓடிப்போய் மாடியிலிருந்த தண்ணீர்த் தொட்டிக்குள் ஒளிந்துகொண்டான். ஆனால், பொலிஸார் கொண்டுவந்திருந்த நாய்கள் அவனைச் சுலபமாகவே தேடிக் கண்டுபிடித்துவிட்டன. அவனைப் பிடித்துக் கைகளில் விலங்கை மாட்டி இங்கிருந்து இழுத்துச் சென்றார்களாம். அந்த முதியவர் கவலையில் தோய்ந்திருந்த தனது கண்களை உருட்டிக்கொண்டு சொன்னார்:

— நான் நினைக்கிறேன் மகளே, அந்த நாய்கள் நிறத்தை முகர்ந்து தேடுதல் செய்யப் பயிற்றுவிக்கப்பட்டிருக்கின்றன.

நிம்பா எப்போதுமே கறுப்புத்தானே! எனக்கு நிம்பாவை நினைத்துக் கவலைப்படுவதா, அல்லது என்னை நினைத்துக் கவலைப்படுவதா எனத் தெரியவில்லை. அங்கிருந்து ஒரு வாடகை வண்டி பிடித்து வீட்டுக்குத் திரும்பினேன், என்னைப் பிடித்துப் பொலிஸார் விலங்கு பூட்டுவதே என் மனதில் ஒன்றன் பின் ஒன்றாக வந்துகொண்டிருந்த சித்திரங்கள். தரையில் வரைந்த சித்திரத்தை ‹சித்திர முகம்› சொல்லிக் கலைக்கலாம். ஆனால், மூளையில் தோன்றும் சித்திரங்களை அழிப்பதானால், அதற்கு நாம் மரணிக்கும் நாள்வரை பொறுத்திருக்க வேண்டும்.

வீட்டுக்குள் நான் நுழைகையில், வாமன் முகத்தைத் தூக்கி முகட்டில் வைத்துக்கொண்டிருப்பதைப் பார்த்தேன். பதுமனை அவரிடம் விட்டுவிட்டு, என் அறைக்குப் போகப் படிகளில் ஏறினேன். நான் பாதிப் படிகளில் ஏறியிருந்தபோது, கீழிருந்து வாமனின் குரல் கேட்டது:

— உன்னால் என்னை என்ன செய்துவிட முடியும்?

நான் படியேறிக்கொண்டே சொன்னேன்: Ma tean murab padi vahema tagant!

— எனக்குக் கரையிலிருந்தே கப்பலை உடைக்கத் தெரியும்!

நான் சொன்னது, ஒரு சாதாரணமான உரோவன் சொலவடைதான். ஆனால் அந்தச் சொற்கள் இந்த மனிதரை உடைத்துப்போடும் என எனக்குத் தெரியும்.

கட்டிலில் உட்கார்ந்து, இடுப்பிலிருந்து குறளியை உருவித் தலையணைக்குக் கீழே வைத்துவிட்டுப் படுத்துக்கொண்டேன்.

4

அடுத்தநாள் காலை பத்துமணியளவில், பதுமனையும் அழைத்துக்கொண்டு வெளியே புறப்பட்டேன். தள்ளுவண்டியை எடுத்துக்கொள்ளவில்லை. அதனுடன் பஸ்ஸில் ஏறி இறங்குவது சிரமமாகயிருந்தது. என் குழந்தையைத் தூக்கிச் சுமக்க என் தோள்களுக்குத் தெரியாதா என்ன! வாமன் எல்லாவற்றையும் பார்த்துக்கொண்டு கணினியையும் கிளறிக்கொண்டிருந்தார்.

இந்த நகரத்தில் தமிழ்க் கடைகள் இருக்கும் பகுதிக்கு, இன்று போவதாகத் தீர்மானித்திருந்தேன். நான் முன்னே பின்னே அங்கே போனது இல்லையென்றாலும், அது எங்கேயிருக்கிறது என எனக்குத் தெரியும். வாமனின் வானொலியில் முக்கால்வாசி நேரமும் அந்தக் கடைகளின் விளம்பரங்கள்தானே போய்க்கொண்டிருந்தன. சில விளம்பரங்கள் எனக்கு மனப்பாடமே ஆகிவிட்டன.

அந்தத் தெருவின் இரண்டு பக்கங்களிலும் தமிழ்க் கடைகள் இருந்தன. எல்லாமாக இருபது, இருபத்தைந்து கடைகள் இருக்கலாம். அந்தக் கடைச் சுவர்களிலும் கண்ணாடிகளிலும், தலைவர் பிரபாகரனின் படங்களும் திலீபனின் படங்களும் பால்ராஜ் அண்ணனின் படங்களும் வேறு மாவீரர்களின் படங்களும் ஒட்டப்பட்டிருப்பதைப் பார்த்தேன். சுல்தான் பப்பாவின் படமும் எங்காவது ஒட்டப்பட்டிருக்குமோ என என் மனம் தவிக்கத் தொடங்கிற்று. ஒவ்வொரு கடையாக உற்றுப் பார்த்துக்கொண்டே நடக்கலானேன்.

இப்போது வீதியிலும் கடைகளுக்குள்ளுமிருந்த மக்கள் என்னைக் கவனிப்பதை உணர்ந்தேன். அந்தக் கண்கள் என்னை விநோதமாகப் பார்க்கின்றனவா அல்லது அப்படி நான் உணர்கிறேனா என எனக்குச் சரியாகத் தெரியவில்லை. ஆனால், அந்த வீதியில் ஒரு புன்னகை கூட எனக்குக் கிடைக்கவில்லை என்பது உறுதி.

இச்சா | 283

என்னுடைய சுவரொட்டி கூட இங்கே தெருவில் ஒட்டப்பட்டிருக்க வேண்டியது. ஆனால், நான் தெருவில் உயிரும் இறைச்சியுமாக நடந்து போய்க்கொண்டிருக்கிறேன். கையில் குழந்தையை வேறு வைத்திருக்கிறேன்.

என் முதுகின் பின்னால் யாரோ கூச்சலிடும் சத்தம் கேட்டுச் சட்டெனத் திரும்பினேன். எனது இடது கையில் பதுமனிருக்க வலது கை தானாகவே என் இடுப்பைத் தொட்டது. திரும்பிப் பார்த்தபோது அங்கே யாரும் இருக்கவில்லை. ஆனால் அந்தக் கூச்சல் அங்கேயேதான் இருந்தது:

‹சிங்களக் குட்டி›

5

நான் என் படுக்கையறையிலிருந்த ஒப்பனை மேசையின் முன்னால் உட்கார்ந்து பேசிக்கொண்டிருந்தேன். பதுமனைத் தூக்கிக்கொண்டு உள்ளே வந்த வாமன் கேட்டார்:

— யாருடன் பேசிக் கொண்டிருக்கிறாய்?

— நான் குறளியுடன் பேசிக்கொண்டிருக்கிறேன்!

வாமன் பேசாமல் வாயைப் பொத்திக்கொண்டு, குழந்தையைப் படுக்கையில் உட்காரவைத்துவிட்டுப் போய்விட்டார்.

அடுத்த வாரம் முழுவதும் வாமன் கணினியைக் கிளறுவதிலும், நான் நகரத்தைச் சுற்றுவதிலும்தான் கழிந்தது. நான் பதுமனையும் தூக்கிக்கொண்டு, என் குறளியுடன் அந்தக் குளிருக்குள் வீதி வீதியாக அலைந்தேன் வாமனுடன் வீட்டிலிருப்பது நெருப்பில் எரிந்தவளை வெயிலில் காயவைப்பது போலிருக்கும். அந்த மனிதரின் தடித்த நாக்கு, நாகதாளிச் செடியின் முள்ளிலைபோன்றது. ஆனால், என்னுடைய இந்த மாற்றம் அவருக்கு எதையாவது புரிய வைக்கத்தானே வேண்டும். அவர் நினைத்திருந்ததைப்போல, என்னிடமிருந்து சிறிய பதுமனைப் பறித்துவிட முடியாது. இந்த நிலத்திலிருந்து என்னை அசைத்துவிடவும் முடியாது.

நான் எனது மனநல மருத்துவரைத் தேடிக்கொண்டு போனேன். ‹நான் இப்போது மாத்திரைகள் சாப்பிடுவதில்லை, என் மனநிலையில் எந்தப் பிரச்சினையுமில்லை› என்றேன். அதற்கு அந்த மருத்துவர் ‹நீ இப்போதும் பேய்களுடன் பேசிக்கொண்டிருக்கிறாயா?› எனக் கேட்டார்.

இவருக்கு என்னவென்று நான் புரியவைப்பேன்! பேய்களுடன் பேசலாம், பேய்களோடு விளையாடலாம், பேய்களை வேலைக்கு வைத்திருக்கலாம், பேய்களை வைத்துக் காணாமற்போன பொருளையும் ஆளையும் கண்டுபிடிக்கலாம், பேய்களுடன் தத்துவ விவாதங்களைக் கூட நடத்தலாம். பேய்கள் என்பவை வஞ்சிக்கப்பட்ட தம்புரான்கள்தானே!

6

நான் வீட்டுக்கு வந்தபோது, ஆணும் பெண்ணுமாக இரு பொலிஸ் அதிகாரிகள் எனக்காக அங்கே காத்திருந்தார்கள். அவர்களைக் கண்டதும், நான் முதலில் எனது குறளியைத்தான் நினைத்தேன். அது என் இடுப்பில் இருக்கிறது. பதுமனை அவனது குட்டி நாற்காலியில் உட்கார வைத்தேன். அதிகாரிகள் என் வீட்டுக்குள் இருந்துகொண்டு, என்னை உட்காரச் சொன்னார்கள். யார் யாரை உபசரிப்பது?

அவர்கள் எனக்கான நாடு கடத்தல் உத்தரவை எடுத்து வந்திருந்தார்கள். என்னிடமிருந்து போன மாதமே வாமனுக்கு விவாகரத்துக் கிடைத்துவிட்டது என்ற விசயமே, அந்த அதிகாரிகள் சொல்லித்தான் எனக்குத் தெரிய வந்தது. நான் குடும்ப நல நீதிமன்றத்தின் மூன்று அழைப்பாணைகளுக்கும் சமூகமளிக்காததால், அவர்கள் விவாகரத்தை வழங்கிவிட்டார்களாம்.

எனக்கு இப்போதிருக்கும் ஒரே வழி, காவற்துறையின் உத்தரவுப்படி, இந்த நாட்டை விட்டு வெளியேறுவதுதான். அலெக்ஸாண்டர் என்ற சிறிய பதுமனை, நான் என்னுடன் அழைத்துச் செல்ல முடியாது.

வாமன் என்னுடைய ஸ்ரீ லங்கா பாஸ்போர்ட்டை, அதிகாரிகளின் கையில் கொடுத்திருக்கிறார். அதை அதிகாரிகளின் கையில் நான் பார்த்தேன். அந்த ப்ரவுண் நிறச் சிறிய புத்தகம், கண்டி ரஜ வீதியச் சிறைக்கான என்னுடைய கடவுச்சீட்டு!

எவ்வளவு தந்திரமாக இந்த மனிதரின் மூளை வேலை செய்திருக்கிறது! குடும்ப நல நீதிமன்றத்திலிருந்து வந்த அழைப்பாணைகள், விவாகரத்துக் கிடைத்த செய்தி எல்லாவற்றையும் இந்த மனிதர் என்னிடமிருந்து மறைத்து விட்டாரே!

2015 டிசம்பர் மாதம் 24ம் தேதி, என்னுடைய உடமைகளுடன், நான் பிராந்தியத் தலைமைக் காவல் நிலையத்தில் சரணடைய வேண்டும். தவறினால், வலு கட்டாயமாகக் கைது செய்யப்பட்டு இலங்கைக்குத் திருப்பி அனுப்பப்படுவேன். கௌரவமாகத் திருப்பி அனுப்பப்பட வேண்டுமா, அல்லது விலங்கு போட்டு அனுப்பப்பட வேண்டுமா என்பது எனது தேர்வு என்று சட்டம் சொல்லிவிட்டு அதிகாரிகள் எழுந்து நின்றார்கள். அவர்களுடைய நாக்குக் கத்தி போலவும் வாக்கு வெட்டுப் போலவுமிருந்தன.

நான் சரணடைவதற்காக அதிகாரிகள் குறித்திருந்த நாளுக்கும் எனக்கும் நடுவில், இன்னும் இரண்டு நாட்கள்தான் உள்ளன.

7

அதிகாரிகள் அங்கிருந்து சென்ற பின்பும், நான் அசையாமல் நாற்காலியிலேயே உட்கார்ந்திருந்தேன். இதற்குள் பதுமன் ‹பப்பி› என அழைத்தவாறே தத்தி நடந்து வாமனிடம் போய்விட்டான். அவனைத் தூக்கி மடியில் வைத்தவாறு, வாமன் எப்போதும்போலக் கணினியைக் கிளறிக்கொண்டிருந்தார்.

இந்த மனிதர் ஏன் எனக்கு இப்படி இழிவான நம்பிக்கைத் துரோகத்தைச் செய்கிறார் என்பது, நான் சாகும்வரை எனக்குத் தெரியவராது என்றுதான் நினைக்கிறேன். எத்தனையோ தடவைகள், எத்தனையோ வழிகளில் தன்மையாகவும் மென்மையாகவும் கெஞ்சியும் பணிந்தும் இதற்கான காரணத்தை அறிய முயன்றிருக்கிறேன். எப்போதும் வழ வழாவென்று அரற்றும் இந்த மனிதர், என்னிடம் பேசும்போது மட்டும் ‹கோழி› ‹சூனியக்காரி› ‹வேசபடை› போன்ற வார்த்தைகளுடன் முடித்துக்கொள்கிறார். இவருக்கு ஒரு போராளியைப் புணர வேண்டியிருந்திருக்கிறது, அவள் மூலம் ஒரு தமிழ்க் குழந்தை வேண்டியிருந்திருக்கிறது, அவளுக்கு அடைக்கலம் கொடுத்த பெருமையும் வேண்டியிருந்திருக்கிறது. அதற்குப் பின் அவள் எக்கேடு கெட்டுப்போனாலும் பரவாயில்லை என்று துரத்திவிடத் தெரிந்திருக்கிறது! செய்திகளிலும் சிறையிலும் இவர் கண்ட ‹தியாகத் திருமகள்›, இவருடைய கைகளிற்கு வந்ததும் அருவருப்புக்குரியவள் ஆகிவிட்டாள். சூனியக்காரி ஆகிவிட்டாள். பைத்தியக்காரி ஆகிவிட்டாள்!

— நான் போகத்தான் வேண்டுமா? என்று வாமனைப் பார்த்துக் கத்தினேன்.

அவர் என் பக்கம் திரும்பாமலேயே சொன்னார்:

— சட்டம் அதுதான்!

— பதுமனை என்னிடம் கொடுத்துவிடுங்கள்!

— அது சட்டமில்லை கப்டன் ஆலா!

யாழ்ப்பாணி மூளை சரியான தருணத்தில் சுள்ளெனத் திருப்பியடிக்கிறது.

— நான் இல்லாமல் எப்படி அவன் இருப்பான்? குழந்தைக்குத் தாய்ப்பால் முக்கியம் என்றல்லவா மருத்துவர் சொன்னார்...

— தாய்ப்பால் என்று சொல்லவில்லை. முலைப்பால் என்றார். அதைப்பற்றி நீ கவலைப்படத் தேவையில்லை.

நான் நாற்காலியிலிருந்து தாளமுடியாத கோபத்தோடு எழுந்து, படிகளில் ஏறி என் அறைக்குள் போய்விட்டேன். வாமன் சொன்னதன் அர்த்தம், அடுத்த ஒருமணி நேரத்தில் எனக்குப் புரிந்தது. குழந்தையைப் பார்த்துக்கொள்வதற்கு, எலிசபெத் என்ற நடுத்தர வயது முலாட்டோப் பெண் வந்துசேர்ந்தாள். அவள் கொண்டுவந்திருந்த கூடையில் குழந்தைக்கான ஏகப்பட்ட உபகரணங்கள். தொழில் முறைத் தாதி. செழித்திருந்த அவளது முலைகளை, நான் கொஞ்சம் பொறாமையுடன்தான் பார்த்தேன் என்பதைச் சொல்ல எனக்கு வெட்கமில்லை.

எலிசபெத் வீட்டோடு தாதி! அந்தக் குண்டுப் பெண்மணி, பதுமனைக் கூவி அழைப்பதுவும் உரக்கச் சிரிப்பதுவும் வீடு முழுக்கத் தடதடவென ஓடுவதுமாக அதிக அட்டகாசங்களைச் செய்தாள். என்னை ‹சாப்பிட்டாயா?› என்று கேட்கக்கூட ஆளில்லை. எப்போதாவது என்னைப் பார்த்தால், எலிசபெத் ஒரு புன்னகையை வீசிவிட்டு விலகி நிற்பாள். சிறையில் என்னைப் பார்த்து மரியராணி வீசும் அதே இரக்கப் புன்னகை. எனக்குப் பைத்தியம் என்று இவளிடமும் வாமன் சொல்லிவைத்திருப்பார். எனக்கு மனநிலை சரியில்லை என மருத்துவர் வழங்கியிருக்கும் சான்றிதழை, கண்ணாடிச் சட்டகத்துக்குள் போட்டு, வீட்டின் முகப்பில் மாட்டி வைத்தாலும் வைப்பார்.

எலிசபெத் ஒரு பக்கமென்றால், வாமன் இன்னொரு பக்கமாகக் கொட்டமடித்தார். நாசமாய்ப்போன EBC வானொலியைத்

திரும்பவும் இயக்கும் வேலைகளிலிருந்தார். மனிதர் மிகுந்த உற்சாகத்திலிருக்கிறார் போலிருக்கிறது. அதுதான் நான் திரும்பிப் போவது உறுதியாகிவிட்டதே.

இவர்தான் இப்படியென்றால், இந்தப் பதுமனுமல்லவா என்னை மறந்துவிட்டான்! அவனும் எலிசபெத்தில் தொற்றிக்கொண்டு திரிகிறான். மாடு வேறு நிறமாயிருந்தாலும் பால் வேறு நிறமாகாது என்று அவனுக்கும் வாமன் கற்பித்திருப்பார்.

அந்த இரண்டு நாட்களும், நான் எனது அறையை விட்டு அரிதாகத்தான் வெளியே வந்தேன். அதுவும் சமையலறையில் சாப்பாடு தேடுவதற்காக மட்டுமே. எனக்கு எப்போதையும் விட இப்போதுதான் உடலில் அதிக வலு தேவைப்படுகிறது. மூன்று சாண் நீளத்தில் ஒரு கறுப்புக் கயிறும் எனக்குத் தேவை!

அறையிலிருந்த வானொலியை அவ்வப்போது ஒலிக்கவிட்டு, உரோவன் மொழிச் செய்திகளையும் அறிவிப்புகளையும் கேட்டுக்கொண்டிருந்தேன்.

துப்பாக்கியை மறுபடியும் மறுபடியும் சரிபார்த்துக்கொண்டேன். அதில் ஒரேயொரு குண்டே மிச்சமிருக்கிறது. சரியான முறையில் உபயோகிக்க வேண்டும்.

8

நான் பிராந்தியத் தலைமைக் காவல் நிலையத்தில் சரணடைவதற்கான நாளும் வந்தது. காலை பத்து மணிக்கு நான் அங்கிருக்க வேண்டும். மாலை மூன்று மணிக்கு, எனக்குக் கொழும்புக்கு நேரடி விமானம். நாளை அதிகாலையில் நான் கொழும்பிலிருப்பேன்.

இரவு முழுவதும் தூங்காமலிருந்திருப்பேன் என்பதைச் சொல்லத் தேவையில்லை. காலை ஆறு மணிக்கு எழுந்து, வெதுவெதுப்பான நீரில், ஒரு மந்திரிகுமாரி போல நிதானமாக ஆசை தீரக் குளித்தேன். காவல் நிலையத்துக்குப் போவதற்குக் காலையில் ஒன்பது மணிக்கெல்லாம் தயாராக இருக்க வேண்டுமென, எலிசபெத் மூலம் நேற்றே வாமன் செய்தி அனுப்பிருந்தார். அந்தச் செய்தியைச் சொல்லிவிட்டு எலிசபெத் மேலும் ஒரு செய்தி சொன்னாள்:

— பாருங்கள் அம்மா! அது சிங்கமாகவேயிருந்தாலும், காட்டை விட்டு வெளியே வந்தால் சித்தம் குழம்பித்தான் போய்விடும். உங்களுடைய நாட்டுக்குப் போனவுடனேயே நீங்கள் குணமடைந்து விடுவீர்கள்.

அப்போது என் முகத்தில் நெளிந்த கோணல் சிரிப்பைப் பார்த்து, எலிசபெத் பயப்பட்டாளா அல்லது கவலைப்பட்டாளா எனத் தெரியவில்லை. இரக்கத்துக்கான புன்னகை ஒன்றை எனக்கு வழங்கிவிட்டுப் போனாள்.

குளித்து முடிந்ததும், உடலில் ஒரு துண்டைச் சுற்றியவாறு அறைக்குள் வந்து எலிசபெத்தைக் கூப்பிட்டேன். அவள் தடதடவெனப் படிகளில் ஏறி மேலே வந்தாள்.

— எலிசபெத், கடைசியாக ஒரு தடவை பதுமனை என்னிடம் தருவாயா?

எலிசபெத் தடதடவெனப் படிகளில் இறங்கிப் போனாள். கீழே அவளும் வாமனும் தாழ்ந்த குரலில் விவாதிக்கும் சத்தம் எனக்கும் கேட்டது. ஆனால், வார்த்தைகள் தெளிவாகக் காதில் விழவில்லை. சற்று நேரத்தில் எலிசபெத் மறுபடியும் தொம் தொம்மென்று படிகளில் ஏறிவரும் சத்தம் கேட்டது. அவளின் கைகளில் சிறிய பதுமன் வாயைப் பிளந்து தூங்கிக்கொண்டிருந்தான். எலிசபெத் குழந்தையை எனது கட்டிலில் வளர்த்திவிட்டுக் கதவைச் சாத்திக்கொண்டு போய்விட்டாள். நான் உடலிலிருந்த துண்டை உரித்துவிட்டு ஒப்பனை மேசைக் கண்ணாடியின் முன்னால் நிர்வாணமாக உட்கார்ந்தேன்.

9

எட்டு மணிக்கு மறுபடியும் ஒருமுறை குளியலறைக்குள் நுழைந்து முகத்தைக் கழுவிச் சரி செய்துகொண்டு, ஆடைகளைத் தேர்ந்தெடுத்து அணியத் தொடங்கினேன். வெளியே கடுமையான பனிப் பொழிவு. முழங்கால்வரை வரும் பளபளப்பான செந்நிறக் காலணிகளைத் தேர்வு செய்தேன்.

அப்போது கதவைத் தள்ளிக்கொண்டு அறைக்குள் வாமன் நுழைந்தார். வெளியே கிளம்புவதற்குத் தயாராக ஆடைகள் அணிந்திருந்தார். சற்று நேரத்திற்கு முன்புதான், வீட்டின் முன்புறம் குவிந்திருந்த பனியை அகற்றிக்கொண்டிருந்த

இந்த மனிதர், இவ்வளவு சீக்கிரமாகத் தயாராவார் என நான் நினைத்திருக்கவில்லை. நானும் சீக்கிரமாகவே உடுத்திப்படுத்தித் தயாராகிறேன் என்பதால் அவருடைய முகத்தில் ஒரு திருப்தியான பாவனை வந்து போயிற்று.

வாமன், கட்டிலில் அரையுறக்கத்திலிருந்த பதுமனைத் தூக்கினார். ‹இன்னும் சற்று நேரம் என் பிள்ளை என்னோடு இருக்கட்டுமே› என்றேன். எதுவும் பேசாமல் பதுமனைத் தூக்கிக்கொண்டு கீழே போய்விட்டார்.

வெண்ணிறக் கம்பளிக் குல்லாவை அணிந்துகொண்டேன். தலையணைக்கு அடியிலிருந்த பிஸ்டலை எடுத்து முதுகுப்புறமாக இடுப்பில் செருகிக்கொண்டு, அதற்கு மேலாகத் தடித்த வெண்ணிற மென்மயிர் குளிரங்கியை அணிந்துகொண்டேன்.

இந்த ஏற்பாடுகள் முடிந்ததும், எனது கைப்பையில் எவ்வளவு பணம் இருக்கிறது எனப் பார்த்தேன். ‹நாலு பணம்› கூட அங்கில்லை. வெறுமையாகக் கிடந்தது. சட்டென வந்த ஒரு ஞாபகத்தில் எனது பயணப் பெட்டியைத் திறந்து தேடினேன். அங்கே அந்த நூறு டொலர் அமெரிக்க நோட்டிருந்தது. சிறையில் நிலுகா அக்கே தந்த பணம். அதை எடுத்துக் குளிரங்கிக்குள் திணித்துக்கொண்டு, படிகளில் இறங்கி மெதுவாகக் கீழே வந்தேன். அப்போது நேரம் எட்டரை.

வாமன் கணினியின் முன்னால் உட்கார்ந்து வழமைபோலவே கிளறிக்கொண்டிருந்தார். சிறிய பதுமன் எங்கே எனப் பார்த்தேன். அவன் எலிசபெத்துடன் இருந்தான். எலிசபெத் அவனது கையைப் பிடித்து, வீட்டுக்குள்ளேயே நடை பழக்கிக்கொண்டிருந்தாள். அம்மாவிடம் வருமாறு சிறிய பதுமனிடம் கைகளை நீட்டினேன். பிள்ளை என்னை நோக்கிக் குடுகுடுவென ஓடி வந்தான். அவனுக்கும் வெளியே கிளம்பத் தயாராக ஆடைகள் அணிவிக்கப்பட்டிருந்தன. என்னை வழியனுப்ப அவனும் வருகிறான் போலிருக்கிறது. ஏதோ இவ்வளவுக்காவது என்மீது இரக்கம் வைத்திருப்பதற்கு வாமனுக்கு நன்றி.

நான் பதுமனின் கையைப் பிடித்துக்கொண்டு, வெளியே போவதற்காக வாசலை நோக்கி மெதுவாக நடந்தேன். நான் என்ன செய்கிறேன் என்பது வாமனின் குறுக்கு மூளைக்கு உடனடியாகவே உறைத்துவிட்டது. ஒரே விநாடியில் தனது நாற்காலியிலிருந்து தாவிப் பாய்ந்து, மேசையிலிருந்த மூன்றடி உயரமான

வெண்கல மெழுகுவர்த்தித் தாங்கியை எடுத்துக்கொண்டு, என் மண்டையைப் பிளந்துவிடுவதற்காக வேகமாக ஓடிவந்தார். இடுப்பிலிருந்த பிஸ்டலை உருவி வாமன் முன்னே நீட்டினேன்:

— அடியவன் வாமதேவன் அசையக் கூடாது!

மனிதர் அப்படியே வாயைப் பிளந்துகொண்டு அசையாமல் நின்றுவிட்டார். முன்னே ஒருகால் பின்னே ஒரு கால். இரண்டையும் சேர்த்து வைக்கக் கூட அவர் துணியவில்லை. ‹தடால்› என ஒரு சத்தம் கேட்டது. துப்பாக்கியைக் கண்ட எலிசபெத் மயங்கித் தரையில் விழுந்து கிடந்தாள். நான் என் சிறிய பதுமனை அழைத்துக்கொண்டு அங்கிருந்து வெளியேறினேன்.

10

அடுத்த இருபத்தைந்தாவது நிமிடத்தில் பதுமனுடன் ‹லன்டோ ப்ளான்சே› மத்திய ரயில்வே நிலையத்திலிருந்தேன். வானொலியில், ரயில் நேர அட்டவணையை ஒன்றுக்கு நான்கு தடவைகள் கேட்டு வைத்திருந்தேன். காலை 09.15-க்கு கிளம்ப வேண்டிய ரயில், பனிப் பொழிவு காரணமாகக் கடைசி நேரத்தில் இரத்துச் செய்யப்பட்டிருந்தது. அடுத்த ரயில் 10.15-க்குப் புறப்படும். அந்த அதிவேக ரயில் ஒரு மணிநேரத்தில், இந்த நாட்டின் எல்லையைக் கடந்து அயல் நாட்டுக்குள் நுழைந்துவிடும். அந்த அயல் நாடு கேஷாயினி வாழ்ந்த நாடு.

ரயில் நிலையத்திலிருந்த பணமாற்று நிலையத்தில் நூறு அமெரிக்க டொலர்களை மாற்றி, 10.15-க்குப் புறப்படும் ரயிலுக்குப் பயணச்சீட்டு வாங்கிக்கொண்டேன். மாற்றிய பணம் பயணச்சீட்டுக்கே சரியாகயிருந்தது. நமச்சிவாயம்! வாயில் ஓதலிருந்தால் வழியெல்லாம் சோறு. பதுமனுக்குக் கொடுக்க என் வற்றாத முலைகளிருக்கின்றன. அது போதும்!

பயணிகள் காத்திருப்பு அறையில், மின்சாரக் கணப்பை நெருங்கி உட்கார்ந்து ரயிலுக்காகக் காத்திருந்தேன். என் மூளை மடிப்புகளுக்குள் பதுங்கியிருந்த பறவைகள் ஆள்காட்டிக் கத்துகின்றன. அங்கிருந்து கண்ணாடி வழியே பார்த்தபோது, ரயில் நிலையத்துக்குள் வித்தியாசங்களின் நடமாட்டத்தை உணர்ந்தேன். இரகசியப் பொலிஸாரின் நடமாட்டம் இங்குள்ளது. யாரையோ தேடுகிறார்கள்.

இச்சா | 291

பயணிகள் காத்திருப்பு அறையிலிருந்து வெளியேறி, ரயில் நிலையத்தின் பக்கவாட்டு வாசலுக்குள் நுழைந்து வீதியைக் கடந்தேன். வீதிக்கு அந்தப் பக்கம் குடியரசுச் சதுக்கம். அங்கே கிறிஸ்துமஸ் சந்தை நடந்துகொண்டிருந்தது. சதுக்கத்தை நிறைத்து மக்கள் நின்றுகொண்டிருந்தார்கள். அவர்களிடையே புகுந்துகொண்டேன். பதுமனுக்குக் கிறிஸ்துமஸ் சந்தை வேடிக்கையாகயிருந்தது. அங்கிருந்த வண்ண விளக்குகளும் அலங்காரங்களும் மணியோசைகளும் நடனங்களும் குழந்தையை மகிழ்ச்சியில் ஆழ்த்தின. என் கைகளிலிருந்து கீழே இறங்க முயற்சித்தான். அவனை எனது தோளோடு இறுக அணைத்து வைத்துக்கொண்டேன்.

என் பின்னாலிருந்து என்னை யாரோ நெருங்குகிறார்கள். சடாரெனத் திரும்பினேன். கைகளில் ‹POLITSI› எனச் சிவப்பு நிறத்தில் பட்டிகள் கட்டியிருந்த, இரண்டு உயரமான மனிதர்கள் அங்கேயிருந்தார்கள். அவர்களில் ஒருவன் உரத்த குரலில் என்னைப் பார்த்துக் கத்தினான்:

— Pangee laps maa ja lobuge!

குழந்தையை இறக்கிக் கீழே வைத்துவிட்டு, என்னைச் சரணடையச் சொல்கிறார்கள். நான் பதுமனை என் இடது தோளோடு இறுக அணைத்தவாறு அசையாமல் அப்படியே நின்றேன். இரண்டு பொலிஸ்காரர்களும் என்னை மெல்ல மெல்ல நெருங்கிவந்தார்கள். எனக்கும் அவர்களுக்கும் இடையே எட்டித் தொட்டுவிடும் தூரம் வந்தபோது, வலது கையால் இடுப்பிலிருந்த பிஸ்டலை உருவி அவர்களின் முன்னே பிடித்தேன். கைகளை விரித்தவாறே இரண்டு பொலிஸ்காரர்களும் பின்னால் போய்க்கொண்டேயிருந்தார்கள்.

அடுத்த இரண்டு நிமிடங்களில் குடியரசுச் சதுக்கமே காலியாகிவிட்டது. மக்கள் அலறியடித்துக்கொண்டு ஓடிவிட்டார்கள். சதுக்கத்தை நிறைத்துப் போடப்பட்டிருந்த கிறிஸ்துமஸ் கடைகளுக்குள் யாருமில்லை. ஆளுயரக் கிறிஸ்துமஸ் தாத்தா வைக்கோல் பொம்மைகள் ஒவ்வொரு கடைகளுக்கு முன்னாலும் தனியாக நின்றிருந்தன. கொஞ்ச நேரம்தான்... ஒவ்வொரு கிறிஸ்துமஸ் தாத்தா பொம்மைக்குப் பின்னாலும் துப்பாக்கி வைத்திருந்த ஒரு பொலிஸ்காரன் தோன்றினான்.

துப்பாக்கியைக் கீழே போடுமாறு, எனக்கு ஒவ்வொரு கிறிஸ்துமஸ் தாத்தாவும் அறிவுறுத்தினார். பொலிஸ் வாகனங்களும் அவசர ஊர்திகளும் கூவிக்கொண்டு குடியரசுச் சதுக்கத்தைச் சூழலாயின. ‹சரணடைந்துவிடு!› எனப் பெண் குரலொன்று திரும்பத் திரும்ப ஒலிபெருக்கியில் எச்சரித்தது. எந்தச் சத்தமும் சலனமும் என்னை அசைக்கவில்லை. பதுமனும் சங்கனும் பேருருவமெடுத்துச் சென்ற பாதையில் பனி உடைந்து, தண்ணீர்த் துகள்களாகத் தரைக்கு இறங்கிக்கொண்டிருந்தது. இடது கையில் சிறிய பதுமனுடனும் வலது கையில் குறளியோடும், இந்தப் பதுமகுமாரி குடியரசுச் சதுக்கத்தின் மத்தியில் நிமிர்ந்து நிற்கிறாள்.

நான் மிகச் சரியாகவே கணித்திருக்கிறேன்! ஆறு பனிமான்கள் பிணைக்கப்பட்டிருந்த வண்டியில் உட்கார்ந்திருந்த கிறிஸ்துமஸ் தாத்தாவிடமிருந்து, என்னை நோக்கித் துப்பாக்கிக் குழல் நீள்வதைக் கவனித்தேன். அதுதான் இலக்குத் தப்பாமல் என்னை அடிப்பதற்கான துல்லிய அமைவிடம். அங்கிருந்து ‹சினைப்பர்› ரகத் துப்பாக்கி, எனது வலது நெற்றியைக் குறிபார்க்கிறது.

என் துப்பாக்கியைச் சிறிய பதுமனின் தலையில் சட்டென வைத்தேன். குழந்தைக்கு அதுவொரு விளையாட்டுப் போலிருந்தது. கெக்கலி கொட்டிச் சிரித்தது. அந்த நேரத்தில் எனது கண்களில் நீர் எப்படி வராமலிருக்கும்! மந்திரி பெண்சாதி குமாரிஹாமி தனது குழந்தையை உரலில் போட்டு இடிக்கும் போது, ஊனும் இரத்தமும் பாலுமாக உதிர்த்த கண்ணீரல்லவா அது.

எனது முகத்தை இடதுபுறமாகத் திருப்பி, என் குழந்தையின் முகத்தை உற்றுப் பார்த்தேன். கண்ணாடி எதிரில் மற்றொரு கண்ணாடியை வைத்தால் அவை ஒன்றையொன்று அறியாது.

ஜனங்கள் தம்முன்னே எதிர்ப்படும் ஒவ்வொன்றிலும் அர்த்தத்தைக் காண விழைவதே, நம் காலத்தின் ஆகப் பெரும் நோயாகும்.

பப்லோ பிக்காஸோ

வெள்ளிப்பாவை

இயேசு பிறப்பதற்கு ஒருநாள் முன்னதாகத்தான், ஆலாவின் வலதுபுற நெற்றியில், சினைப்பர் ரகத் துப்பாக்கியின் ‹.338 லபுவா மக்னம்› குண்டு துளைத்து, அவளது உச்சந்தலையைப் பிளந்துகொண்டு வெளியேறியிருந்தது. அவள் தனது கையிலிருந்த குறளியோடு நிலத்தில் வீழ்ந்தாள். அதுதான் அவள் எப்போதுமே விரும்பியிருந்த, மகிமை மிக்க சாவாக இருக்கக்கூடும்.

ஆலாவின் உடலை மருத்துவமனையில் பிரேதப் பரிசோதனைக்காக நிர்வாணப்படுத்திப் பார்த்தபோது, அவளது கழுத்தில் தாயத்துப் போலக் கிடந்த கறுப்புக் கயிற்றில், ஒரு துப்பாக்கிக் குண்டு கட்டப்பட்டிருந்தது. அதுதான் அவளிடமிருந்த ஒரேயொரு துப்பாக்கிக் குண்டு என்றெழுதி வைத்திருக்கிறாள் வெள்ளிப்பாவை.

லிபி

கப்டன் ஆலா அடிக்கடி மறந்து போகும் பெயர், அவருக்கு அவரது அப்பா வைத்த பெயர் ‹வெள்ளிப்பாவை› என்பதை இப்போது வாசகர்கள் ஊகித்திருப்பீர்கள். ‹வெள்ளிப்பாவை› என்பது நீரரமகள் ஒருத்தியின் பெயர்.

ஆலா தான் எழுதி வைத்திருக்கும் பக்கங்களில் குறிப்பிட்டிருப்பது போல, கிறிஸ்துமஸ் தினத்துக்கு முன்தினம் ‹லன்டோ ப்ளான்சே› நகரத்தின் குடியரசுச் சதுக்கத்தில் இறக்கவில்லை. அதற்கு இரண்டரை வருடங்கள் முன்னதாகவே 2013 ஜூன் மாதம் 16-ம் தேதி, அவர் கண்டி ரஜ வீதியச் சிறைக்குள் கடும் நோய்வாய்ப்பட்டு இறந்துபோனார். முந்நூறு வருடங்கள் சிறைத் தண்டனை விதிக்கப்பட்டிருந்த அவர், ஒருபோதும் சிறையிலிருந்து வெளியே வரவேயில்லை.

‹லொக்கு நோனா› என்று ஆலாவின் பக்கங்களில் குறிப்பிடப்படும், சிறைத் தலைமை அதிகாரியின் பெயர் மர்லின் டேமி. ‹பறங்கி› இனத்தைச் சேர்ந்தவர். கொச்சிக்கடை அந்தோனியார் கோயிலில் தனது மூன்று குழந்தைகளுடன் ஈஸ்டர் ஆராதனையிலிருந்தபோது, குண்டு வெடிப்பில் கொல்லப்பட்ட அவரைத்தான், பாரிஸில் நான் சந்தித்திருந்தேன். அவர்தான் ஆலாவின் பக்கங்களை என்னிடம் கொடுத்தவர்.

ஆலாவைச் சிறை மருத்துவமனையில் மர்லின் டேமி அனுமதித்ததன் பின்னாகவும், ஆலா நோயிலிருந்து மீளவில்லை. இரகசிய விசாரணை முகாம்களில் நீண்டகாலமாகச் சித்திரவதையை அனுபவித்திருந்ததாலும், அளவுகணக்கின்றி அவரது உடலில் போதை மருந்துகள் செலுத்தப்பட்டிருந்ததாலும், அவரது இரங்கத்தக்க மரணம் நிகழ்ந்து போயிற்று.

ஆலா தனது இருபத்துநான்காவது வயதில் இறக்கும்போது, அவரது தலைமுடிகள் முழுவதுமாகவே கொட்டியிருந்தன. கடைவாய்ப் பற்களைத் தவிர, மற்றைய பற்கள் அனைத்துமே பழுதுபட்டு விழுந்துவிட்டன. உடலில் ஏற்பட்ட கூனால் அவரால் நிமிர்ந்து நிற்கக்கூட முடியவில்லை. ஆலா இறந்தபோது அவரின் உடலைப் பொறுப்பெடுக்க யாருமே வரவில்லை. சிறிய மந்திரிகுமாரி சாமலிதேவி நீர்ச் சமாதியான, கண்டி ஏரியின் கரையில் இந்தப் பதுமகுமாரி புதைக்கப்பட்டாள். ஆழப் புதைக்கப்பட்டவர்களே முழுமையான சாட்சியங்கள்.

முள்ளிவாய்க்கால் கடற்கரையின் வெண்மணற் பரப்பில், நெருப்பு வடிவமாகக் கலந்துவிட்டாரென ஆலா நம்பிக்கொண்டிருந்த தளபதி சுல்தான் பப்பா, இப்போதும் உயிரோடுதானிருக்கிறார். இப்போது இலங்கை அரசாங்கத்தின் ஆதரவில் இருக்கும் அவரைத் தொடர்புகொண்டு பேசவும் எனக்கு வாய்ப்புக் கிடைத்தது. அதைச் சொல்வதற்கு முன்பாக, ஆலா எழுதிய பக்கங்களைத் தொகுத்தவன் என்ற முறையில், வேறு சில விசயங்களைச் சொல்லிவிடுகிறேன்.

ஆலாவால் எழுதப்பட்டு, மர்லின் டேமியால் என்னிடம் ஒப்படைக்கப்பட்ட பக்கங்கள் அறுநூறுக்கும் அதிகமானவை. மிகக் குழப்பமாகவும் ஒழுங்கற்றும் சங்கேதங்களாலும் எழுதப்பட்டிருந்த அந்தப் பக்கங்களை ஒழுங்குபடுத்தவும், அத்தியாயங்களாகப் பிரித்துத் தலைப்புகளிட்டு வரிசைப்படுத்தித் தொகுக்கவும் எனக்கு முழுதாக ஆறுமாதங்கள் தேவைப்பட்டன. சங்கேதங்கள் என நினைத்து ஆலா எழுதி வைத்திருப்பவற்றில் பெரும்பகுதி, உண்மையில் சங்கேதங்களே இல்லை. அவற்றை வெகுசுலபமாக நான் உடைத்துவிட்டேன். ஆனால் புலிகளின் நடவடிக்கைகள் குறித்து அவர் எழுதியிருந்த சங்கேதக் குறிப்புகளை, இங்கே பெயர் குறிப்பிட முடியாத சில நண்பர்களின் உதவியுடனேயே, என்னால் அவிழ்க்கக் கூடியதாகயிருந்தது. அவர்களில் ஒரு நண்பரின் பெயரை மட்டும் என்னால் இங்கே குறிப்பிட முடியும். அவர் அவுஸ்ரேலியாவில் வாழும் மருத்துவர் நொயல் நடேசன்.

ஆலா ‹இரட்டைச் சிறகுகள் நடவடிக்கை› குறித்து எழுதியிருந்தவற்றில், அநேகமான வார்த்தைகளை என்னால் புரிந்துகொள்ளவே முடியவில்லை. அந்த நடவடிக்கை குறித்த சங்கேதச் சொற்களை நண்பர்களாலும் அவிழ்க்க முடியவில்லை.

அந்தச் சங்கேதங்களைத் திறப்பதற்கான சாவி, நொயல் நடேசன் எழுதிய ‹மலேசியன் ஏர்லைன் 370› நூலிலிருந்தது. நான் மருத்துவர் நொயல் நடேசனைத் தொடர்புகொண்டு பேசியபோது, ஆலாவின் சங்கேதங்கள் மெதுமெதுவாக அவிழத் தொடங்கின.

கொழும்பு மேம்பாலத்தின் கிழக்கு முனை ஆலாவுக்கு இலக்காக நிர்ணயிக்கப்பட்டதைப் போல, மேம்பாலத்தின் மேற்கு முனை இலக்கு ‹செம்பியன்› என்ற போராளிக்கு நிர்ணயிக்கப்பட்டிருந்தது. ஆலாவுக்குப் பொறுப்பாக ஜெயா என்பவர் இருந்ததுபோல, செம்பியனுக்குப் பொறுப்பாக இருந்த புலிகள் இயக்க உறுப்பினரோடு, பிற்காலத்தில் நொயல் நடேசனுக்கு உரையாட வாய்ப்புக் கிடைத்திருக்கிறது. அந்த உரையாடலை அவர் ‹மலேசியன் ஏர்லைன் 370› நூலில் எழுதியிருந்தார். மேற்கு முனை குறித்துத் தெளிவானதும், கிழக்கு முனையின் சங்கேதங்கள் தாமாகவே திறந்துகொண்டன.

இதைப் போலவே, ‹கண்டி ரஜ வீதியச் சிறைக்கு ஜனாதிபதி வரயிருக்கிறார்› என ஆலா எழுதியிருந்த குறிப்பும் என்னைச் சற்றுச் சுற்றலில் விட்டாலும்; 14.07.2013 தேதியிட்ட ‹Daily News› பத்திரிகைச் செய்தி, அந்தக் குறிப்பைத் தெளிவுபடுத்திற்று: Steps to preserve and protect Ehelepola Maha Adikaram Walauwa.

ஆலா மரணித்து ஒரு மாதமானபோது, கண்டி ரஜ வீதியச் சிறை முற்றாக மூடப்பட்டது. கௌதம புத்தரின் புனிதப் பல் வைக்கப்பட்டிருக்கும் புகழ் பெற்ற தலதா மாளிகைக்கு அருகே, இப்படியொரு அசிங்கம் பிடித்த சிறையிருப்பதை ஜனாதிபதி விரும்பவில்லை. தவிரவும் சிறையிருந்த இடம், கண்டி நாயக்க அரசனை எதிர்த்துக் கலகம் நடத்திய மந்திரி எஹெலெபொலவின் மாளிகை வளவு. அந்தச் சிறை இப்போது அரசினால் வரலாற்றுச் சின்னமாக்கப்பட்டுவிட்டது. அங்கிருந்த கைதிகள் பல்லேகெல சிறைக்கு அனுப்பப்பட்டார்கள்.

‹எஹெலெபொல மகா அதிகாரம் வளவ்வ› கட்டடத்தை, நகர அபிவிருத்தி அமைச்சகம் பொறுப்பேற்கும் வைபவத்தில், ‹சன்னஸ் பத்திரம்› கண்டிய நடனத்துடன் ஊர்வலமாக எடுத்துவரப்பட்டு, சிறைத்துறை அமைச்சர் சந்திரசிறி கஜதீரவால் ஜனாதிபதி மகிந்த ராஜபக்சவிடம் கையளிக்கப்பட்டது.

வரலாற்றில் இருநூறு வருடங்களாக நின்றிருந்த அந்தச் சிறைக்குள், முதலாவதாக இறந்தது; பிரிட்டிஷாரை எதிர்த்துப்

போரிட்ட, கெரில்லாப் படையின் தலைவன் கெப்பொற்றிபொல திசாவ. கடைசியாக இறந்துபோனது; கப்டன் ஆலா என்ற வெள்ளிப்பாவை.

2

ஆலா உருவாக்கிய ‹லன்டோ ப்ளான்சே› என்ற அந்தப் பனி நிலம் கற்பனையானது. அவர் உருவாக்கிய ‹உரோவன்› மொழி கற்பனையானது. அவர் உருவாக்கிய ‹உரோவன் - தமிழ் அகராதி› கற்பனையானது. அந்த அகராதியில் அவர் குறிப்பிட்டிருந்த ஒரு கற்பனை வார்த்தைக்கு, தமிழில் அய்ந்து சொற்களைக் கொடுத்திருக்கிறார்.

ICHAA:

குறளி, முளரி, லிபி, நெடும்மின்னி, மந்திரிகுமாரி.

தளபதி சுல்தான் பப்பாவுக்கும் நான்கைந்து பெயர்களிருந்தாலும், அவரது சொந்தப் பெயரான ‹ஆதவன் சேதுராஜா› என்ற பெயரிலேயே, அவர் இப்போது இயங்குகிறார். இறுதி யுத்தம் நடக்கும் போது, ஆதவன் சேதுராஜா வெளிநாடொன்றில் இருந்திருக்கிறார். அவர் எப்படி இலங்கைக்குத் திரும்பி வந்தார் என்பது இன்னும் சர்ச்சையாகவேயிருக்கிறது. இலங்கை அரசால் வெளிநாட்டில் வைத்துக் கைது செய்யப்பட்டு இலங்கைக்குக் கொண்டுவரப்பட்டாரென்றும், இலங்கை அரசோடு ஒரு மறைமுக ஒப்பந்தத்தை ஏற்படுத்திக்கொண்டு இலங்கைக்கு வந்தாரென்றும் இரண்டு கருத்துகளுள்ளன. மூன்றாவது கருத்துக் கூட ஒன்றிருக்கலாம். ஆனால் அது எனக்குத் தேவையற்றது. நான் சில விசயங்களைக் குறித்து, ஆதவன் சேதுராஜாவிடம் விளக்கங்களைப் பெற விரும்பினேன். ஆனால், ஆலா எழுதிய பக்கங்கள் என்னிடமுள்ளன என்பதை நான் அவருக்குக் காட்டிக்கொள்ளக் கூடாது. இது பாலத்துக்கு மேலால் கப்பலைச் செலுத்துவது போன்ற காரியம்.

ஆதவன் சேதுராஜா இப்போது ‹சிறுவர்கள் இல்லம்› ஒன்றை நடத்தி வருகிறார் என்ற சேதிதான், எனக்கு அவருக்குள் நுழைவதற்கான கள்ளப் பாதையாகயிருந்தது. அவர் நடத்தும் சிறுவர் இல்லத்தில், போரில் பெற்றோர்களை இழந்த சிறுவர்களும் சிறுமிகளும் தங்க வைக்கப்பட்டுப் பராமரிக்கப்படுகிறார்கள்.

அந்தச் சிறுவர் இல்லத்திற்கு நன்கொடை அளிக்க விரும்புபவன் என்ற போர்வையில், நான் அவரிடம் தொலைபேசித் தொடர்பை ஏற்படுத்திக்கொண்டேன். சிறுவர் இல்லத்திற்குத் தொலைபேசியில் தொடர்புகொண்டபோது ‹அப்பா வெளியே போயிருக்கிறார்› எனப் பதில் கிடைத்தது. நான் எனது தொலைபேசி எண்ணைக் கொடுத்துவிட்டுத் தொலைபேசியை வைத்த அய்ந்தாவது நிமிடத்தில், ஆதவன் சேதுராஜா என்னைத் தொலைபேசியில் அழைத்தார்.

நான் என்னை அறிமுகப்படுத்திக்கொண்டேன். அவர் அமைதியாகக் கேட்டுக்கொண்டிருந்தார். அப்படியே நான் என் இலக்கை நோக்கிப் பேச்சை நகர்த்தினேன்:

— அண்ணன், நீங்கள் கிளிநொச்சியிலும் புலிகளின் அலுவலகத்திற்குப் பொறுப்பாக இருந்தீர்களல்லவா?

மறுமுனையில் ஒரு நொடி மவுனம். பிறகு ஆலா குறிப்பிட்டிருந்தது போல, இரும்பில் சுத்தியலால் அடித்த ஓசை போன்றிருந்த அவரது குரல் ஒலித்தது:

— அவை எல்லாம் முடிந்து போன கதைகள். அவற்றைப் பற்றிப் பேசி என்ன பயன்... நீங்கள் சிறுவர் இல்லத்துக்கு உதவி செய்வதைப் பற்றிக் கதைப்போம்.

— ஓம் அண்ணன். செய்ய வேண்டும்... அதற்கு முன்பு, உங்களைப் பற்றிய சில சந்தேகங்களைத் தெளிவுபடுத்திக்கொள்ள விரும்புகிறேன்...

— இங்கே பாருங்கள்! நீங்கள் சிறுவர் இல்லத்தைப் பற்றிப் பேசுவதென்றால் மட்டுமே பேசுங்கள். மற்றப்படிக்கு என் நேரத்தை வீணடிக்காதீர்கள். இங்கே மதியச் சாப்பாட்டு நேரமிது. குழந்தைகள் எனக்காகக் காத்துக்கொண்டிருக்கிறார்கள். நான் போனால்தான் சாப்பிடவே தொடங்குவார்கள்.

நான் என் அடுத்த எத்தனத்தைச் செய்தேன்:

— பணம் எங்கே அனுப்ப வேண்டும் அண்ணன்? இலங்கைக்கா அல்லது ஏதாவது வெளிநாட்டுக்கா? எந்த நிறுவனத்தின் பெயரில்?

— எதற்கு வெளிநாட்டுக்கு? இங்கே இல்லத்தின் பெயருக்கு அனுப்பிவையுங்கள். இல்லத்தின் பெயரையும் முகவரியையும் சரியாகக் குறித்துக்கொள்ளுங்கள்...

அவரை ஒரு விநாடி பொறுத்திருக்குமாறு சொல்லிவிட்டுப் பேனாவைத் தேடியெடுத்து, அவர் சொல்லும் முகவரியைக் குறித்துக்கொள்ளத் தயாரானேன்.

— அண்ணன்... சிறுவர் இல்லத்தின் பெயரைச் சொல்கிறீர்களா?

— ஆலா நிழலகம்!

3

உயிருள்ள ஆலாப் பறவையொன்றை
நீங்கள் பார்த்திருக்கிறீர்களா!

ஷோபாசக்தியும் கருப்புப்பிரதிகளும்

நாவல்கள்:
சலாம் அலைக்
BOX கதைப்புத்தகம்
'ம்'
கொரில்லா

சிறுகதைகள்:
மூமின்
எம்.ஜி.ஆர். கொலை வழக்கு
கண்டி வீரன்
தேசத்துரோகி

கட்டுரைகள்:
முப்பது நிறச்சொல்
பஞ்சத்துக்குப் புலி
வேலைக்காரிகளின் புத்தகம்

நேர்காணல்கள்:
போர் இன்னும் ஓயவில்லை
எவராலும் கற்பனை செய்ய முடியாத நான்
நான் எப்போது அடிமையாயிருந்தேன்

கருப்புப் பிரதிகள்

பி55, பப்பு மஸ்தான் தர்கா, லாயிட்ஸ் சாலை
சென்னை 600 005 பேச: 9444272500
மின்னஞ்சல்: karuppupradhigal@gmail.com